మోహనస్వామి

వసుధేంద్ర బళ్ళారి జిల్లా సందూరులో 1969లో జన్మించారు. అక్కడే తమ ప్రాథమిక విద్యాభ్యాసం చేశారు. NITK సూరత్కల్ నుంచి ఇంజనీరింగ్ మరియు IISc బెంగుళూరు నుంచి ఎం.ఇ. పట్టా పొందారు. 20 ఏళ్ళు సాఫ్ట్‌వేర్ ప్రపంచంలో ఉద్యోగం చేసి, ఇప్పుడు తమ సమయాన్ని పర్యటనలోనూ, చదవటంలోనూ, రాయటంలోనూ గడుపుతున్నారు. కర్ణాటక సాహిత్య అకాడెమీ పుస్తక బహుమానం, ద.రా.బేంద్రె కథా పురస్కారం, మాస్తి కథా పురస్కారం, డా.యు.ఆర్. అనంతమూర్తి పురస్కారం, బెసగరహళ్ళి రామణ్ణ పురస్కారం, వసుదేవ భూపాలం దత్తి పురస్కారం, వర్ధమాన ఉదయోన్ముఖ పురస్కారం, సేడంకు చెందిన "అమ్మ" పురస్కారం, కథా రంగం పురస్కారాలను పొందారు. 'ఛంద పుస్తక' అనే ప్రచురణ సంస్థను ప్రారంభించి దాని ద్వారా తమ పుస్తకాలనే కాకుండా ప్రాంతంలోని అనేకమంది కొత్త రచయితల పుస్తకాలను ప్రకటించారు. పర్వతారోహణలో ఆసక్తివున్న వసుధేంద్రగారు మన పశ్చిమకనుమల అడవులలోని కొన్నికొండలను, టాంజానియా దేశంలోని కిలిమంజారో పర్వతాన్ని అధిరోహించారు. టిబెట్‌లోని కైలాసం, మానస సరోవరాల పర్వతారోహణ చేశారు. స్క్వాష్ ఆట, కళాత్మక సినిమాలు, కర్ణాటక, హిందూస్థాని శాస్త్రీయ సంగీతం, మహాభారత అధ్యయనం వీరికి ఇష్టమైన విషయాలు.

vas123u@rocketmail.com

రంగనాథ రామచంద్రరావు తెలుగు పాఠకులకు రచయితగా, అనువాదకులుగా సుపరిచితులు. కేంద్ర సాహిత్య అకాడెమీ కోసం కన్నడ నుంచి అనువదించిన 'రాళ్ళు కరిగే వేళ' అనువాద కథాసంపుటికి 'పొట్టి శ్రీరాములు తెలుగు యూనివర్శిటీ సాహితీ పురస్కారాన్ని' అందుకున్నారు. అకాడెమీ కోసం కన్నడ నుంచి 9 రచనలు అనువదించారు. 3 సొంత కథా సంకలనాలు, 17 అనువాద కథా సంకలనాలు, 5 ఆత్మకథలు, 10 అనువాద నవలలు, 3 అనువాద కవిత్వం, 12 బాలసాహిత్య పుస్తకాలు ప్రచురించారు.

AA000545

మోహనస్వామి

కథలు

కన్నడ మూలం

వసుధేంద్ర

అనువాదం

రంగనాథ రామచంద్రరావు

Mohanaswamy

Stories

Author:
Vasudhendra

Translated by
Ranganatha Ramachandra Rao

First Edition: Aug 2022

Copies: 500

Published By:
Chaaya Resources Centre
8-3-677/23, 202, KSR Granduer,
Srikrishna Devaraya Nagar,
Yellareddyguda, Hyderabad-73
Ph: (040)-23742711
Mobile: +91-98480 23384
email: chaayaresourcescenter@gmail.com

Publication No.: CRC-61

Cover Art:

Nils henrik Pedersen

Printed at: Nils
Trinity Academy for Corporate Training Pvt Ltd.
BANGALORE

Type set by

R.R.Rao

For Copies:
All leading Book Shops
http:/amzn.to/3xPaeld
bit.ly/chaayabooks

Price: Rs **250/-**

అంకితం

'మోహనస్వామి స్నేహితులకు, మోహనస్వామి పిల్లలకు, మనుమలకు, మునిమనుమలకు, నాన్నలకు, తాతలకు మరియు ముత్తాతలకు'

విషయసూచిక

చిక్కుముడి

సాయంత్రం కరిగి రాత్రి అయినప్పటికీ ఆ ఇంట్లో ఇంకా దీపం వెలిగించలేదు. అయిదున్నరకంతా మోహనస్వామి ఆఫీసు నుంచి వచ్చినప్పటికీ ఏమీతోచక నేరుగా దేవుడి గదిలోకి వెళ్ళి కృష్ణుని విగ్రహం ముందు కూర్చున్నాడు. శరీరమంతటా చిన్నగా వణుకు. చెక్కతో చేసిన చిన్న మందసంలో శ్రీకృష్ణుడు మురళి వాయిస్తూ చిరునవ్వు చిందిస్తూ నుంచున్నాడు. కొద్దిసేపు అతన్నే చూస్తూ కూర్చున్న మోహనస్వామి, మనస్సులోనే అతనితో సంవాదం చేశాడు. అయినా లేచి ఇంటి పనులను చూసుకునే ధైర్యం యింకా కలగలేదు. ఇంటికి వచ్చిన వెంటనే రేడియో పెట్టుకుని, కుక్కరు పెట్టి, చురుగ్గా ఇంటి పనులన్నీ పూర్తి చేసుకొని కార్తీక్ రాక కోసం ఎదురుచూడటం అతనికి అలవాటు. 'ఎక్కడున్నావు?' అని ఒక మెసేజ్ అతనికి పంపి, అతని జవాబు కోసం ఎదురుచూస్తూ పనులు చేసుకుంటూ మొబైల్ 'కుంయ్'మని చేసే సద్దుకోసం ఎదురుచూడడమే అతను నిత్యం చేసే ఓ పని. అయితే ఈరోజు అదొక్కటే లేదు. భయభీతుడై కృష్ణుడి ముందు కూర్చున్నాడు. ఎవరైనా అతన్ని తాకి మాట్లాడించినా ఏడ్చేంతగా గాయపడ్డాడు.

ఆఫీసు క్యాబ్ నుంచి దిగి, ఇంటికి వస్తున్నప్పుడు కూరగాయల అంగడిలో లేత బెండకాయలను చూడగానే 'కార్తీక్‌కు ఇష్టం' అని అరకేజీ కొన్నాడు. నూనె కొంచెం ఎక్కువగానే వేసి, ఎర్రగా వేయించి, తగినంత ఉప్పు– కారం

కలిపిన కూరను చూస్తే కార్తీక్‌కి పంచప్రాణాలు లేచివస్తాయి. ఒక ముక్కనూ వదలకుండా తినేస్తాడు. మోహనస్వామికీ బెండకాయ కూర ఇష్టమైనా "నాకు అంతగా నచ్చదు కార్తి" అని ఊరికే అబద్ధం చెప్పి అతనికే ముప్పాతిక భాగాన్ని వడ్డించేవాడు. కార్తీక్ కంచానికి అంటిన రసాన్ని నాకుతుంటే ఇతనికి లోలోపల చెప్పుకోలేనంత సంతోషం. "మా అమ్మకన్నా నీవే రుచిగా చేస్తావు మోహనా" అని అతను ఎప్పుడైనా పొగిడితే ఇక ఆ రాత్రి మోహనస్వామికి నిద్రకూడా రాదు.

ఆ రోజు కూడా కార్తీక్‌కు అలాంటి రుచికరమైన బెండకాయ కూరతో సర్‌ప్రైజ్ ఇద్దామని ఇతను మనస్సులో 'మండిగె' (కన్నడిగుల తీపి వంటకం) తింటూ ఇంటి తలుపులు తెరుస్తుండగా శోభా ఆంటీ ఫోన్ చేసింది. ఆమె కార్తికి దూరపు బంధువు. ఆమె భర్త ఏదో పెద్ద కంపెనీలో ఉన్నత పదవిలో ఉన్నారు. విజయనగర్‌లో వారికొక పెద్ద ఇల్లుంది. కార్తీక్, మోహనస్వామిలు మల్లేశ్వరంలో ఉంటారు. కార్తీక్ బైక్‌లో వారాంతంలో అప్పుడప్పుడు వాళ్ళింటికి వెళ్ళివస్తుండటం వల్ల మోహన్‌కూ శోభాఆంటీ బాగా పరిచయమైంది. ఇప్పుడు రెండువారాల క్రితం వాళ్ళింటికి వెళ్ళినప్పుడు మోహనస్వామి తనే తయారుచేసిన చట్నీపొడిని ఇచ్చివచ్చాడు. అది వాళ్ళందరికీ చాలా నచ్చింది. దాని రెసిపిని అడగటానికి శోభా ఆంటీ నేరుగా మోహన్‌కే ఫోన్ చేసింది. మోహనస్వామి అత్యంత ఉత్సాహంతో చిన్నచిన్న వివరాలనూ చెప్పసాగాడు. అయితే శోభా ఆంటీకి అందులో అంత ఆసక్తి లేదు. "మగపిల్లవాడు, అయినా ఎంత చక్కగా చేశాడు కదా! అతన్ని అడిగి ఎలా చేయాలో తెలుసుకో" అని ఆమెభర్త నాలుగుసార్లు చెప్పినందుకు అసహనంతో ఫోన్ చేసింది. పాతికేళ్ళ ఓ కుర్రవాడు చేసిన ఓ వంటకానికి ఈయన ఇలా నోరు వెళ్ళబెట్టడం శోభా ఆంటీకి నచ్చలేదు. ఆ విషయం నేరుగా చెప్పే ధైర్యం లేక మొక్కుబడిగా ఫోన్ చేసింది.

శోభా ఆంటీ– ఆమె భర్తకు చాలా భయపడుతుందనే విషయం మోహనస్వామికి తెలుసు. ఒకసారి అతనొక్కడే వాళ్ళింటికి సాయంసంధ్యలో ఏదో ఇవ్వటానికి వెళ్ళాడు. ఇంటి తలుపులు తెరిచి వున్నాయి. అయితే లైట్లు వేయలేదు. ఇతను, 'ఆంటీ' అంటూ నెమ్మదిగా అడుగులు వేస్తూ, ఆ చీకటికి కళ్ళను అలవాటు చేసుకుంటూ వెళ్ళినప్పుడు శోభా ఆంటీ డైనింగ్ టేబుల్ దగ్గర కూర్చుని చిన్నగా ఏడుస్తోంది. ఇతడికి ఎలా ప్రతిస్పందించాలో

అర్థంకాలేదు. ఆమె దగ్గరికి వెళ్ళగానే ఆమె తన కుడిచేతిని చూపించి, "బోడి ముండాకొడుకు, చేయి మెలితిప్పేశాడు. ఎంత నొప్పెడుతోందో తెలుసా?" అని మరింత ఏడ్చింది. ఆ చేతికి తైలాన్ని పూసుకుని ఎడమచేత్తో మృదువుగా నిమురుకుంటోంది. మోహనస్వామికి 'బోడిముండా కొడుకు' అంటే వారి భర్త అని అర్థం చేసుకోవటానికి కొన్ని క్షణాలు పట్టాయి. అతనికీ దుఃఖం కలిగి "ఎందుకాంటీ?" అని మృదువుగా ఆమె చేతిని తాకి అడిగాడు. అందుకామె నొప్పితో "అబ్బా..." అంటూ చేతిని వెనక్కు తీసుకుంది. అటు తరువాత అత్యంత కోపంతో "ఆయనకు అవసరమైనపుడు మాత్రం నేను గుర్తొస్తాను. పక్కమీద మా ఇష్టాఇష్టాలు తెలుసుకోవాలన్న ఇంగితం లేదు చూడు" అంది. మోహనస్వామి కొద్దిసేపు ఆమె దగ్గర కూర్చుని లేచి వచ్చాడు. తరువాత కార్తీక్‌తోనూ ఆ విషయం ప్రస్తావించలేదు. అటు తరువాత ఆంటీని కలిసినపుడు వాళ్ళమధ్య అలాంటి సంఘటన జరగలేదన్నట్టు నవ్వుతూ అతనితో కలిసిపోయింది. మోహన్‌కూ నిమ్మళంగా అనిపించింది. అయినా అప్పుడప్పుడు శోభా ఆంటీ చీకట్లో ఒక్కరే కూర్చుని తన మెలితిప్పిన చేతి బాధను అనుభవిస్తూ ఏడుస్తున్న దృశ్యం అతన్ని వేధించేది.

వెంటనే చట్నీపొడి రెసిపీని చెప్పి ముగించిన మోహనస్వామి "ఇంకేమి విశేషాలు ఆంటీ?" అన్నప్పుడు, విషయం మార్చినందుకు శోభా ఆంటీకి సంతోషం వేసి, "ఇంకేముంది మోహన్, వచ్చేవారానికి అంతా సిద్ధం చేసుకుంటున్నాను. మనందరం ముంబైకి వెళ్ళాలి కదా?" అని అంది. 'మనందరం' అనేటప్పుడు తననూ చేర్చారేమోననే అనుమానం కలిగి "ముంబైకా? ఎందుకాంటీ" అని అడిగాడు. "ఎందుకా? నీకు కార్తి చెప్పలేదా? ముంబైలో వచ్చే ఆదివారం అతని నిశ్చితార్థం కదా?" అని ఆశ్చర్యంగా అడిగింది. ఇతనికి లోతైన లోయలో పడ్డట్టు అనిపించింది. "నాకు తెలియదు ఆంటీ. కార్తి నాకు చెప్పలేదు" అని అంటున్నప్పుడు అతని కంఠం గద్గదికమైంది. "నీకెందుకు చెప్పలేదు? బహుశా నీకు సర్‌ప్రైజ్ ఇవ్వాలని వుండొచ్చు. నాలుగు వారాల క్రితం అమ్మాయిని చూసి అంగీకారం తెలిపాడు. మొదట్లో నలుగురైదుగురు అమ్మాయిలను చూసినప్పటికీ అందర్నీ వద్దన్నాడు. ఈ అమ్మాయిని మాత్రం మరోమాట లేకుండా అంగీకరించాడు. ఆమెకు పెద్దపెద్ద కళ్ళున్నాయి. ముంబై అమ్మాయి కదా...నయమూ, నాజూకు చూపుతుంది.

ఇంట్లో కన్నడ మాట్లాడతారట. అమ్మాయి తండ్రి ధారవాడ్ వైపు వారు. ఇతను పల్లెలో పెరిగి ఇప్పుడు పట్టణం చేరాడు. ఆమె ఎక్కడ ఇతడిని బుట్టలో వేసుకుంటుందోనని నా అనుమానం. అయినా ఏ మగవాడికి ఏ ఆడపిల్ల అని చెప్పగలం?" అని మాటలు ముగించింది.

ఇతనికి ఎలా ప్రతిస్పందించాలో తెలియలేదు. మాటలు బయటికివస్తే ఇక ఏడుస్తాడేమోనని భయం వేయసాగింది. వెంటనే కాల్‌ను కట్ చేశాడు.

"సిగ్నల్ వీక్ ఆంటీ. తరువాత మాట్లాడతాను" అని ఊరకే మెసేజ్ చేసి, మొబైల్‌ను స్విచ్ ఆఫ్ చేసి మూలకు విసరి, కృష్ణుడి ముందు వణుకుతూ కూర్చున్నాడు. ఈమధ్యన కార్తి గుట్టుగా ఇంటి బయటికి వెళ్ళి మాట్లాడటం, స్నానాల గదికి వెళ్ళినప్పుడు మొబైల్ తీసుకుని వెళ్ళటం, ఆలస్యంగా వచ్చినందుకు అసమంజసమైన కారణాలను చెప్పటం, "ఎక్కడికో వెళ్ళాను లే" అని ఎగ్గొట్టే సమాధానం ఇవ్వటం- అన్నింటికీ అర్థం స్ఫురించసాగి మోహనస్వామి కంగారుపడ్డాడు. కార్తికి సర్‌ప్రైజ్ ఇవ్వాలని తెచ్చిన లేత బెండకాయలు అక్కడే టీవీ దగ్గర దిక్కులేనట్టు పడివున్నాయి.

కార్తీక్ వచ్చేటప్పటికి ఎనిమిదిన్నర అయింది. ఎప్పటిలా బెల్ మోగటం ఇతనికి సంతృప్తి కలిగించింది. కృష్ణుడి విగ్రహాన్ని చేతుల్లోకి తీసుకుని అత్యంత ప్రేమతో అతడి బుగ్గకు ఒక ముద్దు ఇచ్చి, "నువ్వు నాకు ఎన్నడూ మోసం చేయవు. నాకు తెలుసు" అని గుసగుసలాడాడు. కార్తీక్ ఎప్పటిలాగే అయిదారుసార్లు బెల్ మోగించి, కిటికీలోంచి లోపల చీకటిగా వుండటం చూసి మొబైల్‌కు ఫోన్ చేయసాగాడు. అయితే మొబైల్ స్విచ్ ఆఫ్ అయింది. ఇంటి తాళం చెవులు కార్తి దగ్గర కూడా ఒకటి వుండటమూ, దాన్ని అతను గుర్తుగా ఆఫీసుకు తీసుకెళ్ళటం అరుదు. ఏదయినా నియమానికి అనుగుణంగా నడుచుకోవటం అతని స్వభావం కాదు. ఆ క్షణంలో మనస్సుకు తోచినట్టు నడుచుకోవటంలోనే జీవితపు సంతోషం ఉన్నదని నమ్మినవాడు. అయితే మోహనస్వామి అన్నిటికీ తద్విరుద్ధం. కూరలో ఒక ఉప్పురవ్వ ఎక్కువైనా రోజంతా కలవరపడతాడు. ఇంట్లో అన్ని వస్తువులూ తళతళ మెరవాలి. పక్కమీది దుప్పటి కొంచెం కూడా నలగకూడదు. స్నానాల గదిని రోజుకు ఒక్కసారైనా కడగకపోతే అతనికి నిద్రపట్టదు. అండర్‌వేర్, బనీను, ప్యాంట్, షర్టులను ఎక్కడంటే అక్కడ వేలాడదీయకూడదు. అది తనదేకానీ, కార్తీక్‌దేకానీ, ఉతికి ఇస్త్రీచేసి దాని

స్థానంలో పెట్టకపోతే అతడికి తిన్న భోజనం రుచించదు.

లైటు వేసి, తలుపు తెరిచినపుడు గుమ్మం పొదువునా నుంచున్న ఆరడుగుల రెండంగుళాల కార్తీక్‌ను చూడగానే మోహనస్వామికి, 'లేదు, అలాంటిదేమీ లేదు. ఊరకనే నేను భయపడుతున్నాను. ఆ కృష్ణుడు నాకెన్నడూ మోసం చేయడు' అని మనసులోనే అనుకున్నాడు. ఎప్పటిలా అతని హెల్మెట్‌ను తీసుకుని మూలలో పెడుతూ "ఎందుకింత ఆలస్యం చేశావు కార్తీ?" అని అత్యంత వ్యాకులతతో, ప్రేమతో అడిగాడు. కుర్చీ మీద కూర్చుని షూ విప్పుతున్న కార్తీక్ "ఆఫీసులో పని ఎక్కువగా ఉంది" అని ఏమో చెప్పబోయాడు. అతని దగ్గరికి వెళ్ళిన మోహనస్వామి అతని ముఖాన్ని తన ఎదకు ఒత్తుకుని, అతని దట్టమైన జుత్తులో చేతులు కదిలిస్తూ "అబద్ధం చెప్పకు కార్తి" అన్నాడు. అందుకు సమాధానం తోచని కార్తీక్ ఊరకే తన ముక్కును అతని ఎదకు రుద్దుతూ, తన ఎడమ చేత్తో అతడిని మరింత దగ్గరకు లాక్కున్నాడు. అతని బుగ్గలు, చెవులు, వీపునంతా నిమిరిన మోహనస్వామి "శోభా ఆంటీ ఫోన్ చేసింది, నిజమేనా?" అని అడిగాడు. కార్తీక్‌కు నిజం చెప్పటానికి ఇష్టంలేనట్టు మళ్ళీ ముక్కు రుద్దటం కొనసాగించాడు. "చెప్పు ఫరవాలేదు. నాకేమీ బాధలేదు కార్తి" అని ఇతను అతని వీపు వెంబడి చేయి కదిలిస్తూ బలవంతం చేశాడు. ఎక్కడో లోతైన బావి నుంచి వచ్చే ధ్వనిలా కార్తీక్ 'ఊఁ' అని శబ్దం రాల్చి ముక్కు రుద్దటం ఆపాడు.

మోహనస్వామికి ఇక దుఃఖం ఆపుకోవడం సాధ్యంకాలేదు. కార్తీక్‌ను మృదువుగా దూరంగా తోసి ఎదుటవున్న గోడకు ఆనుకుని కూలబడి కూర్చున్నాడు. కళ్ళ నుంచి నీళ్ళు బొటబొటా కారసాగాయి. మనసుకు కలిగిన బాధ, నిరాశ, భయాలు అన్నీ మొత్తంగా అతన్ని దుఃఖపూరితుణ్ణి చేశాయి. కార్తీక్ అతని దగ్గరికి వెళ్ళి కూర్చుని అతడి కన్నీరు తుడవసాగాడు. "ప్లీజ్, ఏడవకు మోహన్, నాకు భయమేస్తోంది. ప్లీజ్" అని ఓదార్చసాగాడు.

మోహన్ గొంతెత్తి ఏడవసాగాడు. అత్యంత బాధతో బయటికి వస్తున్న అతని ఆక్రందనను ఆపడం ఎలాగో తెలియని కార్తీక్ మౌనంగా అతడిని కౌగిలించుకుని కూర్చుని ఒంటిని మృదువుగా నిమరసాగాడు. "నేను ఏం చేయాలో చెప్పు? ఇలా ఎన్ని రోజులు ఉండటానికి కుదురుతుంది? నేను పెళ్ళి చేసుకోవద్దా?" అని మృదువుగా అడిగాడు. ఏ మాటలూ, ఏ సమాధానమూ అతడి దుఃఖాన్ని శాంతపరిచేలా లేదు. ఏడ్చీ ఏడ్చీ అలసిన మోహన్ మౌనం

వహించాడు. అలా చాలాసేపటివరకు ఒకరినొకరు హత్తుకుని కూర్చున్నారు. ఎవరికీ అర్థంకాని మౌనమొకటి గాఢంగా ఆ ఇంటిని ఆవరించుకుంది. చెప్పుకోలేని బాధలు అక్కడ మడుగులు కట్టాయి.

చాలాసేపటి తరువాత మోహనస్వామే మాట్లాడాడు, "కార్తి, తొందరగా మెస్‌కు వెళ్ళి భోంచేసి వద్దాం పద. నేను ఈవాళ వంట చేయలేదు. నీ కోసం లేత బెండకాయలు తెచ్చాను. దాన్ని వండటానికి మనసొప్పలేదు" అని గొణుక్కుంటూ లేచాడు. కార్తీక్‌కు ఇప్పుడు సంతృప్తి కలిగింది. "రేపు చేద్దువులే. దానికి తొందరెందుకు? ఇప్పుడు ఆకలిగా వుంది. తొందరగా వెళ్దాం పద" అని అతనూ ఉత్సాహంతో లేచి ముఖం కడుక్కుని రావటానికి స్నానాల గదికి వెళ్ళాడు. అతను అటు వెళ్ళగానే మోహనస్వామి అల్మారా తెరిచి, ఉతికిన శుభ్రమైన టవల్‌ను తీసుకుని వెళ్ళి స్నానాల గదిలో వేలాడదీశాడు. "టవల్ పెట్టాను" అని అరిచాడు.

"ఓకే... ఓకే..." అంటూ ముఖానికంతా సోపు పులుముకున్న కార్తీక్ అరిచాడు.

"సె థాంక్స్" అని మోహనస్వామి అర్థించాడు.

"థ్యాంక్స్ స్వీట్ హార్ట్" అని కార్తి మరొకసారి అరిచాడు.

మెస్‌లో కావలసినంత కోలాహలం ఉంది. ఇంటికి వచ్చేసరికి పదిగంటలు దాటింది. బైక్‌లో వెళ్ళేటప్పుడు కార్తీక్ వెనుక కూర్చునే మోహనస్వామి, తన మొత్తం దేహాన్ని కార్తీక్ వెన్నుకు గట్టిగా ఆనించి, ఎడమ చేత్తో అతని నడుమును పట్టుకుని, కుడిచేతిని అతని తొడ మీద పెట్టి, ముఖాన్ని అతని వీపు మీద వాల్చి నెమ్మదిగా కళ్ళు మూసుకుంటాడు. తల పాడైనవాడిలా కార్తీక్ ఎంత వేగంగా బైక్ నడిపించినా మోహనస్వామికి భయం వేయదు. శాంతంగా ఉంటాడు. సిగ్నల్ దగ్గర ఆపినపుడు కార్తీక్ మృదువుగా అతని చేతిని నిమురుతాడు. మోహనస్వామి ఆ స్పర్శకి పులకించి నెమ్మదిగా గుటకవేసి, వెచ్చటి ఊపిరి వదిలితే అది కార్తీక్ బుగ్గలను తాకుతుంది.

అయితే ఈరోజు అలాంటి వాటికీ అవకాశం లేదు. మోహనస్వామి కార్తీక్‌ను ముట్టుకోకూడదని నిర్ణయించుకున్నాడు. కొన్ని నెలల్లో మరొక వ్యక్తితో వెళ్ళిపోయేవాడితో ఎలాంటి సంబంధం వద్దేవద్దనిపించింది. కార్తీక్ వీపుకు తగలకుండా కొంత స్థలం వదలి, బైక్‌లో సాధ్యమైనంత వెనక్కి జరిగి, వెనుక

భాగపు పిడిని పట్టుకుని కూర్చున్నాడు. కార్తీక్‌కు చెప్పుకోలేని కలవరం. కావాలనే కూర్చున్న భంగిమను సరిచేసుకునే నెపంతో కొంచెం వెనక్కు జరిగి అతని తొడలను స్పృశించాడు. మోహన్‌స్వామి కరగలేదు. మరింత వెనక్కు జరిగాడు. సిగ్నల్ దగ్గర నుంచున్నప్పుడు చేతిని వెనక్కి చాపి అతని చేతిని లాగి తొడమీద పెట్టుకున్నాడు. చప్పున మోహనస్వామి చేయి లాక్కున్నాడు. మెస్‌లో చాలామంది జనం చేరి వుండటం చూసి 'వాట్ ఎ మెస్?' అని కార్తీక్ తమాషా చేసి నవ్వించడానికి ప్రయత్నించాడు. ఊహూఁ మోహనస్వామి నవ్వలేదు. ఇంటికి తిరిగి వచ్చేటప్పుడూ స్పృశించడానికి అవకాశం ఇవ్వలేదు. అయితే ఒక విషయం సంతృప్తినిచ్చింది. భోజనానికి కూర్చున్నప్పుడు ఆ కారం చారును తినేటప్పుడు కార్తీక్‌కు పొరమారింది. టేబుల్ మీద ఇంకా నీళ్ళుపెట్టలేదు. వెంటనే కంగారుపడ్డ మోహనస్వామి, లేచిపోయి మరో టేబుల్ మీది నీళ్ళ లోటాను తెచ్చి కార్తీక్‌కు ఇచ్చి, అతను నీళ్ళు తాగి కుదుటపడ్డాక ఒక నవ్వు విసిరేవరకూ ఎప్పటిలా అత్యంత కలవరపు భావాన్ని మోసుకుని కూర్చున్నాడు. కార్తీక్‌కు అది సంతోషాన్ని కలిగించింది. "ఇప్పుడు ఫరవాలేదా? ఓకే కదా?" అని అతను రెండుమూడుసార్లు అడిగినపుడు కార్తీక్ కావాలనే సమాధానం ఇవ్వకుండా చిరునవ్వు చిందిస్తూ, కళ్ళల్లో మెరుపును తొణికిస్తూ, మోహనస్వామిని చూస్తూ కూర్చున్నాడు.

రాత్రి పడుకోవటానికి ముందు ఇద్దరికీ వెచ్చటిపాలు తాగే అలవాటుంది. కార్తీక్ మంచంమీద పడుకుని ఛానెళ్ళను ఒకదాని తరువాత ఒకటి మార్చుతుండగా, వంటింట్లో మోహనస్వామి పాలుకాస్తున్నాడు. పొంగిన వేడిపాలను చల్లార్చి దాంట్లో బాదం పొడి చేర్చి, కార్తీక్‌కు కొంచెం ఎక్కువపాలు పోసి లోటాను అతని చేతికి ఇచ్చాడు. పాలు తాగిన తరువాత, అతని లోటా తీసుకునిపోయి, కడిగి, గ్యాస్‌గట్టు శుభ్రంచేసి, తలుపులన్నీ భద్రంగా మూశారోలేదో చూసి, కృష్ణుడికి ప్రేమగా గుడ్‌బై చెప్పి, గదికొచ్చి కార్తీక్ చేతిలోంచి రిమోట్ లాక్కుని, టీవీని ఆఫ్ చేసి, లైట్ ఆఫ్‌చేసి అతని పక్కన పడుకునేటప్పటికే పదకొండున్నర అయింది.

మోహనస్వామిని తాకటానికి ఈరోజు కుదరదని అర్థంచేసుకున్న కార్తీక్ కొద్దిసేపట్లోనే చిన్నగా గురక పెట్టడం మొదలుపెట్టాడు. అయితే పక్కన పడుకున్న మోహనస్వామికి నిద్ర రాలేదు. అనవసరంగా నా కార్తీక్‌ని కోప్పడ్డాను. ఇందులో

అతని తప్పేం ఉంది? పెళ్ళివయసు వచ్చిన మగవాడు మౌనంగా కూర్చోవడానికి కుదురుతుందా? అతడి తల్లిదండ్రులు బలవంతం చేస్తే ఏం చేయగలడు? నా స్వార్థానికై అతన్నిపెళ్ళి చేసుకోవద్దనటం అత్యంత క్రౌర్యం కాదా? నా కార్తి మగవాడు. అతని ఉత్సాహానికి నేను ఎలా కంచె వేయగలను? ఇలా ఆలోచిస్తూ నిద్రపోలేదు. 'ఇక ఏదో ఒకక్షణంలో కార్తి మరొకసారి తన శరీరాన్ని కోరుకుంటాడు. అప్పుడు కచ్చితంగా నిరాకరించను' అని మనస్సును మృదువుగా మార్చుకున్నాడు. అయితే మరో అయిదునిముషాల్లో కార్తీక్ గురక వినిపించడంతో ఇతను పూర్తిగా కంగారుపడ్డాడు. చీకట్లోనే అతనివైపు చూడసాగాడు. 'నా ప్రేమ ప్రామాణికమైనదీ, నిజాయితీతో కూడుకున్నదీ అయితే అతను మరొక్క నిముషంలో మేల్కొని నావైపు కళ్ళు తెరిచి చూస్తాడు' అని మనస్సులో అనుకుని ఎదురుచూశాడు. ఒకటినుంచి వంద వరకు లెక్కపెట్టాడు. మనస్సులోనే కృష్ణుడిని ధ్యానించాడు. ఊహూఁ పది నిముషాలైనా కార్తీక్ మేల్కొనలేదు. దానికి బదులుగా గురకసద్దు మరింత తీవ్రమైంది. చివరికి మరోదారి లేక మోహనస్వామి తన నిర్ణయాలన్నిటినీ వదిలేయడానికి సిద్ధమయ్యాడు. ఓడిపోవటం అతనికి కొత్తకాదు. గెలవాలనే పట్టుపట్టే అదృష్టం తనకు లేదని అతను అనుభవంతో తెలుసుకున్నాడు. నెమ్మదిగా కార్తీక్ దగ్గరికి జరిగి, కౌగిలించుకుని, మృదువుగా తన ముక్కును అతని చెవి వెనుక భాగానికి రుద్దసాగాడు. కార్తీక్‌కు మెలకువ వచ్చింది.

వందలాదిసార్లు కూడిన శరీరాలకు కొత్తగా ఏమీ చెప్పవలసిన అవసరంలేదు. అన్నీ చిరపరిచితమే. ఏ స్పర్శకు హితం, ఏ పట్టు ఎవరికి సుఖం, ఏ నొప్పి ఎవరికి ఆనందం, ఎవరి మూలుగు ఎవరికి ఉన్మాదం– అన్నీ తెలుసు. బొడ్డుకు నోరుపెట్టి ఊపిరిని పీల్చుకుని పొత్తిడిని కలిగిస్తే చాలు అతను పులకిస్తాడు. తొడమీది చిన్న నల్లటి మచ్చను నాలుకతో మృదువుగా స్పృశిస్తే చాలు, ఇతను ఉద్రేకపడతాడు. మాటలు లేకుండా మౌనంగా రసఘుడియలను జుర్రుకోవటం ఒకరికి చాలు. మరొకరికి ఏదైనా హితమైనది సఖుడి చెవిలో గుసగుసలాడుతూనే ఉండాలి. అక్కడ ఎలాంటి సంకోచాలు లేవు. ఎలాంటి అపరాధ భావనలు లేవు. ఆనందం పొందటంలో ఆవగింజంత తూకం తక్కువ లేదు. ముద్దులు పెట్టని మూలలు లేవు. రుచి చూడని భాగాలు లేవు. ఊపిరి వేడి తగలని అంగం లేదు. మనస్సులు కూడిన తరువాత దేహరచనకు

చిల్లిగవ్వంత విలువలేదు. ఆత్మసంగమానికి ఇతర దైహిక సంగతుల గొడవే లేదు.

అది సుఖ సమాధి చివరి క్షణం. ఒక దేహం మరొక దానిలో ప్రవేశించి ఒక్కటయ్యే సమయం. అణువణువున కలిగిన బాధ సంతోషపు ఉత్తుంగాన్ని ఇచ్చే అమృతఘడియ. మోహనస్వామి కళ్ళతోనే కార్తీక్‌ను ఆహ్వానించాడు. వీధిదీపాల వెలుతురులో కార్తీక్ కళ్ళు తళతళ మెరిసాయి. మధ్యదారిలో రాళ్ళు, ముళ్ళు మోటుదనం లేకుండా మృదువు చేసుకున్నాడు. రాళ్ళను జరిపి పూలుగా మార్చటానికి సిద్ధమయ్యాడు.

అప్పుడు...

కార్తీక్ మొబైల్ అపస్వరంతో అరిచింది. అది చిమ్మిన వెలుతురు ప్రజ్వలనకు కార్తీక్ కళ్ళు మూసుకున్నాడు. మోహనస్వామి చప్పున మొబైల్ తీసుకుని చూశాడు. “రశ్మి... మై లవ్...” ఫోన్ చేసింది. కార్తీక్ అతడి చేతిలోంచి మొబైల్ లాక్కుని లేచి బయటికి వెళ్ళాడు. “కాస్త నిద్రపట్టింది. నువ్వెందుకు ఇంకా పడుకోలేదు” అని మెల్లగా మాట్లాడుతున్న మాటలు వినపడసాగాయి. మోహనస్వామి ఏం చేయాలో తోచక కంగారుగా పక్కమీద లేచి కూర్చున్నాడు. అటువైపునుంచి అవునో, కాదో అనేలా మాటలు, నవ్వులు వినిపించసాగాయి. అంతా అస్పష్టం. అంతా అపరిచితం. అంతా అప్రియం.

సుమారు ఒక గంటసేపు కార్తీక్ వెనుతిరగలేదు. మోహనస్వామి వేచివేచి అలసి బట్టలు వేసుకున్నాడు. నిద్రలోకి జారుకుని కళ్ళు మూసుకున్నాడు. ఊహూఁ! అస్పష్టమైన మాటలు, నవ్వులు శూలాల్లా వచ్చి గుచ్చుకుంటుంటే నిద్రపోవటం ఎలా సాధ్యం? ఊరకే కళ్ళు తెరుచుకుని ఇంటికప్పును చూస్తూ శవంలా పక్కమీద పడివున్నాడు. బాత్‌రూంకి వెళ్ళొచ్చి, మంచినీళ్ళు తాగాడు.

తిరిగి వచ్చిన కార్తీక్ ఒక్కమాటా మాట్లాడకుండా బట్టలు వేసుకుని పడుకున్నాడు. మోహన్ దేహానికి కొంచెం కూడా తగలకుండా కొంచెం దూరంగా జరిగాడు. ఫ్యాను వేగం తక్కువ అనిపించి కొంచెం పెంచాడు. చాలాసేపటి వరకు అక్కడ కేవలం వేడి ఊర్పుల సద్దు. పక్కలకు తిరుగుతున్న సద్దు. చేతివేళ్ళు పటపటమని విరిచిన సద్దు.

మోహన్ మరొకసారి ఓడిపోవటానికి సిద్ధమయ్యాడు. నెమ్మదిగా కార్తీక్‌ను కౌగలించుకున్నాడు. “ప్లీజ్, మోహన్ ఈవాళ వద్దు” అని కార్తీక్ అర్థించాడు.

అయితే మోహన్ మృదువుగా వేళ్ళను కార్తీక్ ఎదమీది జుత్తులో కదిలించాడు. అలాగే కిందికి దిగి పొట్టను నిమిరి, బొడ్డు చుట్టూ చూపుడువేలితో చిత్రం గీసి, చిటికెన వేలితో వొత్తాడు.

"ప్లీజ్ వద్దు" అంటూ కార్తీక్ స్వరం ఈసారి గట్టిగా వినిపించింది. మోహనస్వామికి ఆట ఆపటం అసాధ్యమైంది. నెమ్మదిగా వేళ్ళు మరింత కిందికి జరిగాయి. బొడ్డు నుంచి అలాగే కిందికి సాగి, తొడల మధ్యకు తెచ్చినవాడు ఉలిక్కిపడ్డాడు. ఒక గంటకు ముందున్న ఉద్రేకమంతా ఏ క్షణంలో మాయమైపోయిందో? కార్తీక్ ఇప్పుడు కోపంతో అరిచాడు, "బాస్టర్డ్, నన్ను తాకవద్దని చెప్పినా వినవు నువ్వు?" అని అరుస్తూ తన పక్క, దుప్పటి, తలగడ అన్నింటినీ తీసుకుని మరొక రూములోకి వెళ్ళి తలుపులను గట్టిగా వేసుకున్నాడు.

జరిగిన అవమానానికి మోహనస్వామి వణికిపోయాడు. తన ఒక్క మెసేజ్ చూసినా ఉద్రేకపడే కార్తీక్‌కు ఇప్పుడు తన నగ్న దేహమూ నిరాసక్తిని కలిగించే ఘడియ వచ్చేసిందా? నిద్రపోవటానికి కూడా విడవకుండా రాత్రంతా వేధించే కార్తీక్‌కి లేచి మరొక గదిలో పడుకోవాలనే అనిపించిందా? 'మోహనా' అని ఆర్ద్రంగా పిలిచే కార్తి 'బాస్టర్డ్' అనేంతగా పరిస్థితి దిగజారిందా?

నెమ్మదిగా లేచి కార్తీక్ పడుకున్న గది తలుపును మెల్లగా తట్టాడు. సమాధానం రాలేదు. 'సారీ కార్తీ' అని అంగలార్చాడు. కార్తీక్ కరగలేదు. "ప్లీజ్‌రా! మరొకసారి నువ్వు వద్దు అంటే ఎప్పుడూ ముట్టను. తప్పయింది. నువ్వు కోపగించుకోకు" అని అర్థించాడు. జవాబు రాలేదు. "నువ్వు చెప్పినట్టే వింటాను కార్తి. ఈ ఒక్కరోజుకు క్షమించు. మౌనంగా నీ పక్కన పడుకుంటాను. దేవుడి సాక్షిగా, నిన్ను తాకను. తలుపు తీయరా" అని దీనంగా యాచించాడు. మంచం మీద పెట్టిన తన మొబైల్‌ను తెచ్చి కార్తీక్‌కు ఫోన్ చేశాడు. రెండుసార్లు రింగ్ అయిన తరువాత కార్తి కట్ చేశాడు. మరొకసారి ప్రయత్నించాడు. ఊహూఁ!

మోహనస్వామికి ఏంచేయాలో తోచలేదు. నేరుగా దేవుడి గదిలోకి వెళ్ళి కృష్ణుడి ముందు కూర్చుని కొద్దిసేపు అతడినే కళ్ళార్పకుండా చూడసాగాడు. కృష్ణుడి విగ్రహాన్ని చేతిలోకి తీసుకుని దాని పెదాలకు ముద్దుపెట్టాడు. అతడి మురళికొక ముద్దు. అతని ఎదకు, బొడ్డుకు, నడుముకు, తొడకు, జఘనం, వీపు– అన్ని భాగాలకూ ముద్దుల వర్షం కురిపించాడు. అత్యంత ప్రేమగా

అతని శరీరాన్ని నిమిరాడు. "కార్తి మనస్సు మార్చు కృష్ణా... అతని స్పర్శ లేకుండా నేనెలా పడుకోను? అతని ఊపిరి వేడి తాకని నాకు భద్రత ఎక్కడుంది? అతని కోపపు జ్వాల నన్ను దహిస్తే నేను ఎలా బతకాలి? అతను లేని ఈ జగత్తులో నాకేం మిగిలివుంది? వద్దు కృష్ణా! ఇంత కఠినుడివి కాకు. నీ ఈ గోపబాలుడి బాధను అర్థం చేసుకో. నా తప్పులను క్షమించు. నీ ప్రియమైన మిత్రుడి మీద నీకు కోపం తగదు" అని అత్యంత దుఃఖంతో ప్రార్థించాడు. కృష్ణుడు ఎప్పటిలా మందహాసాన్ని చిందిస్తూ మురళిని ఊదుతున్నాడు. 'నువ్వు దొంగవి కృష్ణా... మౌనంలోనే అందరికీ జవాబులు ఇస్తావు. కానీలే... ఈవాళ నీ మౌనాన్ని క్షమిస్తాను. అయితే మునుముందు కూడా నువ్వు నా బాధకు స్పందించకపోతే నిన్ను క్షమించను, జాగ్రత్త' అని కృష్ణుడిని హెచ్చరించాడు.

తన గదికి తిరిగి వచ్చిన మోహనస్వామి, తలుపులు వేసుకుని, పై బోల్టు, కింది బోల్టును వేసి, 'కార్తీ ఈవాళ రాత్రి నీకు ఉపవాసం. నీకై నీవే మళ్ళీ వచ్చి తప్పయిందని వేడుకున్నా తలుపులు తీయను. నాకూ కోపం వస్తుందని నువ్వు అర్థం చేసుకో' అని మనస్సులోనే నిర్ణయించుకుని పక్కమీద వాలాడు. ఓ అయిదు నిముషాలు దొర్లాడు. ఏ క్షణంలోనైనా కార్తీక్ తలుపులు కొడతాడేమోనని అనిపించసాగింది. అతను వచ్చి తలుపులు కొడుతున్నప్పుడు తాను నిద్రలో మునిగివుంటే? తన ప్రియమైన కార్తీక్ తలుపులు కొట్టికొట్టి అలసి తన గదికి తిరిగి వెళ్ళిపోతే? ఆ ఆలోచనతోటే మోహనస్వామి దిగులు చెందాడు. వెంటనే వెళ్ళి రెండు గడియలను తీసి, తలుపులను పూర్తిగా తెరిచి 'కార్తీ, నీకు ఎప్పుడూ నా హృదయపు తలుపులను మూయనురా. నీ ఏ తప్పు కూడా నాకు కోపం తెప్పించదు. నాకు కోప్పడే అర్హత కూడా లేదు. రా కార్తీ! నువ్వు ఏ క్షణంలోనైనా రా. నీ కోసం ఎదురుచూస్తూ ఉంటాను' అని చెప్పుకుని వచ్చి పక్కమీద వాలాడు. రాత్రి రెండు గంటలైనా అలా దొర్లుతున్నాడే తప్ప నిద్రన్నది దగ్గరకి రాలేదు. రెండుమూడుసార్లు బాత్‌రూంకి వెళ్ళి వచ్చాడు. నీళ్ళు తాగాడు. ప్రతీసారి నీళ్ళు తాగిన లోటాను సోపుతో శుభ్రంగా కడిగి, తుడిచి షెల్ఫ్‌లో పైన పెట్టాడు. చివరికి మరోదారి లేక కార్తీక్ పడుకున్న గదితలుపు ముందుకు వెళ్ళి అడ్డంగా పడుకున్నాడు. నిదురలేని నిస్సహాయత వల్ల మనస్సు విసిగిపోతోంది. అలాగే దొర్లిదొర్లి ఇక తెల్లవారబోతున్న సమయంలో అతనికి నిద్ర పట్టింది. ఆ నిద్రలోనూ ఉలిక్కిపడేలాంటి స్వప్నాలు

వచ్చాయి.

కార్తీక్ కోపంతో మొబైల్‌ను ఆఫ్ చేసి గాఢంగా నిద్రపోయాడు. మెలకువ వచ్చేసరికి ఉదయం ఏడుగంటలు. మృదువుగా పక్కకు చేయి చాపినపుడే మోహనస్వామి లేకపోవటం అర్థమై రాత్రి జరిగిన ఘటనలన్నీ గుర్తుకొచ్చాయి. మొబైల్ స్విచ్ ఆన్ చేశాడు. టపటపమని ఆరు ఎస్‌ఎంఎస్‌లు కదలివచ్చాయి. అయిదు మోహనస్వామివి. ఒకటి రశ్మి 'గుడ్‌మార్నింగ్ స్వీట్‌హార్ట్' అని పెట్టింది. ఆ అయిదింటిని చదివే గొడవకు పోకుండా డిలీట్ చేసి, రశ్మికి 'నువ్వు తోడుగా లేనప్పుడు అది ఎలా గుడ్‌నైట్ అవుతుంది?' అని జవాబిచ్చి లేచి ఒళ్ళు విరుచుకుంటూ ఆవులిస్తూ బయటికి వచ్చాడు. తలుపుముందు నేలమీద మోహనస్వామి ముడుచుకుని పడుకుని వుండటం కనిపించింది. ఎందుకో హృదయం చివుక్కుమంది. నిన్న రాత్రి అంత మొరటుగా తానెందుకు ప్రవర్తించాడా అని బాధ కలిగింది. అతని పక్కన నేలమీద కూర్చుని, అతని దుప్పటిని సరిచేశాడు. మృదువుగా అతని జుత్తులో వేళ్ళు పోనిచ్చాడు. వంగి అతని బుగ్గకు ఒక ముద్దు పెట్టాడు.

ఆ స్పర్శకు మోహనస్వామికి మెలకువ వచ్చింది. నెమ్మదిగా కళ్ళు తెరిచి, "సమయం ఎంత కార్తి?" అని అడిగాడు. "ఇంకా కావలసినంత సమయం ఉంది. నువ్వు పడుకో. ఈవాళ నేను పాలు తెచ్చి కాఫీ చేస్తాను" అని చెప్పి అతని బుగ్గలు నిమిరాడు. "వద్దొద్దు, నువ్వు పాలు పొంగిస్తావు" అని మోహనస్వామి లేవబోయాడు. "చుప్ ఇడియెట్, మాట్లాడకుండా పడుకో. నేను కాఫీ చేసి లేపుతాను" అని అతన్నిలేవనివ్వక కార్తీక్ అతన్నిగట్టిగా నేలకేసి తోశాడు. మోహనస్వామి సంతోషంతో కళ్ళలో మెరుపుల్ని చిమ్మిస్తూ నవ్వాడు. "ఊరకే పడుకోవాలి. అలా నవ్వకూడదు" అని కార్తీక్ కోపం నటిస్తూ కసిరాడు. మరొకసారి మోహనస్వామి చక్కటి నవ్వును నవ్వి కార్తి చేతిని అందుకుని ఎదమీద పెట్టుకుని కళ్ళు మూసుకున్నాడు. కార్తీక్ చేతిని విడిపించుకుని, అతని చెంపను మృదువుగా తట్టి, పాలు తీసుకురావటానికి కూపన్, బ్యాగును తీసుకుని బయటికి వెళ్ళడానికి తలుపు తెరిచాడు. ఆ వెలుతురులో ఎత్తుగా, దృఢమైన శరీర సౌష్ఠవంతో కార్తీక్ – మోహనస్వామి కంటికి అత్యంత ఆకర్షణీయంగా కనిపించాడు.

"డుయు స్టిల్ లవ్ మి" అని మృదువైన స్వరంతో అడిగాడు. దానికి

జవాబుగా కార్తీక్ నోటిమీద వేలుపెట్టి "నేను కాఫీ చేసి లేపేవరకు మాట్లాడకుండా పడుకోవాలి. ఆం ఊం అనకూడదు. మిగతాదంతా నేను వచ్చి కాఫీ చేసిన తరువాతే..." అధికారంతో అని, కన్నుగీటి, తలుపులు వేసుకుని బయటికి వెళ్ళాడు. పడుకున్న చోటి నుంచే మోహనస్వామి 'థాంక్స్ కృష్ణా, నువ్వు ఎన్నడూ నా చేతిని వదలవు. నాకు తెలుసు' అని తన ప్రియమైన కృష్ణుడికి హృదయపూర్వకంగా ధన్యవాదాలు అర్పించాడు.

ఇక్కడ కార్తి బాల్కనీలో నుంచి నాలుగు మెట్లు కిందికి దిగాడో లేదో, మొబైల్ 'కుంయ్' మంది. రశ్మి మెసేజ్‌కు జవాబిచ్చింది. 'అలాగైతే ఎగిరి వచ్చేయ్ డియర్, రోజంతా సంతోషంగా గడుపుదాం' అని ఆహ్వానించింది. పులకించిన కార్తీక్ ఒళ్ళంతా ఝుమ్మంది. పాలబూత్ దగ్గరికి వెళ్ళాడు. కాఫీ తాగగానే ముంబై విమానాన్ని ఎక్కాలి! –అని అతను నిర్ణయించుకున్నాడు.

కార్తి పెళ్ళికి వెళ్ళడానికి మోహనస్వామికి కచ్చితంగా ఇష్టంలేదు. నిశ్చితార్థానికి ఏదో ఆఫీసుపని అని నెపం చెప్పి తప్పించుకున్నాడు. కార్తీక్ బలవంతమూ చేయలేదు. అయితే శోభా ఆంటీ, ఆమె భర్త చాలా బాధపడ్డారు. "కార్తీక్‌కు వ్యక్తిగతమైన స్నేహితుడివి నువ్వు. రాకపోతే ఎలా?" అని ఇతని మీద ఆరోపణ మోపారు. ఒకవేళ కార్తీక్ 'రావోయ్, ఎందుకు మొండితనం చేస్తావు?' అని ఒక్కసారి చెప్పినా వెళ్ళేవాడు. అయితే అలా జరగలేదు. కార్తీక్ స్నేహితులు చాలామంది ముంబై వెళ్ళి వచ్చారు. అందరూ ఇతనికి పరిచయం ఉన్నవారే. ఆ కారణంగా ఇతనికి ఫోన్ చేసి, "ఎందుకు రాలేదు?" అని అడిగి వేధించారు. వాళ్ళందరికీ అబద్ధపు కారణాల్ని చెప్పిచెప్పి ఇతను అలసిపోయాడు. అలాంటి పరిస్థితి మళ్ళీ రాకూడదని నిర్ణయించుకుని, పెళ్ళికి వెళ్ళటానికి సిద్ధమయ్యాడు.

ఇప్పుడు ఒకటిరెండు నెలల నుంచి కార్తీక్ ఇంటికి రావటమూ ఆగిపోయింది. శోభా ఆంటీ ఇంట్లోనే పడుకుంటున్నాడు. అడిగితే పెళ్ళి పనులు చాలా ఉన్నాయని జవాబిచ్చేవాడు. మోహనస్వామి అనేక మెసేజ్‌లను పంపి, కార్తి దగ్గరి నుంచి మెసేజ్‌లు రాకపోవడంతో కంగారుపడి, 'నువ్వు ఆరోగ్యంగా ఉన్నావు కదా? నాకు వేరేదేమీ వద్దు. నువ్వు మెసేజ్‌లకూ సమాధానం ఇవ్వకపోయినా కోపంలేదు. ఊరికే 'బాగున్నాను' అని ఒక పదాన్ని పంపించు.

నాకంతే చాలు' అని పంపించి ఎదురుచూసేవాడు. మోహనస్వామి అదృష్టం బాగుంటే ఒకటి రెండు గంటల తరువాత 'నేను బాగున్నాను. అయితే బిజీ' అని మాత్రమే జవాబు వచ్చేది. ఆ మాత్రానికే మోహనస్వామి సంతోషపడేవాడు. 'కార్తీ ఎందువల్లనో చాలా బిజీగా ఉన్నాడనిపిస్తోంది. పెళ్ళి పనులు అంటే తమాషానా? అందుకే మెసేజ్‌లకు జవాబివ్వటంలేదు. అతను ఆ కారణంగా నన్ను చిన్నచూపు చూడడు. ఊరకూరకే నేను ఏదేదో అతని గురించి చెడ్డగా ఊహించుకుని హైరానాపడుతున్నాను. తప్పంతా నాదే. కార్తీ, నీదేమీ తప్పులేదురా, నన్ను క్షమించు' అని పదేపదే చెప్పుకునేవాడు. మళ్ళీ మూడు నాలుగు రోజులు కార్తీక్ మౌనం. మోహనస్వామికి ఎప్పటిలా కలవరం.

కార్తీక్‌కు ఇష్టమైన వంటకాలను అత్యంత జాగ్రత్తగా తయారుచేసి, 'ఈవాళ ఇంటికి రాకుండా ఉండకు. నీకు ఇష్టమైన కాకరకాయ కూర చేశాను' అని ఇతను మెసేజ్ పంపితే దానికీ జవాబు వచ్చేది కాదు. ఇతను ఫోన్‌చేస్తే రెండో రింగ్‌కే కట్ అయ్యేది. మళ్ళీ ఫోన్ చేయడానికి ప్రయత్నిస్తే మొబైల్ స్విచ్ ఆఫ్ అయివుండేది. చేసిన వంటకాలను తినటానికి మనసొప్పక ఇతను ఉపవాసం పడుకునేవాడు. యధాప్రకారంగా రాత్రంతా నిద్ర ఉండేదికాదు. కళ్ళు, కాళ్ళు, చేతులు భగభగమని మండిపోయేవి.

ఒకసారి మాత్రం కార్తీక్ పడుకోవటానికి వచ్చాడు. శోభా ఆంటీ ఇంటినిండా అతిథులు వచ్చారట. అక్కడ పడుకోవటానికి చోటు లేక ఇక్కడకు వచ్చాడు. మోహనస్వామికి ఆ మాత్రమే చాలు. అత్యంత ఉత్సాహంగా తిరిగాడు. చెప్పకుండా మిగిలిన సంగతులన్నీ ఉత్సాహంగా చెప్పాడు. కార్తీక్‌కు కొంచెం కూడా అవకాశం ఇవ్వకుండా లొడలొడా వాగుతూపోయాడు. అయితే లైట్‌గా ఆర్పి పడుకునేటప్పుడు మాత్రం నిశ్శబ్దం. తాకాలో వద్దో అనే కలవరం మోహనస్వామికి. కార్తీక్ పడుకోలేదని అతని శ్వాస ద్వారానే తెలిసిపోయేది. గురకలు లేవు. అయితే ఈ నడుమ అతని ప్రవర్తన వల్ల దిగ్భ్రాంతికి లోనైన మోహనస్వామికి ఏదో భయం! కానీ శారీరక కోరికలు ఉధృతంగా తోసుకుని వస్తున్నప్పుడు భయం అతన్ని ఎంతసేపు నియంత్రించగలదు? కార్తీక్ బోర్లా పడుకుని వున్నాడు. అతని పొడువైన వెన్ను, బలిష్టమైన తొడలు మోహనస్వామిని ఉన్మత్తుణ్ణి చేస్తున్నాయి. నెమ్మదిగా అతన్ని ముట్టుకున్నాడు. అతని తలలో చేతులు దూర్చాడు. మృదువుగా వీపును నిమిరాడు. దేనికీ కార్తీక్ నుంచి

ప్రతిస్పందన లేదు. "మౌనం అంగీకార సూచకం" అనుకుని మోహనస్వామి మరింత ముందుకు జరిగి చేతులను మరింత కిందికి తెచ్చి నిమరసాగాడు. అంతే! కార్తీక్ కోపంతో లేచినవాడు మోహనస్వామి చేతిని గట్టిగా మెలితిప్పాడు. అనుకోని ఆ సంఘటనకు, బాధతో మోహనస్వామి కేకలు పెట్టసాగాడు. మోహనస్వామి బాధతో ఆర్తనాదం చేసినకొద్దీ మరింత కోపంతో కార్తీక్ అతడి చేతిని మరింత మెలితిప్పాడు. చేయి ఇక విరిగిపోతుందేమోనని మోహనస్వామికి భయమేసింది. "వద్దు కార్తీ... ప్లీజ్ నొప్పెడుతోంది" అని వేడుకున్నాడు. అంతకుమించి ఏదైనా చేయడానికి అతనికి సాధ్యంకాలేదు. కార్తీక్‌ను తిరిగి కొట్టే అవకాశంలేదు. కలలోనూ అతడిని ఒక దెబ్బ వేసే శక్తి మోహనస్వామికి లేదు. కార్తీక్ తన మనస్సుకు సంతృప్తి కలిగేంతవరకు అతడి చేతిని తిప్పిన తరువాత, "బోడి నాయాలా! మరొకసారి నా ఒంటిని ముట్టుకో, నీ చేతుల్ని నరికివేస్తాను" అని ఉమ్మి, తన బైకును ఎక్కి ఎక్కడికో వెళ్ళిపోయాడు. జరిగిన ఘటన వల్ల గాయపడిన మోహనస్వామి యథాప్రకారం తన మిత్రుడు కృష్ణుని ముందు కూర్చుని, తన ఎడమ చేతిని అతని తలమీద పెట్టి (కుడి చేయి ఎత్తటానికి సాధ్యంకానంత నొప్పిగా వుంది) శపథం చేశాడు- "కృష్ణా! ఇదిగో చూడు శపథం చేస్తున్నాను- ఇక ఎన్నడూ ఆ దుష్టుడైన కార్తీక్‌ను నేను మాట్లాడించను. అతన్ని తాకను. అతని గురించి ఆలోచించను".

మరుసటి రోజు అతడి కుడిచేయి తీవ్రంగా నొప్పెట్టసాగింది. ఆఫీసుకు సెలవు పెట్టి, ఒక్కడే ఇంట్లో కూర్చుని, నూనెను ఎడమచేత్తో పూసుకుంటూ మృదువుగా మర్దన చేస్తుండగా అతనికి దుఃఖం వచ్చింది. డాక్టర్ దగ్గరకి వెళదామనిపించినా ఆయన ఏమైందని అడిగితే చెప్పడానికి ఇబ్బందవుతుందని మౌనం వహించాడు. కోపంతో అంత తీవ్రంగా చేయితిప్పిన కార్తీక్ నుంచి 'సారీ' అనే ఒక చిన్న మెసేజ్ వచ్చినా అతను బాధను భరించటానికి సిద్ధంగా ఉన్నాడు. అయితే అలాంటి అద్భుతమేమీ జరగలేదు. మధ్యాహ్నం శోభా ఆంటీ గుర్తొచ్చి ఆమెతో మాట్లాడాలనిపించింది. ఆమె దగ్గర అంతా చెప్పుకోవాలనుకున్నాడు. ఆమెకు కచ్చితంగా తన బాధ అర్థమవుతుందనిపించి వెంటనే ఆమెకు 'మీతో కాస్త మాట్లాడవలసి వుంది' అని మెసేజ్ చేశాడు. ఓ రెండు క్షణాలు తరువాత ఆమె- 'అలాగే, ఈరోజు కుదరదు. చాలా బిజీ. రేపు మాట్లాడుదాం' అని జవాబిచ్చింది. అయితే సాయంత్రానికంతా ఇతడికే ఆమె

దగ్గర చెప్పుకోవడం హాస్యాస్పదమనిపించింది. కచ్చితంగా ఆమె తనను నేరస్థుడని నిందిస్తుందని భయంవేసింది. శోభా ఆంటీ కానీ, వేరే ఎవరి ముందూ కానీ ఈ విషయం చెప్పటం సాధ్యం కాదనిపించింది. ఏదేమైనా మురళిని ఊదుతూ చిరునవ్వులు చిందించే ఈ కృష్ణుడి ముందు మాత్రమే చెప్పడానికి సాధ్యమని స్పష్టమైన నిర్ణయానికి వచ్చాడు. మరుసటి రోజు చాలాసార్లు "ఎప్పుడు మాట్లాడదాం?" అని స్మైలీ చిత్రంతో మెసేజ్ పంపుతూ శోభా ఆంటీ గుర్తుచేసింది. ఒకవేళ ఆమె తాను ఎవరో అమ్మాయిని ప్రేమిస్తున్నట్టు చెబుతానని ఎదురుచూస్తున్నదేమో అనిపించి, ఇతను అసహనానికి గురయ్యాడు. సాయంత్రం "సారీ ఆంటీ, మాట్లాడవలసినంత గొప్ప విషయమేమీ లేదు. మరొకసారి కలిసినపుడు చెబుతాను" అని మెసేజ్ పంపించి నెమ్మదిగా నిట్టూర్చాడు. 'నీ ఇష్టం. నీకై నువ్వు అభ్యర్థించినందుకే నేను ఆసక్తి చూపించాను' అని ఆమె ఎత్తిపొడుపు మాటల మెసేజ్‌తోపాటు కోపపు స్మైలిని పంపించి ఊరుకుంది.

ఏమైనా ఇక ముందు కార్తితో ఎలాంటి సంబంధం లేదని మళ్ళీమళ్ళీ మనసులో అనుకున్నాడు. మూడు రోజులు అతనికి మెసేజ్ పంపలేదు. ఫోన్ చేయలేదు. ఈమెయిల్ లేదు. అయితే నాలుగవ రోజున ఆగస్టు 25. మౌనంగా ఉండటం ఎలా? ఆ రోజు కార్తీక్ పుట్టినరోజు. పరిచయమైన ఇన్నేళ్ళూ దాన్నొక పండుగలా ఇద్దరూ జరుపుకునేవారు. ఆ రోజు రాత్రి ఇంట్లో గడపడం వద్దంటూ కార్తిక్ ఎప్పుడూ పెద్దహోటల్లో రూం బుక్‌చేశాడు. అతనికి తెలియకుండా ప్రత్యేకమైన విలువైన బహుమతిని కొని, మోహనస్వామి ఇచ్చాడు. ఈ సంవత్సరం పుట్టినరోజు పండుగనే మరచిపోవడం సాధ్యమా? ఊహూఁ! ఎప్పటిలా ఒక బహుమతి కొని అతనికి ఇచ్చి వద్దాం. మళ్ళీ మరుసటిరోజు నుంచి అతని ఆలోచనే వద్దు. అతనంతట అతను మాట్లాడితే అది వేరే. ఏదో కోపపు తీవ్రతలో చేయి మెలితిప్పాడన్నంత మాత్రాన సంబంధాన్ని తెంచుకునేంత క్రూరుడు కాదు నా కార్తి. దాన్నే నెపంగా చేసుకుని మౌనంగా ఉంటే కృష్ణుడూ నన్ను మెచ్చడు.

ఊరంతా గాలించి, మాల్‌నంతా చుట్టి, అత్యంత ఖరీదైన బ్రాండ్ అంగీ, ప్యాంటు, టై, లోదుస్తులు కొన్నాడు. ఆ రోజు సాయంత్రం కార్తి ఆఫీసు దగ్గర అయిదు గంటలకంతా వెళ్ళి ఎదురుచూస్తూ కూర్చున్నాడు. ఆరుకంతా అతను బయటికి వస్తాడు. అదిగో అక్కడ మూలన వుంది బజాజ్ పల్సర్. నల్లటి రంగుది. అదే అతని బండి. అతను అక్కడికి రావటం చూసిన వెంటనే గబగబా

వెళ్ళి అతనికి గిఫ్ట్ ఇచ్చి మళ్ళీ ఒక్క క్షణంలో అక్కడనుంచి వెళ్ళిపోవాలి. ఇక అతడితో సహవాసం వద్దు. అతను అక్కడే ఉండనీ, సుఖంగా ఉండనీ. అతడికి చెడు జరగాలనుకునేంత క్రూరుణ్ణి కాదు నేను. నేనెంత బాధను అనుభవించినా ఫరవాలేదు. నా కార్తికి మంచి జరగాలి.

కార్తీక్ ఆరుగంటలకు బయటికి వచ్చాడు. అయితే ఒక్కడే కాదు. వెంట ఓ అమ్మాయి ఉంది. ఆమె భుజాలు చుట్టూ చేయి వేశాడు. ఒకరితో ఒకరు ఎంతో ప్రేమగా మాట్లాడుకుంటున్నారు. ఎవరూ చెప్పకపోయినా ఆ అమ్మాయి రశ్మి అని మోహనస్వామికి తెలిసిపోయింది. కాళ్ళు చేతులూ గజగజ వణకసాగాయి. కార్తీక్ బైక్ దగ్గరికి వెళ్ళాడు. దానిమీద కూర్చోవడానికి ముందు ఒకసారి అద్దంలో చూసుకుని తల దువ్వుకున్నాడు. రశ్మి అతని జుత్తులో చేయి కదిలించి సర్దింది. అతను హెల్మెట్ పెట్టుకున్నాడు. దాని క్లిప్‌ను ఆమె వేసింది. అతను దానికి ప్రతిగా ఏదో చెప్పాడు. ఆ మాటలకు సిగ్గుపడిన ఆమె చక్కగా నవ్వి, అతని వీపుమీద ఒక దెబ్బ వేసింది. ఆమె దెబ్బవల్ల అత్యంత బాధ కలిగినట్టు కార్తీక్ నటించాడు. ఆమె నవ్వుతూనే ఉంది. మెరుపు మెరిసినట్టు ఆమె నవ్వు ప్రకాశవంతంగా ఉంది. కార్తీక్ ఆమె నవ్వు ముఖాన్ని అత్యంత గర్వంతో, సంతోషంతో చూస్తున్నాడు. ఒకే ఒక్క కిక్కుకు బైకు స్టార్ట్ అయింది. రశ్మి అతని వెనుక రెండు కాళ్ళనూ అటూఇటూ వేసి కూర్చుంది. అతని శరీరానికి తన శరీరాన్ని సాధ్యమైనంతగా తగిలించి ఒక చేత్తో అతని పొట్టను గట్టిగా పట్టుకుని, మరొక చేతిని అతని తొడమీద పెట్టి, చుబుకాన్ని అతని భుజం మీద పెట్టింది. అదీ చాలదన్నట్టు కార్తీక్ మరింత వెనక్కు జరిగి ఆమెను ఒత్తుకున్నాడు. మృదువుగా ఆమె చేతిని నిమిరాడు. చూస్తూ చూస్తుండగానే వాళ్ళిద్దరూ జనసంద్రంలో కలసిపోయారు.

ఇతనొక్కడే అక్కడ మూలలో అనాథలా కలవరపడుతూ నుంచున్నాడు. చాలాసేపటి వరకూ చిన్నగా వణుకుతూనే ఉన్నాడు. అతని చేతిలోని గిఫ్ట్‌ప్యాకెట్టు మౌనంగా ఉంది. అడుగు వేయటానికి శక్తిలేనట్టు బలహీనుడైపోయాడు. కొద్దిసేపు మౌనంగా కూర్చున్నవాడు పోటీలో ఓడిపోయినవాడిలా లేచి ఇంటివైపు నడిచాడు. చేతిలోని గిఫ్ట్ ప్యాకెట్ భారంగా తోచింది. అక్కడ దారి పక్కన కూర్చున్న బిచ్చగాడికి దాన్ని ఇచ్చాడు. ఆ బిచ్చగాడు ఎదురుచూడని బహుమతికి కంగారుపడి అరుస్తున్నా వెనుదిరిగి చూడకుండా గబగబా బస్‌స్టాండ్ వైపు

నడిచాడు.

పెళ్ళి ఇల్లు సందడిగా వుంది. అందమైన అమ్మాయిలు ఊరకూరకే మంటపమంతా గలగల సద్దు చేస్తూ తిరుగుతున్నారు. దొంగ నెపాలను వెతుక్కుని వాళ్ళను పలకరించడానికి వయసు కుర్రాళ్ళు విశ్వప్రయత్నాలు చేస్తున్నారు. పిల్లలు తమదే అయిన లోకాన్ని సృష్టించుకుని ఆడుకుంటున్నారు. వయసు దాటినవారి అలంకారాల ఆడంబరం, ముసలివాళ్ళ ఫిర్యాదులు– సలహాలు పందిరినంతా ఆక్రమించాయి. కార్తీక్ మిత్రులు ఎక్కడాలేని పాడు మాటలతో అతన్ని రెచ్చగొడుతున్నారు. దానికి పులకించినా కార్తీక్ హఠాత్తుగా మర్యాదస్తుడైనట్టు "ప్లీజ్, అదంతా ఇప్పుడు వద్దు" అని ముసిముసిగా నవ్వుతూ మిత్రులను ప్రోత్సహిస్తున్నాడు. అన్నీ, ఎలా జరగాలో అలాగే జరుగుతున్నాయి. ఒక్క మోహన్ మాత్రం పాయసంలో చిక్కి చచ్చిపోయిన ఈగలా మూలలో కూర్చున్నాడు. ఏ క్షణంలోనైనా ఏడుపు తోసుకువచ్చి ఎక్కడ అవమానపడవలసి వస్తుందో అనే భయంతో 'కృష్ణా దయచేసి కన్నీటినంతా ఈవాళ పీల్చేయ్! అందరిముందు ఏడిపించి అనామకుణ్ణి చేయకు తండ్రి' అని వేడుకొంటున్నాడు. ఒకరిద్దరు స్నేహితులు, "ఎందుకు మౌనంగా కూర్చున్నావు?" అని అడిగారు. "ఒంట్లో బాగాలేదు" అని అబద్ధం చెప్పాడు. శోభా ఆంటీ మాత్రం "ఏమిటి నీ మౌనం? నీవే తిరగకపోతే ఇక పెళ్ళెలా అవుతుంది?" అని అడిగింది. "దానిపాటికి అది జరిగిపోతుంది ఆంటీ, నేను వద్దు అంటే ఆగుతుందా చెప్పండి?" అని విషాదంతో అనేశాడు. "నువ్వు కొన్నిసార్లు అర్థంకావు" అని శోభా ఆంటీ అతడి తలమీద చిన్నగా మొట్టికాయ వేసి మళ్ళీ ఏదో పని హడావుడిలో లోపలికి పరుగుతీసింది.

కార్తీక్ తన స్నేహితులందర్నీ రశ్మికి పరిచయం చేశాడు. ప్రతి ఒక్కరూ ఎక్కడ పనిచేస్తున్నారు, వారి ప్రత్యేకతేమిటి, వారి తుంటరితనాలు– మొదలైనవాటిని వివరించి చెబుతున్నాడు. పచ్చరంగు పట్టుచీర కట్టుకున్న రశ్మి అద్భుతంగా వుంది. ప్రతి ఒక్కరినీ ఆత్మవిశ్వాసంతో, స్నేహంగా పలకరిస్తోంది. ఏదైనా ఒక తమాషా మాటను చెప్పి నవ్విస్తోంది. తన కోరికే ఆమెదీ అయినపుడు ఏ విధంగా మొత్తం జగత్తు బహిరంగంగా ఆమెను సంతోషపరచడానికి కంకణం కట్టుకుని నుంచున్నది కదా అని ఇతనికి సంకటం

కలుగుతోంది. తాను నోరుజారి తన కోరికను ఇక్కడ ఎవరిముందు చెప్పినా మొత్తం సభాంగణం తనను తరిమి కొడుతుందనే భయం కలిగింది.

కార్తీక్ మోహనస్వామిని వెతుక్కుంటూ వచ్చాడు. “టిఫిన్ చేశావా? ఒక్కడివే ఇక్కడ ఎందుకు కూర్చున్నావు?” అని అడిగాడు. రశ్మికి అతన్నిచూపి 'గెస్' అన్నాడు. ఒక్క క్షణం ఆలోచించి రశ్మి “మోహనస్వామి రైట్?” అని కళ్ళతో కుతూహలాన్ని తొణికించి చెప్పింది. ఔనని మోహనస్వామి తలూపాడు. ఏదో సాధించినట్టు సంతోషంతో ఆమె చప్పట్లు కొట్టి నవ్వేసింది. అతని చేతిని గట్టిగా ఊపుతూ, “నీ గురించి చాలా చెబుతూ వుంటాడు కార్తీక్. నాకు కొన్నిసార్లు అనుమానం కలుగుతుంది. రోజూ కనీసం పదిసార్లయినా నీ జపం చేస్తాడతను. మోహన అలా అన్నాడు, మోహన ఇలా అన్నాడు అని చెబుతూనే ఉంటాడు” అని నవ్వుతూ చెప్పింది. “ఆమె చెబుతున్నదంతా ఒఠ్ఠి అబద్ధం మోహనా. నీ గురించి నేను మరీ అంత ఎక్కువేమీ చెప్పలేదు” అని కార్తీక్ వాదించాడు. “చూశావా, చూశావా, అప్పుడే భార్యకు అబద్ధాలు చెప్పటం మొదలుపెట్టాడు. మగవాళ్ళ బుద్ధి ఎక్కడికి పోతుంది, కదా?” అని కపట కోపాన్ని చూపించి, మోహన వైపు తిరిగి “నువ్వు మాత్రం ఇతనిలాంటి మగవాళ్ళ చెడ్డ స్వభావాలను పెంచుకోకు. అమ్మాయిలతో చాలా మంచివాడిగా వుండు” అని ఉపదేశం చేసింది. అలాగే అన్నట్టు మోహనస్వామి తలూపాడు. అంతలో రశ్మిని ఎవరో స్నేహితురాలు పిలిచింది. 'ఎక్స్‌క్యూజ్ మి' అని ఆమె అటువైపు నడిచింది. మోహనస్వామి కార్తీక్ చేయిపట్టుకుని వూపి “చాలా మంచి అమ్మాయిని ఎంపిక చేసుకున్నావు. యు ఆర్ లక్కీ- కంగ్రాట్స్” అన్నాడు. కార్తీక్ ఆ ప్రశంసకు భావుకడై “థాంక్స్ మోహనా, నువ్వు ఆ మాట అంటే నాకది స్పెషల్ కదా?” అని కళ్ళ నీరు నింపుకుని అతని భుజాలను ప్రేమగా తాకాడు.

వందలాదిమంది పెళ్ళికి వచ్చారు. రశ్మి తండ్రి ఆగర్భ శ్రీమంతుడట. పైగా ఒక్కతే కూతురు. ఇక చెప్పాలా? ఒకరి మాటలు మరొకరికి వినిపించనంత సద్దు అక్కడ కమ్ముకుంది. కొత్తబట్టల రెపరెపల సద్దు, చాలా రోజుల తరువాత కలసిన సంభ్రమం, ఒకింత నవ్వు, ఒకింత బిగువు, అక్కడ ఒకింత వ్యథ, ఇక్కడ ఒకింత కథ- అన్నీ ఉన్నాయి. పురోహితుల మంత్రాన్ని శ్రద్ధగా వీడియో వింటూ వుంది. అర్థం తెలియని అనేక మంత్రాలను ప్రశ్నించకుండా రశ్మి-

కార్తీకులు పాటిస్తున్నారు. వాటన్నింటిని మరచి ఒక గుంపు బయట సిగరెట్ తాగుతూ క్రికెట్ గురించి మాట్లాడుతోంది. మరొక గుంపు కల్యాణమంటపం మూలలో పాత్రలు కడుగుతూ కూర్చుని వుంది.

"మేళం గట్టిగా..." అని ఎవరో అరిచారు. దాన్ని మరెవరో అనుసరించారు. కోకో పొందిన ఆ ఆజ్ఞ మేళం వారిని చేరగానే సద్దులన్నిటినీ అధిగమించేలా మేళపు సద్దు మంటపాన్ని ఆక్రమించుకుంది. రశ్మి దోసిలి నిండా అక్షతలను కార్తీక్ తలమీద వేసేటప్పుడు అతని ఎత్తు సులభంగా అందుకోవటానికి కాలివేళ్ళ మీద నుంచుంది. ఎవరు ముందు వేస్తారో చూసేద్దాం అన్నట్టు అక్కడ చేరినవాళ్ళంతా ఎదురుచూసినా కార్తీక్ కావాలనే రశ్మి వేసేవరకు ఎదురుచూసి తన పెద్ద దోసిళ్ళతో అక్షతలను ఆమె మీద కురిపించాడు. అక్కడ చేరిన జనమంతా సంభ్రమంతో అక్షతలను విసిరారు. అక్కడ చేరినవాళ్ళ తలల మీదా అక్షతలు పడి ఏవేవో జ్ఞాపకాలు, ఏవేవో పులకలు. మోహనస్వామి మాత్రం చేతిలో అక్షతలను పట్టుకుని వేయాలా వద్దా అనే అయోమయంలో మునిగాడు.

సద్దు మణిగింది. వధూవరులు వేసుకున్న రంగురంగుల అక్షతల గింజలు పువ్వుల మంటపంలో రాశిగా పడ్డాయి. శోభా ఆంటీ ఒక పిడికెడు అక్షతలను తీసుకుని కార్తీక్ స్నేహితుల దగ్గరికి వచ్చింది. అక్కడ మోహనస్వామి కూడా ఉన్నాడు.

"ఇవి ధార అయిన అక్షతలు. ఎవరి తలమీద నేను వేస్తానో వారికి తొందరగా పెళ్ళి అవుతుంది. చక్కటి అమ్మాయి దొరుకుతుంది" అని ఆమె చెప్పటం ఆలస్యం అబ్బాయిలంతా "ఆంటీ నాకు", "ఆంటీ నాకు" అని పోటీగా ఆ అక్షతలను తలమీద వేయించుకున్నారు. మోహనస్వామి కలవరంతో ఆ దృశ్యాన్ని చూస్తున్నాడు. కొందరు "ఒక్కింత ఎక్కువగా వేయండి ఆంటీ" అని వేడుకున్నారు. "అలా వేస్తే నీకు ఇద్దరు భార్యలు దొరకరు. దానికి బదులు లావాటి భార్య దొరుకుతుంది చూడు" అని శోభా ఆంటీ తమాషా చేసింది. అందరి వంతు అయ్యాక మోహనస్వామి ఆమె కంటపడ్డాడు. "నువ్వొక్కడివి ఎందుకు మౌనంగా నుంచున్నావు? నీ తలమీద కూడా అక్షతలు వేస్తాను రావోయ్" అని పిలిచింది. "వద్దాంటీ" అని మోహనస్వామి సున్నితంగా తిరస్కరించాడు. మిగతా కుర్రాళ్ళు ఊరుకుంటారా? అతన్ని పట్టుకుని శోభా

ఆంటీ ముందుకు తెచ్చారు. "వెయ్యండి ఆంటీ... మాకందరికి పెళ్ళి చేయించి వీడొక్కడు హాయిగా వుండిపోదామని అనుకున్నాడు" అని బలవంతం చేశారు. "ఆంటీ వద్దు... ప్లీజ్ వద్దు... మిమ్మల్ని అర్థిస్తున్నాను" అని మోహనస్వామి అంగలార్చాడు.

ఉత్సాహంతో ఉన్న ఆ గుంపుకు అతని ఆర్ద్రతతో కూడిన అభ్యర్థన, బాధ తాకలేదు. శోభా ఆంటీ అతని తలమీద అక్షతలను వేసింది. కుర్రవాళ్ళంతా ఏదో సాధించినట్టు "హే...." అని కేకలు వేశారు. మోహనస్వామికి దుఃఖం ఆపుకోవడం చేతకాలేదు. వీళ్ళ నుంచి విడిపించుకుని బయటికి పరుగెత్తాడు. ఆ అక్షతల గింజలు నిప్పు కణికల్లా అతన్ని కాల్చసాగాయి. జుత్తు కాలి, చర్మం కాలి, మాంస ఖండాలు కాలి, హృదయం కాలిపోయి... అతనికప్పటికే కాలిన వాసన రాసాగింది. పొట్టలో తీవ్ర సంకటం కలిగింది. అతనికి ఎక్కడికైనా దూరంగా పారిపోవాలని వుంది. పెళ్ళి మంటపం నుంచి బయటికి వచ్చాడు. గబ్బువాసన చిమ్ముతున్న ఓ దిబ్బ అక్కడుంది. దాని దగ్గర కూర్చున్నాడు. తలమీదున్న అక్షతలన్నింటిని దులుపుకున్నాడు. ఒక్క గింజ మిగలకూడదు. చేత్తో జుత్తును పరపర దువ్వుకుని అక్షతల గింజలను కిందికి రాల్చాడు. అయితే ఎంత కెలికినా మరొక గింజ ఎక్కడో తలలో మిగిలిపోయి వుండవచ్చునన్న భావనను వదిలించుకోవడం సాధ్యంకాలేదు. కడుపులో సంకటం తీవ్రమై ఉదయం తిన్నదంతా కక్కాడు. చెవి, ముక్కు నుంచి వాంతి నీరు బయటికి వచ్చి మొత్తం దేహమే చెడ్డవాసన వస్తోందనిపించింది. ఆ సమయంలో అతనికి ఉదయం నుంచి ఆపుకున్న ఏడుపు తోసుకుంటూ వచ్చింది. ఆ దిబ్బ ముందు కూర్చుని మోహనస్వామి ఒంటరిగా వెక్కివెక్కి ఏడవసాగాడు. నెమ్మదిగా మొదలైన ఏడుపు తారాస్థాయికి చేరటానికి ఎక్కువ సమయం పట్టలేదు. ఓదార్చడానికి అక్కడ ఎవరూ లేరు. అప్పుడే లోపల హాల్లో గిఫ్టులు ఇచ్చే సందడి మొదలైంది.

అది కార్తీక్ రశ్మిల తొలిరాత్రి. మోహనస్వామికి ఆ రాత్రంతా నిదుర పట్టలేదు. కళ్ళు మూసుకుంటే చాలు కార్తీక్ రశ్మిల మైథునపు దృశ్యాలు అలలు అలలుగా తోసుకుని వస్తున్నాయి. వాళ్ళిద్దరి నవ్వులు, ఉత్సాహం, ఉన్మాదాలన్నీ అతనికి స్పష్టంగా కనిపిస్తున్నాయి. వినిపిస్తున్నాయి.

అదిగో చూడక్కడ, కార్తీక్ తన మొత్తాన్ని ఆమెకు అర్పిస్తున్నాడు.

దేహంలోని అణువణువూ ఇప్పుడామె సొత్తు. ఆమె ఏమి కోరినా ఎత్తి ఎత్తి ఇస్తున్నాడు. అతని ముఖం చూడు, అదెంతో సంతోషంతో కూడుకుని ఉంది. ఆమె ఒక్క స్పర్శకు ఏ త్యాగానికైనా సిద్ధమయ్యాడు. అతనికి ప్రస్తుతం ప్రపంచంలోని ఏ విషయం అవసరంలేదు.

లేదు, నేను వీటన్నిటిని ఆలోచించను. నాది అత్యంత మురికి మనసు. అది అతడి జీవితం. అతని కోరిక. నాకు సంబంధించింది కాదు.

అదిగో చూడక్కడ... రశ్మి– ఆ నిండైన స్తనాలు అతన్నిఎలా ఉన్మత్త పరుస్తున్నాయో. ఎంత ముట్టినా, ఎలా ముట్టినా అతని కోరిక తీరటంలేదు. ఎలా సంతోషపు దాడికి కంగారుపడి కళ్ళు మూసుకుంటున్నాడో చూడు. సుఖాన్ని లూటీ చేయడం ఎన్ని రకాలు. ఒకసారి మృదువుగా, ఒకసారి శక్తినంతా చేర్చి కఠినంగా, మరొకసారి అలా మౌనంగా, ఇంకొకసారి...

వద్దు, ప్లీజ్ వద్దు. ఇవన్నీ పాడు దృశ్యాలు. నా కంటి నుంచి మరుగవ్వనీ. నాకు సుఖంగా నిద్ర రానీ. కలలోనూ అతను రానక్కర్లేదు. ఇంకెన్నడూ నాకు అతని స్పర్శ వద్దు. జ్ఞాపకాలూ వద్దు.

చూడు చూడు, కార్తీక్ ఎలా ముద్దుల వర్షం కురిపిస్తున్నాడో. దేహంలోని ఏ భాగాన్ని వదలడంలేదు. ఏ మూలలూ అతనికి అసహ్యం కలిగించడంలేదు. కేవలం ఒక్కసారి ముద్దుపెడితే కోరిక తీరదు. మళ్ళీమళ్ళీ, ఇంకొకసారి, మరోసారి. ముద్దుల దాడికి ఆమె ఎలా సుఖంతో మూలుగుతోందో చూడు. అతనికి అనుకూలమయ్యేలా తన శరీరాన్ని ఎలా అప్పగిస్తూవుందో, అతనికిప్పుడు అర్థమైపోయింది. ఇది చొక్కపు బంగారం. అపరంజి. ఇన్నేళ్ళు తాను కాకి బంగారాన్ని నమ్మానని పశ్చాత్తాపం కలుగుతుంది.

కార్తీక్ ప్లీజ్, అలా అనకు. అది అన్యాయం. ఐ హేట్ యూ. నన్నూ రవ్వంత బతకనివ్వు. నన్ను క్రిమిలా చూడకు. నేనెన్నడూ నిన్ను వంచించలేదు.

ఆమె వక్షోజాల మధ్యన ముఖంపెట్టి నర్తించే అతనికి మరెన్నడూ ఆమె నుంచి రహస్యాలను దాచడం సాధ్యంకాదు. ఒకటి రెండు రోజులు మాత్రమే! అంతా చెప్పేస్తాడు. నీ వికృతులంతా విప్పి పరుస్తాడు. అదెంత సిల్లీ అని నవ్వుతాడు. ఆమెకు ఆశ్చర్యం. అసహ్యం. నువ్విప్పుడు ఆమె దృష్టిలో అల్పుడివి. భవిష్యత్తులో ఎక్కడ నిన్ను చూసినా చాలు, ముసిముసిగా నవ్వటం మొదలుపెడుతుంది. అతనూ ఆ నవ్వుకు ప్రోత్సాహమిస్తాడు. ఆమె తన నవ్వుకు

కారణాన్ని మిగతావారికీ చెప్పేస్తుంది. వాళ్ళంతా నవ్వుతారు. నువ్వు బయట కాలుపెడితే చాలు, వెక్కిరింతలు, నవ్వులు నిన్ను తరుముకుంటూ వస్తాయి. నువ్వు ఇప్పటి నుంచి సమాజంలో అపహాస్యాల పాలవుతావు. రోజురోజుకు నీ ఆత్మబలం కుంగిపోతుంది. దేహం పిడికెడవుతుంది. కావాలంటే చూస్తుండు– కొన్ని రోజుల్లోనే నువ్వు నిశ్చేష్టుడవవుతావు. అయితే జరిగేదానికి ఎవరికీ బాధ కలగదు. ఎందుకంటే ఎవరికీ నువ్వు గొప్పవాడివి కావు. అల్పమైన పురుగువి. అవసరంలేని క్రిమివి. పట్‌మని చేత్తో కొట్టి చంపితే వాళ్ళకు ఇబ్బంది తక్కువ.

లేదు, లేదు. నేను బతుకుతాను. నాకు అవకాశం ఇవ్వండి. ఈ కామపు సహవాసమే వద్దు. అది కేవలం బాధను ఇస్తుంది. మౌనంగా జీవిస్తాను. భోజనం, పని, నిద్ర. అంతే! నా పాలిటికి నన్ను వదిలేయండి. ఎంత బాధ కలిగినా విచారం లేదు. కామం నుంచి దూరంగా ఉంటాను. కామాన్ని జయించి జీవిస్తాను. నీ సృష్టిని వ్యతిరేకిస్తాను.

అయ్యో మూర్ఖుడా! జరగని విషయాలను ధ్యానించకు. మౌనంగా మనస్సులో కార్తీక్ నగ్నదేహపు కల్పనకు ఎలా నీ శరీరమంతా ఉద్రేకంతో ఉన్మత్తమైందో చూడు. అతని ఒక్క నవ్వు చాలు. నిన్ను అతడి దాసుడిగా చేయడానికి. అతని చెక్కినట్టున్న ఆకృతి చాలు, నీ అస్తిత్వాన్ని అనామకుడ్ని చేయడానికి. కేవలం అతని పనిమనిషి కావడానికే నువ్వు సరిపోతావు. అతను చెప్పింది చేస్తూ, అతను కొడితే కొట్టించుకుంటూ, తిడితే తిట్టించుకుంటూ, ఎప్పుడైనా ఒకసారి నిన్ను ప్రేమతో ముడతాడేమోనని కోరికతో వేగివేగి వేగి... ఊహూఁ! అతను నిన్ను వేధిస్తూనే పోతాడు. నీ ఉదయం, మధ్యాహ్నం, రాత్రులనంతా చేతికి దొరికినట్టు నిన్ను ఆటాడిస్తాడు. పట్టుకోవడానికి పోయిపోయి దొరకక హతాశుడై నువ్వు నిశ్శక్తుడవుతావు. అతను తప్పకుండా కావాల్సిందేనని బతిమిలాడతావు. దుఃఖిస్తావు. అయితే నీ దుఃఖం ఎవరికీ అర్థంకాదు. అది హాస్యాస్పదమైన విషయం అవుతుంది. దుఃఖమే తెలియనివారి ముందు ఎలా నీ బాధను తోడుకుంటావు? నాన్న, అమ్మ, అక్క, అన్న, స్నేహితుడు, సహోద్యోగి, గురువు, సేవకుడు, సమాజం, కోర్టు, కఛేరి, జగత్తు– ఊహూ, ఎవరూ నిన్ను అంగీకరించరు. అందరి కళ్ళలోనూ నువ్వు పరమ నీచుడివి. ఎవరికి నీమీద కనికరం ఏర్పడదు. ఏ కటకటాల్లో నుంచుని నువ్వు

బతిమిలాడినా నువ్వు నేరస్థుడవే అవుతావు.

వద్దు... వద్దు... ఈ పాడు ఆలోచనలు నాకు అవసరంలేదు. నాకు ఒకింత నిద్ర చాలు. హే కృష్ణా! నిన్ను మనస్ఫూర్తిగా ఆరాధించాను. ప్రేమించాను. నీ ఈ గోపబాలుడికి ఇలాంటి కఠినశిక్ష వేయకు. కాపాడు. ఒక్కింతైనా దయచూపించు. బాధల మడుగులో మునుగుతున్న నాకు నీ రక్షణ కల్పించు. వద్దనుకుంటే నన్ను ఈ క్షణంలోనే నీ దగ్గరకు పిలుచుకో. చస్తే ఏడ్చేవారు ఎవరూ లేరు తండ్రీ! ప్రాణం పిండుతున్న బాధ, పరుల కళ్ళల్లో అల్పమయ్యే ఈ హీనమైన అవస్థ నాకు ఎందుకు ఇచ్చావు మిత్రమా? ఎవరో చేసినదానికి నాకు ఈ శిక్షేమిటి మిత్రమా?

పోనీలే నువ్వు సహాయం చేయవుకదా? ఊరకే పనికిరాని ఆ మురళిని ఊదుతూ వుంటావు కదా? నా బాధకు నేనే పరిష్కారం కనుక్కుంటాను. నాకు తెలిసినట్టు నేను ప్రవర్తిస్తాను. ఇదిగో చూడిక్కడ. తళతళ మెరిసే కత్తి. నువ్వు సృష్టించిన దేహాన్ని ఎలా కోస్తోందో చూడు. బొటనవేలి చివరను కత్తిరించటానికి దానికి ఎంత ఉత్సాహమో చూడు. అదిగో చూడక్కడ. బొటబొటా రక్తం కారుతోంది. నా రక్తమూ కార్తీక్ రక్తంలా ఎర్రగా ఉందా, అనుమానం వద్దు. నీకు నమ్మకం కలగటంలేదా? తీసుకో, దానితోటే అభిషేకం నీకు. కేవలం పాలు, పెరుగు, తేనెల స్నానాన్ని ఇప్పటిదాకా చేశావు కదా? ఈరోజు రక్తాన్ని రుచి చూడు. సరేలే, అదీ నీకు కొత్తకాదు. ప్రతిసారీ అవతారమెత్తి భూమికి వచ్చినప్పుడు రక్తపుటేరుల్లో మునిగితేలావు. దుష్టసంహారమని నీ గౌరవాన్ని కాపాడుకున్నావు. పది అవతారాలు ముగించావు కదా? దానిపట్ల అపారమైన నమ్మకం ఉంది కదా? పదకొండవ అవతారానికి మునివేళ్ళపై నుంచున్నావు కదా? అలాగైతే నీకొక శాపం పెడుతున్నాను. స్వీకరించు. నీ పదకొండవ అవతారంలో నాలా జన్మించు. పదహారువేల స్త్రీలను అనుభవించిన నీకు ఒక్క స్త్రీని ముట్టడానికీ వీలుకాని దుఃఖం, అసహాయత అర్థంకావాలి. ఎవరినీ చేయెత్తి కొట్టటానికీ సాధ్యంకాని ఈ నీరసపు జీవితంలో ఎలా దుష్టసంహారం చేస్తావో చూస్తాను. బాధపడ్డ మనస్సు శాపం నీకు తగలనే తగులుతుంది. మరొకసారి పుట్టిరా. ప్రజల కళ్ళల్లో అల్పుడివికా. మరొకరిని తాకలేని బాధను ఏకాకిగా అనుభవించు.

నాలుగవ రోజు ఉదయం సుమారు నాలుగు గంటల సమయంలో మోహనస్వామికి నిద్రపట్టింది. దానికి ముఖ్యకారణం రఘురామన్ అనే 28 ఏళ్ళ యువకుడు. ఇంటర్‌నెట్‌లో దొరికాడు. కోయంబత్తూరుకు చెందినవాడు. ఇప్పుడు బెంగుళూరులో స్థిరపడ్డాడు. ఏదో ఇంటర్‌నేషనల్ కాలేజీలో ఆంగ్లోపాధ్యాయుడు. బసవన గుడిలో ఉంటున్నాడు. ఒక్కడే ఉంటాడు. ఊళ్లో తల్లి, తండ్రి, చెల్లెలు ఉంటారు. బెంగుళూరుకు వచ్చి ఇప్పటికే నాలుగేళ్ళయింది.

ఇతడి ఫోటోను పంచుకోకుండా ఎలాంటి మాటలు ముందుకు కొనసాగించడానికి సిద్ధం కానని కరాఖండిగా చాట్‌లో చెప్పేశాడు. మోహనస్వామికి ఎన్నడూ మరొకరిని వెదుక్కునే సందర్భం రానందువల్ల ఇదే కొత్తది. ఇలా ఎన్నడూ కలవని వ్యక్తికి తన ఫొటో పంపించనా? అని కొన్ని నిముషాలు అనుమానించినా చివరికి పంపాడు. "యు ఆర్ స్మార్ట్ బడ్డి" అనే సమాధానం వచ్చింది. రఘురామన్ తన పద్దెనిమిది ఫొటోలను అందరికీ కనిపించేలా బ్లాగులో పెట్టాడు. ఒకటి రెండింటిలో బాగున్నాడని అనిపించింది.

శేషాద్రిపురం దగ్గరున్న కాఫీ డేలో శుక్రవారం సాయంత్రం 7 గంటలకు కలుద్దామని నిర్ణయించుకున్నారు. అక్కడికి రావటం ఎలాగో చిత్రాల సమేతంగా మ్యాప్ వేసి మోహన్ పంపాడు. దగ్గర్లో ఉన్న సినిమా, సూపర్ మార్కెట్, ఒన్‌వే దారి, అన్నిటిని నమోదు చేశాడు. "ఎంత చక్కగా దారిని పంపావు. యూ ఆర్ సో ఆర్గనైజ్డ్" అని ఇమెయిల్ వచ్చింది. దాంతోపాటు రఘురామన్ తన నెంబర్ పంపాడు. ఇతని నెంబర్ అడిగినా మోహన్ నిరాకరించాడు. ఈమెయిల్‌లో మాట్లాడదామని తెలిపి, కలిసినప్పుడు నెంబర్ ఇస్తానని చెప్పాడు. రఘురామన్ దానికి ఏవిధంగానూ ప్రతిస్పందించలేదు.

అరగంట ముందే కాఫీ డేలో మోహన్ ఎదురుచూస్తూ కూర్చున్నాడు. ఆ రోజు మీటింగ్ కోసమే కొత్తగా ఒక సిమ్ తీసుకున్నాడు. దాని నెంబర్‌ను కంఠస్థం చేశాడు. అవసరమైతే ఉండనీ అని ఒకటి రెండు కండోమ్‌లను జేబులో దూర్చుకున్నాడు. అంతకు ముందెన్నడూ అతనికి వాటి అవసరం కలగనందువల్ల అంగట్లో అత్యంత సంకోచంతో అడిగాడు. రఘురామన్ ఎలాగైనా ఉండనీ, అతన్నిమనసారా అంగీకరించాలి. అసంపూర్ణంగా స్వీకరించకూడదు. పూర్తిగా అంగీకరించకపోతే దేహాలు కలవటం సాధ్యం కాదు. అయితే నా జాగ్రత్తలో నేనుండాలి. ఎంత బలవంతం చేసినా ఓరల్ సెక్స్ వద్దే వద్దు. ఒకటి రెండు

సార్లు సహవాసం చేసి నమ్మకం కలిగిన తరువాతే అతన్ని ఒప్పించి ఏదైనా ఆస్పత్రికి పిల్చుకునిపోయి ఎయిడ్స్ టెస్ట్ చేయించాలి. అతనిది నెగటివ్ అయితే ఏ ఇబ్బంది లేదు. ఏమైనా అతన్నిఇంటికి పిలుచుకుని పోకూడదు. అదేవిధంగా అతను పిలిచినా అతని గదికి వెళ్ళకూడదు. ఏదో ఒక హోటల్‌కు వెళ్ళి రూం బుక్ చేసుకుంటే చాలు. రాత్రంతా గడిపి ఉదయం ఇంటికి వెళితే సరిపోతుంది. ఎలాగూ శనివారం కావటం వల్ల ఆఫీసు పీడ లేదు.

సరిగ్గా ఏడుగంటలకు రఘురామన్ వచ్చాడు. గులాబీ రంగు స్కూటీలో వచ్చాడు. అతను లోపలికి వచ్చి చుట్టూ చూసి, ఇతన్ని చూసి నవ్వి వచ్చి ఎదురుగా వున్న కుర్చీలో కూర్చుని, రెండు చేతులను ముఖం ముందు తెచ్చి “హారిబుల్ ట్రాఫిక్ యూనో” అన్నాడు. అతను నడిచి వచ్చిన రీతి చూస్తే మోహనస్వామికి నిరాశ కలిగింది. ఈ సంబంధం కచ్చితంగా సాధ్యం కాదనిపించింది. రఘురామన్ నడుస్తున్నప్పుడు ఆడదానిలా కులుకుతున్నాడు. అత్యంత చక్కగా అలంకరించుకోవడంలోనూ ఓ విధమైన స్త్రీత్వం ఇతనికి కనిపించింది.

“చేతికి ఏం చేసుకున్నావు?” అని అత్యంత వ్యాకులతతో రఘురామన్ అడిగాడు.

“చిన్న గాయమైంది. కాయగూరలు తరిగేటప్పుడు కోసుకున్నాను” అని మోహనస్వామి అబద్ధం చెప్పాడు.

“ఓ మైగాడ్ ! జాగ్రత్తగా ఉండాలి నువ్వు” అని రెండు అరచేతులను బుగ్గలమీద పెట్టి, ముఖంలో విపరీతమైన భావాలను ప్రతిబింబించినపుడు మరొకసారి అతని ఆడంగితనం బయటపడింది. అతని చేతిని తన చేతిలో తీసుకుని, మృదువుగా అతని గాయానికి వేసిన బ్యాండేజ్‌ను తడుముతూ రఘురామన్ “చాలా నొప్పెడుతోందా?” అని అడిగాడు. లేదు అన్నట్టు ఇతడు తల కదిలించాడు.

ఇద్దరూ కెపీచినో ఆర్డర్ చేశారు. “సమోసా తెప్పించనా?” అని మోహన్ అడిగినందుకు “నో బాబూ! ఐ యామ్ డైటింగ్” అని రఘురామన్ వయ్యారం పోయాడు.

పొందికలేనట్టు మాటలు సాగాయి. అతను తమిళ సినిమాల గురించి ఏదో చెప్పాడు. ఇతనికి రజనీకాంత్ తప్ప వేరే ఏమీ తెలియదు. ఇతను వంటకు

చెందిన కొత్త రుచి గురించి ఏదో చెప్పబోతే, అతనికి కర్ణాటక సంగీతం ప్రాణానికి సమానం. ఇతడికి సినిమా పాటలు తప్ప సంగీత గంధం లేదు. అదృష్టవశాత్తు ఇద్దరికీ క్రికెట్‌లో ఆసక్తి లేదు. అరగంట గడిచేసరికి ఇద్దరికి చాలా విసుగొచ్చింది. మోహన్ బిల్లు ఇవ్వబోతే రఘురామన్ వదల్లేదు. వొత్తిడిపెట్టి తానే లేచి కౌంటర్ దగ్గరకు వెళ్ళి డబ్బు చెల్లించి వచ్చాడు. వెయిటర్‌కి కాస్త ఎక్కువ టిప్ ఇచ్చి "వండర్‌ఫుల్ ఇంటీరియర్స్' అని చెప్పి బయటికి వచ్చాడు. ఇక ఇద్దరు ఒకరికొకరు వీడ్కోలు తీసుకునే సమయం వచ్చినపుడు, "నీ మొబైల్ నెంబర్ ఇస్తావా?" అడిగాడు రఘురామన్. మోహన్‌స్వామికి అస్సలు నెంబర్ ఇవ్వడం ఇష్టంలేదు. అయితే అది మరీ మొరటుగా కనిపిస్తుందని భావించి ఒక మిస్డ్‌కాల్ ఇచ్చి, 'ఎలాగో ఇది కొత్త సిమ్‌కార్డు. రేపు తీసిపారేస్తే సరి' అని మనస్సుకు నచ్చజెప్పుకున్నాడు.

"ఎలా వచ్చావు? కావాలంటే నీ ఇంటివరకు డ్రాప్ చేస్తాను" అని రఘురామన్ ఆహ్వానించాడు. "వద్దు ప్లీజ్. నా ఇల్లు దూరంగా ఉంది. నేను బస్సులో వెళతాను" అని మోహన్‌స్వామి తప్పించుకున్నాడు. "ఇట్ వజ్ ఏ వండర్‌ఫుల్ టైమ్ వి స్పెంట్. నీ పరిచయం కావటం నా అదృష్టం" అన్న రఘురామన్ ఇతని చేతిని అందుకుని సున్నితంగా ముద్దుపెట్టుకుని వెళ్ళిపోయాడు. మోహన్‌కు ఒళ్ళంతా ముళ్ళు లేచినట్టయ్యాయి. ఎవరైనా చూశారేమో అనే భయంతో చుట్టూ చూశాడు. పరిచయస్థులెవరూ కనిపించలేదు.

ఇంటికి తిరిగి వస్తున్నప్పుడు మోహనస్వామికి అత్యంత నిరాశ కలిగింది. జేబులో జాగ్రత్తగా వున్న కండోమ్‌లు ఎగతాళి చేస్తున్నాయి. ఇంతగా ఎదురుచూసి చివరికి ఇలాంటి స్త్రీని కలవవలసి వచ్చింది కదా? ఈ మనిషి ఎన్నడూ స్త్రీతో కలవటం సాధ్యంకాదు. ఆడదానితో కలవడం సాధ్యంకాని మగవాడితో ఏవిధంగా తాను శరీరాన్ని పంచుకోవడం సాధ్యం? అలాంటివాడు ఒళ్ళు తాకితే అసహ్యం వేస్తుంది. ఒంటి మీద ముళ్ళు లేస్తాయి. ఇక ఉద్రేకపడటం అంటూ కలలోని మాట. వద్దు, ఇక ఇతని సహవాసమే వద్దు. మరెన్నడూ ఇతనికి ఫోన్ చేయటంకానీ, ఈమెయిల్ పంపటంకాని నావల్లకాదు. ఇతను ఎప్పుడూ నా కార్తి కావటం సాధ్యంకాదు. కేవలం కంటి చూపులతోనే ఆడదాన్ని సిగ్గులమొగ్గచేసే నా కార్తి ఎక్కడ? ఒళ్ళు కులుకుతూ నడిచే ఇతనెక్కడ? వద్దే వద్దు. రేపే అతనికి ఒక మెసేజ్ చేసి ఇష్టంలేదని తెలియజేస్తాను.

అంతలో మొబైల్ సద్దు చేసింది. కొత్త మెసేజ్ వచ్చింది. రఘురామన్ అయుండాలి. వేరే ఎవరికీ ఈ నెంబర్ ఇవ్వలేదు. "నువ్వు విచారించకూడదు మోహనస్వామి. నేను ఎద్దులాంటి మగవాడికోసం వెతుకుతున్నాను. అయితే నువ్వు కూర్చున్న భంగిమ, మాట్లాడిన పద్ధతి నాకు నీలో స్త్రీ లక్షణాలు కనిపించాయి. నీతో ఎలా శరీరాన్ని పంచుకోను? ఈ నిర్ణయం నీకు బాధ కలిగిస్తే దయచేసి నన్ను క్షమించు. నువ్వు చాలా మంచివాడివి. నీకు మంచి మగవాడు దొరకాలి" అని రాశాడు.

మోహన్‌కు ఒక్క క్షణం ఏమీ తోచలేదు. అయితే కొద్ది క్షణాల్లోనే కోలుకుని "నీకు మంచి జరగాలి. నువ్వు చాలా మంచివాడివి. ఐ లవ్ యూ" అని జవాబిచ్చాడు. "ఐ లవ్‌యూ టూ" అని తిరుగు సమాధానం వచ్చింది. మోహన్‌స్వామి మొబైల్ నుంచి సిమ్‌ను బయటికి తీసి, దాన్ని రెండు ముక్కలు చేసి బస్సు కిటికీ నుంచి విసిరాడు. ఎందుకో పరిస్థితి వ్యంగ్యానికి నవ్వొచ్చింది. "ఈవాళ రాత్రి కచ్చితంగా గాఢమైన నిద్ర వస్తుంది" అనిపించి విచిత్రమైన సంతోషం కలిగింది. మృదువుగా కిటికీకి తలానించి కళ్ళు మూసుకున్నాడు.

*****

సైకిల్ సవారి

సైకిల్ తొక్కడం నేర్చుకుంటే చాలు, నేను స్ట్రయిట్ అయిపోతాను– అనే పరమ సత్యం ఇరవై ఒక్క ఏళ్ళ మోహనస్వామి అనే 'గే' కుర్రవాడికి సాక్షాత్కారమైనపుడు, గోవా అనే అపరిచితమైన ఊళ్ళో రాత్రి పక్కకు దొర్లింది. దూరంలో ఉన్న సముద్రంలో నిరంతరంగా అలలు ఒడ్డుకు వచ్చి కొట్టుకుంటున్నాయి. రోజంతా సైకిల్ తొక్కుతూ ఎండలో తిరిగివచ్చిన అతని స్నేహితులు నిద్రలోకి జారుతున్నారు. ఊళ్ళోని మద్యం– మాంసం అంగళ్ళ తలుపులను ఒక్కటొక్కటిగా మూస్తున్నాయి.

'గే' అనే పదం అతనికి ఈ రెండేళ్ళ క్రితమే తెలిసింది. అది తన వ్యక్తిత్వానికి సరిపోతుందో లేదో అనే అనుమానం అతనికింకా ఉన్నప్పటికీ ప్రస్తుతం అతను అదే 'పదం'తో తన మనస్సులో తనను గుర్తించుకుంటాడు. 'స్ట్రయిట్' అని మిగిలిన సమస్త జీవులను గుర్తించాలని అర్థం చేసుకున్నాడు. తన స్థితిని లేదా తనలాంటివారిని కన్నడలో ఏమంటారో అతనికి తెలియదు. అతని జీవితంలోని వివిధ దశల్లో కొన్ని ఉపనామాలు వచ్చిపోయాయి. ఎంతో వేదనను, అసహ్యాన్ని, అవమానాన్ని, ఆశ్చర్యాన్ని–అన్నీ భావాలనూ అతనికి పరిచయం చేశాయి. అయితే సరియైన పదం ఏదో ఎవరిని అడగాలి? కన్నడ నిఘంటువులోనూ లేదు. కన్నడ సాహిత్యంలోనూ లేదు. వార్తపత్రికల్లోనూ లేదు. అదృష్టవశాత్తు ఇంగ్లీషువారే నయం. అప్పుడప్పుడు 'డెబోనేర్' అనే

మాసపత్రిక 'గే' అనే పదాన్ని వాడుతుంది. ఇంగ్లీషు దినపత్రికలూ ఒక్కొక్కసారి ప్రస్తావిస్తాయి. ఇవి కాకుండా సమాచారాన్ని పొందడానికి ఆ రోజుల్లో వేరే మార్గాలు ఏవీ లేవు.

అతనికి దక్కిన మొదటి ఉపనామం 'ఆ.వె'. అది 'ఆడంగివెధవ' అనటానికి సంక్షిప్త రూపం. అలాంటి ఉపనామం దొరికినపుడు అతను ఏడవ తరగతి చదువుతున్నాడు. అలా నామకరణం చేసింది సాక్షాత్ అతని అక్కనే. ఆమెకైనా దాని అర్థమేమిటన్నది తెలుసో లేదోనని మోహనస్వామికి ఇప్పటికీ అనుమానం. అయినా ఒక తీవ్రమైన వేసవి రోజున రాయర మఠానికి వెళ్ళే దారిలో ఉన్న మురికి మురుగు కాలువ ఆ ఒడ్డున ఇతను, ఈ ఒడ్డున ఆమె, ఆమె స్నేహితులూ నుంచుని ఉన్నప్పుడు ఇతడిని "నీవొక ఆడంగివెధవ' అని ఆమె అనటం, దానికి ఆమె స్నేహితులంతా కిలకిలమని నవ్వటం అతనికి స్పష్టంగా జ్ఞాపకం ఉంది. తన పెదవులు దాటిన మాటలకు ఆమె ఒక్క క్షణం కంగారు పడినప్పటికీ, స్నేహితురాళ్ళందరూ నవ్వటం చూసి ధైర్యం వచ్చింది. తాను ఒక చక్కటి జోక్‌ను పేల్చిందని భావించి ఆమె తేలికపడింది. అందువల్ల మరొకసారి ధైర్యంతో 'ఆడంగివెధవ' అని గట్టిగానే అంది. ఆమె స్నేహితురాళ్ళు ఈసారి గట్టిగానే నవ్వారు. అప్పటినుంచి 'ఆడంగివెధవ' అనే పేరే బహు జనప్రియమై, స్నేహితుల వలయం అంతటా అతడిని అదే పేరుతో పిలవటం మొదలుపెట్టారు.

ఆ సంఘటన జరిగింది ఇలా ! రాయర మఠంలో ఏదో కారణానికి ఊరిలోని బ్రాహ్మణులంతా మధ్యాహ్న భోజనం ఏర్పాటు చేసుకున్నారు. మోహనస్వామి తల్లితండ్రులు పదిగంటలకంతా మఠానికి వెళ్ళిపోయారు. యధాప్రకారం పిల్లలను భోజన సమయానికంతా వచ్చేయ్యమని చెప్పి వెళ్ళారు. వీధిలోని అక్క స్నేహితురాళ్ళందరూ ఇంటికి వచ్చారు. పీడించే తల్లితండ్రులు బయటికి పోయారంటే పిల్లలకు స్వర్గమే కదా? మోహనస్వామి కూడా వాళ్ళతో కలిశాడు. తన సమకాలీన వయసు కుర్రవాళ్ళతో గిల్లిదండ, గోలీకాయలు, బొంగరాలు ఆడటం కన్నా తన అక్క, అక్క స్నేహితులతో ముగ్గులు వేయటం, బొమ్మలపెళ్ళి ఆడటం అతనికి ఇష్టంగా ఉండేది. 'మగపిల్లలతో ఆడుకోపోరా" అని వాళ్ళంతా బుగ్గలు పిండి చెప్పినా వాడు వెళ్ళేవాడు కాదు. ఆ మగపిల్లలంతా తనను వేధిస్తారని వాడికి బాగా తెలుసు. అందువల్లనే అక్క స్నేహితురాళ్ళ

గుంపులోనే కలిసిపోయేవాడు. ఆ రోజు రంగుల ముగ్గు వేసి, బొమ్మల పెళ్ళి చేసి, ఒక పాటకు నృత్యం చేసే సమయానికి పన్నెండున్నర అయింది. అది గమనించి మోహనస్వామే వాళ్ళందరికీ తల్లితండ్రుల మాటను గుర్తుచేసి మఠానికి బయలుదేరదీశాడు.

బళ్ళారి జిల్లా నిప్పులు చెరిగే ఎండలో అడుగులు వేస్తే చాలు, కాళ్ళలో బొబ్బలు లేస్తాయి. అయితే చిన్నపిల్లలు ఆడుకుంటూ ఎక్కడైనా మరిచిపోయి పోగొట్టుకుంటారనే కారణంగా తల్లితండ్రులు పిల్లలకు చెప్పులు ఎన్నడూ కొనిచ్చేవాళ్ళు కాదు. అందువల్ల ఒట్టి కాళ్ళతోనే వాళ్ళంతా ఏవేవో కబుర్లు చెప్పుకుంటూ బయలుదేరారు. చింతచెట్టు నీడ దగ్గరైనపుడు నెమ్మదిగా, ఎండ వచ్చినపుడు పరుగెడుతూ వాళ్ళంతా నడుస్తున్నారు. మార్గమధ్యంలో పొడుగ్గా ఒక కాలువ ఉంది. దాన్ని దాటడానికి చాలా దూరంలో ఒక బండరాయిని అడ్డంగా వేశారు. పెద్దవాళ్ళంతా అంత దూరం నడిచి ఆ బండరాయి మీదుగా కాలువదాటి మళ్ళీ వెనుతిరిగి వచ్చేవారు. అయితే మఠం కాలువ మొదల్లోనే అటువైపు ఒడ్డున ఉంది. అసలే కాలుతున్న నేల. అంత దూరం నడవటానికి విసుగు. ఆ కాలువ కూడా దాటేటంత చిన్నది కాదు, దాటడానికి కానంత పెద్దదీ కాదు. ఆకస్మాత్తుగా దాటలేక పడిపోతే ఇక అంతే సంగతులు! ఊరి సకలజనుల మురికంతా కలిసిపోయిన ఆ మురుగు కాలువలో మునిగి ఒళ్ళంతా స్నానం చేసినట్టయ్యేది. దాని గబ్బువాసన పోవటానికి వారం రోజులు రుద్ది రుద్ది కడుక్కోవలసి వచ్చేది. అందువల్ల ఎవరూ దాన్ని దాటే ప్రమాదానికి తమను ఒడ్డుకునేవారు కాదు.

ఇంట్లో చాలా సేపు ఆటలాడి, పాడి, ఎగిరి గంతులేసినందువల్లనో ఏమో కావలసినంత ఉత్సాహం మోహనస్వామిలో ఏర్పడింది. అందువల్ల కాలువ నుంచి కొంచెం దూరం పోయి పరుగెత్తుకుంటూ వచ్చి సాక్షాత్ హనుమంతుడిలా ఎగిరి కాలువను దాటి ఆ ఒడ్డును చేరటంలో సఫలమయ్యాడు. తన సాహసం వల్ల అతనికి ప్రత్యేకమైన గర్వం వచ్చేసింది. ఇంట్లో ఆటలో తన అక్క, ఆమె స్నేహితులు తనను గంభీరంగా పరిగణించరనే కోపమూ వాడిలో కాస్త ఉంది. అందువల్ల "మీరు ఇలాగే దాటండి చూద్దాం" అని సవాలుచేసి, ఆ ఒడ్డున ఉల్లాసంగా గంతులు వేయసాగాడు. అతనికన్నా నాలుగైదు ఏళ్ళు పెద్దవాళ్ళయిన అక్క స్నేహితురాళ్ళందరూ ఆ మాటలకు ఎలా స్పందించాలా

అని ఆలోచిస్తూ నుంచున్నారు. అందరూ రంగురంగుల లంగా-ఛోళి వేసుకునివున్నారు. ఆ దుస్తులతో కాలువ దాటడం ఎలా? అయినా ఒకరిద్దరు దూరంగా పోయి కాలువ వరకు పరుగెత్తుకుంటూ వచ్చి , తరువాత దూకటానికి ధైర్యం చాలక నిలబడిపోయారు. అప్పుడు మోహనస్వామి కేకలు చేసి నవ్వుతూ మరింత ఉత్సాహంతో గంతులు వేస్తూ, “మీరంతా ఓడిపోయారు, ఓడిపోయారు...నేనే గెలిచాను, గెలిచాను” అని అరిచాడు. ఓటమిని అంగీకరించే మనఃస్థితిలో అమ్మాయిలు లేరు. ఆ గుంపు అంతటికి నాయకురాలైన వాడి అక్క ఆ కారణంగానే, “ఎలా డ్యాన్సు చేస్తున్నావో చూడు ‘ఆడంగివెధవ’లా, నువ్వొక ‘ఆడంగివెధవ్వి” అని అరిచి చెప్పింది. మోహనస్వామి ఆ మాటలకు కలవరపడి గంతులేయడం ఆపాడు. అక్క స్నేహితులు ముసిముసిగా నవ్వారు. వాడి అక్క మరొకసారి అదే మాటను పెద్దకంఠంతో పునరుచ్చరించింది. అందరూ గట్టిగా నవ్వారు. తరువాత వాళ్ళంతా నవ్వుతూ దూరంలో కాలువ మీద అడ్డంగా వేసిన బండరాయిని ఉపయోగించి కాలువ దాటడానికి ముందుకు వెళ్ళిపోయారు.

మోహనస్వామి చాలాసేపటి వరకు కాలువ ఒడ్డునే వెదురుబొమ్మలా నుంచున్నాడు. ఆ రోజు ... అతడిని ఎక్కడ చూసినా చాలు, అమ్మాయిలంతా ముసిముసిగా నవ్వుతున్నారు. సద్దు రాకుండా ‘ఆడంగివెధవ’ అని నోటితో ఉచ్చరించి వెక్కిరిస్తున్నారు. అతనికి ఎలా ప్రతిస్పందించాలో అర్థమయ్యేది కాదు. వాళ్ళ మీద కోపంతో వాళ్ళను కొట్టాలనిపించేది. అయితే రేపటి నుంచి వాళ్ళు తనను ఆటలో చేర్చుకోకపోతే ఏమిటి గతి అనే భయం వాడికి ఉంది. ఏమైనా మగపిల్లలతో ఆడుకోవటానికి వాడు భయపడేవాడు. అందువల్ల మౌనంగానే వుంటూ వాళ్ళు చేసే అవమానాలను భరించాడు.

ఈ సంఘటన వల్ల అతని జీవితంలో పెద్దమార్పులు జరిగాయి. మొదటిది ‘ఆడంగివెధవ’ అనే ఉపనామం నోటి నుంచి నోటికి ప్రాకి పిన్నాపెద్దలనకుండా అందరికీ తెలిసిపోయింది. నేరుగా ఆ పేరుతో పిలిస్తే వాడి తల్లితండ్రులు ఎక్కడ కోప్పడుతారో అనే భయంతో ‘ఆ.వె’ అని పిలువసాగారు. రెండవది- వాడికి మరెన్నడూ ఆ మురికి కాలువ మీదుగా దూకటానికి సాధ్యం కాలేదు. ఈ ఘటన జరిగిన మరుసటి రోజు వాడొక్కడే మఠానికి బయలుదేరాడు. అప్పుడు కాలువ మీదుగా ఎగిరిదూకటానికి దూరం నుంచి పరుగెత్తుకుంటూ

వస్తున్నప్పుడు గుండె దడదడ కొట్టుకుని, ఒళ్ళంతా చెమటలు పట్టి, ధైర్యం చాలకపోయినా దూకాడు. అయితే ఆ ఒడ్డుకు చేరకుండా నేరుగా మురికి కాలువలో పడిపోయాడు. మొత్తం ఊరిప్రజల మురికంతా వాడి ఒంటికి అంటుకుంది. అతడి తల్లి సబ్బు పట్టించి రుద్ది రుద్ది ఎంత నీళ్ళు పోసినా, ఒక వారం రోజుల వరకూ ఆ వాసన అతని ఒంటి నుంచి వచ్చేది. ఈ ఇరవై ఒకటవ వయస్సులోను మోహనస్వామి ఒక్కొక్కసారి దీర్ఘంగా ఊపిరి తీస్తే చాలు, ఆ వాసన ముక్కును తాకి ఒంట్లో వణుకు పుట్టించేది.

*****

'ఆ.వె' అనే పేరుతో ఎవరైనా పిలిస్తే మోహనస్వామికి సంకోచం కలుగుతుండేది. అయితే వాళ్ళతో పోట్లాడే ధైర్యం మాత్రం వాడికి ఉండేది కాదు. అందుకు బదులుగా ఆ విధంగా పిలిచేవారికి దూరంగా ఉండటమో లేదా ఆ మాట తనకు వినిపించలేదేమో అన్నట్టు ప్రవర్తించడమో లేదా వాళ్ళతో మంచిగా మాట్లాడి ఇకపై అలా పిలవకండని వేడుకోవటమో చేసేవాడు. అయితే ఊరి నోటిని మూయించడం ఎలా? అందువల్ల వాడు ఒక ఉపాయం వెతుక్కున్నాడు. 'ఆ.వె' అనే పదానికీ, తనకూ సంబంధమే లేదని మానసికంగా నిర్ణయించుకుని జీవించసాగాడు. అయితే ఒక రోజు మాత్రం చాలా బాధ కలిగించే సంఘటన జరిగింది.

గణితంలో మోహనస్వామి అంత తెలివైనవాడు కాదు. వాడి తల్లి పదవ తరగతి వరకు చదువుకుంది. ఆందువల్ల అత్యంత శ్రద్ధతో సాయంత్రం పూట వాణ్ణి కూర్చోబెట్టుకుని గణితాన్ని బోధించేది. అయితే ఎంత చెప్పించినా వాడు పరీక్ష చక్కగా రాసేవాడు కాదు. మిగిలిన సబ్జెక్టుల పరీక్షలు బాగానే రాస్తున్నప్పటికీ గణితం మాత్రం వాడికి ఇనుప గుగ్గిళ్ళే అయ్యేవి. అంకగణితంలోని భిన్నాలు, బీజగణితంలోని సూత్రాలు, రేఖాగణితంలోని ప్రమేయాలు -ఏవీ వాడికి ఆసక్తిని కలిగించేవి కావు. అయినా తల్లి ఒత్తిడికి వాడు చదువుతున్నట్టు నటించేవాడు.

ఆ రోజు ఏడవ తరగతి గణిత పరీక్షను ముగించుకుని వచ్చాడు. వాడి తల్లి ఇంటి వసారాలోనే కొడుకు కోసం ఎదురుచూస్తూ కూర్చుంది. పెరటి నుంచి తొలచిన పాత్రలను తెచ్చి పొడిబట్టలతో తుడుస్తోంది. ఈ రోజు తల్లి

చేతుల్లో దెబ్బలు గ్యారెంటీ అని మానసికంగా సిద్ధమయ్యే మోహనస్వామి ఇంట్లో కాలుపెట్టాడు. పరీక్ష రాసిన తరువాత ప్రశ్నాపత్రంలోని ప్రతి ప్రశ్న చివరలో జవాబు ఏమి వచ్చిందో వాడు రాసుకుని రావాలి. అది వాడి తల్లి చేసిన కఠిన నిర్ణయం. అందువల్ల ప్రశ్నాపత్రాన్ని తెచ్చి తల్లిముందు పెట్టాడు. మౌనంగా తలవంచుకుని కూర్చున్నాడు.

వాడి తల్లి ఒక్కొక్క ప్రశ్నను చూసి, దాన్ని సమాధానాన్ని పరిష్కరించి, వాడు రాసి తెచ్చిన జవాబుకు పోల్చి చూడటం మొదలు పెట్టింది. సరిగ్గా ఉంటే పూర్తి మార్కులూ, తప్పివుంటే సున్నా మార్కులు వేస్తూ వచ్చింది. ఓరకంట అమ్మ చేస్తున్న పనిని గమనిస్తున్న మోహనస్వామికి కలవరం పెరుగుతూనే ఉంది. అదే సమయంలో సరిగ్గా ఎవరైనా బంధువులు ఇంటికి వచ్చి అమ్మ ధ్యాస అటు వెళ్ళకూడదా? అని దేవుడిని ప్రార్థించసాగాడు. అయితే వాడి అదృష్టం అంత బాగుండలేదు. అన్ని ప్రశ్నల మూల్యాంకనం చేసిన వాడి తల్లి వాడికి రాగలిగే మార్కులను కూడితే కేవలం నలభై ఎనిమిది అని తెలిసి ఆమె కోపం నసాళానికి అంటింది.

అక్కడే దగ్గర్లోనే ఉన్న భోజనం చేసే స్టీల్ కంచాన్ని తీసుకుని టపటపమని వాడి ముఖం, ఒళ్ళు అని చూడకుండా వాయించింది. “కొట్టకమ్మ... తప్పయింది” అని ఆర్తనాదాలు చేస్తూ మోహనస్వామి దెబ్బలు తిన్నాడు. “రోజూ సాయంత్రం కష్టపడి చదువు చెప్పాను కదరా... ఇదేమిట్రా, ఇంత తక్కువ మార్కులు వచ్చేలా రాసి వచ్చావు?” అని ఆమె కూడా ఏడుస్తూ చేతులకు వేసుకున్న మట్టిగాజులు విరిగిపోయేలా కొట్టింది. తరువాత కొట్టడం ఆపి, ఆ స్టీల్ కంచాన్ని దూరంగా విసిరి మౌనంగా ఏడుస్తూ కూర్చుంది. ‘ఇక కొట్టడం అయిపోయింది. ఆడుకోవడానికి వెళ్ళవచ్చు’ అని మోహనస్వామి మనస్సులోనే ‘మండిగె’ తినసాగాడు. అయినా తల్లికి అది తెలియకూడదని ఏడుపును కొనసాగించాడు.

కళ్ళు తుడుచుకుని వాడి తల్లి “ఆడంగి వెధవలా గంతులేయడానికి వస్తుంది. లెక్కల పరీక్ష సరిగ్గా రాయడానికి రాదుకదా? ... ఎలాంటి కొడుకుగా పుట్టావురా? ఆడంగివెధవలా...” అని అనేసింది. తల్లినుంచి ఇలాంటి మాటలదాడిని వాడు కచ్చితంగా ఎదురుచూడలేదు. గుండెలో ఎవరో పెద్దసూదితో గుచ్చినట్టయ్యింది. మౌనంగా అక్కడి నుంచి వెళ్ళి ఓ మూలన

కూర్చున్నాడు. ఏడుపు ఆగకుండా తోసుకుని రాసాగింది. ఎన్నడూ వాడిని 'ఆ.వె' అని పిలువలేదు. వాడి అక్క ఆ విధంగా పిలవటం విన్నప్పుడు "నువ్వు ఊరకుండవే ముండా... మగపిల్లల్లా చెడ్డమాటలు మాట్లాడకు" అని తిట్టేది. అయితే ఈ రోజు ఆమె ఆ ఉపనామంతో పిలిచినపుడు మోహనస్వామికి నమ్మిన దేవుడు కూడా తనను మోసం చేసినట్టు అనిపించింది. దేవుడే అన్యాయం చేసిన తరువాత ఎలా బతకడం?

తల్లికి తన మాటల తీవ్రత అర్థమైంది. కొడుకు ఏడుపు ఈ సారి వేరే రూపాన్ని పొందటం, దానికి ఉండగలిగిన కారణమూ కన్నపేగుకు అర్థమవసాగింది. కోపపు తీవ్రతలో తాను అంత చెడ్డమాట అన్నందుకు తనను తాను శపించుకుంది. ఏడ్చే వరకు ఏడ్వనీ అని అయిదు నిముషాలు మౌనంగా ఉండిపోయింది. "చాలించు ఏడుపు...యాగీ చేయకు" అని అధికారంతో ఒకసారి చెప్పింది. అయినా వాడు ఏడుపు ఆపలేదు. చివరికి ఆమెకు విపరీతమైన సంకటం కలిగి చీకటి మూలలో కూర్చున్న కొడుకు దగ్గరికి లేచి వెళ్ళింది. "ఎందుకంత దుఃఖిస్తావు రాజా" అని కౌగిలించుకోబోయింది. వాడు ఆమెను దూరంగా తోస్తూ మరింతగా రోదించసాగాడు. ఆమెకు కడుపులో సంకటం ఎక్కువైంది. "తప్పయింది నాయనా... మరొకసారి నిన్ను అలాంటి చెడ్డ మాటతో పిలవను..." అని ఆర్ద్రంగా వేడుకుంది. ఆ మాటకు కరిగిపోయిన మోహనస్వామి తల్లిని కౌగిలించుకుని గట్టిగా ఏడవసాగాడు. వాడి వీపు నిమురుతూ "ఏడవకు నా తండ్రి... ఏదో కోపపు తీవ్రతతో నోరుజారి ఆ పాడుమాట వచ్చింది..." అని తానుకూడా కన్నీరు పెట్టసాగింది. తల్లి లొంగుబాటువల్ల కొద్దిసేటికి మోహనస్వామి కుదుటపడ్డాడు. ఇద్దరి దుఃఖమూ అదుపులోకి వచ్చింది. "ఆకలితో వచ్చి వుంటావు. భోజనం చేద్దువు పద, చక్కటి పొడికూర చేశాను" అని కొడుకును లేపింది. మెంతికూర, కంది పప్పు, కొబ్బరి తురుముతోపాటు చేసిన పొడికూర' రుచికి మోహనస్వామి ఎలాంటి సమయంలోనైనా ఉత్సాహం చూపేవాడు.

తప్పు చేసిన మనస్థితిలో ఉన్న తల్లి కంచం పెట్టి వడ్డించడానికి బదులుగా చేతిముద్దలు వేయసాగింది. చిన్నచిన్న ముద్దలు చేసి కొడుకు చేతుల్లో పెడుతోంది. "మిగిలిన అన్నీ పరీక్షల్లో ఎంతో బాగా చేస్తావు. గణితంలో ఎందుకు భయపడతావు రాజా" అని ప్రేమగా అడిగింది. మొత్తం ముద్దను నోట

పెట్టుకున్న మోహనస్వామి తల్లిని చూస్తూ దాన్నంతా నమిలి నమిలి మింగి నీళ్ళు తాగి నోరు తుడుచుకున్నాడు.

"ఆడంగివెధవ అంటే ఏమిటమ్మా? ఎందుకు నన్ను అలా పిలుస్తావు?" అని కళ్ళల్లో కళ్ళు పెట్టి అడిగాడు.

"ఏదోపాడుమాట, వదిలెయ్ నాన్నా... నీవెందుకు ఆడంగి వెధవ అవుతావు? వందమంది వేశ్యలను పాలిస్తావు?" అని తల్లి ప్రేమతో ముద్దలు కట్టసాగింది.

"మిగిలిన పిల్లలను ఎవరూ ఆ పేరుతో పిలవరు. నన్ను మాత్రం ఎందుకు పిలుస్తారు?"

కొడుకు ప్రశ్నలు కొనసాగించాడు. ఆమాటకు ఎలా జవాబివ్వాలో తోచక ఆమెకు బాధ కలిగింది.

"నువ్వు మగపిల్లవాడిలా ప్రవర్తించాలి నాయనా ... అప్పుడు అలా పిలవరు"

"మగపిల్లవాడిలా అంటే ఎలాగమ్మా?"

"మాట్లాడే స్వరం, కాళ్ళ చేతులు, కళ్ళు తిప్పడం, ఆడే ఆటలు అన్నీ మగపిల్లల్లా ఉండాలి కదా?"

"వాళ్ళకు అదంతా ఎవరు నేర్పిస్తారమ్మా? నాకెందుకు ఎవరూ దాన్ని నేర్పించరు?"

"ఎవరైనా వాటన్నిటిని ఎందుకు నేర్పిస్తారు నాన్నా? ... ఆ దేవుడే అవన్నీ నేర్పి పంపుతాడు"

"అలాగైతే నాకెందుకు ఆ దేవుడు వాటిని నేర్పి పంపలేదు? నేనేం తప్పు చేశాను?"

కొడుకు అడిగిన ప్రశ్నకు ఎలా జవాబివ్వాలో తల్లికి తోచలేదు. చేతిలో వున్న ముద్దను కంచంలో వేసి, మౌనంగా కూర్చుంది. కంటి నుంచి ఒకటి రెండు కన్నీటి బొట్లు రాలాయి.

"ఎందుకమ్మా ఏడుస్తావు?"

"నువ్వేమి తప్పు చేయలేదు నాన్నా ... తప్పంతా చేసింది నేనూ, మీ నాన్న" అంది.

"ఏం తప్పు చేశావమ్మా?"

"ముసలితనంలో పుట్టిన పిల్లలు దిబ్బపాలు అని పెద్దలు అంటారు... మాకు తెలియలేదు నాన్నా" అని ఇంటి చూరుకేసి చూస్తూ అంది.

మోహనస్వామికి ఆ మాటలు అర్థం కాలేదు.

తల్లి కళ్ళు తుడుచుకుని, "మీ నాన్నకు ఇప్పుడు వయసు ఎంత?" అని అడిగింది.

మోహనస్వామికి తెలియదు. తల్లితండ్రుల పుట్టినరోజు పిల్లలకు తెలిసేది కాదు. తల్లితండ్రులు పుట్టిన పండుగలు ఆచరించే సంప్రదాయం అప్పట్లో లేదు.

"తెలీదమ్మా..." అని మోహనస్వామి నిజాయితీగా ఒప్పుకున్నాడు.

"ఈ ఉగాది గడిచి విదియ వస్తే డెబ్భయిలో కాలు పెడతారు. నీకు ఎన్నేళ్ళో చెప్పు?"

"పదమూడు..." మోహనస్వామికి తన వయసు తెలుసు. బడిలో లెక్కల మాస్టరు పుట్టినరోజు ఉపయోగించి వయస్సును ఎలా తెలుసుకోవాలో నేర్పించాడు.

"అంటే నువ్వు పుట్టే సమయానికి మీ నాన్నకు యాభై ఏడు. నాకు దగ్గర దగ్గర నలభై. రెండవ సంబంధం పెళ్ళి నాది. చాలా ఆలస్యమైంది. ముసలి మొగుడు దొరికాడు. ఆ వయసులో పిల్లలు వద్దని అన్నాను. వినలేదు. నిన్ను పుట్టించాడు. వయసు మీరిన మగవాళ్ళకు శక్తివంతులైన మగపిల్లలు ఎలా పుడతారు చెప్పు? తన ఒంటి కోరికలు తీర్చుకున్న తొందరలో నీ జీవితాన్ని కష్టాల పాలుజేశాడు. అంతా నా కర్మ. అనుభవించాలి" అని కళ్ళు తుడుచుకుంది.

తల్లి మాటలు మోహనస్వామికి అంతగా అర్థం కాలేదు. తన తండ్రి ఏదో కోరిక వల్లనే తనకు ఇలాంటి కష్టం వచ్చిందని వాడు అర్థం చేసుకున్నాడు. అయితే మోహనస్వామిని తండ్రి చాలా ప్రేమగా చూసుకునేవాడు. ఎన్నడూ కొట్టేవాడు కాదు. తిట్టేవాడూ కాదు. దేవుడిలాంటి మనిషి అతను. అలాంటి తండ్రి గురించి చెడుగా ఆలోచించటానికి మోహనస్వామికి సాధ్యం కాలేదు.

*****

అదే రోజు రాత్రి ఇంట్లో మరొక అసహ్యకరమైన ఘటన జరిగిపోయింది. ఉదయం నుంచి జరుగుతున్నదే భరించటం మోహనస్వామికి అసాధ్యమైంది.

అలాంటిదే మరోక సంఘటనను స్వీకరించే పరీక్ష ఎదురైంది.

రాత్రి అందరూ భోజనమైన తరువాత సామాన్యంగా తిన్న కంచాలను ఎత్తి, ఎంగిలి మెతుకులను తీసి, శుద్ధి చేసే పనిని మోహనస్వామి అక్కకు చెప్పేవారు. పురుష ప్రధాన సమాజం కావటం వల్ల, ఈ పని ఆడవాళ్ళే చేయాలనే నమ్మకం పెద్దలందరిలోనూ ఉండేది. అయితే అక్కకు ఈ పని చేయడం ఏ మాత్రం ఇష్టమయ్యేది కాదు. మరొకరి ఎంగిలి కంచాన్ని ఎత్తడం, చేత్తో ఎంగిలి ఎత్తి, నీళ్ళు చినుకరించి, శుద్ధిచేసే పనిని ఏ అమ్మాయి ఇష్టపడుతుంది? ఆ రోజు ఆమె గోరింట పెట్టుకునే సంబరంలో ఉంది. అందువల్ల కావాలనే ఎంగిలి ఎత్తి శుద్ధిచేయకుండా గప్‌చుప్‌గా మూలలో కూర్చుని గోరింట కలిపే సంబరంలో మునిగింది. భోజనం చేసిన కంచాలు ఎండిపోతున్నాయి. వంటింట్లో పొయ్యిపెట్టిన స్థలాన్ని శుభ్రం చేస్తున్న మోహనస్వామి తల్లి, "ఏమే, ఎంగిలి ఎత్తి శుద్ధి చెయ్యి, భోజనం చేసిన ఎంగిలి కంచాలను చాలాసేపటివరకు అలాగే వదిలేస్తే శని తగులుతుంది" అని అరిచి చెప్పింది. మోహనస్వామి అక్కకు ఆ పని చేయడానికి సుతారాం ఇష్టం లేదు. అందువల్ల ఆమె మోహనస్వామితో, "ఓరెయ్ 'ఆడంగివెధవ', ఈ ఒక్కరోజు నువ్వు ఎంగిళ్ళు తీయ్" అని వేడుకుంది. మోహనస్వామి, "పోవే, మగపిల్లలు ఆ పనిని చేయరు" అని నిరాకరించాడు. అందుకు కోపగించుకున్న ఆమె "ఆహాహా, నీవెంతటి మగవాడివో, ఒట్టి ఆడంగి వెధవ్వి...." అని ఆమె కాస్త గట్టిగానే అరిచి వ్యంగ్యంగా నవ్వింది. వంటింట్లో పనులు చేసుకుంటున్న తల్లికి వాళ్ళ మాటలు వినిపించాయి. ఆమె నఖశిఖపర్యంతరం మండిపోయింది. చేతిలోని గరిట పట్టుకుని బయటికి వచ్చింది. రాగానే కూతురిని టపటపమని గరిటతో బాదసాగింది.

"మగపిల్లవాడిని పట్టుకుని అంత పాడు మాట అంటావా గబ్బుముండ. ఇంటి మగబిడ్డకు మారెమ్మ అవుతావా?" అని ఒంటి మీదికి ఆవేశం పూనిన దానిలా చితకబాదింది. ఎదురుచూడని అలాంటి ఆక్రమణ వల్ల బెదిరిపోయిన ఆమె గట్టిగా కేకలు పెట్టసాగింది. కొట్టవలసినంత తప్పును తాను ఏం చేసిందో ఆమెకు మొదట అర్థం కాలేదు. అమెకు అది అర్థంకావటం అటుండనీ, మోహనస్వామికి కూడా తల్లి అక్కను ఎందుకలా కొడుతూవుందో మొదట్లో అర్థం కాలేదు. తల్లి రౌద్రాకారానికి భయపడి, దూరంగా మూలలో వెళ్ళి

నిలబడ్డాడు. తండ్రి ఊళ్ళో లేడు. బళ్ళారికి వెళ్ళాడు.

"కొట్టకమ్మా... తప్పయిందమ్మా... ఇంకొకసారి అలా పిలవనమ్మా" అని మోహనస్వామి అక్క బాధతో ఏడుస్తూ బతిమిలాడసాగింది. చివరికి ఓడిపోయిన తల్లి ఆ గరిటను మూలకు విసిరి, అక్కడేవున్న స్తంభం దగ్గరికి వెళ్ళి దానికి ఆనుకుని కూర్చుని , "కర్మ, కర్మ, కర్మ" అని తల బాదుకుంటూ కన్నీళ్ళు కార్చసాగింది. ఒంటి మీద కదుములు లేచిన అక్క అత్యంత వేదనతో తమ్ముడివైపు ఒకసారి, తల్లి వైపు ఒకసారి చూసి ఏడుస్తోంది. మోహనస్వామికి లోలోపల భయం వేయసాగింది. ఈ కోలాహలాలన్నిటికీ తన ఆడంగితనమే కారణమనీ, తన వల్లనే మొత్తం ఇంట్లో ప్రశాంత చెడుతోందనీ, తాను అత్యంత చెడ్డవాడనీ అనిపించింది. తాను ఏదైనా చేసి ప్రస్తుతం నెలకొన్న అసహనీయమైన పరిస్థితిని నియంత్రణలోకి తీసుకుని రావాలని అనుకున్నాడు. అందువల్ల వాడు నెమ్మదిగా లేచి తిన్న కంచాలను తీసి, ఎంగిళ్ళు ఎత్తి, నీళ్ళతో నేలనంతా శుద్ధి చేశాడు. పొడిబట్టతో తుడిచాడు. తల్లి, కూతుళ్ళు వాడు చేస్తున్న ఆ పనులను కదలకుండా చూస్తూనే వున్నారు. వాడి చేతి నుంచి ఆ పనులు లాక్కుని తాము చేసే చైతన్యం వాళ్ళిద్దరిలోనూ ఆ సమయంలో లేకపోయింది.

*****

ఈ సంఘటనలన్నిటి వల్ల మోహనస్వామి కొన్ని నిర్ణయాలకు వచ్చాడు. తాను ఆడదానిలా ప్రవర్తించటమే దీనికంతా కారణం కదా! అందువల్ల ముందుగా దాన్ని నియంత్రణలోకి తెచ్చుకోవాలని నిర్ణయించుకున్నాడు. సామాన్యంగా చేతులు, కాళ్ళు, తల కదలికల వల్ల ఆడతనం తెలిసిపోతుంది కదా? అందువల్ల ఆ కదలికలను తగ్గించాలని అనుకున్నాడు. రోబో యంత్రంలా ఉంటే ఎవరికీ తన ఆడతనం తెలియదనే తర్కం వాడికి నచ్చింది. అంతేకాకుండా మాట్లాడేటప్పుడు తన స్వరం వల్ల ఆడతనం తెలుస్తుంది కదా? అందువల్ల మాట్లాడటం వీలైనంత తగ్గించాలి. మౌనంగా ఉండాలి. పాఠశాలలో పాఠం చెప్పేటప్పుడు ప్రశ్నలు వేయకూడదు. అనవసరంగా కబుర్లు చెప్పకూడదు. మరీ మాట్లాడవలసిన పరిస్థితి వచ్చినపుడు మాత్రం కాస్త చిన్న కంఠంతో గుసగుసగా అన్నట్టు మాట్లాడాలని అర్థం చేసుకున్నాడు. వాళ్ళకు అది సరిగ్గా అర్థం కాక, "కాస్త గట్టిగా మాట్లాడు మోహన" అని అనినా మళ్ళీ అదే విధంగా గొరగొర సద్దు చేస్తూ మాట్లాడటం మొదలుపెట్టాడు. అక్క ఆమె

స్నేహితులతో ఆడపిల్లల ఆటలు ఆడటం వల్ల తనకు 'ఆడంగి వెధవ' అనే చెడ్డపేరు వచ్చింది కదా? అందువల్ల ఆటలాడటం మానాలని నిర్ణయించుకున్నాడు. వాడి సమవయస్కులైన మగపిల్లల దగ్గరికి ఆడుకోవడానికి వెళితే వాళ్ళు వేళాకోళం చేసేవారు. అక్క, ఆమె స్నేహితురాళ్ళ దగ్గరికి వెళితే, 'ఆడ రామ' అనేవాళ్ళు. అందువల్ల ఆడకుండా మౌనంగా ఉండటం శ్రేయస్కరమని అనిపించింది. అందువల్ల ఆటలకు బదులుగా మూలలో కూర్చుని కథల పుస్తకాలు చదవటం మొదలుపెట్టాడు. అక్క, ఆమె స్నేహితులు సంతోషంతో కేరింతలు కొడుతూ ఆడుకోవడం చూసినపుడు వాడికీ ఆడుకోవాలనే కోరిక కలిగేది. అయితే అటు తరువాత ఎదుర్కోవలసిన అవమానకర ప్రసంగాలు గుర్తొచ్చి భయం కలిగేది. అందువల్ల మనస్సులో కోరికను అదిమిపెట్టి, వాళ్ళు ఆడుకునే స్థలానికి దూరంగా వెళ్ళి కూర్చుని మౌనంగా పుస్తకాలు చదువుకోవటంలో తనను తాను నిమగ్నం చేసుకోవటం అలవాటు చేసుకున్నాడు.

మరొక గొప్ప మార్పు కూడా జరిగింది. 'గణితం పరీక్షలో చక్కగా చేస్తే తల్లి తనను 'ఆడంగివెధవ' అని కచ్చితంగా పిలిచేది కాదు. ఇతరులు ఎవరైనా అలా పిలిచినా బాధ లేదు. అమ్మ మాత్రం అలా పిలవకుండా చూసుకోవాలి. దానికి వున్నటువంటి ఒకే ఒక దారి గణితాన్ని బాగా అభ్యాసం చేయాలి. అందులో ఎన్నడూ తక్కువ మార్కులు తెచ్చుకోకూడదు' ఇలా మోహనస్వామి ఆలోచనలు సాగాయి. ఆ కారణంగా వాడు అత్యంత ఆసక్తితో పాఠశాల విద్యాభ్యాసం పట్ల దృష్టిసారించాడు. మూలతా వాడు తెలివైన విద్యార్థి కావటంవల్ల గణితంలో పట్టుసాధించడం అంత కష్టమేమీ కాలేదు. ఈ మధ్యన వాడు మాటలు తగ్గించి, ఆడుకోవటం నిలిపేయడం వల్ల కావలసినంత సమయం దొరికేది. ఈ కారణాలన్నిటి వల్ల వాడికి ఎనిమిదవ తరగతిలో గణితంలో నూటికి నూరుమార్కులు వచ్చాయి. మొత్తం జిల్లాలో వాడికి ప్రథమ స్థానం వచ్చింది. ఊళ్ళో చాలామంది వాడిని పొగిడారు. తల్లితండ్రులు తమ పిల్లలను తిట్టి మోహనస్వామిలా చదవమని బుద్ధి చెప్పసాగారు. జిల్లాలో ఒకచోట సన్మానమూ జరిగింది. వీటన్నిటి వల్ల మోహనస్వామికి ఒక కొత్త జగత్తు తెరుచుకున్నట్టు అయింది. 'ఆ.వె' అనే ఉపనామం నుంచి బయటపడాలంటే తాను విపరీతమైన తెలివితేటలు కలవాడిగా మారాలని అర్థం చేసుకున్నాడు. పాఠశాల విద్యాభ్యాసానికి, పరీక్షల్లో దొరికే మార్కులకు వాడు జలగలా

అంటుకుని రక్తం పీల్చసాగాడు.

కొడుకు గణితంలో వంద మార్కులు తెచ్చుకున్నందుకు సంతోషపడాలో, అందరినుంచి దూరంగా జరిగి మోడైనచెట్టులా ఒంటరి అవుతుండటం చూసి దుఃఖించాలో వాడి తల్లికి అర్థం కాలేదు. అంతకు మునుపు సాయంత్రం పూట వాడిని తిడుతూ ఒక గంటపాటు లెక్కలు చెబుతున్న తల్లికి ఇప్పుడు ఆ అవకాశమూ తప్పిపోయింది. మాస్టర్లు పాఠశాలలో కొత్త అధ్యాయాన్ని మొదలు పెట్టడానికి మునుపే వాడు వాటిని స్వయంగా చదువుకుని కరతలామలకం చేసుకునేవాడు. కొడుకుకు పాఠం చెప్పే అవసరమూ లేకపోయింది. ఎందుకో కొడుకు తననుంచి దూరమై పోతున్నాడని ఆమెకు బాధ కలిగేది.

చాలా వెనుకటి సంగతి ఒకటి అప్పుడప్పుడు ఆమెకు గుర్తొచ్చేది. మోహనస్వామి రెండవ తరగతికి వచ్చేవరకు ఒక విచిత్రమైన అలవాటు చేసుకున్నాడు. ప్రతిరోజూ రాత్రి భోజనానికి ఇంటి ముంగిట్లో నిలబడి చంద్రుడిని చూపిస్తూ గోరుముద్దలు పెట్టాల్సి వచ్చేది. ఏమి చేసినా ఇంటి లోపల తినేవాడు కాడు. వాడిని చంకలో ఎత్తుకుని అదే చేత్తో భోజనం కంచాన్ని పట్టుకుని, మరొక చేత్తో కలుపుతూ, "చూడు... చంద్రుడు కనిపించాడా? నీ అన్నం లాక్కుంటాడు" అని ముద్దను చంద్రుని వైపు చూపించి బెదిరిస్తే గొడవ చేయకుండా ముద్దను మింగేవాడు. చంద్రుడిని చూస్తే మోహనస్వామికి ఏమిటో ప్రత్యేకమైన ప్రేమ. వాడి అక్క మోహనస్వామి కన్నా ఐదేళ్ళు పెద్దది. అయినా తల్లి వెంట ముంగిట్లో ఆమె కొంగు పట్టుకుని నుంచునేది. ఒక్కోసారి 'నువ్వు మొండికేస్తే అక్కకు ముద్ద పెట్టేస్తాను చూడు" అని అక్క నోటి దగ్గరికి తీసుకునిపోయి ఆమె ఆఁ ... అని ఇంత వెడల్పు నోరు తెరిచినట్టు నాటకం చేస్తే ముద్దను మింగేవాడు. చంద్రుడు కనిపించని అమావాస్య రోజున వాడిచేత భోజనం చేయించడం చాలా కష్టమయ్యేది. అయినా తల్లికి ఇలా ఇంటి ముంగిట్లో నిలబడి, చల్లగాలి వీస్తున్న సమయంలో, పిల్లలిద్దరితో కలిసి బుజ్జగిస్తూ గడిపిన సమయం అత్యంత సంతోషాన్ని కలిగించేది. మోహనస్వామి రెండవ తరగతికి వచ్చే సమయానికి స్వయంగా తానే కంచంలో కలిపించుకుని తినడం మొదలుపెట్టాడు. ఎత్తుకుని బయటకు వెళ్ళాలనే ఆసక్తిని కనబరిస్తే , "వద్దు... వద్దు..." అని సిగ్గుపడి నిరాకరించాడు. కొడుకుపెద్దవాడయ్యాడని సంబరపడినా, ముంగిట్లో చంకలో కూర్చోబెట్టుకుని తినిపించే సంతోషం కనుమరుగైంది కదా

అని తల్లికి దుఃఖం కలుగుతూవుండేది. పిల్లలు పెరుగుతూ పెరుగుతూ కొన్ని సంతోషాలను పోగొట్టుకుంటామని ఆమెకు అనిపించేది. గంటలకొద్దీ కొడుకును చంకలో ఎత్తుకుని, ఓదార్చుతూ భోజనం చేయించినదంతా పిల్లలకు గొప్పగా కనిపిస్తుందో? లేదో? పెరుగుతూ వచ్చినట్టే వాటన్నిటినీ మరిచిపోతారా? అని ఆమెకు అనుమానం కలిగేది.

*****

"భార్య-భర్తలు సెక్స్‌లో పాల్గొనేటప్పుడు భార్య భర్తమీద పడుకోవడం మొదలుపెడితే అలాంటివాళ్ళు పుడతారు. అందుకనే అమ్మాయిలను ఎప్పుడూ మన మీద అధిరోహించడానికి అవకాశం ఇవ్వకూడదు" అని ఉత్తర ప్రదేశ్‌కు చెందిన అందమైన కుర్రవాడు సుమిత్ గోయల్ చెప్పినపుడు మోహనస్వామి వణికి "అవునా?" అని అడిగాడు.

కాలేజి ముందున్న సముద్రతీరంలో వాళ్ళిద్దరు సాయంత్రం సూర్యాస్తమయానికి సాక్ష్యమవుతూ నడుస్తున్నారు. ఆ సమయంలో వారికి ఎదురుగా ఒక ఆడదాని హావభావాలున్న వ్యక్తి దాటిపోయాడు. "అతనొక గే, అతనేం చేస్తాడో తెలుసా?" అని సుమిల్ గోయల్ కన్నుకొట్టి అడిగాడు. మోహనస్వామి తెలియదన్నట్టు తలూపాడు. అతనికి 'గే' అనే పదం ఈ మధ్యనే చెవిన పడింది. పెద్దపెద్ద నగరాల్లోంచి వచ్చిన, కాన్వెంట్‌లో చదివిన కుర్రవాళ్ళు ఈ పదాన్ని అప్పుడప్పుడు వాడి, అణిచిపెట్టలేని నవ్వును వ్యాపింపజేసేవారు. మోహనస్వామికి అవగాహన కలిగించే ఉత్సాహంలో వున్న సుమిత్ గోయల్, "వాళ్ళు మగవాళ్ళతో సెక్స్‌లో పాల్గొంటారు" అని రహస్యంగా చెప్పాడు. మోహనస్వామి తన హావభావాలు సుమిత్ గోయల్‌కు తెలియకూడదన్నట్టు మరింతగా శరీరాన్ని బిగదీసుకున్నాడు. అయినా కుతూహలం ఆపుకోలేక "వాళ్ళు ఎందుకలా చేస్తారు?" అని అమాయకంగా ప్రశ్నించాడు. "వాళ్ళు మహా కాముకులు. ఆడవాళ్ళతో సెక్స్ వాళ్ళకు చాలదు. అందుకే మగవాళ్ళను వాడుకుంటారు" అని కామజగత్తులోని రహస్యాలంతా తనకొక్కడికే తెలుసుననే దర్పంతో సుమిత్ అన్నాడు. "వాళ్ళు ఎందుకు అలా జన్మిస్తారు?" అని మోహనస్వామి మరొక ప్రశ్నవేశాడు. తన గురించి తాను తెలుసుకోవటానికి ఎక్కడలేని కుతూహలం అతడికి. అతని ప్రశ్నకు కచ్చితమైన సమాధానం తెలుసునన్న పొగరుతో సుమిత్ గోయల్, స్త్రీ పురుషుల సంభోగ భంగిమలోనే

రహస్యం ఉందని తెలిపి, "అందుకే నేను ఎన్నడూ అమ్మాయిలను నా పైకి రావడానికి అవకాశం ఇవ్వను. నువ్వూ ఇవ్వకు. బీ కేర్‌ఫుల్" అని వివరించాడు. 'అలాగైతే అమ్మ ఎందుకు నాన్న మీద పడుకుంది? అలాంటి తప్పు ఎందుకు చేసింది?' అనే విచిత్రమైన ప్రశ్న మోహనస్వామి బుర్రను వడ్రంగి పిట్టలా తొలచసాగింది. అయితే దాన్ని సుమిత్ గోయల్ ముందు కానీ లేదా ఎవరి ముందైనా కానీ చెప్పుకుని తేలికపడే ధైర్యం అతనికి లేకపోయింది.

ఉత్తర భారతం కుర్రవాళ్ళు అంత ఆకర్షణీయంగా వుంటారని మోహనస్వామి ఊహించనే లేదు. ఎన్నడూ బళ్ళారి జిల్లాను వదలి మరొక ప్రాంతానికి వెళ్ళినవాడు కాదు. అతని ఊరికి ఉత్తర భారతం వైపు కుర్రవాళ్ళు ఎవరూ రాలేదు. ఆ ఎరుపు మిశ్రిత తెలుపు రంగు, వయసుకు మించిన ఎత్తు, భారీ శరీర నిర్మాణం, తలనిండా జుట్టు, సమ్మోహనమైన నవ్వు- మోహనస్వామి నోట జొల్లు కార్చుకుని వాళ్ళను చూసేవాడు. విపరీతమైన ధైర్యం, అన్నిటిలో ముందుకు దూసుకుపోయే స్వభావం, అమ్మాయిలతో భయం లేకుండా మాట్లాడటం, సిటీకి వెళ్ళి ఏ పబ్‌లోనో తాగి, బ్లూ ఫిల్మ్ చూసి వచ్చే ఆ కుర్రవాళ్ళ తీరే వేరని అనిపించింది. వారి ముందు మన దక్షిణ భారత కుర్రవాళ్ళు లిల్లీపుట్లలా అతని కళ్ళకు కనిపించేవారు.

పి.యు.సి.లో మంచి మార్కులను సంపాదించటంలో మోహనస్వామికి సముద్రతీరంలో వున్న ప్రసిద్ధ కాలేజిలో సీటు దొరికింది. ఆ కాలేజిలో దేశంలోని ప్రతీ రాష్ట్రానికి కొన్ని సీట్లు రిజర్వ్ ఉండటం వల్ల దూరపు రాష్ట్రాల నుంచీ అమ్మాయిలు, అబ్బాయిలూ వచ్చి చేరేవాళ్ళు. ఆ కారణంగానే లక్నో పిల్లవాడు సుమిత్ గోయల్ అక్కడికి వచ్చాడు. మోహనస్వామిది అతనిది ఒకటే బ్రాంచీ. ఒకే సెక్షన్. వాళ్ళిద్దరూ స్నేహితులు కావటానికి అనేక ప్రత్యేకమైన కారణాలు ఉన్నాయి. సుమిత్‌కు చదువులో అంత ఆసక్తి లేదు. అదే విధంగానే పి.యు.సి.లో కష్టపడి ఈ ప్రతిష్ఠాత్మకమైన కాలేజిలో సీటు దక్కించుకున్నాడు. ఇప్పుడు అతనికి వున్నదంతా క్రికెట్ వ్యామోహం ! రాత్రీపగలూ మైదానంలో క్రికెట్ ఆడటానికి సిద్ధంగా ఉండేవాడు. పరీక్షలను రాయటం మాని ఏదో దూరంలోని ఊళ్ళో క్రికెట్ ఆడటానికి వెళ్ళి వచ్చేవాడు. ఎలాగైనా మనదేశ క్రికెట్ టీమ్‌లో తాను పాల్గొన్నాలన్నది అతని గాఢమైన కోరిక. తన కలలను చెప్పుకోవటానికి అతనికి అతిగా మాట్లాడని, ఆసక్తితో ఆలకించే చెవులు అవసరం.

మోహనస్వామి దానికి సరిపోయే కుర్రవాడు.

ఎప్పటిలాగే మోహనస్వామి చదువులో బుద్ధివంతుడు. ఇప్పటికీ గణితంలో నూటికి నూరు మార్కులు తప్పేది కాదు. ప్రొఫెసర్ క్లాసులో పాఠం చెప్పడానికి ముందే అదంతా చదువుకుని క్లాసుకు వస్తున్న తెలివైన కుర్రవాడు. ఏమైనా కానీ విశ్వవిద్యాలయానికి ప్రథమ స్థానం సంపాదించే అవకాశాన్ని ఎవరికీ వదిలినవాడు కాదు. అందువల్ల సుమిత్ గోయల్‌కు అతని సహవాసం మరొక సహాయాన్ని చేసేది. చక్కగా అతను రాసుకుంటున్న నోట్స్‌లు అతడికి దొరికేవి. ఏ విషయం అర్థం కాకపోయినా మోహనస్వామి అత్యంత ఉత్సాహంతో వివరించేవాడు. ఎన్నోసార్లు అతనికి ల్యాబ్‌షీట్లు, డిజైన్‌లు. డ్రాయింగ్‌లను మోహనస్వామినే వేసి ఇచ్చేవాడు. అన్నిటికి మించి పరీక్షలకు ఏ ప్రశ్నలు రావచ్చో కచ్చితంగా ఊహించి, దానికి తగినట్టుగా ఇతడిని తయారు చేసి, పాసయ్యేలా చేసేవాడు. వీటికంతా ప్రతిగా ఏమీ కోరకుండా, మందుకొట్టకుండా, బ్లూఫిల్మ్‌లు చూడకుండా, అమ్మాయిలకు లైన్ వేయకుండా, అతి సంకోచంగా, మితంగా మాట్లాడే మోహనస్వామిని చూస్తే సుమిత్ గోయల్‌కు ప్రత్యేకమైన అభిమానం ఉండేది. అప్పుడప్పుడు మోహనస్వామిని కౌగిలించుకుని, నుదుటికి ముద్దుపెట్టి "నువ్వు అమ్మాయివై వుంటే నిన్నే పెళ్ళి చేసుకునేవాడిని" అని చెప్పి, అతడి బుగ్గలు ఎర్రబడేలా చేసేవాడు.

మోహనస్వామి కూడా సుమిత్ గోయల్ వైపు ఆకర్షింపబడ్డాడు. అది అప్పటికే ప్రేమ దారిని పట్టింది. అయితే దాని అవగాహన అతనికి లేదు. తానెందుకు అతడితో ఉండటానికి ఇష్టపడుతున్నాడో మోహనస్వామి ఆలోచించటానికి ప్రయత్నించలేదు. అతని తోడులో ఉండటం, అతని మాటలు వినటం, అతని పనులు చేసి పెట్టడం, అతను ముఖ్యమైన క్లాసులకు గైరు హాజరు అయినపుడు అధికారంతో తిట్టడం, అతనికి తగలనట్టుగా చిన్నగా కొట్టి కోపం ప్రదర్శించడం, అతడి క్రికెట్ మ్యాచ్ వున్నప్పుడు మైదానానికి వెళ్ళి అతడిని ప్రోత్సహించడం, ఆటలో అతను ఓడిపోయినపుడు ఎప్పుడు లేనంతగా ఓదార్చి ధైర్యం నింపడం-మొదలైనవి అతనికి చాలా ప్రియమైన విషయాలయ్యాయి. సుమిత్ గోయల్‌కు ఎంతో మంది అమ్మాయిల పిచ్చివుండేది. అమ్మాయిలూ అతనంటే పడిచచ్చేవారు. అతనితో ముడిపెట్టి కొందరు అమ్మాయిల గురించి రంగురంగుల కథలు విద్యార్థుల మధ్యన ఎప్పుడూ ప్రచారంలో

వుండేవి. ఒకసారి మోహనస్వామి "నువ్వు ఊరకే మాట్లాడుతావ్, అంతా గ్యాస్" అని రెచ్చగొట్టడంతో సుమిత్ గోయల్ వెంటనే తన ప్యాంటు వెనక జేబునుంచి రెండు కాండోమ్ ప్యాకెట్లు తీసి చూపించి, "రాత్రి కోసం..." అంటూ మోహనస్వామిని కలవర పరిచాడు.

ఎప్పుడో ఒకసారి సహజంగా మాట్లాడేటప్పుడు, "ఏమిటి, నువ్వు ఇంత వరకు ఒక్క అమ్మాయిని అనుభవించ లేదా?" అని సుమిత్ గోయల్ ఆశ్చర్యంగా అడిగి మోహనస్వామి గుండె చప్పుడును పెంచాడు. అది మోహనస్వామి గౌరవానికి సంబంధించిన ప్రశ్న. అందువల్ల తన ఊళ్ళోని ఎవరో ఒక అమ్మాయి పేరు చెప్పి తాను, ఆమె గాఢంగా ప్రేమించుకున్నారనీ, ఒకసారి శారీరక సుఖమూ పొందామని కథలల్లి చెప్పేశాడు. ఆ మాటలకు పకపకా నవ్విన సుమిత్ గోయల్ "వెధవా, లోలోపల నువ్వూ కిలాడివే" అని అన్నాడు. ఆ అల్ప పొగడ్తకు సంతోషపడాలో, భయపడాలో మోహనస్వామికి అర్థం కాలేదు. ఈ మధ్యనైతే మిత్రుల మధ్యన అనవసరంగా అమ్మాయిల గురించి, సినిమా నాయికల గురించి అశ్లీలంగా మాట్లాడటం అతను నేర్చుకున్నాడు. వాళ్ళంతా ఆ మాటలకు నవ్వి ప్రోత్సహించేవాళ్ళు. భగవంతుడి సాక్షిగా ఈ నాటికీ అతనికి ఏ అమ్మాయి శరీరమూ ఆకర్షణీయంగా కనిపించలేదు. అందుకు బదులుగా యుక్తవయస్సులోని తన మిత్రుల శరీరాలు అతనిలోని సుప్త కామనలను తట్టి లేపేవి. అయితే ఆ విషయం చెబితే తాను కాలేజి మొత్తంలో ఏకాకి అవుతాననే భయం అతనికి వుంది. అయినా ఒక్కొక్కసారి నిద్ర రాని రాత్రి వేళలో తాను రోజూ నాటకాలు ఆడుతూ బతుకుతున్నాడా? అనే ఆలోచన తలలో దూరి హైరానపడేవాడు. కేవలం వంద అబద్ధాలు చెప్పటం వల్ల శిశుపాలుడిని శ్రీకృష్ణ పరమాత్ముడు తన చక్రంతో శిరస్సు తుంచి చంపేశాడట. రోజుకు పది అనవసరమైన అబద్ధాలు చెప్పే తన గతి ఏమిటి? అని భయంతో కలవరపడేవాడు.

నెలకు ఒకటి రెండుసార్లు వాళ్ళిద్దరూ సముద్ర తీరానికి సాయంత్రపు విహారానికి వెళ్ళేవారు. జాతీయ రహదారికి ఒక పక్కన వాళ్ళ కాలేజి వుంటే, మరొక వైపున ఆర్భాటం చేసే అరేబియా సముద్రం ఉండేది. రోడ్డు దాటితే చాలు, సముద్ర తీరం ! ఒక్కింత కూడా వాణిజ్యీకరణం కానట్టి సముద్రతీరం, కేవలం కాలేజి విద్యార్థుల కోసమే నిర్మించినట్టుండేది. సాయంత్రం వేళ అక్కడ

ప్రశాంతంగా తిరుగుతూ సూర్యాస్తమయాన్ని చూడటం హాస్టల్ విద్యార్థులందరికి అలవాటైపోయింది. సుమిత్ గోయల్‌తో కబుర్లు చెబుతూ ఒడ్డున తిరుగుతూ, అతడి దేహాన్ని ఏదో నెపంతో అప్పుడప్పుడు తాకుతూ, అప్పుడప్పుడు అతను తన భుజంమీద చేయివేస్తాడని ఎదురుచూస్తూ ఎక్కువగా కామం గురించే మాట్లాడుతూ తిరిగే అవకాశం కోసం మోహనస్వామి విపరీతంగా తపించేవాడు. మళ్ళీ మళ్ళీ సుమిత్‌ను సముద్ర తీరానికి వెళదామని బతిమిలాడేవాడు.

ఏ అమ్మాయి కంపెనీ దొరకని సాయంత్రం సుమిత్ మోహనస్వామి కోరికకు లొంగేవాడు. తన సాయంత్రపు క్రికెట్ ప్రాక్టీస్ ముగించి, ఒళ్ళంతా చెమటలు కార్చి, బట్టలంతా ఆ చెమటతో తడిసి ముద్దయిన సుమిత్‌తోపాటు తానూ స్నానం చేసి మైసూర్ స్యాండెల్ సోపు సువాసనలతో మోహనస్వామి విహారానికి బయలుదేరేవాడు. సుమిత్ ఒంటి నుంచి వెలువడే చెమట దుర్వాసన, మోహనస్వామి మనశ్శరీరాలలో కామోద్రేకాన్ని ఉత్తేజపరిచేవి. సముద్రం మీది నుంచి వీస్తున్న చల్లని గాలి, అంగీపైని రెండు బొత్తాలను తీసి, తన విశాలమైన ఛాతీని దానికి ఒడ్డి, రెండు చేతులనూ విశాలంగా చాచి, సంతోషపు మత్తులో కళ్ళు ముసుకుని సుఖించే సుమిత్ అతని కళ్ళకు నేలకు దిగిన గంధర్వుడులా కనిపించేవాడు. అతని భుజంమీద చేయి వేయాలని మోహనస్వామికి కోరిక కలిగేది. అయితే ఇతనికన్నా సుమారు పదంగుళాల ఎత్తులో ఉన్న అతని భుజం ఇతని చేతికి అందేది కాదు. అందనటువంటి వ్యక్తి భుజంవైపు అనవసరంగా చేయి చాపకూడదన్న సత్యం మోహనస్వామికి తెలుసు. అయితే ఆచరించడం కష్టంగా ఉండేది.

సమాచారమన్నది అత్యంత దుర్లభమైన కాలఘట్టంలో వాళ్ళు బతుకుతున్నారు. గ్రంథాలయంలో ఇంజనీరింగ్‌కు సంబంధించిన పుస్తకాలు తప్ప మరొకటి దొరికేది కాదు. శారీరక కోరికల గురించి తెలుసుకునే తపనను మోసుకున్న ప్రాయపు కుర్రవాళ్ళకు కామానికి సంబంధించిన నిత్య నూతనమైన తెరను జరిపి సత్యాన్ని కనుక్కోవటం అత్యంత క్లిష్టమైన విషయమైంది. అయినా పచ్చిమాటలతో స్త్రీపురుషుల సంభోగం పట్ల రాసిన డిటెక్టివ్ పుస్తకాలు, తక్కువస్థాయిలో వస్తున్న అశ్లీల జోకులతో, అస్పష్టంగా నలుపు-తెలుపులలో ముద్రింపబడిన స్త్రీ నగ్న చిత్రమో, రేఖా చిత్రమో-మొదలైనవాటిని హాస్టల్ విద్యార్థులు ఎలాగో సంపాదించేవాళ్ళు. ఆ పుస్తకాలు చిరిగి పీలికలయ్యేంత

వరకు కుర్రవాళ్ళ చేతులుమారి, చివరికి ఎవరో కుర్రవాడి పక్కకింద మాయమయ్యేవి. కన్నడ కుర్రవాళ్ళ పరిస్థితి ఇదైతే, ఆంగ్లపత్రికలు చదువుతున్న వారి పరిస్థితి దీనికన్నా భిన్నంగా ఏమీ లేదు. వాళ్ళ పుస్తకాల పుటలు మెరుస్తూ ఆకర్షణీయంగా వుండి, రంగు చిత్రాలను కలిగివుండటం మాత్రమే వ్యత్యాసంగా కనిపించేవి.

మోహనస్వామి ఇలాంటి పుస్తకాలను కళ్ళు వెడల్పు చేసుకుని చూస్తూ చదివేవాడు. ఎక్కడైనా తన శారీరక కోరికలను తీర్చగలిగే సంగతులు ఉన్నాయా అని అంతటా వెదికేవాడు. అక్కడ కూడా అలాంటి సమాచారం అతనికి దొరికేది కాదు. మగపిల్లల కోసమే రాస్తున్న ఆ అశ్లీల సాహిత్యంలో స్త్రీ అవయవ వర్ణన, స్త్రీ అంగాంగాల ప్రదర్శన వుండటమే తప్ప అక్కడ మగవాడి గురించి విషయాలు ఎక్కువగా కనిపించేవి కావు. అప్పుడప్పుడు అలాంటి విషయాలు దొరికినా, అది అతనిలో అపరాధ భావనను పుట్టించేలా కఠోరంగా ఉండేది. ఒకసారి ఎవరో పాఠకుడు తనకు మగవాడిమీద కోరిక కలుగుతుందనీ, అందుకు ఏమి చేయాలో వివరించాల్సిందని వేడుకుంటూ పత్రికకు ఒక ఉత్తరం రాశాడు. అందుకు ఓ నిపుణుడైన ఓ వైద్యుడు ఈ విధంగా సమాధానం ఇచ్చాడు- 'సామాన్యంగా ఇలాంటి కోరిక సర్పదోషం వల్ల మగవాళ్ళలో ఏర్పడుతుంది. సంతానం కలగటంలో సహాయం చేసే దేవుడు నాగరాజు! బహుశా వారి కుటుంబంలో ఎవరో ప్రాణమున్న నాగుపామును చంపి వుండొచ్చు. ఆ కారణంగా అలాంటి మగవాళ్ళు ప్రతినిత్యం నాగపూజ చేస్తుండటం వల్ల ఈ శాపం నుంచి విముక్తి పొందవచ్చు'.

మోహనస్వామి ఈ వివరణను నిజాయితీగా నమ్మాడు. తన కుటుంబంలోనివారు ఎవరైనాకానీ ప్రాణమున్న పామును ఎందుకైనా చంపారా అని దుఃఖించాడు. అటు తరువాత అతడి కలలో విపరీతంగా నాగుపాములు కనిపించసాగాయి. బుసబుసమని పడగ విప్పుకుని, తమ ఎర్రటి నాలుకలను బయటికి చాపి, వేగంగా ప్రాకుతూ తరుముకుంటూ వచ్చి అతని పాదం మీద కాటు వేసినట్టయి భయంతో అతను లేచేసరికి అర్ధరాత్రి అయివుండేది. ఒళ్ళంతా చెమటలు కారుతుండేవి. అతని గుండెచప్పుడు అదుపులోకి రావటానికి ఒకటిరెండు నిముషాలు పట్టేది. ఈ సమస్యకు ఏదైనా చేయాలని నిర్ణయించుకుని నది ఒడ్డునున్న ఒక ఈశ్వరుని గుడికి నిత్యం స్నానం చేసిన తరువాత వెళ్ళసాగాడు.

అక్కడ ఒకటి రెండు నాగదేవతల శిల్పాలు ఉన్నాయి. వాటికి భక్తిగా చేతులు జోడించి “నా పూర్వీకులు చేసిన తప్పుకు నన్నెందుకు శిక్షిస్తావు నాగరాజా! ” అని భక్తితో వేడుకోసాగాడు. అలా వేడుకుంటున్నప్పుడు అతని కళ్ళ నుంచి కన్నీళ్ళు రాలేవి. అయిదు నెలలపాటు నాగరాజ పూజలు చేసినా అతని కోరికలలో ఎలాంటి మార్పులు కనిపించలేదు. హాస్టల్లో, స్నానాల గదిలో, స్నానం ముగించి కేవలం టవల్ చుట్టుకుని వస్తున్న చక్కటి శరీర సౌష్ఠవం కలిగిన కుర్రవాళ్ళను చూసిన క్షణాన అతనికి తెలియకుండానే శరీరం ఉద్రేకపడేది. లోపల డ్రాయర్ వేసుకోకుండానే, కేవలం టవల్ చుట్టుకుని అతను ఎన్నడూ శౌచాలయానికి వెళ్ళేవాడు కాదు. అయితే సంతృప్తి కలిగించే విషయం ఏమిటంటే కలలో నాగుపాములు రావటం క్రమంగా తగ్గాయి.

అరుదుగా ఇలాంటి విషయాలు విద్యార్థుల కబుర్లలో వెలుగు చూసేవి. మోహనస్వామి తనంతట తాను ఇలాంటి విషయాలను లేవనెత్తేవాడు కాదు. ఎక్కడ తనను మిత్రులు ‘గే’ అని అనుమానిస్తారో అనే భయం వుండేది. అందువల్ల ఆ విషయం ప్రస్తావనకు రాగానే ‘ఛీ, అసహ్యం’ అని అనేవాడు. అయితే ఎవరైనా ‘గే’ ల గురించి మాట్లాడటం మొదలుపెడితే కుతూహలంగా ఒళ్ళంతా చెవులు చేసుకుని వినేవాడు. అనేక ఇంగ్లీషు పుస్తకాలు చదివినట్టు గొప్పలు చెప్పుకుంటున్న బెంగళూరు కుర్రవాడొకడు ఒక విచిత్రమైన వివరణ ఇచ్చాడు, “మన దేహాన్ని నియంత్రించేవి ‘జీన్స్’. వాటికి విపరీతమైన తెలివితేటలు ఉంటాయి. కొన్ని జీవులు ఈ భూమికి అవసరం లేదని అవి అర్థం చేసుకుంటాయి. అలాంటి వాళ్ళ సంతతి కొనసాగకూడదని అవి నిర్ణయించుకుంటాయి. సంతతి ముందుకు సాగకుండా చేయడానికి అలాంటివారిని ‘గే’లుగా చేస్తాయి. అందువల్ల అలాంటి పనికిరాని జీవి సంతతి అతనితోటే ముగిసిపోతుంది. మనకు పిల్లల్ని పుట్టించటం సాధ్యమైతే మన సంతతి అతి ముఖ్యమని జీన్స్ నిర్ణయించినట్టు అర్థం” అని అత్యంత కచ్చితంగా చెప్పాడు. ఈ వివరణ మోహనస్వామికి అత్యంత కఠోరంగా అనిపించింది. “నేను చాలా మంచిపిల్లవాడిని. చదువులో తెలివైనవాడిని. ఇప్పటిదాకా ఎవరికి చెడు చేయలేదు. నాలాంటి సభ్యమైన వ్యక్తి వంశాన్ని నాశనం చేయడానికి జీన్స్ ఎందుకు కుట్రపన్నాయి? మోసగాళ్ళకు పిల్లలు పుడతారు. వాళ్ళకన్నా నేను అధముడినా?’ అని ఆలోచించసాగాడు. అయితే దానికి సమాధానం ఎవరు

ఇవ్వాలి? మనలోని జీన్స్‌ను మాట్లాడించటం ఎలా?

ఇలాంటి రోజుల్లో సుమిత్ గోయల్ తండ్రి చనిపోయాడని టెలిగ్రాం వచ్చింది. టెలిగ్రాం రావటానికీ, అది ఎవరికి సంబంధించింది అని వెదకడానికీ, దాన్ని సుమిత్ చేతికి అందించడానికీ, సుమారు రెండురోజులు పట్టాయి. సుమిత్ వెంటనే మిత్రులనుంచి డబ్బులు పోగేసి లక్నోకు బయలుదేరాడు. రైల్లో అతను ఊరు చేరటానికి ఎంత లేదన్నా మూడు రోజులు కావాలి. తరువాత అతను వెనుతిరిగి రావటానికి మరో మూడు రోజులు. అక్కడ కార్యక్రమాలు పూర్తి చేయడానికి అయిదు రోజులు. మొత్తానికి రెండువారాల తరువాతే అతను వెనుతిరిగాడు. అతను లేని రోజుల్లో మోహనస్వామి సుమిత్ పరిస్థితి గురించి ఖిన్నుడయ్యాడు. 'చిన్న పిల్లవాడు. తన వయసే వుంటుంది. అప్పుడే తండ్రిని పోగొట్టుకున్నాడు కదా?' అని సముద్రతీరంలో ఒక్కడే కూర్చుని దుఃఖించాడు. అతను వెనుతిరిగి వచ్చిన తరువాత తాను అతని బాధ్యతను తీసుకోవాలి. అతనికి దుఃఖం కలిగినప్పుడల్లా ఓదార్చాలి. అతనికి డబ్బులు అవసరమైతే వెనుకా ముందూ చూడకుండా సహాయపడాలి– ఇలా నిర్ణయించుకున్నాడు. అతనిప్పుడు ఎలా వున్నాడో తెలుసుకోవటానికి ఆ రోజుల్లో కచ్చితంగా అవకాశం ఉండలేదు.

ఒక రోజు మధ్యాహ్నం హైడ్రాలిక్స్ లాబ్‌లో ఏదో ప్రయోగంలో నిమగ్నమై ఉన్నప్పుడు ఆలస్యంగా వచ్చిన ఓ మిత్రుడు సుమిత్ వచ్చిన విషయాన్ని తెలిపాడు. అతని రాక గురించి తెలియగానే మోహనస్వామి లాబ్‌లో ప్రయోగాన్ని కొనసాగించలేకపోయాడు. తలనొప్పి అని కారణం చెప్పి హాస్టల్‌కు పరుగెత్తాడు. రొప్పుతున్న నడకతో నేరుగా రూముకు వెళ్ళి తలుపులు తోశాడు. సుమిత్ అత్యంత విలాసంగా లడ్డు తింటూ, రేడియో పాటకు డాన్స్ చేస్తూ సంతోషంగా ఉన్నాడు. మోహనస్వామిని చూడగానే, "ఏయ్ రారా ... లడ్డు చాలా రుచిగా ఉంది. నువ్వు తిను" అని అతనికీ ఒక లడ్డు ఇచ్చాడు. మోహనస్వామి తబ్బిబ్బయ్యాడు. బహుశా తండ్రి చనిపోయిన వార్త అబద్ధం అయివుండొచ్చుననే అనుమానం కలిగింది. అనుమానం తీర్చుకోవడానికి "లక్నో ఎందుకు వెళ్ళావు?" అని అడిగాడు. ఆ ప్రశ్నకు ఆశ్చర్యాన్ని వ్యక్తపరిచిన సుమిత్, "మా నాన్న చనిపోయాడు కదా? నీకు తెలియదా?" అని ప్రశ్నించి, మరొక ముక్క లడ్డు కొరికాడు. మోహనస్వామి బుర్ర చెడిపోయింది. చేతిలో వున్న లడ్డును తినే

శక్తి లేక "నీకు చాలా దుఃఖం కలిగిందా సుమిత్?" అని అత్యంత అక్కరతో అడిగాడు. ఆ మాటలకు సుమిత్, "లేదు... అతను చచ్చి పుణ్యం కట్టుకున్నాడు... మా అమ్మను ఇష్టం వచ్చినట్టు బాధపెట్టేవాడు...రెండేళ్ళ నుంచి మంచం పట్టాడు. అతడికి సేవచేయటంలో మా అమ్మ అలసిపోయింది. ఇకపై సుఖంగా ఉంటుంది" అని నిర్మోహమాటంగా చెప్పాడు. "అతని వయస్సెంత?" అని అనుమానంగా మోహనస్వామి అడిగాడు. "ఎనభై అయిదు. అయినా జారత్వాన్ని వదల్లేదు. నా తల్లి అతని మూడవ భార్య... మొదటి భార్యలిద్దరిని హింసించి చంపేశాడు... ఇద్దరూ పక్కమీదే చచ్చారు. మా అమ్మ మాత్రం ఎలాగో బతికిపోయింది... అంతేకాదు, నేను పుట్టేసరికి అతని వయసు అరవై ఐదేళ్ళు ... ఆ వయసులోనూ అతని వ్యసనం చూడు... రెండేళ్ళుగా మంచం పట్టినా ప్రాయం పిల్ల కళ్ళ ముందు తిరిగితే నోరు తెరుచుకుని చూసేవాడు" అని చెప్పి రేడియోలో ఏదో కొత్తపాట రావటంతో ఆనందంగా మోహనస్వామి చేయి పట్టుకుని అతని నడుమును చుట్టి నృత్యం చేయసాగాడు.

మోహనస్వామికి మనస్సు లోలోపల తన పరిస్థితికి తండ్రే కారణమనే అనుమానం వుండేది. బాల్యంలో ఆ విషబీజాన్ని వాళ్ళమ్మ నాటింది. అది మొలకెత్తి, మొక్కై, చెట్టై మనస్సులో పెరిగి నుంచుంది. తండ్రిపట్ల అతనిలో ప్రేమ భావన అటు తరువాత కలగలేదు. అయితే ఈ క్షణం అమ్మ పెంచిన విషవృక్షం కూకటివేళ్ళతో సహా కూలిపోయింది. 'అమ్మాయిలంటే జొల్లు కార్చే ఈ సుమిత్ గోయల్ అనే పోకిరి కుర్రవాడు పుట్టింది తన తండ్రి అరవై అయిదేళ్ళ వయస్సులో అన్నప్పుడు అమ్మ చెప్పిన తర్కంలో ఏమైనా అర్థం వుందా?' అని అనుకున్నాడు. ఉన్నట్టుండి తన తండ్రి చాలా మంచి మనిషి అని మోహనస్వామికి అనిపించింది. తన సమస్యకు తండ్రి కచ్చితంగా కారణం కాదని నిర్ణయించుకున్నాడు. విశేషమైన నిశ్శబ్దంలోనూ అతని మనస్సు వికసించింది. ఎన్నడూ శరీరాన్ని బిగదీసుకుని నడిచే మోహనస్వామి, ఇప్పుడు ఏదో సంతోషంతో సుమిత్‌తో తనకు తెలియకుండానే అడుగులు వేస్తూ గంతులు వేయసాగాడు. అతడి నడుమును తానూ చుట్టి అతని కళ్ళల్లో కళ్ళుపెట్టి నవ్వాడు.

*****

ఇంతగా అంటిపెట్టుకున్న సుమిత్ గోయల్ స్నేహం మోహనస్వామి ఏడవ సెమిస్టర్‌కు వచ్చే సమయానికి చెడిపోయింది. అత్యంత చేదు అనుభవాన్ని

ఈ సంఘటన మోహనస్వామికి ఇచ్చింది. దాన్నుంచి బయటపడటానికి అతనికి చాలా కష్టమైంది.

తన హద్దు పట్ల మోహనస్వామికి సదా అవగాహన వుండేది. సుమిత్ శరీరం అతడిని ఆయస్కాంతంలా ఆకర్షించినప్పటికీ తన కోరికనంతా అదిమిపెట్టి అతడితో స్నేహితుడిలా ప్రవర్తించేవాడు. అందని వస్తువుకోసం చేయి చాపకూడదనే స్పృహ మోహనస్వామిలో ఎల్లప్పుడూ ఉండేది. అతనికై అతను ముందుకొచ్చి కోరికను వ్యక్తపరిస్తే తప్ప తాను మొదటి అడుగు వేయకూడదని నిర్ణయించుకున్నాడు. అయితే కామాన్ని నియంత్రించుకోవటం, అదీ అలాంటి ఎగిసిపడే ఉత్సాహవంతమైన యవ్వనంలో ఎలా సాధ్యం? ఒక రోజు అతని నియంత్రణ తప్పి ఒక సంఘటన జరిగిపోయింది. ఆ క్షణభంగురమైన సంఘటన కారణంగా మోహనస్వామి అత్యంత వేదనను అనుభవించాల్సి వచ్చింది.

ఒక రోజు రాత్రి సుమిత్ గోయల్ తాగి వచ్చాడు. మరుసటి రోజున 'మెకానికల్ వైబ్రేషన్స్' అనే సబ్జెక్ట్ పరీక్ష వుంది. అది చాలా కష్టమైన సబ్జెక్ట్. విద్యార్థులందరూ పరీక్ష రాయడానికి భయపడేవారు. మోహనస్వామి ఏ క్షణమైనా పరీక్ష రాయడానికి సిద్ధంగా ఉండేలా తయారయ్యేవాడు. అయితే సుమిత్ గోయల్ మాత్రం పరీక్షకు ముందు రాత్రి మాత్రమే తయారు అయ్యేవాడు. అదీ మోహనస్వామి చేతి ముద్దలు వేసినట్టు బోధిస్తేనే అర్థం చేసుకునేవాడు. అతని కోసం అత్యంత ముఖ్యమైన ప్రశ్నలను మాత్రం ఎంపిక చేసి బోధించే అలవాటు మోహనస్వామికి అభ్యాసమైంది. "ఈ రోజు తాగావా? ఈ పరీక్ష వదిలెయ్. ఎలాగో మరొక అవకాశం కాలేజి వాళ్ళు ఇస్తారు. అప్పుడు బాగా చదివి రాద్దువులే" అని నచ్చజెప్పినా వినలేదు. "నోవే... నాకు మూడవ టెస్ట్ సమయంలో యూనివర్శిటి క్రికెట్ మ్యాచ్ ఉంది. బెంగళూరుకు వెళ్ళాలి. ఈ పరీక్షను రాయాల్సిందే దోస్త్" అని బుజ్జగించి అతడిని కౌగిలించుకుని, నుదుటికి మృదువుగా ముద్దుపెట్టాడు. మోహనస్వామికి ఇంకేమి కావాలి? అంగీకరించాడు.

ఆ రోజు మోహనస్వామి రూంమేటు కూడా చాలా సీరియస్‌గానే పరీక్ష తయారీలో నిమగ్నమయ్యాడు. అందువల్ల సుమిత్ గోయల్ అతడిని తన గదికి పిల్చుకునిపోయాడు. అతని రూంమేట్ వేరే ఎక్కడో పోయివుండటం వల్ల ఏ అడ్డూ ఆటంకమూ ఉండలేదు. మోహనస్వామి అత్యంత ఓపికతో,

ఆసక్తితో రాత్రి రెండుగంటల వరకు అతనికి వేరువేరు ప్రశ్నలు, వాటికి రాయవలసిన జవాబులు బోధించాడు. సుమిత్ గోయల్ మూలతా తెలివైనవాడే. అంత తాగిన మత్తులోనూ మోహనస్వామి చెప్పించదంతా సూక్ష్మంగా గ్రహించాడు. అతను అడుగుతున్న కొన్ని ప్రశ్నలు మోహనస్వామిని కొద్దిసేపు గందరగోళపరిచాయి. "సుమిత్, ఇక చాలు, ఎంత జ్ఞాపకం వుంటుందో అంత రాసెయ్. మళ్ళీ పరీక్షాసమయంలో నీకు నిద్రవస్తే ఏమిటి గతి?" అని హెచ్చరించి తన గదికి వెళ్ళడానికి లేచి నుంచున్నాడు. ఒళ్ళు విరుచుకున్నాడు. అంతసేపు నిరంతరంగా శ్రమించిన తన బాగుకోసం చదువు చెప్పిన మోహనస్వామి మీద సుమిత్‌కు ప్రేమపొంగి, "ఈ రోజు ఇక్కడే పడుకో మోహనా. నువ్వూ అలసిపోయావు. నా రూంమేటు ఎలాగూ రాడు" అని బతిమిలాడాడు. అయితే మునుముందు జరగబోయే ప్రమాదపు సూక్ష్మజ్ఞానం మోహనస్వామికి ఉండనే వుంది. "వద్దు సుమిత్... నా మంచమే నాకు సుఖంగా ఉంటుంది" అని తలుపుల వైపు నడిచాడు. "ప్లీజ్...ప్లీజ్...ప్లీజ్... దోస్త్... నన్ను హర్ట్ చేయకు" అని సుమిత్ మోహనస్వామి చేతులు పట్టుకుని లాగుతూ బతిమిలాడాడు. ఎంతైనా మోహనస్వామిది ఉప్పుకారం తిన్న శరీరం. ఊరకే వుంటుందా? కోరికతో కరిగిపోయింది. అంగీకరించాడు.

సముద్ర తీరంలో ఉన్న ఆ ఊరిలో మొత్తం సంవత్సరమంతా విపరీతమైన ఉక్క. ఎంతగా వర్షం కురిసినా వాతావరణం మాత్రం చల్లబడదు. బళ్ళారిలో ఉన్నంత ఎండ వుండదన్నది నిజమే అయినప్పటికీ, ఒళ్ళంతా ఉప్పుప్పు అనిపించే జుగుప్సాకరమైన ఉక్క ఆ ఊళ్ళో వుంటుంది. అందువల్ల రాత్రి ప్రతీ ఒక్కరూ ఫ్యాన్ కింద పడుకోవటానికి ఎదురుచూస్తారు. కప్పు మధ్యభాగంలో ఫ్యాన్ ఉంటుంది కదా! ఒక గదిలో ఇద్దరు ఉండటం వల్ల, వాళ్ళిద్దరి మంచాలను గది మధ్యభాగానికి జరిపి వేసుకోవటం అక్కడ అలవాటు. అదే విధంగా సుమిత్ గోయల్ రూంలోనూ రెండు మంచాలను సరిగ్గా ఫ్యాన్ కిందికి జరిపి దగ్గరగా కలిపి వేసుకున్నారు. సుమిత్ గోయల్ మొదటే కాస్త తాగివుండటం వల్ల ఇప్పుడు పాఠం చెప్పిన మోహనస్వామిపై ప్రేమ పొంగి వచ్చింది. లైట్ ఆర్పి పక్కమీద పడ్డవాడు మోహనస్వామిని మంచం మీదికి లాక్కుని, అతని నడుము మీద తన కాలువేసి, అతని నుదుటికి ముద్దుపెట్టి, "నువ్వెందుకు ఇంత మంచివాడివి దోస్త్... నాకెందుకు ఇంత సహాయం చేస్తావు? దీనికి

ప్రతిగా నీకు నేనేమి ఇవ్వగలను?" అంటూ కొద్దిక్షణాల్లోనే నిద్రలోకి జారిపోయాడు.

మోహనస్వామి కూడా సుమిత్ ముద్దును, ఈ బుజ్జగింపు మాటలను మరొక విధంగా అర్థం చేసుకున్నాడు. సుమిత్ తనకు అన్ని విధాల ముందుకు సాగడానికి సూచన ఇచ్చాడని భావించాడు. గత మూడేళ్ళ నుంచి తపించిన దేహం ఇప్పుడు ఈ చీకట్లో, ఒంటరిగదిలో మరింత దగ్గరికి వచ్చింది. అతని వేడి వూర్పులు, ఆ ఊపిరిలో వున్న మద్యం వాసన, ఒంటిమీది పల్చని చెమట –అన్నీ మోహనస్వామి కోరికలను రెచ్చగొట్టాయి. సుమిత్ కాలుతో నడుము చుట్టడం వల్ల అతని సూక్ష్మ భాగాలు మోహనస్వామిని స్పృశిస్తున్నాయి. అమావాస్య రోజు కావటం వల్ల చీకటి దట్టంగా అంతటా కమ్ముకునివుంది. కిటికీ నుంచి చూస్తే దూరంలో అనేక నక్షత్రాలు తళతళమని మెరుస్తున్నాయి. ఫ్యాను సద్దును అధిగమించేలా సముద్రపు ఘోష తన ప్రత్యేకమైన లయతో సొగసుగా వినిపిస్తోంది.

మోహనస్వామి ఇక తట్టుకోలేకపోయాడు. ఒళ్ళంతా అణచిపెట్టుకున్న కంపనానికి చిక్కుకుంది. దూరంగా సముద్రంలో చిన్నచిన్న అలలు ఎగిసిపడుతున్నాయి. మెల్లగా అతడివైపు తిరిగి అతని బుగ్గలు ముద్దు పెట్టుకున్నాడు. సముద్రపు ఒక చిన్న అల ఒడ్డుకొచ్చి పడింది. అతని రెండు కళ్ళను మృదువుగా స్పృశించినట్టు చుంబించాడు. మునుపటికన్నా ఓ పెద్ద అల ఇప్పుడు ఒడ్డుకు వచ్చి గుద్దుకుంది. చేత్తో అతడి శరీరాన్ని నిమిరసాగాడు. ఓ చిన్న నావ సముద్ర హృదయ భాగంలో అలల హెచ్చుతగ్గులకు పడుతూ లేస్తూ తేలుతోంది. చీకట్లో తడిమిన చేతులు అతడి పైజామా లాడీని విప్పసాగాయి. సముద్ర గర్భంలో షార్క్ చేప గబుక్కున పెద్ద సైజు చేపను పట్టుకుని మింగేసింది.

సుమిత్‌కు మెలుకువ వచ్చినపుడు మొదట ఏం జరుగుతోందో అర్థం కాలేదు. కళ్ళు తెరిచినా చుట్టు చీకటి. ఒంటిమీద ఏదో చలించినట్టు అనిపించింది. తాగింది ఎక్కువైందా? లేదు...లేదు... మిత్రుల బలవంతానికి కొద్దిగానే తాగాడు. ఒంటి మీద బట్టలన్ని విప్పినట్టున్నాయి. పక్కన ఎవరు పడుకున్నారు? ఎవరు మూల్గుతున్నారు? నెమ్మదిగా పక్కనున్నది మోహనస్వామి అని అర్థమవసాగింది. అతనెందుకు ఇలా ... ఛీ...ఛీ... కొజ్జా ... మనస్సు అసహ్యంలో మునిగింది.

మురుగు వాసన వస్తున్న గుంటలో పడిన అనుభవం అతనికి కలుగసాగింది. ఈ మలుపును అతను ఎన్నడూ ఊహించలేదు. తన ఇంట్లో సాకిన కుక్కను ఎలా ప్రేమతో కౌగిలించుకుని ముద్దుచేస్తాడో అంతే నిజాయితీతో మోహన స్వామిని హత్తుకుని ముద్దాడాడు. అతని స్నేహపరత, సహాయం చేసే గుణం, కుదురైన స్వభావం, ఎన్నడూ కోపగించుకోని, పాడుమాటలు మాట్లాడని, స్వచ్ఛంగా బతికే అతడిని తాను కాని మరొక ప్రత్యేక చైతన్యంగా భావించాడు. అయితే ఈ మంచి భావాలన్నీ ఈ సమయంలో బ్రద్ధలై ముక్కలు ముక్కలై పోతున్నాయి.

సుమిత్ సున్నితంగా మోహనస్వామి చేతిని దూరంగా తోశాడు. లేచి కూర్చున్నాడు. విప్పిన బట్టలను వేసుకున్నాడు. తరువాత మంచం మీది నుంచి లేచి తన మంచాన్ని ఆ పక్కన గోడ చివరి వరకు జరిపాడు. మళ్ళీ పక్క మీద వాలాడు. ఫ్యానుగాలి అక్కడికి అంతగా తగలటం లేదు. అయినా అతను దుప్పటిని ఒళ్ళంతా లాక్కుని పడుకున్నాడు. నిద్ర పూర్తిగా ఎగిరిపోయింది. అయితే మోహనస్వామి పడుకున్న వైపు చూడటానికి కూడా అతనికి అసహ్యం వేయసాగింది. పవిత్రమైన తీర్థంలో మూత్రం కలిపినట్టు మనస్సు విలవిలలాడుతోంది. పడుకున్న వైపు నుంచి ఎలాంటి చలనం లేదని తెలుస్తోంది. అయితే కొద్దిసేపటి తరువాత అతను చిన్నగా రోదిస్తున్న సద్దు వినిపించింది. 'లేచి వెళ్ళి ఓదార్చుదామా' అని ఓ క్షణం అనిపించింది. అయితే వెంటనే 'అటు మగవాడు కానటువంటి, ఇటు స్త్రీ కానటువంటి –ఇలాంటి నపుంసకుడితో తనకేం పని' అని మనస్సును రాయి చేసుకున్నాడు. ఏడుపు చాలాసేపు కొనసాగింది. దూరంలో సముద్రమూ ఘోషిస్తోంది. సుమిత్ పడుకున్న భంగిమను మార్చకుండా, ఒంటి మీదికి దుప్పటిని మరింత గట్టిగా లాక్కున్నాడు. ఏ క్షణంలో అయినా మోహనస్వామి తన దగ్గరికి వచ్చి ఒళ్ళు తాకితే ఏం చేయాలి అని జుగుప్స కలగసాగింది.

కొద్దిసేపట్లోనే మోహనస్వామి మంచంమీది నుంచి లేచిన సద్దు వినిపించింది. దగ్గరికి వస్తే లాగి లెంపకాయ కొట్టాలని సుమిత్ నిర్ణయించు కున్నాడు. మోహనస్వామి పక్కమీది దుప్పటిని సర్దుతున్న సద్దు వినిపించింది. తరువాత దుప్పటిని మడిచి పెట్టడం అర్థమైంది. ఈ సమయంలో పనిచేసే ఇతడి స్వభావం ఎలాంటిది? సుమిత్‌కు ఆశ్చర్యం వేసింది. తరువాత నెమ్మదిగా

మోహనస్వామి అడుగులు వేసి తలుపుల దగ్గరికి వెళ్ళి బోల్టు సడలించాడు. ఎందుకనో సుమిత్‌కు పేగులు చుర్రుమన్నాయి. మోహనస్వామి తన గదికి వెళ్ళటానికి బయలుదేరాడని అర్థమైంది. మూడేళ్ళుగా తనకు ఎంతో సహాయం చేశాడు. ఎన్నో పాఠాలు బోధించాడు. అయితే వాటికంతా ఇలాంటి ప్రతిఫలాన్ని కోరుకుంటున్నాడా? ద్రోణుడు ఏకలవ్యుడిని బొటనవేలు అడిగినంత క్రూరత్వం కాదా? దీనికి తాను కరిగిపోవాలా? ఊహూ c ... కుదరదు... వద్దు... వద్దు... అయినా ఊరుకోవటానికి మనస్సు అంగీకరించలేదు. తన దుప్పటి నుంచి ఎడమచేతిని మాత్రం బయటికి తీసి పైకెత్తి, "మోహనా" అన్నాడు. మోహనస్వామి తలుపు దగ్గర నిలబడ్డాడు. "I wish you all the best ... దయచేసి ఇకపై నన్ను ఎన్నడూ పలకరించకు. నా వైపు చూడకు... నీ సహాయమూ నాకు వద్దు. నేను ఇదంతా భరించలేను. ప్లీజ్ ప్లీజ్..." అని వేడుకున్నాడు. మోహనస్వామి జవాబు ఇవ్వకుండా తలుపును దగ్గరికి లాగి తన గదివైపు భారంగా అడుగులు వేశాడు.

ఏదో పెద్ద అలకు చిక్కిన ఓడ ఇప్పుడు సముద్రంలో మునగసాగింది. అందులోని జనం ఎంతగా కేకలు పెట్టినా, గదిలో దుప్పటి కప్పుకుని పడుకున్నా మెలుకువగానే వున్న సుమిత్ గోయల్‌కు వినిపించటానికి సాధ్యంలేదు. అరణ్య రోదన కన్నా సముద్రపు రోదన అధికంగా నిస్సహాయమైంది.

*****

మరుసటి రోజు పరీక్షకు మోహనస్వామి గైరు హాజరయ్యాడు. అతని కాలేజి జీవితంలో ఒక పరీక్షను రాయకుండా మానటం ఇదే మొదటిసారి.

సుమిత్ గోయల్ చేసిన గాయం మానటానికి చాలా నెలలు పట్టింది. బాధను మరొకరితో పంచుకుంటే అది తగ్గుతుంది. అయితే బాధను పంచుకోవటానికి ఎవరూ లేకపోతే అది మరింత పెరుగుతుంది. మోహనస్వామి పరిస్థితి కూడా అలాగే ఉంది. మౌనంగా సాయంత్రాలు సముద్రతీరానికి ఒంటరిగా వెళ్ళి రోదించేవాడు. భోజనం చేయడానికి మనస్సు రాక అలాగే పడుకునేవాడు. మళ్ళీ సుమిత్ మనస్సు మార్చుకుని తన దగ్గరికి వస్తాడనే ఆశాభావం అతని మనస్సు మూలలో ఎక్కడో ఉండేది. అయితే అలాంటి మహిమ ఏమీ జరగలేదు. సుమిత్ ఇతని నీడను చూసినా చాలు దూరంగా జరిగేవాడు. ఇతని వైపు కన్నెత్తి చూడటం కూడా అతని సాధ్యమయ్యేది కాదు.

అతని ఆనాటి రాత్రి ప్రవర్తన గుర్తొచ్చి ఒళ్ళంతా మురికి మెత్తుకున్నట్టు అయ్యేది.

సామాన్యంగా ఆదివారంనాడు హాస్టల్ మెస్‌లో తినటానికి ఐస్‌క్రీమ్ ఇచ్చేవారు. సుమిత్‌కు ఐస్ క్రీమ్ చాలా ఇష్టం. తిండిపోతులా తినేవాడు. అది తెలిసిన మోహనస్వామి తాను ఒకటిరెండు చెంచాలు ఐస్‌క్రీమ్ తిని మిగిలినదంతా సుమిత్‌కు ఇచ్చేవాడు. మోహనస్వామికీ ఐస్‌క్రీమ్ అంటే ఇష్టమే. అయినా సుమిత్ తన భాగపు ఆహారాన్ని ఇష్టంగా తినటాన్ని చూడటం మరింత ఇష్టపడేవాడు. ఉక్కుపోతకు ఐస్‌క్రీమ్ త్వరగా నీరైపోతుందన్న భయంతో సుమిత్ దాన్ని గబగబా తినేటప్పుడు పెదవులకు ఐస్‌క్రీమ్ అంటుకునేది. అది చూసి మోహనస్వామి మనసారా నవ్వేవాడు. అయితే ఇప్పుడు సుమిత్ మెస్‌కు భోజనానికి వెళ్ళే సమయమే మార్చుకున్నాడు. ఆదివారం నాటి ఐస్‌క్రీమ్ మోహనస్వామికి అత్యంత చేదుగా అనిపించి తినటం మానేశాడు.

సుమిత్‌కు తలనిండా జుట్టు ఉండేది. మెడవరకు పెరిగినా అతను సెలూన్‌కు వెళ్ళేవాడు కాడు. అతను సాయంత్రం వేళలో క్రికెట్టు ప్రాక్టీసు ముగియగానే జుట్టు నుంచి నీళ్ళు కారేలా చెమటలు పట్టేది. మోహనస్వామి ఎదురుపడితే చాలు, అతని ముందు తలను గిరగిరా తిప్పేసేవాడు. హాస్టల్ ఎదురుగా ఉన్న చెట్లు వర్షం తాకిడికి గాలికి అల్లాడినట్టు, అతని జుట్టు సమస్త దిక్కులకు ఎగిరేది. "ఛీ...ఛీ...ఛీ..." అని మోహనస్వామి చిరుకోపంతో కసురుతున్నప్పటికీ అది అతనికి ఇష్టమయ్యేది. ఆ జ్ఞాపకాలతో అతను మైదానం నుంచి వచ్చే దారిలో కావాలనే ఎదురుచూసేవాడు. చెమటలు కార్చుతూ వస్తున్న సుమిత్ ఇతనివైపు చూడకుండా ముందుకు సాగిపోయేవాడు. మోహనస్వామి నడవటానికి కూడా శక్తి లేనివాడిలా వ్యథ చెందేవాడు.

మూడవ పరీక్షల వంతు వచ్చినపుడు అతను తన దగ్గరికి కచ్చితంగా వస్తాడని మోహనస్వామి ఎదురుచూశాడు. తన సహాయం లేకుండా అతను కచ్చితంగా పరీక్షలు ఎదుర్కోలేడని చాలా భయపడ్డాడు. అయితే అలాంటి ఇబ్బంది సుమిత్ అనుభవించినట్టు కనిపించలేదు. అతను పరీక్షలు రాసి మంచి మార్కులు తెచ్చుకున్నాడు. తాను లేకున్నప్పటికీ అతను చక్కగా పరీక్షలు రాయగలడనే విషయం మోహనస్వామిని గుచ్చిగుచ్చి నొప్పించింది. అతను ఇతర మిత్రులతో తన స్నేహితురాళ్ళతో నవ్వుతూ మాట్లాడుతున్న దృశ్యం చూస్తే కడుపులో కారంపొడి కలిపినట్టయ్యేది.

రాత్రీపగలూ సుమిత్‌ను ధ్యానించటం, ఒంటరిగా రోదించటం, మళ్ళీ తానే సమాధానపడటం-అన్నీ ఒకటి రెండు నెలలు సాగాయి. ఒకసారైతే తన జీవితం పట్ల విసుగు కలిగి, దాన్ని ముగించేయాలని నిర్ణయించుకున్నాడు. రాత్రి వేళ సముద్రం దగ్గరికి వెళ్ళాడు. తీరం సంపూర్ణంగా నిర్జనమైంది. సామాన్యంగా ఏడున్నర తరువాత సముద్ర తీరానికి ఎవరూ వచ్చేవారు కాదు. మోహనస్వామికి ఈతరాదు. అందువల్ల సముద్రంలోకి నేరుగా నడుచుకుంటూ వెళ్ళి, అందులో మునిగిపోవాలని అతని ప్రణాళిక. ఆ రోజు పున్నమి. వెన్నెల అంతటా పరుచుకుని వుంది. శుభ్రమైన ఆకాశంలో చంద్రుడు హాయిగా ప్రకాశిస్తున్నాడు. మోహనస్వామి ఒడ్డున కూర్చుని కాస్సేపు కన్నీరు కార్చాడు. ఎవరికైనా ఉత్తరం రాసిపెడితే మంచిది కదా ! అని అనిపించింది. తన ఈ స్థితికి సుమిత్ గోయల్ నిరాకరణే కారణమని రాసేయాలని అనిపించింది. అయితే వెంటనే అది తప్పు అని అపరాధ భావన కలిగింది. మోహనస్వామికి ద్వేషించడానికి సాధ్యం కాలేదు. ఏమైనా మోహనస్వామి ప్రేమించే వ్యక్తి. అందువల్ల మనస్సులోనే సుమిత్ గోయల్‌కు మంచి జరగాలని ధ్యానించి సముద్రం వైపు నడవసాగాడు. చల్లటి నీళ్ళు కాళ్ళను తాకటంతో జీవితం మీది ప్రేమ తోసుకుని వచ్చి భయం కలగసాగింది. అయినా మొండితనంతో ముందుకు దూసుకుపోయాడు.

ఛాతీమట్టానికి నీళ్ళు తాకే వరకు వెళ్ళాడు. ముందుకు అడుగు పెట్టడానికి భయం. ఏం చేయాలో తోచక కలవరపడి నిలబడ్డాడు. ఆ సమయంలో ఎవరో ఆడమనిషి స్వరం వినిపించింది, “ఎవరయ్యా అది... అంత దూరం పోకండి... అలలు లాగేసుకుంటాయి” అని కేకేసింది. ఆమె చిన్నబిడ్డను తన చంకలో ఎత్తుకుని ఉండాలి. అది ఎందుకో గట్టిగా గొంతెత్తి ఏడుస్తోంది. బహుశా చేపలు పట్టేవారి గుడిసె నుంచి ఆమె బయటికి వచ్చివుండాలని మోహనస్వామికి అనిపించింది. అయినా ఆ ధ్వని అతనికి ఆ సమయంలో అమృతం కురిసినట్టు అనిపించింది. వెంటనే వెనక్కి తిరిగి చూశాడు. దూరంలో చంకలో బిడ్డను ఎత్తుకుని నిలబడ్డ తల్లి, తల్లి పక్కన రెండు జడలు వేసుకున్న ఒక చిన్న అమ్మాయి నిలబడిన నీడలాంటి చిత్రం కంటపడింది. వాళ్ళ వెనక ఒక చిన్న గుడిసె, దాని చుట్టూ అనేక కొబ్బరి చెట్లు, వాటి మీదుగా తళతళమని మెరుస్తున్న నిండు చంద్రుడు కనిపించాడు. ఆ దృశ్యం అతనికి మసకమసకగా

తన తల్లిని, అక్కను గుర్తు చేసింది. ఆమె చంకలో ఏడుస్తూ కూర్చున్న బిడ్డ తానే అనిపించింది. తల్లి, ఆమె చిన్నారి కూతురు ఇద్దరూ చేయూపి అతడిని ఒడ్డుకు రమ్మని పిలుస్తున్నారు. గుండెలో ప్రేమ జల ఒకటి ప్రవహించింది. వెంటనే వెనక్కి తిరిగాడు. పెద్ద అల ఒకటి అతడిని ఎత్తుకుని వచ్చి ఒడ్డుకు విసిరి వేసింది. తేరుకుని లేచి, ఒళ్ళు విదిల్చుకుని హాస్టల్ వైపు నడిచాడు.

ఆ తల్లీపిల్లల దగ్గరికి వచ్చినపుడు ఆమె తిట్టసాగింది. "పైగా ఈ రోజు పున్నమి, సముద్రానికి పోటు వచ్చివుంటుంది. మీలాంటి వాళ్ళు ఈ సమయంలో ఇక్కడికి రాకూడదు" అని అరవసాగింది. ఇతడికి ఆమెను ఎదుర్కోవటం కష్టమైంది. అందువల్ల తనకు తెలిసిన ముక్కల హిందీలో "ముఝే కన్నడ నహీ ఆతి" అని అబద్ధం చెప్పాడు. చాలామంది ఉత్తర భారత విద్యార్థులు ఆ కాలేజిలో చదవటానికి వస్తుండటం వల్ల హిందీలో మాట్లాడే పిల్లలతో ఆమెకు పరిచయం ఉంది. అతడికి కన్నడ తెలియదన్నా పట్టించుకోకుండా –"దూరదేశం నుంచి వచ్చివుంటారు. అక్కడ మీ తల్లితండ్రులు మీకు డబ్బులు ఇచ్చి చదవటానికి పంపిస్తారు... మీకు ఏమైనా అయితే వాళ్ళ గతి ఏమిటి?" అంటూ తన మాటలు కొనసాగించింది. ఇతను అది తనకు వినిపించనే లేదన్నట్టు వేగంగా అడుగులు వేస్తూ హాస్టల్ వైపు నడవసాగాడు.

హాస్టల్ కంటపడగానే అతని మనస్సు నిర్ణయించుకుంది. ఈ సమస్యలన్నింటికి తనను వేధిస్తున్న ఏకైక కారణం తానొక 'గే' కావటం వల్లనే కదా? ఎలాగైనా దాన్ని నివారించుకోవాల్సిందే. తాను స్ట్రయిట్ అయితే అన్నీ సమస్యలు పరిష్కారమవుతాయి. అన్నీ సమస్యలకూ పరిష్కారాలు ఉండనే ఉంటాయి. దీనికీ ఉండే వుంటుంది. దాన్ని వెదకడమే తన బాధ్యత. ఏదో విధంగా తాను స్త్రీని ప్రేమించగలడు. సంతోషపరచగలడు. అనుభవించగలడు అని ఈ జగత్తుకు చూపించాలి. జగత్తు కన్నా ఎక్కువగా ఈ సుమిత్ గోయల్ అనే అందగాడికి చూపించాలని నిర్ణయించుకున్నాడు. ఈశ్వరుని గుడి దగ్గరపడ్డప్పుడు ఇక ఎన్నడూ తాను ఆత్మహత్య గురించి ఆలోచించకూడదని మనస్సులోనే ధ్యానించి భగవంతుని వైపు చేతులు జోడించాడు. అలాగే ఆ తల్లీ–బిడ్డలు నుంచున్న వైపుకూ చేతులు జోడించాడు.

లక్షలాధి మోహనస్వాములను చూసిన అనుభవమున్న చందమామ అతని ఆలోచనను గమనించి తన పాటికి తాను నవ్వుకున్నాడు. అతని

మందహాసాన్ని చూసి వెన్నెల తానూ సంతోషపడి మరింతగా ప్రకాశించసాగింది.

*****

తొమ్మిదవ తరగతి చదివే దాదాపీర అనే హొసపేట పిల్లవాడు, ఇప్పుడు ఇంజనీరింగ్ చివరి సంవత్సరంలో ఉన్న మోహనస్వామి -ఇద్దరూ కలిసి హంపి వైపు బయలుదేరారు. వారి ప్రయాణ ఉద్దేశ్యం దాదాపీర్, మోహనస్వామికి హంపి నిర్జన ప్రదేశంలో సైకిల్ తొక్కడం నేర్పడానికి. “అన్నా, నువ్వు భయపడకు. అదేమి అంత కష్టం కాదు. ఓ నాలుగు రోజుల్లో నేర్చుకుందువు గానీ” అని దాదాపీర పెద్దమనిషిలా మోహనస్వామికి మాట ఇచ్చాడు. మోహనస్వామి అక్క దాదాపీర్‌కు ఒక రూపాయి భక్షీసు ఇవ్వటం బాగా పనిచేస్తోంది.

హఠాత్తుగా ఒక వారం కాలేజికి చక్కర్ కొట్టి, సైకిల్ తొక్కడం నేర్చుకోవాలని హొస్పేటలోని అక్క ఇంటికి వచ్చిన మోహనస్వామి ప్రవర్తనకు ఒక నేపథ్యం ఉంది. ఇంజనీరింగ్ చివరి సంవత్సరం కావటం వల్ల విద్యార్థులందరూ ‘ఇండస్ట్రియల్ టూర్’కు వెళ్ళారు. కేవలం పుస్తకాల్లోనే సాంకేతిక జ్ఞానాన్ని చదువుకున్న విద్యార్థులకు ప్రత్యక్షంగా ఉత్పాదనా కంపెనీలు ఎలా పనిచేస్తాయో చూడాలన్నది ఈ టూర్ ముఖ్యమైన ఉద్దేశ్యం. అయితే పేరుకు మాత్రం అది ఇంద్రస్ట్రియల్ టూర్, విద్యార్థులు చూడదగిన స్థలాలలో తిరగడం, సినిమాలు చూడటం, షాపింగ్ చేయడం-ఇలాంటి పనులతో కాలం గడిపేవారు. బెంగళూరు, కల్కత్తా, ఢిల్లీ, జయపుర, ముంబయి, పూనాలలో అంతటా అనేక కార్ఖానాలున్నప్పటికీ, వీళ్ళు వెళ్ళింది లాల్‌బాగ్, విధాన సౌధ, ఈడెన్ గార్డెన్స్, విక్టోరియా మెమోరియల్, ఆగ్రాలోని తాజ్ మహల్, చౌపాటి బీచ్ మొదలైనవి. ముంబయి, పూనాలలో అయితే రైలుదిగిన క్షణం నుంచి చాలామంది విద్యార్థులు ఆ ఊరిలోని కుఖ్యాత రెడ్‌లైట్ ప్రదేశాలను వెదుక్కుంటూ పోవటం చూసి మోహనస్వామి భయపడిపోయాడు. మొత్తానికి ఇండస్ట్రియల్ టూర్ కోసం ఇచ్చింది వందరూపాయలు. దాన్ని సమకూర్చడానికి మోహనస్వామి తండ్రి ఎంతో శ్రమపడ్డాడు. టూర్‌కు వెళ్ళొచ్చి, అక్కడి అనుభవాలను వ్యాస రూపంలో రాస్తే దానికి ఇరవై అయిదు మార్కులు ఇచ్చేవారు. వెళ్ళకుండా ఉండటానికి సాధ్యమా? అదొక్క కారణానికే అతను ఈ టూరులో చేరాడు.

టూరు చివరిభాగంలో గోవాబీచులను చూసే కార్యక్రమాన్ని పెట్టుకున్నారు. గోవాకు వచ్చినరోజు పూర్తితాగుడులోనే అందరూ

మునిగిపోయారు. మొత్తం ఊళ్ళో ఎక్కడ చూస్తే అక్కడ కేవలం బార్‌లు, మాంసం అంగళ్ళు ఉన్నాయి కదా అని మోహనస్వామి ఆశ్చర్యపడ్డాడు. తాగుడు, సిగరెట్టు ఒక్కటీ అలవాటు లేని మోహనస్వామి మౌనంగా తన మిత్రులను చూసి ఆశ్చర్యపడం, వారి పిచ్చి చేష్టలను చూసి నవ్వటం మాత్రమే సాధ్యమైంది. విద్యార్థులే కాదు, తోడుగా వచ్చిన ఇద్దరు లెక్చరర్లు కూడా పీకలదాకా తాగి వయసు కుర్రవాళ్ళతో కలిసిపోయారు. నిశిరాత్రి సమయంలో విద్యార్థుల హద్దుల్లేని అశ్లీలమైన కబుర్లు, నవ్వులు, ఏడుపులు, వాంతులు, నిరాశ-అంతా సాగుతూనే ఉన్నాయి. ఉదయం వాళ్ళందరూ లేచేసరికి అప్పటికే పది దాటింది.

గోవాలోని అన్ని బీచులను తిరగటానికి విద్యార్థులు సిద్ధమయ్యారు. అయితే ప్రతి ఒక్క కడలి ఒడ్డు కూడా ఒట్టికాళ్ళతో నడిచేటంత దూరంలోనే ఉంది కదా! తోడుగా కాల్చే సూర్యుడు తలమీద విజృంభిస్తున్నాడు. అందువల్ల అక్కడి స్థానికులు అద్దె సైకిళ్ళ మీదే విద్యార్థులు బీచులన్నిటినీ తిరగాలని సలహా ఇచ్చారు. అరవైకి మించి జనాలున్న గుంపుకు ఒక బస్సు వేస్తే మంచిదనే సలహా కూడా ఇచ్చారు. అయితే బస్సును అద్దెకు తీసుకునేంత సొమ్ము లెక్చరర్ల దగ్గర మిగల్లేదు. మరో రెండు రోజులు ఎలాగైనా సర్దుకుని ఉన్న డబ్బుతోనే పిల్లలకు రెండుపూటలు భోజనం పెట్టించి వాళ్ళను కాలేజికి చేర్చితే చాలని పించింది. అందువల్ల అలాంటి దుబారా వ్యవహారానికి పూనుకోక, విద్యార్థులందరితో సైకిళ్ళను వాళ్ళ డబ్బులతోనే అద్దెకు తీసుకొమ్మని చెప్పి చేతులు దులుపుకున్నారు. మోహనస్వామి ఈ నిర్ణయంతో హతాశుడయ్యాడు.

మోహనస్వామికి సైకిల్ తొక్కటం వచ్చేది కాదు. అతనిది చిన్న ఊరు. అన్ని ప్రదేశాలకు కాలినడకనే వెళ్ళిరావచ్చు. అయితే అది తాను సైకిల్ నేర్చుకోవటానికి అతను స్వయంగా రూపొందించుకున్న నెపం! అతని స్నేహితులందరూ చాలా చక్కగా రెండుచేతులూ వదలి సైకిల్ నడిపేవారు. ఇతను మాత్రం సైకిల్ చూస్తే భయపడేవాడు. ఇంట్లో తండ్రి సైకిల్ తొక్కడం ఎప్పుడో ఆపేశారు. ఆయనది ఇప్పుడు సైకిల్ తొక్కే వయసూ కాదు. అక్క కూడా సైకిల్ నేర్చుకోలేదు. ఆ ఊళ్ళో అమ్మాయిలు సైకిల్ తొక్కేవారు కాదు. ఒకరిద్దరు మోహనస్వామి మిత్రులు ఇతనికి ఆ బ్రహ్మవిద్య నేర్పడానికి ప్రయత్నించారు. ఇతనికి కూడా మొదట సైకిల్‌ను చూస్తే భయం. ఆ భయం పోకుండా సైకిల్ విద్య ఎలా అబ్బుతుంది? ఒకటి రెండు రోజులు ప్రయత్నించిన

మిత్రులు 'ఆడంగి వెధవకు... సైకిల్ రాదు" అని అపహాస్యం చేసి వెళ్ళిపోయారు.

గోవా అనే అపరిచితమైన ఊళ్ళో మొత్తం విద్యార్థుల నడుమ ఇతనికి సైకిల్ రాదన్నది పెద్ద తమాషా విషయంగా మారిపోయింది. అతను అన్ని సంవత్సరాల కాలం ఈ రహస్యాన్ని ఎవరి ముందు కూడా బయటపడకుండా కాపాడుకుంటూ వచ్చాడు. అతని ఇంజనీరింగ్ కాలేజి ఆవరణలో సైకిల్ అవసరం లేని కారణంగా ఎన్నడూ ఇది ప్రశ్న కాలేదు. ఆయితే విద్యార్థులందరికీ సైకిల్ చక్కగా వచ్చేది. అబ్బాయిల విషయం అటుండనీ, ముగ్గురు అమ్మాయిలు వాళ్ళ గుంపులో ఉండేవారు. వాళ్ళకూ సైకిల్ వచ్చేది. లెక్చరర్లు కూడా సైకిల్ తొక్కే వయసువారు. అందువల్ల మొత్తం అరవై మందిజనం గుంపులో ఇతను ఒంటరైపోయాడు. అందరూ ఇతడిని చూసి ముసిముసిగా నవ్వసాగారు. అమ్మాయిలూ ఇతని మీద జోకులు విసిరి నవ్వారు. మొదటి ర్యాంక్‌ను ఎన్నడూ వదలని కుర్రవాడి_చేతకానితనాన్ని గేలిచేసే అరుదైన అవకాశం అందరికీ కలిసి వచ్చింది. తాను ముందు, నేను ముందు అని అందరూ తమ రాళ్ళను విసిరారు. లెక్చరర్లకు ఇతనొక్కడి వల్ల మొత్తం బృందానికి బస్ ఏర్పాటు చేయవలసి వస్తుందేమో అనే కలవరం మొదలై కోపం వచ్చింది. "నీవేం మగపిల్లవాడివయ్యా? సైకిల్ రాదంటావ్ కదా? సిగ్గు వేయదా?" అని అందరి ఎదుట తిట్టారు. చివరికి తమ నిర్ణయాన్ని మార్చకుండా, "నువ్వు ఇక్కడే హోటల్లో ఉండు. మేమంతా వెళ్ళి వస్తాం" అని చెప్పి గోవా బీచులను చూడటానికి వెళ్ళిపోయారు.

ఒక్కడే గదిలో కూర్చుని మోహనస్వామి దుఃఖించేంతగా దుఃఖించాడు. సిటీ బస్సు పట్టుకుని తిరగడానికి వెళదామనుకున్నాడు. అయితే ఏదైనా బీచ్‌లో ఈ మిత్రులు మళ్ళీ ఎదురుపడి, "బస్‌లో వచ్చావా?" అని ప్రతీ ఒక్కడూ అడిగి నవ్వుతారేమోననే భయముండేది. అందువల్ల ఆ సాహసానికి పూనుకోలేదు. తక్కువ బడ్జెట్‌లో దొరకుతుందనే ఆలోచనతో ఊరి నుంచి చాలా దూరంలో ఉన్న హోటల్లో బస చేశారు. అక్కడ చుట్టుపక్కల చూడటానికి ఏమీ లేదు. ఇతనికి వెంటనే తన ఊరికి వెళ్ళిపోవాలనే కోరిక కలిగింది. అయితే అంత డబ్బు అతని దగ్గర లేదు. ఏం చేయాలో తోచక మౌనంగా హోటల్ కారిడార్‌లో అక్కడి నుంచి ఇక్కడికి, ఇక్కడి నుంచి అక్కడికి పచార్లు చేశాడు. కాస్సేపు పుస్తకం, కొన్ని న్యూస్ పేపర్లు చదివాడు.

ఇలాంటి సమయంలోనే అతనికి 'గే' కావడానికి సైకిల్ తొక్కడం

రాకపోవడమే కారణమనే విచిత్రమైన తర్కం స్ఫురించింది. అది కాకపోతే వేరే కారణం ఏముంది? వాళ్ళలానే నాకూ కళ్ళు, ముక్కు, చెవి, నోరు ఉన్నాయి. దేహంలో ఉన్న రక్తమూ ఎరుపురంగుది... వాళ్ళలాగే ఆలోచనా శక్తి ఉంది. వాళ్ళలాగే బట్టలు వేసుకుంటాను... మా మధ్యన వ్యత్యాసం ఏదైనా ఉంటే, అది ఈ సైకిల్ సవారి అన్నది మాత్రమే. బహుశా ఈ సైకిల్ సవారి అన్నది పురుష ప్రతీక అయిండొచ్చు. దాన్ని నేను బాల్యంలో నేర్చుకోకుండా చాలా తప్పు చేశాను. చిన్నప్పుడు కాస్త ధైర్యం చేసివుంటే సరిపోయివుండేది. సైకిల్ సవారి వచ్చేసివుండేది. అలా అయివుంటే ఈ సమయానికే నేను మిగతా మగపిల్లల్లా అమ్మాయిల వెనకపడేవాడిని. నా ఈ విభిన్న స్వభావానికి కారణమైన 'తల్లి వేరు' నాకు దొరికింది. ఇక ఆలస్యం చేయకూడదు. అయినంత తొందరగా సైకిల్ వేర్చుకుని, ఆ 'తల్లి వేరు'ను ధ్వంసం చేయాలి. నేనూ అందరిలా అమ్మాయిల కోసం జొల్లు కార్చటం ప్రారంభించాలి. చాలా రోజుల నుంచి ఈ దారుణ అవస్థకు కారణమేమిటన్నది వెతుకుతుండేవాడిని. ఇప్పుడు ఆకస్మాత్తుగా సులభ పరిష్కారం ఒకటి నాకు తెలిసింది. ఇక ఆలస్యం చేయకూడదు.

మనస్సులో సైకిల్ నేర్చుకోవాలనే నిర్ణయం జరిగిపోయింది. అయితే నేర్పించేవాళ్ళు ఎవరు? మిత్రులను అడిగే ధైర్యం అతనికి లేదు. కచ్చితంగానే మరొకసారి అందరి అపహాస్యానికి గురవుతాననే భయం ఉండేది. నేరుగా ఇంటికి వెళితే? నాన్నకు సైకిల్ నేర్పించే వయసు, ఉత్సాహం లేదు. అంతేకాకుండా ఊరివాళ్ళంతా పరిచయస్థులు. ఇప్పటికే తెలివైన కుర్రవాడనే గౌరవం అక్కడ దొరుకుతోంది. ఇప్పుడు వాళ్ళ కళ్ళల్లో సైకిల్ తొక్కడానికి రాని కుర్రవాడనే తమాషాకు గురవ్వడం తనకిష్టం లేదు. 'వీడొక ఈత రాని పండితుడు' అని తనను వెక్కిరించడం ప్రారంభిస్తే తన గతి ఏమిటి? అయితే సైకిల్ నేర్చుకోవాల్సిందే. ఇన్నాళ్ళు 'గే'గా అనుభవించిన బాధ చాలు. ఇక ముందైనా జీవితాన్ని యోగ్యంగా చేసుకోవాల్సిందే. డ్రైవింగ్ నేర్పించేలా, సైకిల్ డ్రైవింగ్ నేర్పించే స్కూళ్ళు లేవా? అతడికి అలాంటి స్కూళ్ళు ఎక్కడా చూసినట్టు గుర్తురాలేదు. ఇలాంటి విషయాలను ఎవరిముందు చెప్పుకోవాలి? ఎవరు దీనికి పరిష్కారం చూపుతారు?

చివరికి అతను హాస్పేట్‌లో ఉన్న అక్కకు సైకిల్ నేర్చుకోవాలనే తన ఉత్సాహాన్ని వివరిస్తూ ఉత్తరం రాశాడు. అయితే అతని ఉద్దేశమేమిటో తెలివిగా

దాచాడు. 'ఈ మధ్యన ఈ ఊళ్ళో విపరీతమైన ఎండ. కాలేజికి నడిచి వెళ్ళడంలో అలసిపోతాం. అందువల్ల సైకిల్ నేర్చుకోవాలి' అని అబద్ధపు కారణం చెప్పాడు. ఈ సమయానికే అక్కా-తమ్ముళ్ళ మధ్య సంబంధం చాలా వరకు సర్దుకుంది. బాల్యంలో అతడిని 'ఆడంగి వెధవ' అని నామకరణం చేసింది ఆమె అయినా, ఇప్పుడు తమ్ముడంటే ఎలాంటి సహాయానికైనా సిద్ధం అనేలా ఆమె వ్యక్తిత్వంలో మార్పు వచ్చింది. అయితే నెమ్మదిగా ఆమెకు అతడి మీద ప్రేమ పెరిగింది. బహుశా వయసు పెరిగినట్టల్లా బుద్ధి వికసించివుండాలి. ఎలాంటి ఇబ్బంది పెట్టని, అతిగా మాట్లాడని, తన పాటికి తానుండే మోహనస్వామి ఆమెకు అభిమాన జీవిగా కనిపించసాగాడు. ప్రతీ పరీక్షలోనూ మంచి మార్కులు సంపాదించి, అందరి చేత ప్రశంసలు పొందే తన తమ్ముడు చాలా మంచివాడని అనిపించసాగింది. అతను పి.యు.సి.లో మంచి ర్యాంకు సంపాదించి ఇంజనీరింగ్ చదవటంకోసం ఊరికి దూరంగా వెళ్ళిన తరువాత అతనిపై భాతృప్రేమ మరింతగాపెరిగింది. ప్రతివారమూ తప్పనిసరిగా అతనికి కన్నడలో ఉత్తరాలు రాసి, ఇంటి విషయాలు, ఊరి విషయాలు అంతా తెలియజేసేది. అతనూ ఉత్తరాలు రాసేవాడు. మోహనస్వామి ఇంజనీరింగ్ అయిదవ సెమిస్టర్‌కు వచ్చేసమయానికి ఆమెకు వివాహం జరిగిపోయింది. హొస్పేట్‌కు చెందిన కుర్రవాడు. అంత దూరంవాడేమీ కాదు. అయినా వియ్యంకులతోపాటు ఆమె పుట్టింటిని వదిలిపోయేటప్పుడు, తమ్ముడిని హత్తుకుని విపరీతంగా ఏడ్చింది. "నువ్వు దేనికీ భయపడకు మోహన. నీకు ఏ కష్టం వచ్చినా నా దగ్గరికి రా. నిన్ను బాగా చూసుకుంటాను" అని చెప్పి, "నేను ఏమైనా తప్పు చేస్తే క్షమించరా" అని పదేపదే అంది. "నువ్వేమీ తప్పు చేయలేదక్కా... ఊరకే ఎందుకు అలా అంటావు?" అని అంటూ మోహనస్వామి కూడా ఏడ్చాడు. బహుశా ఆమెకు తన వ్యక్తిత్వపు సూక్ష్మమేమిటో తెలిసిందన్నది ఆ మాటలతో తెలుస్తోంది. అయితే ఏమిటని అడగటానికి ఆమెకు కానీ, ఏమిటో చెప్పటానికి ఇతనికి కానీ ధైర్యం లేకపోయింది.

అక్కడి నుంచి ఒక్క వారంలోనే జవాబు వచ్చింది. "నువ్వు ఏమీ ఆలోచించకుండా హొస్పేటకు రా. నీవు సైకిల్ నేర్చుకోవడానికి నేను అంతా ఏర్పాట్లు చేశాను. మా పొలంలో పనిచేసే శేఖావలి కొడుకు దాదాపీర్ నీకు తెలుసుకదా? వాడు ఇప్పుడు తొమ్మిదవ తరగతి. ఇక్కడే సర్కారు బడిలో

చదువుతున్నాడు. వాడు తల్లితండ్రులకు పొలం పనుల్లో సహాయం చేస్తాడు. చదువులో అంత తెలివైనవాడు కాదు. అయితే సైకిల్‌ను అద్భుతంగా తొక్కుతాడు. సైకిల్ నడపటం అటుండనీ, తండ్రి ట్రాక్టర్‌ను కూడా వాడు నడుపుతాడు. సైకిల్ రిపేరీ స్వయంగా తానే చేసుకుంటాడు. వాడికి చెబితే కచ్చితంగా సైకిల్ తొక్కడం నేర్పిస్తాడు. వాడు చిన్నవాడని నువ్వు సిగ్గుపడక్కర్లేదు. ఎవరూ తిరగని స్థలంలో సైకిల్ నేర్పించమని చెబుతాను" అని రాసింది. మోహనస్వామికి అక్క మీద ప్రేమ పొంగి వచ్చింది. తన కష్టకాలంలో సహాయానికి వచ్చింది కదా అని కళ్ళు ఆర్ద్రమయ్యాయి. నవల, చదువు, పరీక్ష అనే విషయాలను మూలన పెట్టి, హాస్పేట్‌కు వెళ్ళే బస్ ఎక్కాడు. ఇంకేమి కొన్ని రోజులలోనే తన సమస్యలన్నీ పరిష్కరింపబడి తాను స్ట్రయిట్ అయిపోతాడనే నిరీక్షణ అతని ఉత్సాహాన్ని రెట్టింపు చేసింది.

*****

హంపి క్షేత్రం స్థానికులకు పంపాపతి పుణ్యక్షేత్రంగా, పరస్థలం వారికి విజయనగరరాజుల వైభవపు అవశేషాల నగరంగా ప్రసిద్ధమైంది. ప్రపంచం మూలమూలల నుంచి యాత్రికులు ఈ అవశేషాలను చూడటానికి వస్తారు. అలాంటి గొప్ప క్షేత్రంలో సైకిల్ నేర్చుకోవాలని మోహనస్వామీ, నేర్పించాలని దాదాపీర్ బయలుదేరారు. హాస్పేట్ నుంచి కేవలం ఎనిమిది కిలోమీటర్ల దూరంలో ఉన్న ఈ ఊరికి మొదట బస్సులో వెళ్ళి, తరువాత అక్కడ ఒక సైకిల్ అద్దెకు తీసుకున్నారు. చాలామంది యాత్రికులు సైకిళ్ళపైనే హంపి అంతా తిరిగి స్మారకాలను చూస్తుండటం వల్ల సైకిళ్ళని అద్దెకు ఇచ్చే అంగళ్ళు అక్కడున్నాయి.

పంపాపతి దేవస్థానం ఎదురుగా విశాలమైన బయలుప్రదేశం ఉంది. అయితే అక్కడ సైకిల్ నేర్చుకోవడానికి మోహనస్వామి నిరాకరించాడు. ఆ బయలు ప్రదేశం ఇరువైపులా చాలా అంగళ్ళు ఉండటమే కాకుండా అక్కడ విపరీతమైన జనసంచారం ఉంది. తన కన్నా చిన్నవాడైన పిల్లవాడు సైకిల్ తొక్కడం నేర్పడాన్ని చూస్తే జనం నవ్వరా అనే సంకోచం మోహనస్వామికి ఉంది. అందువల్ల ఆ స్థలం వదలి అచ్యుతరాయల మందిరం ముందున్న మైదానంలో సైకిల్ నేర్చుకోవటానికి నిర్ణయించారు. మాతంగ పర్వతం కిందనున్న ఈ దేవస్థానం దాదాపు శిథిలమైంది. రెండు ప్రాంగణాలను కలిగిన అత్యంత

విశాలమైన దేవస్థానం అయినప్పటికీ, మందిరంలో మూలవిరాట్టు విగ్రహం లేనందువల్ల ఎలాంటి పూజాపునస్కారాలూ ఇక్కడ జరగవు. అందువల్ల ఎవరూ ఎక్కువగా ఇక్కడికి రారు. ఈ దేవస్థానం ముందు విశాలమైన మైదానం ఉంది. ఆ మైదానంలో ఇరుపక్కల వరుసగా రాతిమంటపాలు ఉన్నాయి. ఈ మంటపాలలో విజయనగర రాజుల కాలంలో వ్యాపార వ్యవహారాలు సాగేవట. వేశ్యలూ ఇక్కడ తమను తాము అమ్ముకోవడానికి సిద్ధమయ్యేవారని ప్రాచీన విదేశీ యాత్రికులు రాసిన చరిత్రలో ఉంది. ఈ మంటపాల సాలుకు అంటుకుని ఒక పెద్ద కోనేరు ఉంది. వర్తకులకు, గ్రాహకులకు ఈ కోనేరు తాగే నీళ్ళను సమకూర్చుతూ ఉండాలి. ఇప్పటికీ కోనేరులో కావలసినంత నీళ్ళు ఉన్నా తాగటానికి యోగ్యంగా లేవు. దేవస్థానం నేపథ్యంలో మాతంగ పర్వతముంటే ... దేవస్థానానికి ఎదురుగా గంధమాదన పర్వతం ఉంది. కొంచెం దూరం నడిస్తే చాలు, తుంగభద్రా నది జలజలమని ప్రవహిస్తూ ఉంటుంది.

సైకిల్‌ను మోసుకుని వాళ్ళు మాతంగ పర్వతానికి అంటుకునివున్న మెట్లెక్కి ఆ దేవస్థానాన్ని చేరటానికి నడిచారు. దారి మొదట్లోనే ఒక పెద్ద ఏకశిలా నంది విగ్రహం ఉంది. ఈ నంది సూటిగా పంపాపతిని చూస్తూ పడుకుని ఉంటుంది. ఆ నందికి భక్తితో నమస్కరించమని దాదాపీర్ సలహా ఇచ్చాడు. "బసవన్న నిన్ను మెచ్చితే చాలు, సైకిల్ నడపటం సులభంగా వచ్చేస్తుంది" అని అన్నాడు. ఈ బసవన్నకు, ఈ సైకిల్‌కు ఏ విధమైన సంబంధాన్ని ఈ ముస్లీం కుర్రవాడు చెబుతున్నాడో మోహనస్వామికి అర్థం కాలేదు. "ఎందుకలా?" అని మోహనస్వామి అడిగాడు.. 'నీకు ఆ మాత్రం తెలియదా?' అన్నట్టు చూస్తూ దాదాపీర్, "బసవన్న అంటే ఈశ్వరుని సైకిల్ కాదా?" అని జవాబిచ్చాడు. దానికి మోహనస్వామికి ఏం చెప్పాలో పాలుపోలేదు. భక్తితో చేతులు జోడించాడు. మోకాలును కప్పేటంతటి పొడవైన, వదులైన కాకి నిక్కరువేసుకుని, పైన ఒక బిగువైన ఎర్రరంగు అంగీ దాదాపీర్ తొడుక్కున్నాడు. ఈ అంగీ మోహనస్వామిది. "నీవి ఒకట్రెండు పాత చొక్కాలు తీసుకుని రా" అని అక్క ముందుగానే ఉత్తరంలో తెలిపింది. దాదాపీర్ మోహనస్వామి కన్నా వయసులో చిన్నవాడైనా వాడి శరీర నిర్మాణం పెద్దది. అందువల్ల ఆ అంగీ అతనికి బిగువైంది. అయినా సంతోషంతో వేసుకున్నాడు. నల్లని చర్మం, తెల్లటి పలువరుస, అందంగా నవ్వే దాదాపీర్ మాటలు, ప్రవర్తన మోహనస్వామికి అసహనాన్ని

కలిగించినా అతనికి ఈ సందర్భంలో ఎదురు చెప్పటం సాధ్యంకాని కారణంగా మౌనంగా ఉన్నాడు. "గురువిన గులామునాగువ తనక దొరయదణ్ణ ముకుతి' (గురువుకు గులామువయ్యే వరకు దొరకదన్న ముక్తి) అనే మాటల్లో మోహన స్వామికి నమ్మకమున్నా, తన కన్నా ఏడేళ్ళ చిన్నవాడైన కుర్రవాడిని గురువుగా స్వీకరించడానికి అహంకారం అడ్డొస్తోంది.

అచ్యుతరాయ దేవస్థానం ముందున్న మైదానం నిర్జనంగా ఉంది. ఎండ తగ్గుముఖం పడుతున్నప్పటికీ సెగ కొడుతోంది. యాత్రికులు ఇక్కడికి రావటం తక్కువ కావటంవల్ల, దేవస్థానం, మైదానం రెండూ బిక్కుబిక్కు మంటున్నాయి. ఇక్కడ సైకిల్ నేర్చుకోవటానికి అడ్డులేదని మోహనస్వామికి అనిపించింది. అయితే దాదాపీర్ అంత సులభంగా సైకిల్ నేర్పడానికి సిద్ధంగా లేడు. అంత విశాలమైన మైదానాన్ని చూసి ఒకటి రెండు రౌండ్లు తానొక్కడే వేయాలని దాదాపీర్‌కు అనిపించింది. "సైకిల్ కండీషన్ ఎలాగుందో పరీక్షిస్తాను. నువ్వు ఎక్కిన తరువాత అక్సిడెంట్ జరగకూడదు" అని చెప్పి తానొక్కడే సైకిల్ ఎక్కి రౌండ్లు కొట్టాడు. అసలే పెద్ద మైదానం. రెండు రౌండ్లు వేయడానికి ఇరవై నిముషాలు పట్టింది. తరువాత 'సైకిల్ కండీషన్ ఫరవాలేదు" అని చెప్పి దాదాపీర్ "ముందుగా భూమాతకు చేతులు జోడించి భక్తిగా క్షమాపణలు వేడుకోవాలి" అని ఆజ్ఞాపించాడు. "క్షమాపణ అడగటానికి మనమేం తప్పు చేశాం" అని మోహనస్వామి అడిగాడు. "ఇన్ని రోజులు కేవలం ఆమె మన బరువు మాత్రమే మోస్తూ వుంది. ఇకపై మన బరువుతోపాటు ఈ సైకిల్ భారాన్ని కూడా మోయాలి. ఎంత బరువు ఆమె మోయగలదు?" అని దాదాపీర్ వివరించాడు. అదృష్టవశాత్తు తాను నేర్చుకుంటున్నది సైకిల్ సవారి తప్ప జిసిబి యంత్రం నడపటం కాదని మోహనస్వామి సమాధానపడ్డాడు. దాదాపీర్ ఇలాంటి వ్యాఖ్యానాలకు ఏ విధమైన తర్కంతోనూ సమాధానం చెప్పటానికి సాధ్యంలేని కారణంగా వాడు చెప్పినట్టు భూమిని చేత్తో ముట్టి, ఒకింత మట్టిని తీసుకుని నుదుటికి పూసుకున్నాడు.

"అన్నా, సైకిల్ నేర్చుకోవటానికి ముందు ఒక విషయాన్ని మనస్సులో పెట్టుకో... ఈ సైకిల్ మహా కిలాడీ ముండ... నువ్వు భయపడితే అది నిన్ను భయపెడుతుంది. నువ్వు ధైర్యంగా ఉంటే అది భయపడి తల వంచుతుంది. ధైర్యం లేకపోతే దేవుడి సాక్షిగా సైకిల్ నేర్చుకోవడం సాధ్యం కాదు. సైకిల్

ఏమైనా నకరాలు చేస్తే "అరేయ్ బాడుకోవ్, నా ముడ్డి కింద నిన్ను వేసుకుని తొక్కుతానురా. నోరు తెరిచావా చెడ్డ పిత్తు వదులుతాను చూడు, అని బెదిరించాలి. అప్పుడు గమ్మునుంటుంది" అని చెప్పాడు. ఆ మాటలకు నవ్వాలో, గంభీరంగా తీసుకోవాలో అర్థంకాక మోహనస్వామి కలవరపడ్డాడు.

చివరికి అన్ని రకాల ప్రార్థనలు ముగిసిన తరువాత, సైకిల్ నేర్పడం మొదలైంది. మోహనస్వామి బాల్యంలో ఒకటి, రెండు రోజులు సైకిల్ నేర్చుకోవడానికి ప్రయత్నించాడు కదా ! అది ఉపయోగపడింది. ఇన్ని సంవత్సరాలైనా అప్పుడు నేర్చుకున్నది మరచిపోలేరు కదా అని మోహనస్వామికి ఆశ్చర్యమేసింది. మొదటి రెండు రౌండ్లు అతనొక్కడే అడ్డసైకిల్లో వెళ్ళి వచ్చాడు. కొంచెం ధైర్యం వచ్చింది.

మోహనస్వామి శారీరకంగా అంత పొడగరి కాదు. పొట్టివాడు కాకపోయినా పొడవు మాత్రం కాదు. అయితే వారి సైకిల్ చాలా పెద్దది. అందువల్ల నేరుగా సీటుమీద కుర్చుని సైకిల్ తొక్కడానికి సాధ్యం కాలేదు. ఆ కారణంగా పరుగెడుతూ పరుగెడుతూ సీటెక్కి అలాగే బ్యాలెన్స్ చేస్తూ ఫెడల్ తొక్కుతూ ముందుకుసాగే బ్రహ్మవిద్యను దాదాపీర్ ఇప్పుడు బోధించసాగాడు. "అన్నా, పరుగెత్తే మబ్బును పట్టుకుని ఎక్కి చందమామ సవారి చెస్తాడు కదా, అలాగే ఇది కూడా" అని ఉపమానాన్ని ఇచ్చాడు. దాదాపీర్ పోలికలు మోహనస్వామి పెదవుల అంచుల్లో నవ్వును ఏర్పరిచి కొంచెం అధైర్యాన్ని తగ్గించాయి. భయాన్ని పోగొట్టాయి. ఒకటి రెండు సార్లు ఎక్కబోయి కింద పడ్డాడు. మోకాలు దోక్కునిపోయి గాయమైంది. దానికి పాడుమట్టి పూసిన దాదాపీర్, "అన్నా, నొప్పి అయ్యిందని బాధపడకు. పాత అంగీ చిరిగిందంటే, ఏడవకూడదు. కొత్త అంగీ వస్తుందని సంతోషించాలి. రెండు రోజుల్లో కొత్తచర్మం పెరుగుతుంది" అని ప్రోత్సహించాడు. చివరికి అరగంటలో మోహనస్వామికి పరుగెడుతూ సైకిల్ సీటు ఎక్కడానికి వచ్చింది. ఆ సంతోషంతో అనేకసార్లు ఎక్కడం, తరువాత దిగడం అభ్యాసం చేసుకున్నాడు. అందువల్ల ఉత్సాహంతో ఒకటి రెండు సార్లు మైదానమంతా తిరిగొచ్చాడు. మలుపు తీసుకునేటప్పుడు ఎక్కడ పడతాడేమోనని భయమేసింది. అయినా దాదాపీర్ "ధైర్యం పోగొట్టుకుంటే సైకిల్‌కు పొగరు వచ్చేస్తుంది" అని చెప్పిన మాటలు గుర్తున్నాయి. అందువల్ల తన మనస్సుకు తాను ధైర్యం చెప్పుకుని సైకిల్‌ను తిప్పడం నేర్చుకున్నాడు.

అయితే మరొక రౌండు పోయినప్పుడు ఒక ప్రమాదం జరిగిపోయింది. ఎవరో ఇద్దరు విదేశి యాత్రికులు అచ్యుతరాయ దేవస్థానం వైపు రెండు సైకిళ్ళ మీద వస్తున్నారు. వాళ్ళల్లో ఒకడు మోకాళ్ళ వరకున్న చడ్డీ వేసుకుని, బొమ్మల ఎరుపురంగు అంగీ వేసుకునివుంటే, మరొకడు నీలం రంగు జీన్స్, నీలం రంగు అంగీ తొడుక్కున్నాడు. దూరం నుంచి వాళ్ళిద్దరు ఎరుపు, నీలి చుక్కల్లా కనిపిస్తున్నారు. ఇద్దరూ దారి మధ్యలో వేగంగా సైకిల్ తొక్కుకుంటూ వస్తున్నారు. వారి భుజాలకు కెమరాలు ఉన్నాయి. మోహనస్వామికి ఎవరో మూడవ వ్యక్తి తన వైపు రావటం కలవర పెట్టింది. అతనికి ధైర్యం సన్నగిల్లటంతో సైకిల్‌కు పొగరెక్కింది. సైకిల్ అతడి మాటలు వినటానికి నిరాకరించింది. వాళ్ళను చుట్టుకుని వెళ్ళమని మోహనస్వామి సైకిల్‌ను ఎంతగా వేడుకున్నా అది వినలేదు. నేరుగా వాళ్ళిద్దరి మధ్యన పోవటంతో వాళ్ళిద్దరూ సైకిల్ నుంచి కిందపడ్డారు. ఇతనూ వారి ముందుకుపోయి పడ్డాడు.

“ఓ మ్యాన్ ... నీకు సైకిల్ తొక్కడానికి రాదా?” అంటూ ఇద్దరూ లేచారు. ఇద్దరికీ కాళ్ళుచేతులూ దోక్కుపోయాయి. బట్టలంతా దుమ్ముకొట్టుకుని పోయాయి. ఇద్దరూ పైకి లేచి దుమ్ము దులుపుకుని, అక్కడ దగ్గర్లో పడివున్న మోహనస్వామి దగ్గరికి వెళ్ళి, ‘ఆర్ యూ ఓకె’ అని ప్రశ్నించి ఆరోగ్యాన్ని విచారించారు. అంతలో జరిగిన ప్రమాదాన్ని దూరం నుంచి చూసిన దాదాపీర్ రొప్పుతూ పరుగెత్తుకుని వచ్చాడు. వాళ్ళిద్దరితో కరచాలనం చేసి, “మై బ్రదర్... సైకిల్... మై టీచింగ్...హిమ్... లర్నింగ్... సారీ సారీ” అని తన తొమ్మిదవ తరగతి ఇంగ్లీషు పరిజ్ఞానాన్ని ప్రదర్శించాడు. వాళ్ళకూ ఇంగ్లీషు అంతగా రాదు. యూరోప్ యూనియన్‌లోని ఏదో చిన్న దేశానికి చెందిన యాత్రికులు. అయినా అక్కడ జరుగుతున్నది సైకిల్ తరగతి అన్నది అర్థం చేసుకున్నారు. చిన్నపిల్లవాడొకడు పెద్దపిల్లవాడికి సైకిల్ నేర్పించే విధానం వాళ్ళిద్దరికి సంతోషాన్ని కలిగించింది. అందువల్ల వాడు మరొకసారి సైకిల్ నేర్పించే నటన చేయాలని, తాము ఫోటోలు తీస్తామని చెప్పారు.

ఫోటో అన్నది ఆ రోజుల్లో అత్యంత అపురూపమైన విషయం. అందువల్ల దాదాపీర్ వెంటనే సంతోషంతో సిద్ధమైపోయాడు. కొంచెం జుత్తును సరిచేసుకుని, నుదుటి పైని చెమటను భుజాలతో తుడుచుకుని అంగీని నిక్కరులో దోపి టక్ చేసుకుని రెడీ అయ్యాడు. వాళ్ళలో చడ్డీ వేసుకున్న విదేశీయుడితో, “యూ

నిక్కర్... మై నిక్కర్... సేమ్ సేమ్... యూ రెడ్ షర్ట్... ఐ రెడ్ షర్ట్ ... సేమ్ ... సేమ్..." అని చెప్పి అతడిని చిన్నగా గిల్లి 'సేమ్ పించ్' చేశాడు. వాడి మాటలు వారికి సంతోషాన్ని కలిగించాయి. అయితే మోహనస్వామికి ఈ ఘటన తనకు జరిగిన అవమానంగా అనిపించింది. తనకు సరిగ్గా సైకిల్ తొక్కడానికి రాదన్న సంగతి అపరిచితులకు తెలిసిపోవటం అతనికి ఏ మాత్రం ఇష్టం లేదు. అయితే ఫోటో అన్నది అతనికి అపురూపమైన విషయమే. ధనవంతుల ఇంటి పెళ్ళిల్లోనూ, చివరి రోజుల్లో ఒక గ్రూప్ ఫోటో తీయటానికి ముందూ వెనుకలూ చూసేవారు. దాన్ని దుబారా ఖర్చుగా పెద్దలు పరిగణించేవారు. అందువల్ల మోహనస్వామి కూడా తన అవమానాన్ని మరిచి ఫోటోకు మోడల్ కావడానికి సిద్ధమయ్యాడు.

సూర్యుడు అప్పటికే గంధమాదన పర్వతం వెనక అస్తమించడానికి సిద్ధమయ్యాడు. సాయంత్రపు ఎరుపు మొత్తం వాతావరణాన్ని కమ్ముకుంది. పదహారవ శతాబ్దం నాటి అచ్యుతరాయుడి పాడుబడ్డ దేవస్థానం, దాని వెనక వున్న మాతంగ పర్వతం, పర్వతం చివరన వున్న ఏదో చిన్న దేవాలయం, నిర్జన వాతావరణం అన్నీ చరిత్రను వెనక్కు తీసుకుని వెళ్ళేటంతటి వాతావరణాన్ని సృష్టించింది. దాని నేపథ్యంలో మోహనస్వామికి దాదాపీర్ సైకిల్ నేర్పే అనేక దృశ్యాలను వాళ్ళిద్దరూ తీసుకున్నారు. వేరు వేరు స్థలాల్లో నిలబడి, కొన్నిసార్లు రాతిమంటపాన్ని ఎక్కి ఫోటోలు తీశారు. మళ్ళీమళ్ళీ మోహనస్వామి, దాదాపీర్‌లు సైకిల్ తొక్కే దృశ్యాలను చిత్రీకరించారు. తరువాత మోహనస్వామికి సైకిల్ నడపటంలో మరికొన్ని సులభమైన సలహాలను ఇచ్చారు. తరువాత వీరికి ధన్యవాదాలు తెలిపి, సైకిల్ ఎక్కి అచ్యుతరాయ దేవస్థానం వరకు వెళ్ళి, అక్కడి నుంచి సైకిళ్ళు మోసుకుని లోపలికి వెళ్ళారు. అక్కడ కూడా చాలా ఫోటోలు తీసే పనివుందని చెప్పి వెళ్ళారు.

మరికొన్ని రౌండ్లు మోహనస్వామి సైకిల్ మీద వెళ్ళి వచ్చాడు. సైకిల్ నడపటానికి పూర్తిగా ధైర్యం వచ్చినట్టయ్యింది. అయితే అప్పటికే వెలుతురు మాయమవుతూవుంది. దాంతోపాటు అప్పటికే రెండు గంటలు సైకిల్ తొక్కటం వల్ల, ఒకటి రెండుసార్లు కిందపడి గాయం చేసుకోవడం వల్ల బాగా అలసిపోయాడు. దాహం వేసింది. అయితే ఇద్దరి దగ్గర నీళ్ళు లేవు. దగ్గర్లో కోనేరు ఉన్నా అందులోని నీళ్ళు తాగేటంత ఉత్తమంగా లేవు. కొంచెం దూరం నడిస్తే తుంగభద్ర నది ప్రవహిస్తోంది. అయితే ఆ నీటిని నేరుగా తాగటానికి

ఆరోగ్యంగా లేవు. అందువల్ల దాదాపీర్ ఒక ఉపాయం సూచించాడు. తాను సైకిల్ తీసుకుని దగ్గర్లోని విజయవిఠ్ఠల దేవస్థానం దగ్గరికి వెళ్ళి నాలుగైదు కొబ్బరి బోండాలను తీసుకుని వస్తానని చెప్పాడు. ఆ సలహా మోహనస్వామికి నచ్చింది. వాడితోపాటు వెళ్ళడానికి విపరీతంగా అలసిపోవటం వల్ల తాను అక్కడే ఉంటానని చెప్పి, దాదాపీర్‌కు అయిదు రూపాయలు ఇచ్చాడు. ఒక రూపాయికి ఒక కొబ్బరి బొండం దొరికేది. దాదాపీర్ డబ్బులు తీసుకుని చీకట్లో కనుమరుగయ్యాడు.

అరగంట గడిచింది. వారు కిందికి రాలేదు. మోహనస్వామి ఆలోచనలో పడ్డాడు. దాహం పెరుగుతోంది. చీకటి దట్టంగా కమ్ముకుంటోంది. గంధమాదన పర్వతం ఇప్పుడు కనిపించటమే లేదు. ఇటు మాతంగ పర్వతమూ అస్పష్టంగా కనిపిస్తోంది. అచ్యుతరాయ దేవస్థానం పాడుపడ్డ గోపురం, రాతిమంటపాల బజారు– అన్నీ భయాన్ని పుట్టిస్తున్నాయి. ఏదో ఒక పక్షి వికృతంగా అరిచింది. కీచురాళ్ళు రొదపెట్టసాగాయి. ముఖానికి దోమలు వచ్చి కొట్టుకుంటున్నాయి. మొదటే అది పాడుబడ్డ స్థలం. పాములు, తేళ్ళు గుంపులుగా తిరుగుతుంటాయి. లక్షలాది జనం ఈ ఊళ్ళో చచ్చిప్రేతాలై ఇప్పటికీ తిరుగుతుంటారనే కథలు స్థానికులలో ప్రచారంలో ఉన్నాయి. ఆ భయమూ మోహనస్వామిని చుట్టుముట్టింది. ఎంత ఎదురుచూసినా దాదాపీర్ రాలేదు. వాడికి ఏమైందో అనే ఆలోచన కూడా మనసులోకి రాసాగింది. ఎవరైనా పరిచితుల దగ్గర ఉంటే బాగుండేదని అనిపించింది. అంతలో ఫోటోలు తీయడానికి అచ్యుతరాయ దేవస్థానంలోనికి వెళ్ళిన విదేశీ యాత్రికులు ఇంకా అక్కడే ఉన్నారా అనే అనుమానం వచ్చింది. లేదా అక్కడి నుంచి మాతంగపర్వతం కింది మెట్లెక్కి హంపి ప్రధాన బజారుకు వెళ్ళిపోయారా అని అనిపించింది.ఎందుకైనా మంచిదని అచ్యుతరాయ దేవస్థానంలో కాలు పెట్టాడు.

దూరంలో వాళ్ళిద్దరి సైకిళ్ళు మంటపం గోడకు ఆనించి వుండటం కనిపించింది. కొంచెం ధైర్యం వచ్చింది. నెమ్మదిగా చీకటికి కళ్ళను అలవాటు చేసుకుంటూ అటువైపు సాగాడు. కొద్దిస్థాయిలో చంద్రుడు ఇప్పుడు వెలుగు ఇచ్చేంతగా వెలుగుతున్నాడు. సైకిల్ దగ్గర్లోని మంటపంలో కెమరాలు పెట్టివుండటం కనిపించింది. ఆయితే వాళ్ళిద్దరూ కనిపించలేదు. ఎక్కడికి పోయారు? ఏమైనా జరగరానిది జరిగిందా? అనే అనుమానాలు మోహనస్వామిని

పీడించసాగాయి. అంతలో ఎవరో బాధతో మూల్గుతున్న సద్దు వినిపించింది. అది ఇంతకు మునుపు విననటువంటి సద్దు. 'అంకుల్...' అని పిలవాలని మోహనస్వామి అనుకున్నాడు. అయితే ధైర్యం కలగలేదు. సద్దు వినవస్తున్న వైపు వెళ్ళాడు.

లోపలి ప్రాకారపు మంటపంలో రెండు దేహాలు దొర్లుతున్నాయి. ఇద్దరి బట్టలూ మంటపంలోని స్తంభం దగ్గర కుప్పలా పడివున్నాయి. పొర్లాడుతున్న దేహాలు తన ఫోటోలు తీసిన విదేశీయులవి అనటంలో ఎలాంటి అనుమానమూ లేదు. స్తంభం చాటున నిలబడి మోహనస్వామి ఆ అపురూపమైన దృశ్యాన్ని చూడసాగాడు. అతని శరీరం మెల్లగా వొణకసాగింది. ఉన్నట్టుండి చలివేయసాగింది. ఎన్నడూ ఇద్దరు మగవాళ్ళు నగ్నంగా ఇలా దొర్లడం అతను చూడలేదు. కేవలం మనస్సులో ఊహించుకుని సుఖించేవాడు. ఆ సుఖాన్ని పొందాలనే కోరికతో ఏ మగవాడిని తాకటానికి పోయినా ఇతడిని అసహ్యంతో వాళ్ళు దూరంగా తోశారు. అవమానించారు. అందువల్ల మొత్తం ప్రపంచంలో మగవాడిని కోరుకునే దుష్టగుణం తనలో మాత్రమే ఉందని అతను అనుకున్నాడు. ఇప్పుడు కళ్ళముందు రెండు బలిష్టమైన మగదేహాలు నగ్నంగా పెనవేసుకున్నాయి. సుఖాన్ని అనుభవిస్తున్నాయి. అక్కడ ఎలాంటి అపరాధ భావన లేదు. ఎందుకంటే అందులో ఒకడు మరొకరి చెవిలో ఏదో చెప్పి నవ్వాడు. దానికి మరొకడూ నవ్వాడు. వాళ్ళిద్దరి నవ్వులు అచ్యుతరాయ దేవస్థానం ఆవరణలో లీనమయ్యాయి. అంతకు మునుపు అతనికి వినిపించిన మూలుగు బాధతో వచ్చిన మూలుగు కాదు, అది సుఖపు మూలుగు అని మోహనస్వామికి అర్థం కాసాగింది. చాలాసేపు నిలబడి ఆ దృశ్యాన్ని చూశాడు. ఒక విధంగా భగవంతుని సాక్షాత్కారమైనట్టు అతనికి సంతోషం కలగసాగింది. తాను ఈ జగత్తులో ఒంటరి కాదనే అనుభూతి కూడా అతని మనస్సులోని మొత్తం భారాన్ని తగ్గించి తేలిక పరిచింది.

*****

మోహనస్వామి అచ్యుతరాయ దేవస్థానానికి తిరిగి వచ్చేసరికి దాదాపీర్ కొబ్బరి నీళ్ళు పట్టుకొచ్చాడు. "అన్నా, ఎక్కడికి పోయావు? కమలాపుర వరకు వెళ్ళి కొబ్బరి బొండాలు తెచ్చాను. వచ్చి ఇప్పటికే ఒకటిరెండు నిముషాలు అయ్యాయి" అన్నాడు. మోహనస్వామి దానికి ఏమీ మాట్లాడకుండా 'పాస్'కు

వెళ్ళినట్టు సైగ చేసి చూపించారు. "దేవుని గుడిలో ఒంటికి పోయకూడదు" అని చెప్పిన దాదాపీర్ మోహనస్వామికి అందంగా కనిపించాడు. ఇప్పటిదాకా తనకు కష్టపడి సైకిల్ నేర్పించి, ఇప్పుడు తనకు కొబ్బరి బొండాలు తెచ్చాడు. అక్కడే తన వంతు నీళ్ళు తాగకుండా తనతోపాటు తాగాలనే కారణంతో నాలుగు కొబ్బరికాయలు కట్టించుకుని వచ్చాడు. మోహనస్వామికి ఈ కుర్రవాడు అభిమానించటానికి అర్హుడైనవాడని అనిపించింది. హృదయంలో ఏదో సంతోషపు జల ఊరింది. అతడిని దగ్గరికి లాక్కుని హత్తుకుని, నుదుటికి ముద్దు పెట్టుకుని, "సైకిల్ నేర్పినందుకు థాంక్స్ దాదాపీర్" అని చెవిలో చెప్పాడు. అతని కౌగిలి ఎదురుచూడనిదైనా దాదాపీర్ విడిపించుకోలేదు. "ఏ ఉండనీయన్నా ... అందులో గొప్ప ఏముంది?" అని పొగడ్తను తిరస్కరించాడు.

చూపుడు రాయితో కొబ్బరిబొండం తలలో రంధ్రం చేసి ఇద్దరూ కడుపు నిండా నీళ్ళు తాగారు. తరువాత హొస్పేటకు వెళ్ళడానికి సిద్ధమయ్యారు. మోహనస్వామి ఒక సలహా ఇచ్చాడు. "దాదాపీర్, ఇప్పుడు అచ్యుతరాయ దేవస్థానం లోపల నుంచి వెళ్ళకుండా విజయవిఠ్ఠల దేవస్థానం ముందు నుంచి వెళదాం. దూరమైనా ఇబ్బంది లేదు. చల్లటిగాలి వీస్తోంది. ఇద్దరూ మాట్లాడుకుంటూ వెళ్ళొచ్చు" అని చెప్పారు. అతని సలహా కొంచెం విచిత్రం అనిపించినా దాదాపీర్ ఎక్కువగా మాట్లాడకుండా అంగీకరించాడు. ఇద్దరూ సైకిల్ తోసుకుంటూ మాట్లాడుతూ బయలుదేరారు.

మోహనస్వామి మనస్సులో ఒక విషయం స్పష్టంగా స్ఫురించింది. తాను సైకిల్ నేర్చుకోవటమే కాదు, విమానం నడపటం నేర్చుకున్నా తనకు ఇష్టమయ్యేది మగవాడి శరీరమే తప్ప స్త్రీ శరీరం కాదు. ఎన్నటికీ స్త్రీ తనను ఆకర్షించలేదనే సత్యం అతనికి అర్థమవసాగింది. దాన్ని మార్చే ఎలాంటి మూర్ఖమైన కార్యానికి తాను ఇకపై పూనుకోకూడదు. తనలాంటి మరొకడిని ఎక్కడైనా వెదుక్కోవాలి. అతను కచ్చితంగా దొరకనే దొరుకుతాడని మనస్సులో అనుకుంటూ సాగాడు.

*****

కాశీవీరులు

మోహనస్వామికన్నా కాశీవీర అయిదేళ్ళు పెద్దవాడు. చదువులో మహా మొద్దు. అయితే ఆటల్లో చాలా చురుకు. అతని విచిత్రమైన పేరుకు గల కారణాన్ని కాశీవీర తల్లి విమలమ్మ ఒకసారి మోహనస్వామికి వివరంగా చెప్పింది. ఆ రోజు మోహనస్వామి వాళ్ళింటికి వెళ్ళినపుడు ఇంట్లో విమలమ్మ తప్ప ఎవరూ లేరు. ఆమె ఇంటి వసారాలో బియ్యాన్ని చెరుగుతోంది. భుజంగం మామ ఆఫీసుకు వెళితే కాశీవీర ఎండను కుమ్మరించుకునే పిచ్చిలో బొంగరాల ఆట ఆడడానికి చెరువు గట్టుకు వెళ్ళాడు. ఇద్దరమ్మాయిలు స్నేహితుల ఇళ్ళకు అచ్చనకాయలు ఆడడానికి వెళ్ళారు.

మోహనస్వామిని చూస్తే విమలమ్మకి ఎక్కడలేని ప్రేమ. స్నేహితురాలి కొడుకన్నది ఒక కారణమైతే, తన కొడుకులా చదువులో మొద్దుకాని మోహనస్వామి ప్రతి సంవత్సరం మంచి మార్కులతో పాసవ్వడమన్నది మరొక కారణం. అతనికన్నా పెద్దవాడైన కాశీవీర ఈమధ్యనే ఫెయిలవుతూ వచ్చి మోహనస్వామికి సహపాఠి అయినా విమలమ్మకు మోహనస్వామిపైన ఆవగింజంత అయినా అసూయలేదు. ఎలాంటి తుంటరితనం లేకుండా పెద్దలు చెప్పిన మాటలు పాటిస్తూ మౌనంగా ఉండి, నవ్వితే బుగ్గల్లో సొట్టలు పడే ముద్దుముఖం వున్న మోహనస్వామిని చూస్తే ఆమెలో మాతృప్రేమ ఎగజిమ్మేది. సామాన్యంగా పెద్దలందరూ మోహనస్వామి మంచితనాన్ని నిస్సంకోచంగా

పొగడి, తమ పిల్లలు అతనిలా ఎందుకులేరని అక్కసుతో చెప్పుకునేవారు.

మోహనస్వామిని ప్రేమతో ఆహ్వానించి, అతని కోసం ఒకింత పేలపిండి, చక్కెర, నెయ్యి, పాలు కలిపి ఇచ్చి విమలమ్మ తన పనిని కొనసాగించింది. బియ్యంలోని రాళ్ళను ఒక్కటొక్కటిగా అంగణంలోకి విసురుతూ కాశీవీర కథను చెప్పింది. మధ్యాహ్న సమయం కావటం వల్ల సూర్యుడి వెలుతురు రాశిగా వారి పడసాలలో కురిసి ఒక్కొక్క బియ్యపు గింజను ఏరటానికి సహాయం చేస్తోంది. పేలపిండితో చేసిన ఒక్కొక్క చిన్న ఉండలను తింటూ, అప్పుడప్పుడు అక్కడ చుట్టూ మూగిన ఈగలను పట్టుకునే ప్రయత్నం చేస్తూ మోహనస్వామి విమలమ్మ మాటలు వింటున్నాడు.

మొదటి ఇద్దరు పిల్లలు ఆడపిల్లలు కావటం వల్ల, మూడవసారి గర్భం దాల్చినప్పుడు విమలమ్మ విచిత్రమైన ఒత్తిడికి లోనైంది. ఆ బిడ్డ మగవాడే కావాలనీ, లేకపోతే పుట్టిన బిడ్డను తీసుకెళ్ళి చెరువులో వేస్తానని భుజంగ మామ ముందే చెప్పేశాడు. "మూడుకి ముక్తి అంటారు. మగబిడ్డ పుడుతుంది ఊరుకో. నీవు భయపడకు. దేవుణ్ణి ప్రార్థించు" అని మోహనస్వామి తల్లి ఆమెకు నచ్చజెప్పినా "కాకపోతే ఏంచేయాలి? పోయినసారి కూడా దేవుణ్ణి వేడుకున్నాను. ఏ దేవుడూ దయచూపలేదు" అని కన్నీళ్ళతో అడిగింది. ఏడు నెలలు నిండాయని ఆమె భయంతో ఉలిక్కిపడుతుండేది.

ఇదే సమయంలో సరిగ్గా ఊరి దైవమైన కుమారస్వామి జాతర వచ్చింది. చాలా పెద్ద జాతర అది. కొండగుట్ట మీద నెలవైన కుమారస్వామి జాతర ఐదు సంవత్సరాలకు రెండుసార్లు మాత్రమే జరిగేది. అధికమాసం వచ్చిన సంవత్సరపు శ్రావణ మాసంలో మాత్రం ఆయన జాతర నిర్వహించేవారు. ఊళ్ళోని రాజకీయ నాయకుల ఇంటి దేవుడూ ఈ కుమారస్వామి కావటం వల్ల కావలసినంత సొమ్ము ఖర్చుపెట్టి వైభవంగా జాతరను నిర్వహించేవారు. ఊళ్ళోని వ్యాపారులు ఈ సమయంలో కావలసినంతగా దానధర్మాలు చేస్తూండటం వల్ల దేశంలోని మూలమూలల నుంచి అనేకమంది సాధువులు, సన్యాసులు వాళ్ళ ఊరికి వచ్చేవారు. అలాంటి సన్యాసులు కొన్ని నెలలపాటు ఆ ఊరి సత్రంలోనే బసచేసేవాళ్ళు. జాతర సమయం ఒక వారమంతా యధేచ్ఛగా భోజనాలు–ఉపాహారాలు దొరుకుతున్నప్పటికీ మిగతా రోజుల్లో ఇంటింటికి భిక్షానికి వెళ్ళేవాళ్ళు.

అలాంటి ఒక సన్యాసి ఇంటికి వచ్చినపుడు విమలమ్మ ముఖంలోని విచారాన్ని గుర్తించాడు. "ఎందుకమ్మా! అంత విచారిస్తున్నావు? గర్భిణీ స్త్రీ చింతించకూడదు. కడుపులో వుండే బిడ్డకు కలచినట్టు అవుతుంది" అని అతడు చెప్పిన వెంటనే, అతని మాటల్లో ధ్వనించిన ఆర్ద్రతకు కరిగిన విమలమ్మ అక్కడే గడప దగ్గర భిక్ష వేసిన తట్టను పట్టుకుని కూలబడింది. సంపూర్ణంగా తన కష్టాన్ని అతనికి నివేదించుకుంది. అంగణంలో మునివేళ్ళ మీద కూర్చున్న ఆ సన్యాసి, ఆమె మాటల మధ్య తలదూర్చకుండా చెప్పిందంతా విని చివరికి ఆమెకు ఒక సలహా ఇచ్చాడు. దగ్గరలోనే ఉన్న దర్గాలోని కాశీంపీర సమాధికి పూజలు చెల్లించాలని, ఆ దేవుడు తలుచుకుంటే కచ్చితంగా ఆమెకు మగబిడ్డ కలుగుతాడనీ చెప్పాడు. అతని మాటల్లో ఎంతటి మంత్రముందో తెలియదు. విమలమ్మ మనస్సులో ఆ మాటలు నాటుకున్నాయి. ఆమె ప్రతినిత్యం దర్గాకు వెళ్ళి నిష్ఠగా కాశీంపీర సమాధికి చేతులు జోడించి రాసాగింది. వారానికొకసారి బెల్లం సమర్పించి మంత్రించుకుని వచ్చి ప్రసాదంగా తినేది. అక్కడి మౌల్వీలకు తన దుఃఖాన్ని చెప్పుకుంది. కాశీంపీర ఆమె నమ్మకానికి ఎలాంటి ద్రోహం చేయలేదు. మూడవ కాన్పుగా ఆమె మగబిడ్డనే కన్నది. భుజంగమామకు సంతోషాన్ని అణచుకోవడం సాధ్యంకాలేదు.

అయితే నామకరణం రోజు మరొక రాద్ధాంతం జరిగింది. పురోహితుడు 'బిడ్డకు ఏం పేరు పెడతారు?' అని భుజంగమామను అడిగినపుడు, 'కాశీంపీర' అని విమలమ్మ ఇచ్చిన సమాధానానికి అతను ఉలిక్కిపడ్డాడు. 'బుర్రపాడైందా?' అని భుజంగమామ కోపంతో మండిపడ్డాడు. అయితే విమలమ్మ ఎవరి మాటనూ వినే స్థితిలో లేదు. "నేను మనస్సులో అనుకున్నాను. ఆ పేరు తప్ప మరో పేరుకు ఒప్పుకోను" అని పట్టుబట్టింది. మిగతా సందర్భంలో అయితే భుజంగం మామ కొట్టేవాడేమో? అయితే వందలాది బంధుజనం మధ్య, మగబిడ్డను కన్న బాలింతరాలైన భార్యను కొట్టే ధైర్యం అతను చేయలేదు. చివరికి ఓడిపోయి 'అదే పేరు పెట్టండి' అని పురోహితులను అర్థించాడు. వాళ్ళు కరాఖండిగా నిరాకరించారు.

"ఎక్కడైనా బ్రాహ్మణులు ముస్లింల పేర్లు పెట్టుకోవడం సాధ్యమా? ఏమయ్యా! నేను ఇలాంటి పాపాన్ని చేయలేను" అని వారూ తిట్టారు. ఈ వాదవివాదాల్లో ముహూర్త సమయం దాటిపోసాగింది. చివరికి గుంపులో

వున్న కన్నడ పండితులొకరు ఒక సులభమైన ఉపాయాన్ని చెప్పారు– “కాశీంపీర’కు బదులు ‘కాశీవీర’ అని పేరు పెట్టేటట్టూ, కన్నడంలో ‘ప’, ‘బ’, ‘వ’ అక్షరాలను పరస్పరం మార్చితే అంత అర్థవ్యత్యాసమేమీ జరగదని చెప్పారు. అందరూ దీనికి అంగీకరించారు. చివరకి ‘కాశీంపీర’ను ‘కాశీవీర’గా నామకరణం చేశారు. అయితే విమలమ్మ మాత్రం పట్టుపట్టిన దానిలా ఎప్పుడూ ‘కాశీంపీర’ అని పిలుస్తుండేది.

కాశీవీరకు చదువు అబ్బలేదు. అక్కలిద్దరు మంచిమంచి మార్కులు తెచ్చుకుని పాసయితే, ఇతను ఉడిపి స్వాముల వంతులా రెండేళ్ళకొకసారి తరగతిని మార్చేవాడు. తుంటరితనంలో అసాధ్యమైన చురుకుదనాన్ని కలిగిన కాశీవీర అనేకసార్లు తోటి విద్యార్థులను కొట్టి, ఇంటివరకు గొడవలను తెచ్చి తల్లిదండ్రులకు తలనొప్పి తెచ్చేవాడు. అయితే పదవ తరగతికి వచ్చేసరికి ఆరడుగుల ఎత్తుకు పెరిగిన కాశీవీర వాలీబాల్ ఆటలో చాలా చురుగ్గా ఉండేవాడు. ఉదయం, సాయంత్రం నిరంతరంగా వాలీబాల్ ఆటలో నిమగ్నమయ్యేవాడు. అతడి తండ్రి అందులోనే అతడిని ముందుకు సాగమని ప్రోత్సహించాడు. రాష్ట్రస్థాయిలోనూ పోటీలు పడిన అతనికి మంచిపేరు వచ్చింది. కేవలం ఇంతే అయివుంటే అంతా సుఖదాయకంగా ఉండేది. ఆటల కోసం ఊళ్ళూళ్లు తిరుగుతున్న కాశీవీరకు చెడు అలవాట్లు చాలా తొందరగా అంటుకున్నాయి. తాగుడు, సిగరెట్ల సహవాసం ఉండటం ఇంటివాళ్ళకు ఇరుగు పొరుగు నుంచి తెలిసింది. డిగ్రీ మొదటి సంవత్సరం ముగిసేలోపు చూడటానికి అందంగా వున్న కాశీవీరకు అమ్మాయిల సహవాసమూ అబ్బింది. కొద్దిమంది కుర్రాళ్ళను వెంటవేసుకుని, సైకిల్‌మీద ఊరంతా తిరగడం అలవాటుగా చేసుకున్నాడు. తల్లి తండ్రులు బుద్ధి చెప్పటానికి ప్రయత్నించినా అది అతన్ని కదిలించలేదు. “అరచేయి అయితే నాకవచ్చు. నా కొడుకు మోచేయి అయ్యాడు. ఏం చేయను చెప్పు?” అని విమలమ్మ నిరాశగా మోహనస్వామి తల్లిముందు చెప్పుకుంది.

రోజులు గడిచినకొద్దీ కాశీవీర శారీరక సౌందర్యం మోహనస్వామిని ఆకర్షించసాగింది. ఈపాటికే బెంగుళూరులో మంచి జీతం మీద ఉద్యోగంలో చేరిన మోహనస్వామి ఊరికి వచ్చినప్పుడల్లా అతడిని చూడటానికి తపించేవాడు. మరవకుండా అతని కోసం ఏదో ఒక బహుమతి తెచ్చి ఎవరికీ తెలియకుండా

ఇచ్చేవాడు. అతని చెడు అలవాట్ల గురించి ఎవరైనా గొణిగితే ఇతడికి అంత బాధ కలిగించకపోగా లోలోపల సంతోషమేసేది. విమలమ్మ లేదా అతని తల్లి కాశీవీర దుర్గుణాల గురించి బాధతో మాట్లాడితే, “మీరు అస్తమానం అతన్ని తిట్టకండి. ఇలాంటి కుర్రాళ్ళే జీవితంలో అభివృద్ధిలోకి వస్తారు” అని అతడిని వెనకేసుకు వచ్చేవాడు. తనమీద మోహనస్వామికి ఆదరణ వుందని గమనించిన కాశీవీర, దాన్ని సరిగ్గా వాడుకోసాగాడు. అప్పుడప్పుడు ఇతడి నుండి డబ్బులు తీసుకోవడం ప్రారంభించాడు. “సిగరెట్లు, తాగుడుకు పాడుచేయకురా...” అని నవ్వుతూ అతని భుజాల మాంసపు ఖండాలను మృదువుగా నిమురుతూ ఇచ్చే మోహనస్వామితో, “ఏయ్, లేదు మోహనా, కాలేజీ బుక్స్ తీసుకోవటానికి కావాలి” అని దట్టంగా పెరిగిన తలమీది జుత్తును ఎడమచేత్తో సర్దుకుంటూ తుంటరినవ్వు నవ్వితే చాలు, ఇతని హృదయం సంతోషంతో ఉప్పొంగేది. అతను కాలేజీ విద్యాభ్యాసాన్ని ముగించటం ఎప్పటికీ సాధ్యంకాదన్నది మోహనస్వామికి తెలుసు. అయితే అతని కాలేజీ పుస్తకాలు కొనాలనే నెపానికి కరగటం మోహనస్వామికి అలవాటైపోయింది.

సాయంత్రం వేళలో మైదానానికి పోయి కాశీవీర వాలీబాల్ ఆటను చూసేవాడు. చిన్న చడ్డీ, నెట్ బనీనులో ఆడే కాశీవీర అవయవాలన్నిటినీ తదేకంగా చూసేవాడు. అతని బలిష్టమైన కండరాలు, తొడలు, సర్వీసు చేసేటప్పుడు కనిపించే అతని చంకలు, అక్కడి రోమాలు, భుజపు నరాలు, పాయింట్ వచ్చినప్పుడు అహంకారంతో అతను చేసే హూంకారాలు, ఆటమధ్యలో దాహంతో నీళ్ళను ఆత్రంగా తాగి ముఖంమీద నీళ్ళు చిమ్ముకున్నప్పుడు ఆ నీరు ఎదమీద పడి జారి బనీను తడుపుతున్న విధానం, తలమీద నీళ్ళు పోసుకుని, ఒకసారి తలను విదిలించినపుడు జుత్తు నుంచి ఎగురుతున్న తుంపరలు– ప్రతి ఒక్కటీ మోహనస్వామి గుండెచప్పుడును పెంచేవి. రాత్రిపూట అతని కలలో కాశీవీర నగ్నంగా రాసాగాడు. దైనందిన భావోన్మాదపు ఉపశమనానికి కాశీవీరనే అతను వివిధ భంగిమల్లో ఊహించుకునేవాడు. ఎవరికైనా ఇది తెలిస్తే ఏమిటి గతి అనే భయం మోహనస్వామిని భయపెట్టేది.

ఒకసారి అతని దేహాన్ని నేరుగా స్పృశించే అవకాశం మోహనస్వామికి వచ్చింది. ఆ రోజు విమలమ్మ ఇంటికి వెళ్ళినపుడు పిల్లలెవరూ లేరు. విమలమ్మ ఇతడికి కాఫీ చేసిచ్చి, కబుర్లు చెప్పసాగింది. భుజంగమామ సంతకు వెళితే,

కాశీవీర సెలూన్‌కు వెళ్ళాడు. ఇద్దరమ్మాయిలు దూరంలో ఉన్న ఆంజనేయస్వామి గుడికి వెళ్ళారు. మోహనస్వామికి అక్కడ కూర్చుని విమలమ్మతో కబుర్లు చెప్పాలో, ఇంటికి వెళ్ళిపోవాలో అర్థంకాలేదు. ఆ సమయంలో కటింగ్ చేసుకున్న కాశీవీర తిరిగివచ్చాడు. పడసాల నుంచే "అమ్మా నీళ్ళు తోడు" అని అరిచాడు. "వంట చేయడానికీ ఈ పిల్లలు వదలరు చూడు. మోహనా నీవే కాశీంపీర స్నానానికి కొంచెం నీళ్ళు తోడు నాయనా" అని విమలమ్మ అర్థించింది. అనుకోకుండా వచ్చిన ఈ సువర్ణావకాశం వల్ల మోహనస్వామి ఒళ్ళు చిన్నగా వణికింది. తీపిపదార్థాన్ని లూటీ చేసే పిల్లవాడిలా స్నానాలగదివైపు నడిచాడు. "ఒంటిమీదికి నీళ్ళు తొణక్కుండా నీళ్ళుపొయ్యి మోహన్. మా పీరా చాలా మొరటు. గాడిదలాంటి దేహం వచ్చినా బుద్ధిరాలేదు" అని విమలమ్మ గట్టిగా అరిచింది.

స్నానాల గది మూలలో పొయ్యిలో నిప్పు భగభగమండుతోంది. అప్పటికే తొడుక్కున్న బట్టలన్నీ విప్పి మూలనపెట్టి, అండర్‌వేర్‌తో మునివేళ్ళ మీద కూర్చున్న కాశీవీర ఒంటిమీద మంట వెలుతురుపడి, అతడిని బంగారపు చర్మం వాడిలా కనిపింపజేస్తోంది. అతను మెడలో వేసుకున్న ఒంటిపేట గొలుసు చిన్నగా కదులుతూ అప్పుడప్పుడు తళతళా మెరుస్తోంది. కలలోనూ-మనసులోనూ వేధించే దేహం మొత్తంగా తన కళ్ళముందు కూర్చుని వుండటం చూసిన మోహనస్వామికి విచిత్రమైన కలవరం మొదలైంది. ఆండా నుంచి నీళ్ళు తోడి తీస్తున్నప్పుడు చేయి వణకసాగింది. వద్దు వద్దు అనుకుంటున్నా కంటిచూపులు అతని మొత్తం దేహాన్ని స్పృశించసాగాయి. సొగసుగా కటింగ్ చేయించుకుని, నున్నగా షేవ్ చేయించుకుని, మీసాల్ని ట్రిమ్ చేయించుకున్న కాశీవీర మన్మథుడిలా కనిపిస్తున్నాడు. ఇతని మనసులోని భావం గురించి తెలియని కాశీవీర ఏదో సినిమా పాటను ఈల వేస్తూ, రెండు చేతులెత్తి ఒళ్ళు విరుచుకున్నప్పుడు అతని చంకలోని జుత్తును షేవ్ చేయించుకోవటం మోహనస్వామి దృష్టికి వచ్చి, షేవింగ్ కత్తి అతని చంకల వెంబడి అంటుకుని జారిన చిత్రం అతని కంటిముందుకు వచ్చి ఒళ్ళు మరింత వేడెక్కింది.

ముందుగా మోహనస్వామి చల్లనీళ్ళు చిలకరించి అతను విడిచిన బట్టలు తడిసేలా చేశాడు. తరువాత వేడినీళ్ళను కలిపి అతని మీద మెల్లగా పోశాడు. సెలూన్‌కు వెళ్ళి వచ్చిన తరువాత తన మొత్తం దేహంలోని ప్రతీ భాగానికీ నీటి స్పర్శ కావాలి. "అక్కడ తుడుచుకో, ఇక్కడ తుడుచుకో" అని నీళ్ళను పోయటమే

పోయటం. "చాల్లే మోహనా" అని కాశీవీర చెప్పినా ఆపలేదు. చివరికి ఆశను ఆపుకోలేక "సరిగ్గా వీపు రుద్దుకోవటం నీకు రాదుకదా, సోపు ఇటివ్వు" అని అతని చేతిలోంచి సోపు లాక్కుని స్నానాలగదిలోకి దిగాడు. "నీవెందుకు రుద్దుతావు మోహనా" అని కాశీవీర చెప్పినా వినకుండా, అతని వీపుకు సోపు రాసి రుద్దసాగాడు. కాశీవీరకు ఏదో వేరే వాసన కొట్టి మౌనం వహించాడు. అతని శరీర స్పర్శ దొరికిందే మోహనస్వామి తన మనస్సు మీది నియంత్రణను పోగొట్టుకున్నాడు. వీపుమీద చేయి పెట్టినవాడు మృదువుగా ఎద, పొట్ట, పాదాలు, కాళ్ళు, తొడ అన్నిటిని రుద్దసాగాడు. కాశీవీర ఎలాంటి ప్రతి క్రియను చూపకుండా తటస్థంగా నుంచున్నాడు. మోహన్‌ను ఏ భూతం ఒంట్లో ఆవహించిందో తెలియదు. వంటింట్లో విమలమ్మ ఉన్నదన్న భయాన్నీ మరచి అతడి చడ్డీలో చేయి వేశాడు. గర్భగుడిని ప్రవేశించి మూలవిగ్రహాన్ని ముట్టిన విచిత్రమైన భయం, సంతోషం, భీతులు మోహనస్వామిని ఆక్రమించి, కళ్ళను గట్టిగా మూసుకుని, అతని వీపుకు తలానించి, వాస్తవపు సుఖాన్ని జీర్ణించుకోవటానికి ప్రయత్నించాడు. జీవితంలో మొదటిసారి స్పర్శ సుఖానికి లోనయ్యాడు. దాని మరులుకు, దాని తీక్షణతకు, దాని తీవ్రతకు స్పృహ తప్పే స్థితికి చేరుకున్నాడు. అయితే కాశీవీర దేనికీ ప్రతిస్పందించక మౌనంగా అతని పెనుగులాటను చూడసాగాడు. చివరికి ముఖానికి సోపు పూసే నెపంతో తన ముఖాన్ని దగ్గరికి తెచ్చినపుడు మాత్రం తన ఇంత వెడల్పు అరచేతిని పెట్టి దూరంగా తోశాడు. మోహన దూరంగా వెళ్ళి పడ్డాడు. దబ్ అనే సద్దు వినిపించింది. "ఏమిటా సద్దు" అని వంటింటి నుంచి విమలమ్మ కేకవేసింది. "దొంగపిల్లి" అని కాశీవీర వెంటనే జవాబిచ్చాడు. మోహనస్వామి తొడుక్కున్న బట్టలు పూర్తిగా తడిసిపోయాయి. కాశీవీరకు తన దేహం పట్ల ఉన్న నిరాసక్తత చేదు వాస్తవం అతనికి అర్థమైంది. తాను అతని కళ్ళలో అత్యంత అల్పుడయ్యాడన్న హీనభావన అతడిని కమ్ముకుంది. మళ్ళీ అతన్ని ముట్టుకునే ధైర్యం చేయలేదు. కళ్ళల్లో నీళ్ళు నింపుకుని స్నానాల గది నుంచి నేరుగా బయటికి నడిచాడు.

ఆ రోజంతా మోహనస్వామి అపరాధ భావనలోనే గడిపాడు. 'మోహన్' అని ప్రేమగా పిలుస్తున్న అన్నలాంటి కుర్రవాడి ఒళ్ళు తాకిన తాను ఎంత ధూర్తుడు? తనకు ధిక్కారం. దేవుడు తన తప్పుకు సరైన శిక్ష విధించాడు. తన పాడుబుద్ధికి ఎవరి నుంచీ క్షమాపణలు దొరకవు. తాను బతికి వుండకూడదు.

తానొక క్రిమి. అల్పమైన పురుగు. పాలుపోసి పెంచినవారినే కాటువేసే కఠోర సర్పం. తనలాంటి క్రూర జీవికి ఈ విశ్వంలో చోటులేదు. నాకన్న అయిదేళ్ళు పెద్దవాడి దేహాన్ని తాను ఎలా కోరుకున్నాడు? నేను పుట్టినప్పుడు తన తొడమీద పడుకోబెట్టుకుని కాశీవీర ఆడించాడని విమలమ్మ చెప్పటం మరిచిపోయాడా? ఈ తప్పుకు ఏ ప్రాయశ్చిత్తం ఈ లోకంలో ఉంది? మగవాడి దేహాన్ని ఆశించే నా పాపిష్టి దేహాన్ని ముక్కలు ముక్కలు చేసి గద్దలకు, రాబందులకు ఆహారంగా వేయాలి. తన మనస్సు అత్యంత నీచత్వంతో కూడుకుంది. తనది అసహ్యకరమైన జీవితం. దానికి ఎవరూ గౌరవాన్ని ఇవ్వనవసరంలేదు. నేను అయోగ్యుణ్ణి. నేను అపవిత్రుణ్ణి. నేను అస్వస్థుణ్ణి. ఈవిధమైన అనేక స్వనిందల దెబ్బల భారంతో కుంగి, ఆపలేనంతగా కన్నీరు ప్రవహించింది. దేవుడి ముందు ఏకాంతంలో కూర్చుని చాలాసేపు ఏడ్చాడు. ఎవరికీ ముఖం చూపించటానికి సాధ్యంకానివాడిలా తల వంచుకుని తిరగసాగాడు.

దుఃఖమంతా శాంతించే సమయానికి చిన్నగా భయమూ అతనిలో మొదలైంది. కాశీవీర తల్లిదండ్రులకు చెప్పేస్తే? విమలమ్మ భుజంగ మామకు చెప్పేస్తే? ఊరివారికి తెలిస్తే తన పరిస్థితి ఏమిటి? మొత్తం ఊరి జనం తనను రాళ్ళతో కొట్టి తరమరా? ఇన్నాళ్ళు వినయవంతుడైన పిల్లవాడని పొగిడించుకుంటున్న తన రంగు అందరి ముందు కడుక్కుని పోతుంది. వద్దు, వద్దు. ఇలా జరగకూడదు. కాశీవీర దగ్గర క్షమాపణ అడగాలి. పెద్దవాళ్ళ దగ్గర క్షమాపణ అడగటంలో తప్పులేదు. ఇంకెన్నడూ ఈ పాపి అతని శరీరాన్ని ముట్టడని అతనికి నమ్మకం కలిగించాలి. అతని పాదాలమీద తలపెట్టి కన్నీరు కార్చి క్షమాపణ యాచించాలి. "ఒక్కసారి క్షమించు కాశీవీర" అని అతని మనసు కరిగేలా వేడుకోవాలి. అతను క్షమించానని చెప్పిన వెంటనే బెంగుళూరుకు వెళ్ళిపోవాలి. ఇక అతను తన కంట పడకుండా చూసుకోవాలి. ఇంకెన్నడూ అతను తన కలలో రాకుండా జాగ్రత్త వహించాలి.

సాయంత్రం వేళ మోహనస్వామి ఒక ఉత్తరం కాశీవీరకు రాశాడు. అందులో తన అకృత్యమంతా నివేదించుకుని తనను క్షమించాలని రకరకాలుగా వేడుకున్నాడు. నీకు తమ్ముడయ్యే యోగ్యుడిని నేను కానని నేరుగా తిట్టుకున్నాడు. ఎప్పటిలా కాశీవీర తన మిత్రులతో నవ్వుతూ నవ్వుతూ వచ్చి చీకటిపడే వరకు వాలీబాల్ ఆడాడు. అక్కడే కూర్చున్నప్పటికీ మోహనస్వామికి అతనివైపు

చూసేందుకు ధైర్యం చాల్లేదు.

ఆట ముగిసింది. కాశీవీర ప్యాంటు వేసుకునే సమయంలో అతని దగ్గరికి వెళ్ళి తల వంచుకుని నుంచున్నాడు. అతని చూపులో చూపు కలిపే ధైర్యంలేకపోయింది. "నీతో కొంచెంసేపు మాట్లాడాలి కాశీవీర" అని భయంతో వేడుకున్నాడు. "ఏ విషయం?" అని కాశీవీర తన టీషర్టును ఒకసారి విదిలించి తొడుక్కుంటూ నిర్లక్ష్యంగా అడిగాడు. ఇరుగుపొరుగువారికి ఎక్కడ తమ మాటలు వినిపిస్తాయో అని భయంతో మోహన్ బాధపడుతుంటే, అలాంటి ఏ భయమూ లేకుండా కాశీవీర మాట్లాడుతున్నాడు. ఆరడుగుల దేహం ముందు పిడికెడు దేహంతో ఏ శాపాన్నైనా స్వీకరించటానికి సిద్ధమైన నేరస్థుడిలా నుంచున్న మోహనస్వామికి, మాటలు పెంచే ధైర్యం చాలక తాను రాసి తెచ్చిన ఉత్తరాన్ని అతనికి ఇచ్చి 'సారీ' అని సన్నటి స్వరంతో అని, అక్కడ నిలువలేక పరుగులాంటి నడకతో మైదానం నుంచి బయటపడ్డాడు. అతని గుండె నియంత్రణ తప్పి కొట్టుకుంటోంది. ఆ రాత్రి నిద్ర అతని దరిదాపులకు రాలేదు. నాలుగుసార్లు మేలుకుని, దేవుడి గది ముందు కూర్చుని, "కాశీవీర నన్ను క్షమించేలా చేయి తండ్రి" అని నిశ్శబ్దంతో కన్నీరు కారుస్తూ వేడుకున్నాడు.

మరుసటి ఉదయం ఇతను అంగడికి ఏమిటో తేవటానికి వెళ్ళేటప్పుడు, రంయ్‌మని సైకిల్ మీద వెనుక నుంచి వచ్చిన కాశీవీర బ్రేక్ వేసి నిలిపి, "ఈరోజు మధ్యాహ్నం దుర్గమ్మ గుడి వెనకకు రా. నీతో మాట్లాడాలి" అని చెప్పి, వచ్చినంత వేగంతోనే సైకిల్ ఎక్కి వెళ్ళిపోయాడు. అతను క్షమించాడో లేదో అనే అయోమయంలో మోహనస్వామి పడ్డాడు. ఏమైనా కానీ, అతన్ని కలవటం ఇప్పుడున్న ఏకైక దారి అని నిర్ణయించుకున్నాడు.

మధ్యాహ్నానికి ఎదురుచూస్తున్నవాడిలా దుర్గమ్మ గుడి వెనుక భాగానికి పరుగెత్తాడు. ఆ గుడి ఊరిబయట వుంది. చింతచెట్ల తోపుల మధ్య వున్న ఆ గుడి దగ్గర ఎన్నడూ జనసంచారం ఉండేది కాదు. మంగళవారం, శుక్రవారం మాత్రం ప్రజలు సాయంత్రం వేళ అక్కడికి వెళతారు. ఇతడు వెళ్ళేసరికి అతనింకా రాలేదు. ఎదురుచూస్తూ కూర్చున్న మోహనస్వామిని విచిత్రమైన అధైర్యం పీడిస్తోంది. కాశీవీర పోలీసులకు చెప్పి తనను పట్టిస్తాడా? తాను చేసింది చట్టం దృష్టిలో నేరమా? అలాగైతే పత్రికలన్నీ తన దుష్కృత్యాన్ని ప్రకటిస్తాయేమో? అమెరికా, యూరప్‌లలో ఇది తప్పుకాదట. అయితే భారతీయ

పోలీసులు కొట్టి లోపలికి తోస్తారట. అలా జరిగితే తన పరిస్థితి ఏమిటి? తల్లిదండ్రుల పరిస్థితి ఏమిటి? తమ ఇంటిగౌరవం సంగతేమిటి? నేను ఇలాంటి వాడినని తెలిస్తే నా కంపెనీ నన్ను తొలగించదా? వేరే ఎక్కడా కూడా ఈ కారణంగా మళ్ళీ ఉద్యోగం దొరకకపోతే ఏంచేయటం? వందలాది ఆలోచనలతో తల దిమ్ముగా అనిపించసాగింది.

అరగంట తరువాత కాశీవీర వచ్చాడు. అతడిని చూడగానే ఇతను అపరాధ భావంతో లేచి నుంచున్నాడు. 'కూర్చో, కూర్చో' అని కాశీవీర అతడిని బలవంతంగా కూర్చోబెట్టాడు. ఎవరూలేని నిర్జన ప్రదేశం కావటం వల్ల మోహనస్వామికి తప్పు చెప్పుకునే ధైర్యం వచ్చింది. రెండు చేతులూ జోడించి నోరు తెరిచి చెప్పబోతుంటే, "ఏయ్, అదంతా ఏమీ అవసరంలేదు" అంటూ అతని మాటలను అడ్డుకున్న కాశీవీర సున్నితంగా జేబులోంచి ఒక సిగరెట్ తీసి నోట్లో పెట్టుకున్నాడు. "నువ్వు తాగుతావా?" అని సిగరెట్ ప్యాకెట్ ముందుకు చాపాడు. మోహనస్వామి ఎన్నడూ సిగరెట్ తాగినవాడు కాదు. అందువల్ల నిరాకరించాడు. "నువ్వు తాగవు అంటే పోనీలే. నా సిగరెట్టు కాస్త వెలిగించు" అని అగ్గిపెట్టెను అతని చేతికి ఇచ్చాడు. నోట పెట్టుకున్న సిగరెట్టును అతని ముందుకు తెచ్చాడు. మోహనస్వామి రెండుమూడు సార్లు అగ్గిపుల్ల గీసి చివరికి వెలిగిన తరువాత వణికే చేతులతో సిగరెట్టు వెలిగించాడు. సిగరెట్ ఒక దమ్ము లాగి, పొగ వదిలి మోహనస్వామి చేతిలోంచి అగ్గిపెట్టె తీసుకున్న కాశీవీర "నీ ఉత్తరం చదివాను. ఎంత గుండ్రటి అక్షరాలు నీవి. నేను రాయబోతే కేవలం కాకి కాళ్ళు, పిచ్చుక కాళ్ళు" అని నవ్వాడు.

మోహనస్వామికి అది నవ్వే సమయం కాదు. "జరిగిన సంగతి ఎవరికీ చెప్పకు కాశీవీర" అని మరొకసారి వేడుకున్నాడు. "ఏయ్! నువ్వు మరీను. ఆ మాత్రానికే అంత భయపడతావు. నువ్వేమైనా ప్రపంచంలో ఎవరూ చేయని తప్పు చేశావా? నేను ఎవరికి చెప్పనులే" అని మాట ఇచ్చాడు. మోహనస్వామికి మనస్సు కుదుటపడింది. "థాంక్స్ కాశీవీరా. నువ్వు చాలా పెద్దమనిషివి" అని హృదయపూర్వకంగా కృతజ్ఞతలు చెప్పి మరోసారి చేతులు జోడించాడు. సిగరెట్టు ముక్కను విసిరిన కాశీవీర "అదంతా ఉండనీలే. ఏదో నీకు ఆశపుట్టింది. ముట్టుకున్నావు. ఏమైందిప్పుడు? నేనేమైనా నువ్వు చేసిన తప్పుకు గర్భిణిని అవుతానా?" అని తన చేత్తో పొట్టను ఉబ్బినట్టుగా చూపించి, తన జోకుకు

తానే గట్టిగా నవ్వాడు. మోహనస్వామి నవ్వక, అత్యంత నిస్సహాయతతో అతన్ని చూశాడు. "అందరూ తప్పు చేస్తారు. నేనూ ఎన్నో తప్పులు చేశాను. అలాగని నేను కోపగించుకుని మీ తల్లిదండ్రులకు చెప్పటం, ఊరిజనాలకు చెప్పటం, పోలీసులకు చెప్పటం సాధ్యమా? నీవు ఇచ్చిన ఉత్తరం కూడా ఎవరికీ కనిపించకుండా దాచిపెట్టాను" అని వ్యంగ్యంగా నవ్వాడు. ఎందుకో తనకు చెడ్డకాలం ఎదురుచూస్తోందన్న భావం మోహనస్వామికి కలిగింది. ఎక్కువసేపు అక్కడుండటం సురక్షితం కాదని నిర్ణయించి, "నేను వస్తాను కాశీవీర. ఇక ఎప్పుడూ నిన్ను తాకను" అని బయలుదేరడానికి సిద్ధమయ్యాడు. అతన్ని ఆపిన కాశీవీర "ఏయ్ ఆగవయ్యా బాబూ! ఇంటికి వెళ్ళడానికి అంత తొందరేముంది? నీకేమైనా భార్యా, పిల్లలా? కొంచెం మాట్లాడాలి ఆగు" అని సిగరెట్టు పూర్తిగా పీల్చి విసరి, అక్కడున్న రాతి అరుగుమీద కూర్చుని, "రా, కూర్చో" అని మోహనస్వామిని అక్కడికి పిలిచాడు. చింతచెట్టుకొమ్మల్లో ఏదో పక్షి వికృతంగా అరిచింది.

"కొంచెం ఇబ్బందుల్లో ఉన్నాను. ఎవరి దగ్గరో అప్పు చేశాను. వాళ్ళు వేధించడం మొదలుపెట్టారు. నాన్న ఫీజు కట్టడానికి ఇచ్చిన డబ్బులు వారికి ఇచ్చేశాను. ఇప్పుడు నాకు కాలేజీ ఫీజుకు డబ్బు లేకుండాపోయింది. నువ్వు తలుచుకుంటే ఓ అయిదువందలు ఇస్తే ఈ సంవత్సరం డిగ్రీ పూర్తి చేస్తాను. చదువులో అతి పెద్ద మొద్దును నేను. నీలా తెలివైనవాణ్ణి కాను. అయినా బతకాలి కదా? ఉద్యోగం లేకపోతే ఏ అమ్మాయీ పెళ్ళిచేసుకోవటానికి ఒప్పుకోదు" అని అతని తొడను గిల్లి, మృదువుగా తన అవసరాన్ని వివరించాడు.

"అంత డబ్బులు ప్రస్తుతం నా దగ్గర లేదు" అని మోహన్ తొడను నిమురుకుంటూ నిజాయితీగా అన్నాడు.

"ఎంత ఉంటే అంత ఇచ్చెయ్. తరువాత రేపు బ్యాంకు నుంచి డ్రా చేసి మిగిలింది ఇవ్వు. నీవు ప్రేమగా కాలేజీ ఫీజు కట్టడానికి డబ్బు ఇవ్వడానికి వస్తే, నేను తొందర పెట్టగలనా?"

మోహన తన వ్యాలెట్ తీసి, అందులో వున్న మూడువందల రూపాయల నోట్లను, ఒక యాభైనోటును, రెండు పదిరూపాయల నోట్లను, ఒక రెండు రూపాయల నోటును, రెండు ఒక రూపాయి నోట్లను అతనికి ఇచ్చి 'ఇంతేవుంది' అన్నాడు. "ఫరవాలేదులే. మిగిలింది రేపు ఇద్దువులే" అని కాశీవీర వాటన్నిటిని

లాక్కుని తన ప్యాంటు జేబులో కుక్కుకున్నాడు. "నేను వస్తాను" అని మోహనస్వామి అర్థించాడు. "పద పద మీ అమ్మ ఎదురుచూస్తుంటుంది" అని అతని బుగ్గను సున్నితంగా తట్టి వీడ్కోలిచ్చాడు. ఏదో పెద్ద వలయంలో చిక్కుకున్న భయంతో మోహనస్వామి భారమైన అడుగులు పెడుతూ అక్కడినుంచి బయటికి వచ్చాడు.

అతను వంద అడుగులు వెళ్ళాడో లేదో, ఎవరో ఆడదాని కిలకిలా నవ్వు అతనికి వినిపించింది. ఆ ధ్వని దుర్గమ్మ గుడి వెనుక నుంచి వచ్చిందని అతనికి స్పష్టమైంది. మళ్ళీ సున్నితంగా అడుగులు వేస్తూ, గుడి వెనుక భాగం గోడచాటున దాక్కుని చూశాడు. అక్కడి దృశ్యం చూసి ఉలిక్కిపడ్డాడు. ఒక స్త్రీ కాశీవీర ముందు నుంచుని నవ్వుతోంది. కాశీవీర తన కుడిచేతి రెండువేళ్ళల్లో వందరూపాయల నోటును పొడుగ్గా మడచి పెట్టుకుని, ఆమె చుట్టూ తిప్పుతున్నాడు. దాన్ని లాక్కోవటానికి ఆమె విఫల ప్రయత్నం చేస్తోంది. ఆమెకు దొరకకుండా ఇతడు నోటును ఆమె చుట్టూ తిప్పి ఆడిస్తున్నాడు. చివరికి ఆమె విజయవంతంగా అతని చేతి నుంచి నోటును ఎగిరి లాక్కుంది. ఇతను వెంటనే ఆమె నడుమును ఎడమ చేతితో పట్టుకుని తనవైపు లాక్కున్నాడు. కిలకిలమంటూ ఆమె నవ్వులు మరింత పెరిగాయి. మోహనస్వామి ఎక్కువసేపు అక్కడ ఉండలేకపోయాడు. పరుగులాంటి నడకతో ఇంటివైపు నడిచాడు. కాశీవీర వెంటే ఆ స్త్రీ వచ్చి వుండాలి. అంతేకాదు ఆమె తమ మాటలన్నీ దొంగగా విని వుంటుందనే ఆలోచన అతనికి కలవరం కలిగించసాగింది.

మోహనస్వామి నిప్పుల్లో చేయిపెట్టాడు. అది నెమ్మదిగా అతన్ని దహించసాగింది.

కాశీవీర డబ్బు దాహం సాధారణమైనది కాదు. అయిదువందలకు అది ఆగేలా లేదు. నెమ్మదిగా పీడించసాగాడు. అతనికి భయపడి మోహనస్వామి ఊరికి రావటమే మానేశాడు. పెద్ద పండుగైన దీపావళికి ఒక్కడే బెంగుళూరులో గడిపాడు. తల్లిదండ్రులతో "ఆఫీసులో పని ఎక్కువగా ఉంది, నేనేం చేయను?" అని కోపంతో అబద్ధం చెప్పి, తన మాటల్లో వున్న కృత్రిమత్వానికి హైరానపడ్డాడు. అయితే కాశీవీర అతడిని అంత సులభంగా వదిలిపెట్టేవాడు కాదు. నేరుగా బెంగళూరుకు వచ్చి అతని ఇంటి తలుపు తట్టాడు.

"పెద్దమ్మ దగ్గరికి నిన్న పోయాను. నీ ఇంటి చిరునామా ఇచ్చి పలకరించి రమ్మని చెప్పింది. నీవు చాలా రోజులైనా రాలేదని పెద్దమ్మ ఏడ్చేసింది. అలా

పెద్దవాళ్ళను బాధపెట్టకూడదు మోహనా" అని అతనికి బుద్ధి చెప్పి వెయ్యి రూపాయలు లాక్కుని పోయాడు. వెళ్ళేటప్పుడు, "అడిగినంత డబ్బు ఇచ్చావయ్యా, ఉట్టినే తీసుకోవడం తప్పు అంటారు. ఒకసారి నన్ను ముట్టుకుంటావేమో చూడు. కావాలంటే ఇంకా ఒకటి రెండు గంటలు ఉండిపోతాను. నాకేమీ ఇబ్బందిలేదు" అని వ్యంగ్యమైన నవ్వును విసిరి అన్నాడు. మోహనస్వామి ఒళ్ళు మండిపోయింది. "వెళ్ళిపో. ఇక్కడ్నుంచి వెళ్ళిపో" అని కోపంతో వొళ్ళంతా వొణుకుతుండగా వికారంగా అరిచి తలుపు తెరిచి నుంచున్నాడు. అతను బయటికి అడుగుపెట్టగానే తలుపులను దభాలున వేసుకున్నాడు. మోహనస్వామి ఇల్లు మార్చాలని అనుకున్నాడు. అయితే తల్లిదండ్రులనుంచి అతను ఆ చిరునామానూ ఇప్పించుకుంటాడని అనిపించి మౌనం వహించాడు.

ఒకరోజు ఉదయం ఆఫీసుకు వెళ్ళేసరికి కాశీవీర అక్కడికీ వచ్చాడు. ఇతని సహోద్యోగులను పలకరించి తాను అతని ఊరివాడనీ, చాలా కావలసినవాడనీ చెప్పుకుని వారి స్నేహాన్ని సంపాదించాడు. "ఎంత డైనమిక్‌గా ఉన్నాడు కదండి మీ ఊరి కుర్రాడు" అని ఒకరిద్దరు అతన్ని ప్రశంసించారు. ఆఫీసులో మాట్లాడకూడదని నిర్ణయించుకున్న మోహన అతన్ని దగ్గర్లో వున్న హోటల్‌కు పిలుచుకునిపోయాడు. రెండు కాఫీలకు ఆర్డర్ ఇస్తే, కాశీవీర సర్వర్‌ను పిలిచి తనకొక మసాలా దోసను ఆర్డరిచ్చి తరువాత కాఫీ ఇవ్వాలని చెప్పాడు. ప్యాంటుజేబు నుంచి పొట్లం తీసి "తిరుపతికి వెళ్ళాను, వెంకటరమణ ప్రసాదం నీకోసం తెచ్చాను. తీసుకో మోహనా! అంతా మంచి జరుగుతుంది" అని ఇవ్వబోయాడు. మోహనస్వామి వద్దంటూ నిరాకరించాడు. "అయ్యయ్యో... కావాలంటే నన్ను కోప్పడు. వద్దనను. అయితే ఆ ఏడుకొండలవాడిని వద్దని ఎందుకు కష్టాలకు గురవుతావు?" అని చెబుతూ బలవంతంగా అతని చేతిలో ప్రసాదాన్ని పెట్టాడు. మోహన ఇష్టంలేని మనస్సుతో పొట్లం విప్పి లడ్డు తిన్నాడు. వెంటనే ఆ కాయితం కంటపడి కడుపులో తిప్పినట్టయింది. అతను తప్పు ఒప్పుకుంటూ రాసిచ్చిన ఉత్తరానికి నకలు ప్రతి అది. చింపి ముక్కలుముక్కలు చేశాడు. కాశీవీర మృదువుగా నవ్వాడు.

"తిరుపతి వెంకటరమణకు డబ్బుల ఆశ చాలా ఎక్కువ మోహన. నీవు ఇచ్చినదంతా లాక్కున్నాడు. ఇప్పుడు ఒక్క కాఫీ తాగాలన్నా నా దగ్గర డబ్బులు లేవు. ఒక వెయ్యి ఇవ్వు." అన్నాడు.

"నా దగ్గర అంత డబ్బులేదు. ఊరికి పంపించాలి" అన్నాడు మోహన విసుగ్గా.

"లేదంటే ఎలా మోహన? అంత మంచి స్నేహితులు నీకు ఆఫీసులో ఉన్నారు. ఎవరి దగ్గరైనా అడుగు. ఇస్తారు. లేదనే మనుషులు కారు వారు" అన్నాడు. మోహన పర్సు నుంచి వెయ్యి రూపాయలు తీసి అతనికి ఇచ్చి కాఫీ కోసం ఎదురుచూడకుండా విసురుగా నడుస్తూ ఆఫీసుకు వచ్చేశాడు. ఆ రోజంతా అతను పనిచేయలేకపోయాడు.

ఏ దేహం మోహన్ కలలో, మనసులో వచ్చి అతని కామతృష్ణను తీరుస్తూ వుండేదో, అదే దేహం ఇప్పుడు అతనికి దుఃస్వప్నంగా పరివర్తితమైంది. కళ్ళు మూసుకున్నా అతను రావచ్చు, కళ్ళు తెరిచినా అతను రావచ్చు! మోహనస్వామికి తన దుఃఖాన్ని ఎవరి దగ్గరైనా చెప్పుకోవాలని ఆశ కలిగేది. అయితే ఎవరితో మాత్రం ఇలాంటి బాధలను చెప్పుకోగలం? ఎవరు మాత్రం మోహన్ తరఫున మాట్లాడతారు? కాశీవీర డబ్బు దాహంకన్నా మోహనస్వామి ప్రవర్తనే పైశాచికమని ఎవరైనా అంటారు. గుట్టును తనలో పెట్టుకుని మోహనస్వామి మరిగిపోసాగాడు. రాత్రిళ్ళు నిద్ర పట్టడంలేదు.

ఇక్కడ ఇంట్లోనూ మోహనస్వామికి కష్టాలు రాసాగాయి. ప్రతినెల పంపించాల్సిన డబ్బును నిలిపివేయటం వల్ల ఇంటినుంచి అనేక ప్రశ్నలను ఎదుర్కోవాల్సి వచ్చింది. "నేను సంపాదించిన డబ్బు నాకు ఎలాతోస్తే అలా ఖర్చు చేస్తాను. మీరెవరు అడగటానికి?" అని వాళ్ళమ్మకు కటువుగా సమాధానం ఇచ్చి ఆమెను ఏడ్చేలా చేశాడు. ఆమె అత్యంత దుఃఖంతో, "నా కొడుక్కు ఎవరో చేతబడి చేయించారు. మొదట్లో అతను ఇలా లేడు" అని అందరిముందు చెప్పుకుంటూ తిరగసాగింది. అతని తండ్రి కోపంతో ఎగిరాడు. "ఏం చేస్తున్నావు అంత డబ్బు? చెడు అలవాట్లు ఏమైనా చేసుకున్నావా?" అని విచారించాడు. అతని కోపపు మాటలకు భయపడ్డ మోహన మిత్రుల దగ్గర అప్పుచేసి ఇంటికి పంపాడు.

ఆ రోజు మోహనస్వామికి అత్యంత దుర్దినంగా పరిణమించింది. మూడురోజుల నుంచి నిద్రలేదు. ఉదయం ఎనిమిది గంటలకు సరిగ్గా అతని తండ్రి నుంచి ఫోన్ వచ్చింది. ఊళ్లోని ఎస్‌టిడి బూత్ తెరవటం ఎనిమిది గంటలకు. ఇంటికి ఫోన్ కోసం దరఖాస్తు పెట్టినా రెండేళ్ళ నుంచి టెలికాంవారు

అటువైపు తిరగలేదు. ఇతనికి మాత్రం ఆఫీసువాళ్ళు ఇంటికి ఫోన్ పెట్టించారు.

"తెల్లవారుజామున రెండుగంటలకు మీ అమ్మకు కడుపునొప్పి మొదలైంది. ఒకేవిధంగా కిందపడి దొర్లడం మొదలుపెట్టింది. జ్వరం వచ్చినా వంటచేయటం మానేదికాదు. ఈవాళ నీళ్ళు తాగటానికి కూడా చేతకావడం లేదంటూ ఏడ్వటం మొదలుపెట్టింది. నిన్న రాత్రి కూడా అందరికి భోజనం పెట్టి, ఎంగిళ్ళు తీసి, శుద్ధిచేసి పడుకుంది. ఈవాళ ఆస్పత్రికి పిలుచుకొచ్చి చేర్చాం. మూత్రపిండాల్లో రాళ్ళు ఏర్పడ్డాయట. తీయిస్తే నొప్పి తగ్గుతుందని డాక్టర్లు చెప్పారు. నువ్వు రా మోహనా! డబ్బులు చాలానే కావలసి వస్తుంది. నా దగ్గర ప్రస్తుతం అంతలేదు. నీవే పదివేల రూపాయలు తీసుకురా" అని తండ్రి వేడుకుంటే మోహనస్వామి కరిగిపోయాడు.

"నీవేమీ భయపడకునాన్నా. నేను ఎలాగో డబ్బు సర్దుతాను. ధైర్యంగా వుండండి. డాక్టర్లు చెప్పినట్టు వినండి" అని తండ్రికి అభయమిచ్చాడు. అమ్మతో మాట్లాడాలన్న కోరిక కలిగింది. అయితే ఆస్పత్రిలో ఫోను లేదు. మరో రెండు గంటల్లో సొమ్ము పోగుచేసుకుని, ఆఫీసుకు సెలవు చీటీ రాసిచ్చి వస్తానని మోహనస్వామి చెప్పాడు.

అయితే అతని బ్యాంకు అకౌంట్‌లో డబ్బులు లేవు. స్నేహితులను అడగటానికి మొహమాటపడ్డాడు. ఇప్పటికే చాలామంది దగ్గర అప్పు తీసుకున్నాడు. ప్రతినెల ఒకటి రెండుసార్లయినా కాశీవీర వచ్చి వేలకొద్దీ డబ్బులు తీసుకునిపోవడం మొదలుపెట్టాడు. ఏంచేయాలో తోచక కంగారుగా ఇంట్లో ఇటు నుంచి అటు, అటు నుంచి ఇటూ పచార్లు చేశాడు. దేవుడి గూడు దగ్గరికి వెళ్ళి రెండుమూడుసార్లు అతని ప్రియమైన కృష్ణుడి విగ్రహాన్ని "కాపాడప్పా, కాపాడప్పా" అని వేడుకున్నాడు. చివరికి ఒక ఉపాయం స్ఫురించింది. అతను సంపాదించటం మొదలుపెట్టిన వెంటనే అతని తల్లి అతనికోసం రెండు తులాల బంగారు గొలుసు చేయించి అతని మెడలో వేసింది. దాన్ని కుదువపెడితే కనీసం పదివేలు రావచ్చని స్ఫురించి మనస్సు తేలికైంది. బంగారం విలువ పదిగ్రాములకు సుమారు ఐదువేలు ఉంది. అయితే ఇప్పటిదాకా నగను కుదువపెట్టే అనుభవం మోహనస్వామికి లేదు. అలాంటి అంగడి ఒకటి తన ఆఫీసు దారిలో వుండటం అతను చూశాడు. తొందరగా స్నానం చేసి, డ్రెస్ వేసుకుని బయలుదేరాడు.

సిగ్నల్ దగ్గర నడుస్తున్నప్పుడు ఎప్పటిలా పరిచితమైన ఒక హిజ్రా వచ్చి అతని బుగ్గలు పుణికి, మెటికలు విరిచి, డబ్బు కోసం చేయి చాపింది. ప్రతిసారి ఇతను దారిలో వెళ్ళేటప్పుడూ ఆమె ఎదురువచ్చి ఇతని దగ్గర డబ్బు అడిగేది. ఇతని జిల్లాకే చెందినదనీ, ఈ ఊరికి వచ్చి హిజ్రా అయిందని ఒకసారి చెప్పుకుంది. మోహనస్వామి తప్పనిసరిగా ఆమెకు చిల్లర ఇచ్చేవాడు. ఆమె తలమీద చేయిపెట్టి ఆశీర్వదించేది. ఆమె పట్ల మోహనస్వామికి విచిత్రమైన కరుణ, భయం, ఆకర్షణల మిశ్రమ భావముంది. హృదయం మూలలో ఎక్కడో ఆమెదీ నాలాంటి సమస్యేమో అనే అనుమానం కలుగుతుండేది. కంటపడ్డ మగవాడ్ని ఎలాంటి సంకోచం లేకుండా ఒళ్ళు నిమిరి, వాళ్ళు సమ్మతించిన సూక్ష్మం అర్థమైతే ఇతర అవయవాలనూ మృదువుగా తాకే ఆమె ధైర్యాన్ని చూసి అసూయకలిగేది. అయితే ఆమెలా తాను ఎన్నడూ స్త్రీ వేషాన్ని ధరించి వీధిలో తిరగటం అసాధ్యమని అతనికి తెలుసు. వాళ్ళలా లింగాన్ని కోయించుకుని మార్పు చెందే విధానం వికృతమనిపిస్తుండేది. అంతరంగంలో మగవాడి దేహపు ఆకర్షణ తనకున్నా, బహిరంగంగా స్త్రీలా జీవించటానికి అతనికి అసహ్యం అనిపించేది. తన ప్రవర్తనలో స్త్రీ వయ్యారముందని మిత్రులు వెక్కిరించడం మొదలుపెట్టిన తర్వాత స్వేచ్ఛగా మాట్లాడటానికీ సంకోచించేవాడు.

ఒకసారి కాలేజీ వార్షికోత్సవంలో పులి నృత్యంలో పాల్గొన్నాడు. అయితే కార్యక్రమం ముగిసిన తరువాత అతనిని అందరూ 'ఆడపులి' అని వెక్కిరించటం మొదలుపెట్టారు. అదే పేరుగల సినిమా ఒకటి అప్పుడే విడుదలైంది. ఆ రోజు నుంచి ఈరోజు వరకు మోహనస్వామి ఎన్నడూ నృత్యం చేయలేదు. ఆఫీసు పార్టీలలోనూ ఎంత బలంతం చేసినా అతను డాన్స్ చేయడు. ఒళ్ళు బిగుసుకుని, కూర్చున్నచోట నుంచి కదలకుండా రాయి అయిపోతాడు. ఈ ఇబ్బందుల నుంచి బయటపడటానికి తానూ అందరి మగవాళ్ళలా ప్రవర్తించాలి. ఎవరికీ తన మనసులోపలి స్త్రీ భావాలు తెలియకూడదని చాలారోజులు ప్రయత్నించాడు కానీ ఓడిపోయాడు. దుస్తుల విషయంలో మాత్రం అచ్చం ఆధునిక మగవాడిలా ప్రవర్తించేవాడు. గులాబి, ఎరుపు, దట్టమైన పచ్చని రంగు బట్టలను పొరపాటున కూడా ధరించేవాడు కాడు. అయితే శారీరకమైన కోరికల విషయం వచ్చినప్పుడు మాత్రం ఎంత ప్రయత్నించినా స్త్రీ శరీరం అతన్ని ఆకర్షించటంలో ఓడిపోయేది. బలవంతం వల్ల ఒకటి రెండుసార్లు స్త్రీ నగ్నదేహాన్ని ఊహించుకుని కామాన్ని

తృప్తిపరచుకోవటానికి ప్రయత్నించి ఓడిపోయిన తరువాత, ఆడవాళ్ళవైపు చూడటం ఆపాడు. అతని కలలో ఎంతటి అందమైన ఆడదానికైనా ప్రవేశం లభించలేదు.

హిజ్రా అతని బుగ్గలు నిమిరాక, ప్యాంటు జేబులోకి చేయి వేసి చిల్లర కోసం వెతికాడు. కేవలం అయిదు రూపాయల నాణెం దొరికింది. 'ఎక్కువ' అని మనస్సుకు అనిపించినా ప్యాంటు నుంచి తీసిన కారణంగా దాన్ని ఆమెకు ఇచ్చేశాడు. ఆమెకు అది ఎక్కువ అనిపించి "మరో రెండుమూడు రోజులు నిన్ను డబ్బు అడగనన్నా! అలాగే ఆశీర్వదిస్తాను" అంది. తరువాత అతని తలమీద చేయిపెట్టి "మా అన్నకు అంతా మంచి జరగాలి. ఏ చెడు తాకకూడదు" అని ఆశీర్వదించింది. మోహన్‌కు నవ్వొచ్చింది. "డబ్బులు ఇచ్చినప్పుడల్లా ఇదేమాట అంటారు. నా దుఃఖం మాత్రం తక్కువ కాలేదు. చెడ్డవాళ్ళ పీడన ఎక్కువైంది" అన్నాడు. దానికి ఆమె అతని ముఖం ముందు చప్పట్లు కొట్టి, చుబుకం మీద చేయి పెట్టి వయ్యారంగా "అయ్యో అన్నా, నువ్వు కష్టపడాలి, దుఃఖపడాలి అంటే జనం దాన్నే నీకు ఇస్తారయ్యా. ఒకరోజు అవన్నీ వద్దు అని తిరగబడి నిలబడు అంతా వెనక్కి పరుగెడుతారు. రోజూ ఉదయం లేచిన వెంటనే ఒకసారి గుండెలమీద చేయి వేసుకొని "నేనేమీ తప్పుచేయలేదు" అని చెప్పటానికి నీకు వస్తే చాలు. ఎవరూ నిన్ను కదలించలేరు" అంది. ఆమె మాటలకు నవ్వొచ్చింది. ఆమె నవ్వి, మరొక మగవాడిని వెతుక్కుంటూ బయలుదేరింది.

గొలుసును కుదువపెట్టడం అంత కష్టమవలేదు. దాన్ని పరీక్షించిన అంగడివాడు ఇతని చేత సంతకం పెట్టించుకుని తొమ్మిదివేల ఎనిమిదివందల రూపాయలు ఇచ్చాడు. మోహనస్వామికి అది సరిపోతుంది. అంగడివాడికి ధన్యవాదాలు చెప్పి ఆఫీసుకు సెలవుచీటీ ఇవ్వడానికి వచ్చాడు. అప్పటికే కాశీవీర అక్కడికి వచ్చి వున్నాడు. "ఆఫీసుకు రావడానికి ఎందుకు ఆలస్యమైంది? ఒంట్లో బాగాలేదా?" అని అత్యంత ఆత్మీయంగా అడిగాడు. మోహన జేబులో వున్న డబ్బు కత్తి మొనలా గుచ్చసాగింది. తల గిర్రున తిరుగుతున్నట్టయింది.

హోటల్లో జనం ఎప్పటిలా కిక్కిరిసివున్నారు. ఆఫీసులో ఎలాంటి గొడవ జరగకూడదని మోహన అలాంటి ఇబ్బందికరమైన పరిస్థితిలోనూ హోటల్‌కి

వచ్చాడు. రెండు కప్పుల కాఫీకి ఆర్డర్ ఇచ్చి ఎదురుచూడసాగారు. సర్వర్లందరు చాలా బిజీగా ఉండటం వల్ల హోటల్ యజమానే కాఫీ తెచ్చి పెట్టి వెళ్ళాడు. పొడుగునామం, ధోవతి, తెల్లటి అంగీ ధరించిన అతనికి మోహనస్వామి అంటే అభిమానం. మోహన్ రోజూ అక్కడికి వస్తుండటం వల్ల వారి పరిచయం బాగా పెరిగింది. అతన్ని ప్రత్యేకంగా పలకరిస్తాడు.

“కాశీ, ఈరోజు ఇబ్బందిపెట్టకు. ఊరికి బయలుదేరాను. ఇంట్లో అమ్మకు ఒంట్లో బాగాలేదు. ఆస్పత్రిలో చేర్చారు. బళ్ళారిలో ఆపరేషన్ వుంది. కావాలంటే నా బ్యాగు చూడు. ఊరికి బయలుదేరాను” అని మోహనస్వామి వేడుకున్నాడు.

కాశీవీర మీసాల చివరన నవ్వాడు. “మోహనా! అబద్ధాలు చెప్పటం అంత సులభం కాదు. దానికి చాలా శ్రమించాలి. నీలాంటి మంచి పిల్లలకు అది చేతకాదు. అలాంటివన్నీ ఏమైనా నాలాంటి పోకిరి పిల్లలకు అబ్బుతుంది” అని చెప్పి, “నిన్న మీ ఇంటికి వెళ్ళాను. మీ అమ్మ నీకు ఇవ్వమని చట్నీ పొడి చేసిచ్చింది ఇదిగో తీసుకో” అని బ్యాగు నుంచి ఒక పొట్లం తీసి అతనికి ఇచ్చాడు. మోహనస్వామి అబద్ధాన్ని కనిపెట్టిన అహంకారపు వ్యంగ్యం అతని ప్రవర్తనలో ఉంది. మోహనస్వామి ఓర్పు కట్టలు తెంచుకుంది.

“నీవు నమ్మకపోతే ఏంచేయను కాశీ? నిన్న రాత్రి కూడా బాగుందట. ఉదయం కడుపునొప్పి మొదలైందట. నాన్న డబ్బులు తీసుకుని రమ్మని ఫోన్ చేశాడు. సంపాదించినదంతా నీకు ఇచ్చి ఒట్టి చేతులతో ఉన్నాను. అందుకు మెడలో వున్న గొలుసు కుదువపెట్టి డబ్బు తెచ్చాను. చూడిక్కడ” అని దీనమైన స్వరంతో చెప్పి పర్సు తీసి చూపించాడు.

కాశీవీరకు అది చాలు. మొత్తం పర్సును లాక్కుని, అందులో వున్న డబ్బును జాగ్రత్తగా తీసి తన ప్యాంటు వెనక జేబులో దూర్చుకుని, ఖాళీ పర్సును ఇచ్చాడు. “డబ్బులు కావాలంటే మీ నాన్న దగ్గర కావలసినంత వుంది. నీవెందుకు హైరానాపడతావు మోహనా? వాళ్ళంతా పెద్దవాళ్ళు. నీవు చిన్నవాడివి. ఇలాంటి వాటన్నిటికి తల పాడు చేసుకోకూడదు” అతని చేతిని తట్టి లేచాడు. మోహనస్వామికి జరిగిన ఘటనను అర్థం చేసుకోవడానికి ఒకటి రెండు క్షణాలు పట్టింది. జరిగిన అన్యాయానికి కడుపులో నిప్పు పెట్టినట్టయింది. అది ఏ ధైర్యమో అతనిలో దాగి కూర్చుని వుందో తెలియదు. లేచి పరుగున కాశీవీర వెనక్కి వెళ్ళి తలుపు వైపు వెళుతున్న అతని కాళ్ళను వెనుక నుంచి

పట్టుకుని లాగాడు. ఎదురుచూడని ఆక్రమణ వల్ల కాశీవీర బొక్కబోర్లా నేలమీద పడ్డాడు. అతని నుదురు హోటల్ గడపకు తగిలి నొప్పితో అరిచాడు. మోహనస్వామి ఆ నొప్పితో చేసిన ఆక్రందనను గమనించే స్థితిలో లేడు. అతని మీద ఎక్కి కూర్చుని, ప్యాంటు జేబులో నుంచి తన డబ్బంతా లాక్కున్నాడు. కాశీవీర ఆ బాధతోనే తప్పించుకోవటానికి ప్రయత్నిస్తూ లేచాడు. అయితే మోహనస్వామి రౌద్రావతారాన్ని చూసి ఎదురుదాడి చేయడానికి వెనుకాడాడు. మోహనస్వామి మనస్సు మీద అదుపులేనట్టు అరవసాగాడు.

"బోడివెధవా! నేను సంపాదించింది లాక్కుని పోతావా? నన్ను బ్లాక్‌మెయిల్ చేస్తావా? ఎవర్రా నువ్వు? ఏమి తప్పు చేశాను నేను? ఇలా ఎందుకు పీడించుకుని తింటావు? అవును, నీవు నా కళ్ళకు చక్కగా కనిపించావు. నిన్ను ముట్టుకోవాలని అనిపించింది. ముద్దు పెట్టుకోవాలని అనిపిస్తుంది. నీతో పడుకోవాలని అనిపిస్తుంది. అది తప్పా? నీకు ఇష్టం లేదని తెలిసిన తర్వాత నీ గోరుకూడా నేను ముట్టుకోలేదు. ఇదంతా ఊళ్ళో జనాలకు చెబుతావా? చెప్పుకో పోరా! ఎవరికి కావాలన్నా చెప్పుకో. హోటల్లోని నా కొడుకులందరికీ చెప్పు. కావాలంటే పోలీసులకూ చెప్పుకో. నా నుండి ఏం పీక్కుంటారో నేనూ చూస్తాను. ఇక ఏ రోజైనా నా దగ్గర డబ్బులు కోసం మరొకసారి వచ్చావా, నీవు పుట్టనేలేదని అనిపిస్తాను" అని అరిచాడు.

నుదుటి నుంచి కారుతున్న రక్తాన్ని తుడుచుకుంటూ కాశీవీర కళ్ళు వెడల్పు చేసి మోహనస్వామి కొత్త అవతారాన్ని చూశాడు. వేడి ఊపిరి వదులుతూ మోహనస్వామి ముఖమంతా ఎర్రబరుచుకుని వణుకుతూ నిలబడి వున్నాడు. హోటల్లోని కస్టమర్లంతా తినటం మరిచి ఈ నాటకాన్ని చూస్తున్నారు. కాశీవీర సంకోచానికి గురై అక్కడినుంచి వెళ్ళిపోయాడు.

మోహనస్వామి మెల్లగా టేబుల్ దగ్గరికి వచ్చి కూర్చున్నాడు. ఆ ధైర్యం, ఆ పాడు భాష, ఆ ఆవేశం తనకు ఎలా వచ్చాయో తెలియక తబ్బిబ్బయ్యాడు. చల్లారిన కాఫీమీద ఈగలు వాలుతున్నాయి. చుట్టూ ఒకసారి చూశాడు. అందరూ తనవైపే చూస్తుండటం కనిపించింది. అత్యంత బాధ కలిగింది. భయం వేసింది. బయలుదేరడానికి లేచాడు. అంతలో హోటల్ యజమాని అతని టేబుల్ దగ్గరికి వచ్చి నిలబడి, బిల్లు పెట్టిన ప్లేటును మాట్లాడకుండా అతని ముందు పెట్టాడు. బిల్లు ఎనిమిది రూపాయలైంది. మోహన్ పది

రూపాయల నోటును ప్లేటులో పెట్టి, ముఖమెత్తి ఆయనవైపు చూసి, "చిల్లర మీరే పెట్టుకోండి" అన్నాడు. దానికి ప్రతిగా నవ్విన ఆయన, తన జుబ్బా జేబులోంచి రెండురూపాయల నాణాన్ని తీసి ఆ ప్లేటులో వేశాడు. తరువాత అత్యంత గంబీరంగా ముఖంపెట్టి "రేపటి నుంచి మా హోటల్‌కు రాకండి. మరోచోట చూసుకోండి. ఇది మర్యాదస్తులు వచ్చే చోటు" అని చెప్పి తన టేబుల్ వైపు విసురుగా అడుగులు వేశాడు. ఆయన ప్రవర్తన చూసి మోహనస్వామికి ఏ విధంగానూ ప్రతిస్పందించలేనట్టి దిగ్భ్రాంతి కలిగింది. జీవితం పొడువునా తాను కాశీవీరులను ఎదిరిస్తూనే ఉండాలి. లేకపోతే కచ్చితంగా ఈ నేలపై జీవించటం సాధ్యంకాదనే భావన చప్పుడు చేయకుండా అతనిలో కలిగి ఖిన్నుడయ్యాడు. అత్యంత నీరసంగా పైకి లేచిన మోహనస్వామి, నెమ్మదిగా ఒక్కొక్క అడుగు వేసుకుంటూ తలుపు వైపు నడిచాడు.

*****

అనఘ

వేకువ ఐదుగంటల సమయం. ధనుర్మాసపు చలి నిర్జీవ వస్తువులనూ వణికించేంతగా ఉంది. నానమ్మ లేపటానికి మునుపే కల్లేశి లేచాడు. రాత్రి సరిగ్గా నిద్రపట్టలేదు. గదిలోకి వెళ్ళి లైట్ వేశాడు. "లేచావేంరా" అని అడిగిన నానమ్మకు "ఊఁ నానమ్మా" అనటం ఆలస్యం ఆమె నిద్రలోకి జారింది. మరో రెండువారాలకు పదవ తరగతి ప్రిపరేటరీ పరీక్షలు ఉన్నాయనే ఆలోచన అతనికిప్పుడు ముఖ్యం కాదు. మెల్లగా గదితలుపు వేసి చెప్పులు లేని కాళ్ళతో పెరటి తలుపు తెరిచాడు. రాత్రే పెరటి తలుపు గడియకు నూనె వేశాడు. అది సద్దు చేయలేదు. తండ్రి ఇంట్లో లేడనే ధైర్యముంది. అమ్మ చనిపోయిన తరువాత తండ్రి రాత్రిసమయంలో ఇంట్లో పడుకోవటమే అరుదు. తను ఎక్కడికి వెళుతున్నాడో తెలిస్తే చచ్చేలా కొడతాడు.

అంగణంలోకి రాగానే ధైర్యం వచ్చింది. సూగం బావి వైపు వేగంగా నడవసాగాడు. పరుగెత్తితే కుక్కల పీడ. ఊరి నుంచి కాస్త దూరమైనా, ఇంటి నుంచి దూరమేమీ కాదు. బావి చుట్టుపక్కల వెన్నెల పరుచుకునివుంది. ఇంకా సోమణ్ణ రాలేదని తెలిసి కుదుటపడ్డాడు. నిన్న సాయంకాలం సూగమ్మ కడవ ఒకటి బావిలో పడింది. అప్పుడు బావిలోకి దిగి సోమణ్ణ దాన్ని వెదికి తీసుకుని రావటం కల్లేశి కళ్ళారా చూశాడు. అందువల్ల సోమణ్ణ ఊళ్ళో వుండటం గురించి ఎలాంటి అనుమానం ఉండలేదు. ఊళ్ళో ఉన్న తరువాత

ఉదయకాలపు వ్యాయామానికి రానే వస్తాడని కల్లేశికి తెలుసు. దగ్గర్లోని వేపచెట్టు చాటున దాక్కున్నాడు. తన నీడ చెట్టు ముందు పడటం లేదని కచ్చితపరుచుకున్నాడు. వేడి వూపిరులు వదులుతూ సోమణ్ణ కోసం ఎదురుచూస్తున్నప్పుడు కళ్ళు వెన్నెల కాంతికి అలవాటుపడసాగాయి.

దూరంలో కుమ్మరుల వీధి చివరన ఓ వ్యక్తి రావటం కనిపించింది. ఓ కుక్క ఆ వ్యక్తిని చూసి మొరిగింది. ఓ రాయి తీసుకుని విసిరాడు. కుక్క ప్రాణం పోయేటట్టు అరచి పారిపోయింది. ఆ కుక్క ప్రాణాంతకమైన అరుపు వల్లనే కల్లేశికి అది సోమణ్ణ అని తెలిసింది. అపరాధ భావనతో గుండె చిన్నగా కొట్టుకోసాగింది.

సోమణ్ణ బావికట్ట మీద తాను భుజం మీద కప్పుకున్న తువ్వాలును తీసి పరిచాడు. ఒకసారి బావిలోకి తొంగి చూసి, చక్రాన్ని తిప్పాడు. చక్రం గర్ అని ఒంటిమీదికి భూతం వచ్చినట్టు తిరిగింది. అది తిరుగుతూ సద్దు చేస్తుండగానే, పరిచిన తువ్వాలు మీద నిలబడి, ఒకసారి రెండు చేతులను ఆకాశంవైపు జోడించి, కళ్ళు మూసుకుని ప్రార్థించాడు. అంగీ, పంచెను గబగబా విప్పి దూరంగా విసిరాడు.

కల్లేశి గుటక మింగాడు. కలలోనూ, వాస్తవంలోనూ అనేక రకాలుగా ఊహించుకున్న దేహం కళ్ళముందు కళకళలాడుతూ నుంచుని ఉంది. చిన్న లంగోటా తప్ప మొత్తం దేహం నగ్నంగా ఉంది. అయినా ఒక్కింత కూడా వణుకు లేని అతని మగతనానికి ధనుర్మాసపు చలి చిన్నగా వణికింది. కల్లేశి ఒళ్ళు నిప్పులమీద పెట్టిన లోహంలా వేడెక్కింది. పువ్వుమీద కూర్చున్న సీతాకోక చిలుక రెక్కలా చిన్నగా వణుకు మొదలై, పళ్ళు చిన్నగా పటపటమని సద్దు చేయసాగాయి. చెట్టు కాండాన్ని గట్టిగా పట్టుకున్నాడు. శరీరంలో ఏర్పడిన విచిత్రమైన రోమాంచనానికి కళ్ళలో చిన్నగా నీళ్ళు తొణికిసలాడాయి.

ఏనుగు చేత మసాజ్ చేయించుకోగల సామర్థ్యం కల సోమణ్ణ దేహంలోని మాంసఖండాలు కొండచిలువ ప్రాకుతున్నట్టు కదులుతుండగా అతడి వేడివూపిరి కామాల కన్నుల వెన్నెలకు వాతలు వేస్తోంది. బస్కీలు తీసేటప్పుడు నేలకు అప్పుడప్పుడు తాకుతున్న చేతి కడియం 'ఠణ్' అని సద్దు చేసి నిశ్శబ్దానికి శబ్ధపు రుచిని చూపిస్తోంది. లేచి నిలబడుతూ తలను విదిల్చినపుడు అతడి పొడవైన జుత్తు గాలిలో ఎగిరి, వాటి మధ్య వెండిచుక్క తళుక్కున మెరిసేది.

కల్లేశి ఎక్కువ సేపు చెట్టు చాటున నిలువలేకపోయాడు. బయటికి వచ్చాడు. నెమ్మదిగా సోమణ్ణ ఎదుటికి వచ్చి నిలబడి "సోమణ్ణ" అని మృదువుగా పిలిచాడు. ఉన్నట్టుండి గబుక్కున ఎదుటికి వచ్చి నిలబడ్డ అతడిని చూసి సోమణ్ణకు ఆశ్చర్యం వేసింది. 'ఏమిటి?' అని అడగటానికి నోరు తెరిచినవాడు, కల్లేశి శరీరం చిన్నగా వణకడం, అతను 'సోమణ్ణ' అని పిలిచిన స్వరంలోని మార్దవతకు ఆశ్చర్యపడి మౌనం వహించాడు. కల్లేశి తన వణికే చేతిని ముందుకు చాపి సోమణ్ణ బొడ్డుమీద నుంచున్న చెమట బిందువును తాకి దాన్ని చిదిమి, విచిత్రమైన పులకతో చేతిని వెనక్కు తీసుకున్నాడు. తలెత్తి సోమణ్ణను చూశాడు. సోమణ్ణ చిన్నగా నవ్వాడు. ధైర్యం వచ్చింది. మునివేళ్ళ మీద నుంచుని, చేతులతో అతని ముఖాన్ని తడిమాడు. ముక్కుకింద చేయిపెట్టి వేడి ఊపిరిని అనుభంచి, దాని సుఖానికి మెల్లగా మూలిగాడు. అతడి మెడ, పొడవైన భుజాలు, ఛాతీ, ఛాతీ మీది ముచ్చికలు, పొట్ట అన్నిటినీ తాళాల గుత్తి యొక్క రింగు నుంచి ఒక్కో తాళాన్ని తీసినట్టు నిమిరాడు. కిందికి వంగి కూర్చుని అతడి పాదం, పిక్కలు, తొడలు నిమిరి, ధైర్యాన్ని పోగుచేసుకుని అతడి లంగోటకు చేయి వేశాడు. అంతే !

ఫట్‌మని చెంపకు దెబ్బ ఎంత గట్టిగా పడిందంటే దబ్బున కింద కూలబడ్డాడు. 'లమ్డికొడకా' అని అరిచిన సోమణ్ణ కుక్కను కొట్టినట్టు వాణ్ణి కొట్టాడు. కల్లేశి 'కుంయ్' అని సద్దు చేసి దొర్లాడు. సోమణ్ణ 'థూ' అని ఉమ్మాడు. ఎదుట కింద పడివున్న దేహం ఒక పురుగు అన్నట్టు నిర్లక్ష్యంగా చూసి, తన లంగోటాను విప్పి మిగతా బట్టల వైపు విసిరి, బావిలోకి దూకి ఈతకొట్టసాగాడు.

తేరుకోవడానికి కల్లేశికి ఒకటి రెండు నిముషాలు కావలసి వచ్చాయి. బుగ్గను తాకాడు. రక్తం చిన్నగా కారుతోంది. బావిలో సోమణ్ణ ఈతకొట్టే సద్దు. మెల్లగా లేచాడు. నడుముకు తీవ్రంగా దెబ్బ తగిలివుండటం వల్ల నొప్పితో 'అమ్మా' అన్నాడు. మెల్లగా నడిచి బావిలోకి తొంగి చూశాడు. సద్దు వినిపిస్తుందే తప్ప, ఏమీ కనిపించ లేదు. సోమణ్ణ బట్టల దగ్గరికి వెళ్ళి వెదికాడు. లంగోటా దొరికింది. వాసన చూశాడు. ఆ ఘాటు వాసనకు కోరిక లోపలి నుంచి ఒత్తుకుంటూ వచ్చింది. ముఖ్యంగా ఒంటికంతా దాన్ని మృదువుగా తాకించుకుని, దానిలో అక్కడక్కడ మొరటుదనానికి వెదికాడు. తన చడ్డీలో దూర్చుకుని లంగోటాలా బిగించుకుని ఉద్రేకపడ్డాడు. మిగిలిన బట్టలను

వెదికాడు. అంగీ జేబులో బీడీ, అగ్గిపెట్టె ఉన్నాయి. ఒక బీడిని నోట పెట్టుకుని, అగ్గిపుల్ల గీచి వెలిగించి ఒక దమ్ము లాగాడు. ఇంకా మండుతున్న పుల్లను బట్టలమీద వేసి ఇంటి దారిపట్టాడు. మంటలు నాలుకలు సాచి వెన్నెలను నాకసాగాయి. సోమణ్ణ నగ్నంగా బావిలో ఈతకొడుతున్నాడు.

*****

కల్లేశి ఇంటి పెరటి బావి పాడుపడింది. కొన్ని సంవత్సరాల కింద ఊరివారంతా దాన్ని ఉపయోగిస్తున్నప్పటికీ కల్లేశి తల్లి అందులో పడి చనిపోయిన తరువాత ఊరి మాట అటుండనీ, కల్లేశి ఇంటివారు కూడా ఆ నీటిని వాడటం మానేశారు. పదిహేను మనుషుల లోతులోవున్న నీళ్ళు పాచిపట్టి పాడైపోయింది. అనేక మొక్కలు, ఒక రావి చెట్టు పిచ్చిగా పెరిగాయి. బావిలో జీవించడానికి వదిలిన ఎన్నో చేపలు, ఒకటి రెండు తాబేళ్ళు ఎప్పుడో చచ్చిపోయాయి. బుళబుళమని తిరిగే పొడవైన పురుగులు పచ్చటి నీళ్ళలో జీవిస్తున్నాయి. కొన్ని ఎలుకలు, పందికొక్కులు వచ్చి చేరుకుని నేలలో బొరియలు తవ్వుకున్నాయి. వాటిమీది ఆశతో అప్పుడప్పుడు పాములు బావిలో సంచరిస్తుంటాయి. సాయంత్రాలు గబ్బిలాలు లయబద్ధంగా సద్దు చేస్తుంటాయి. జనం గొడవ లేకపోవటం వల్ల ఈ బావిలోని ప్రాణులన్నీ ప్రశాంతంగా జీవిస్తున్నాయి.

అయితే ఈ రోజు మాత్రం కల్లేశి ప్రాణాంతకమైన కేకల వల్ల ప్రాణులన్నీ భయపడ్డాయి. తల కిందులుగా పాచిపట్టిన నీటికన్నా ఆరడుగులు ఎత్తులో వేలాడుతున్న కల్లేశి "తప్పయింది నాన్నా... ఇంకోకసారి చేయను" అని ఎప్పుడు లేనంతగా వేడుకుంటున్నాడు. కళ్ళు సర్దుకోలేని చీకట్లో, చెడ్డ వాసనకు ముక్కు మూసుకుపోతున్నప్పుడు, ఏదో ప్రాణి దగ్గర్లోనే తిరుగుతున్న సద్దుకు బెదిరిపోయి, "భయం వేస్తోంది నాన్నా... పైకి లాక్కో" అని వణికే స్వరంతో వేడుకుంటున్నాడు. దేనికీ జవాబు లేనప్పుడు "నానమ్మ నువ్వయినా లాక్కో నానమ్మా" అని మొరపెట్టుకుంటున్నాడు. కాళ్ళకు, ఛాతీకి కట్టిన పగ్గపుబిగి పెరిగినట్లల్లా బాధతో "అమ్మా..." అని తన తల్లిని పిలవసాగాడు.

అయితే బావికట్ట మీద ఎవరూ లేరు. చెట్టు మొద్దుకు పగ్గాన్ని బిగించి కట్టిన వీరభద్రప్ప, దూరంలో ఉన్న వేపచెట్టు కింద కూర్చుని బీడి తాగుతున్నాడు. అతడి ముందు చాలాసేపటి వరకు మనుమడిని బయటికి తీయమని బతిమాలిన కల్లేశి నానమ్మ, కొడుకు మౌనానికి నిరాశచెంది తానే లేనిశక్తిని కూడదీసుకున్నట్టు

పగ్గాన్ని లాగటానికి ప్రయత్నించి, ఒక అంగుళం కూడా లాగలేక నిస్సహాయతతో, దుఃఖంతో వంటింట్లో కూర్చుని వలవల ఏడ్వసాగింది.

ఒకదాని తరువాత ఒకటి బీడి కాల్చుతన్న వీరభద్రప్ప కళ్ళు ఎర్రబారివున్నాయి. జాగ్రత్తగా గమనిస్తే అతడి కంటి చివరన పల్చటి కన్నీరు కనిపిస్తుంది. గతరాత్రి కూడ్లగి సునంద ఇంట్లో పడుకునివుండటం, మసక చీకట్లోనే లేచి, సోమవారం కావటం వల్ల స్నానం చేసి, కుమారస్వామి కొండకు నడుచుకుంటూ పోయి పూజ చేయించుకుని ఊరికి మరలాడు. ఇంటికి వెళ్ళే దారిలో కనిపించిన పరిచయస్థులొకరు, "ఈ రోజు ఉదయం నీ కొడుకు సోమణ్ణ చెడ్డీలో చేయి వేశాడంటకదరా ఈరణ్ణ..." అని చెప్పి కిసుక్కున నవ్వటం చెవిలో గింగిరుమంటోంది.

అరచి అరచి అలసిపోయిన కల్లేశి, నోరు ఎండిపోయి మాట్లాడటానికి చేతకానపుడు, ఓ గబ్బిలం వాడి ముఖానికి పట్‌మని కొట్టి, "కీచ్ కీచ్' అని సద్దు చేసి కనుమరుగైంది. ఎదురుచూడని ఆ స్పర్శకు భయపడిన కల్లేసి చడ్డీ తడుపుకున్నాడు. చడ్డీ నుంచి ప్రవహిస్తున్న నీళ్ళు అతడి అంగీని తడిపి, ముఖం మీదుగా ప్రవహించి, జుట్టు నుంచి బొట్లు బొట్లుగా కిందికి రాలసాగాయి. అడుగున కామకేళిలో మునిగిన రెండు పాములు ఉన్నట్టుండి ఒంటిమీద పడిన నీటికి కోపగించుకుని 'బుస్...బుస్..." అని సద్దు చేశాయి. అయితే ఆ సద్దుకు మరింత భయపడటానికి కల్లేశి స్పృహలో లేడు.

అరుగు గూడులో ఉన్న దీపం చిన్నగా వెలుగుతోంది. ఈ రోజు ఆ దీపాన్ని ఆర్పే మగవాడు ఎవరు కావచ్చు అని సూగమ్మ ఎదురుచూస్తోంది. అలాగని ఎవరంటే వారిని ఆమె పక్కలోకి రానివ్వదు. కొన్ని రోజులు వాళ్ళతో కేవలం మాటలతోనే వ్యవహారం జరిపి, నమ్మకస్థుడు అని మనస్సుకు అనిపించిన తరువాత మరొక మగవాడు తలుపు కొట్టకూడదనే దృష్టితో, సాయంత్రం వెలిగించిన దీపాన్ని వచ్చిన మగవాడు ఇంట్లోకి ప్రవేశించటానికి మునుపు ఊది ఆర్పమని చెప్పేది.

ఇక పడుకునే సమయమైందని అనిపించి, ఎవరికీ తన జ్ఞాపకం రాలేదేమోనని బాధ కలిగే సమయంలో దూరంలో ఎవరో వస్తుండటం కనిపించి మనస్సు శాంతించింది. వచ్చిన వ్యక్తి నడక వల్ల వీరభద్రప్ప అని తెలియగానే,

'కూడ్లగి సునందమ్మ సహవాసం విసుగనిపించిందేమో...' అని మనస్సులోనే వ్యంగ్యంగా అనుకుంది. అయితే ఆ వ్యక్తి మరింత దగ్గరయినపుడు అతడితో మరొక వ్యక్తి వస్తుండటం కనిపించింది. 'ఎంత బలవంతం చేసినా ఇద్దరితో పడుకోను...' అని నిర్ణయించుకుంది. అయితే తీరా దగ్గరికి వచ్చాక అది వీరభద్రుప్ప కొడుకు కల్లేశి అని తెలిసి, ఉదయం నుంచి ఆ పిల్లవాడి గురించి వినిన వార్తలన్నీ గుర్తొచ్చి, 'ఇంకేదో విషయం ఉంది' అని అర్థం చేసుకుంది.

"దీపాన్ని ఊది ఆర్పు" అని వీరభద్రప్ప కొడుకుకు చెప్పాడు. కల్లేశి 'ఉఫ్' అని ఊదాడు. దీపం ఊగిసలాడిందే తప్ప ఆరిపోలేదు. "గట్టిగా ఊదు..." అని వీరభద్రప్ప తిట్టాడు. కల్లేశి ఈ సారి దీపాన్ని ఆర్పాడు. ముగ్గురూ ఇంట్లోకి వెళ్ళారు. "ఈరణ్ణ, తండ్రితో సంబంధం పెట్టుకుని ఇప్పుడు కొడుకుతో పడుకోవడానికి నాకు కుదరదప్పో..." అని సూగమ్మ సూటిగా అంది.

వీరప్ప దానికి వెంటనే జవాబు చెప్పకుండా, తన జుబ్బా జేబు నుంచి ఆకువక్కలు తీసి, దానిమీద వందరూపాయల రెండు నోట్లు పెట్టి ఆ తాంబూలాన్ని కల్లేశి చేతికి ఇచ్చి ఆమెకు ఇవ్వమని చెప్పాడు.

"సూగమ్మ, నీ ధర్మసంకటం నాకు అర్థమైంది. అయితే నాకు కావలసింది వీడితో నువ్వు పడుకోవడం కాదు. ఈ కొజ్జా లంజాకొడుకు చేసిన కంత్రీ పని నీకూ తెలిసివుంటుంది. ఉదయం నుంచి కాల్చిన ఇనుప అట్లకాడను పొట్టలో గుచ్చినట్టుంది. కాస్త వీడ్ని లోపలికి తీసుకునిపోయి మగవాడా కాదా అని పరీక్షించి చెప్పు. చికిత్స చేస్తున్నానని అనుకో. వ్యభిచారం కాదు. నీకు పుణ్యం వస్తుంది" అని చేతులు జోడించాడు. అతని స్వరంలో ఉన్న అభ్యర్థనకు, కల్లేశి చేతిలో ఉన్న నోట్లకు కాదనలేకపోయింది. తాంబూలం స్వీకరించి, కల్లేశిని గదిలోకి చేయి పట్టుకుని పిలిచింది. కల్లేశి విదిలించుకున్నాడు. "పోరా, లమ్డికొడకా..." అని వీరభద్రప్ప తలమీద ఒక దెబ్బ వేశాడు. కల్లేశి ఎదురు మాట్లాడకుండా లోపలికి నడిచాడు. సూగమ్మ తలుపులు మూసుకున్న వెంటనే వసారా మూలలో కూర్చున్న వీరభద్రప్ప ఒక బీడిని వెలిగించి, క్షణాలను భయంభయంగా గడపసాగాడు.

అయిదు నిముషాల్లో తలుపులు తెరుచుకున్నాయి. సూగమ్మ రవిక లేని ఒంటికి అడ్డదిడ్డంగా చీర చుట్టుకునివుంది. వీరభద్రప్ప కంటితోనే జవాబు అడిగాడు. "ఎందుకో కాముడు వరించలేదప్ప" అని విషాదంగా తెలిపింది.

వీరభద్రప్ప బీడిని మరొక దమ్ములాగి, దాన్ని వసారాలో పేడ అలికిన నేలకు రాసి నలిపాడు. లేచి, గుమ్మంలో నుంచున్న సూగమ్మను తోసి లోపలికి పోయాడు. కల్లేశి నగ్నంగా ఉన్నాడు. తన బట్టలను ఎదుకు ఒత్తుకుని కూర్చున్నాడు. స్త్రీ నగ్నత్వాన్ని చూసి అసహ్యంతో, భయంతో ముడుచుకుని కూర్చునివున్నాడు. వీరభద్రప్ప వాడి దగ్గరికి వెళ్ళగానే ఒక్క మాట మాట్లాడకుండా కాళ్ళతో ఒక్కలా తన్నసాగాడు. కాళ్ళ మీదికి ఎక్కిన చీమలను జాడించేలా ఎగిరెగిరి వాడిని తొక్కాడు. ఆ ఆక్రమణ వల్ల కలిగిన బాధకు కలవరపడ్డ కల్లేశి "కొట్టకు నాయనా" అని ఆపకుండా పెడబొబ్బలు పెట్టసాగాడు.

సూగమ్మకు బిడ్డ చనిపోతాడేమోనని భయం వేసింది. వీరభద్రప్పను పక్కకు తోసి, కల్లేశి మీద పడి, వాడిని కరుచుకుని, "మరొక దెబ్బవేస్తే నా మీద ఒట్టు" అంది. వీరభద్రప్ప వేశ్య ఒట్టును కేర్ చేయకుండా, మరో రెండు దెబ్బలు వేశాడు. ఒక దెబ్బ ఆమెకు కూడా పడింది. "ఆపరా ఈరిగా... పరమాత్ముడు చేసిన సృష్టి ఇది. మనిషి చేసింది కాదు. వాణ్ణి కొట్టి దైవానికి అవమానం చేయకు" అని గట్టిగా అరిచింది. వీరభద్రప్ప మళ్ళీ కొట్టడానికి మనస్సు రాక, "నీలాంటి వాళ్ళను ఐదు మందిని పెట్టుకున్నాను. నాలాంటి మగవాడికి ఇలాంటి నపుంసకుడిని ఆ దేవుడు ఎలా ఇచ్చాడు?" అని సగం నిస్సహాయతతో, సగం కోపంతో ప్రశ్నించి, "ఈ రోజు నుంచి ఈ కొజ్జా నా కొడుకూ కాదు. వాడికి నేను తండ్రినీ కాను" అని నిర్ణయాన్ని చెప్పాడు. సూగమ్మ మౌనంగా ఉండిపోయింది.

గొడవలో దూరంగా పడివున్న తువ్వాలు వెదికి, ఒకసారి దులిపి, భుజం మీద వేసుకుని వీరభద్రప్ప బయటికి వెళ్ళిపోయాడు. అతను తలుపు దగ్గరికి వెళ్ళినపుడు సోగమ్మ, "ఈరిగా.. " అని పిలిచింది. వీరభద్రప్ప ఆమె వైపు తిరిగి ఏమన్నట్టు చూశాడు. "ఒక మాట చెబుతాను. గుర్తు పెట్టుకో... ఐదుమంది లంజల్ని పెట్టుకుని, భార్యను బావిలోకి తోసినంత తప్పు నీ కొడుకు చేయలేదు. ప్రతీ సోమవారం నువ్వు స్నానం చేసి పూజ చేయడానికి పోతావు కదా! ఆ కొండమీది దేవుడు కూడా ఆడదంటే అసహ్యపడతాడు. మగవాళ్ళను మాత్రం ఇష్టపడి రప్పించుకుంటాడు. తెలుసుకో..." అంది.

"థూ. దిక్కుమాలిన ముండా..." అని ఆమె వైపు ఉమ్మి, బిరాబిరా అడుగులు వేసుకుంటూ వెళ్ళిపోయాడు.

లేచి, తన బట్టలు సరిచేసుకుని, రవిక వేసుకుంది సూగమ్మ. లోపలికి పోయి ఒక లోటా నీళ్ళు తెచ్చింది. కల్లేశిని లేపి నీళ్ళు తాగించింది. ఆమె ముందే కల్లేశి బట్టలు వేసుకున్నాడు. చడ్డీ వేసుకునేటప్పుడు మరొక కాలిని దూర్చటానికి చేతకాకపోవటంతో సమతౌల్యం తప్పి గోడను గట్టిగా పట్టుకున్నాడు. “జాగ్రత్త నాయనా....” అని సోగమ్మ వాడిని పట్టుకుంది. సరిగ్గా వేసుకున్నాడు. “ముందరి జీవితం చాలా కష్టమైనదప్పా. నపుంసకులను, వేశ్యలను జనం దగ్గరికి చేరనివ్వరు...” అంది. కల్లేశి “నేను నపుంసకుడిని కాను...” అని దృఢమైన స్వరంతో చెప్పి, కుంటుకుంటూ బయటికి వెళ్ళాడు. సూగమ్మ గుమ్మంలోకి వచ్చి నుంచుంది. కల్లేశి తన ఇంటి దారికి వ్యతిరేకంగా నడుస్తున్నాడు. వెంటనే ఏదో గుర్తు వచ్చినట్టు ఇంట్లోకి పోయి, వీరభద్రప్ప ఇచ్చిన నోట్లు తెచ్చి, కల్లేశిని కేకవేసి ఆపింది. అతడి దగ్గరికి వెళ్ళి, రూపాయలను అతడి చేతిలో పెట్టి, “ఎక్కడన్నా సుఖంగా ఉండప్పా” అని వాడి తల నిమిరింది. కల్లేశి చీకట్లో అంగుళం అంగుళం కరిగిపోయాడు.

గుమ్మంలో చాలాసేపు నుంచున్న సూగమ్మ, కొద్దిసేపటి తరువాత లోపలికి వెళ్ళి, అగ్గిపెట్టె తెచ్చి గూటిలోని దీపాన్ని వెలిగించింది.

*****

చిట్టచివరలో మొట్టమొదలు

సరిగ్గా తొమ్మిది ముప్పయికి మోహనస్వామి ఎక్కవలసిన విమానం బెంగళూరు నుంచి బయలుదేరాల్సి ఉంది. అతని ఇంటి నుంచి విమానాశ్రయానికి ఎంతలేదన్నా సుమారు అరగంట దూరం. కావాలనే టాక్సీ కోసం చెప్పలేదు. ఎలాగూ కావలసినన్ని బిటిఎస్ బస్సులు ఆ వైపుకు తిరుగుతూ ఉండటంవల్ల, వాటిని వాడుకుందామని మోహనస్వామి ఆలోచించాడు. కేవలం ఒకరోజు ట్రైనింగ్ కోసం వెళుతుండటం వల్ల ఒక ల్యాప్‌టాప్ బ్యాగ్ తప్ప వేరే లగేజ్ లేదు. అనవసరంగా ఆఫీసుమీద దుబారా ఖర్చు మోపటం ఎందుకని ఇతనే టాక్సీ వద్దన్నాడు. ఢిల్లీలోని ఆఫీసు సహోద్యోగులకు తర్ఫీదు ఇవ్వటానికి ఇతడిని పంపించే ఏర్పాటు కంపెనీనే చేసింది. ఢిల్లీకి వెళుతుండటం వల్ల డొమెస్టిక్ చెక్ ఇన్ చేయటానికి అంత సమయం తీసుకోరు. అయినా ఒక అరగంటైనా ముందుగా వెళ్ళాలి. అప్పుడే ఏడున్నర; అయినా ఇంటి నుంచి అతను బయలుదేరలేదు.

స్నానానికి వెళ్ళిన కార్తి ఇంకా ముగించి బయటికి రాలేదు. అతను ఎప్పుడూ అంతే. గంటలకొద్దీ స్నానం. అదే పనిగా ఒంటిమీద నీళ్ళు పోసుకుంటే ఏమి లాభం? అని మోహనస్వామి అప్పుడప్పుడు గొడవ చేసేవాడు. కార్తి ఆ మాటలను చెవిన వేసుకోడు. 'తొందరగా రా కార్తి, నేను బయలుదేరాలి. ఫ్లయిట్‌కు ఆలస్యమవుతుంది' అని రెండుమూడు సార్లు అరిచి చెప్పాడు. అతను

మాటల వినని మొండి. స్నానాలగది గడియ పెట్టుకుని మరీ స్నానం చేస్తున్నాడు. మోహనస్వామి ఇంకేమి చేయగలడు? పట్టించుకోకుండా వెళ్ళిపోతే ఇంటి తలుపులు వేసుకునేవాళ్ళు ఎవరు?

మోహనస్వామి ఉదయం తొందరగా లేచి అన్నీ సిద్ధం చేసుకున్నాడు. తర్ఫీదు కోసం కొంచెం పవర్ పాయింట్ ప్రెజెంటేషన్ సిద్ధం చేసుకుని తాను వేసుకునే దుస్తుల్ని ఇస్త్రీచేసి, పాలు తెచ్చి కాచి, కాఫీ చేసుకుని తాగి, రాత్రి కార్తికి భోజనంలోకి సాంబారు చేసి ఫ్రిజ్‌లో పెట్టి, స్నానం ముగించేసరికి ఇంకా సమయం ఆరుముప్పయే అయింది. కార్తి ఇంకా లేవలేదు. అతను ఎప్పుడూ ఆలస్యంగా లేస్తాడు. మోహనస్వామి మూడునాలుగుసార్లు పిలిచి, ఒకటి రెండుసార్లు మనిషిని కుదిపి మేల్కొలిపినపుడే లేవటం. తాను లేకపోతే ఇతను లేవనే లేవడేమో అని ఒక్కొక్కసారి మోహనస్వామికి భయం వేసేది. మంచి కుంభకర్ణుడి నిద్ర అతడిది. ఏ బాధ్యతనూ పట్టించుకోడు. అన్నిటికీ నేనే పెనుగులాడాలని మోహనస్వామి అప్పుడప్పుడు అతనిమీద జోకులేస్తాడు. కార్తి మౌనంగా నవ్వేస్తాడు. అతడి వాగుడు ఇంకా ఆగకపోతే దగ్గరికొచ్చి బిగువుగా కౌగిలించుకుని ఒక వేడిముద్దు ఇచ్చి నోరు మూయించేస్తాడు.

ఈవాళ కూడా అలాగే జరిగింది. అతను స్నానం ముగించి ఎర్రటి టర్కీటవల్‌ను చుట్టుకుని, పియర్స్ సోపు ఘుమఘుమల దేహంతో బయటికి వచ్చేసరికి అప్పటికే ఏడునలభై అయింది. సూటు, బూటు, టై, సుగంధం పూసుకుని తయారై కంగారుగా ఎదురుచూస్తున్న మోహనస్వామి, "ఏమిటి కార్తీ ఇది? నాకు ఫ్లయిట్‌కు ఆలస్యమైంది తెలుసా? ఈవాళ కూడా ఇంతసేపు స్నానం చేశావు కదా? నాకు ఫ్లయిట్ మిస్ అయితే ఏంచేయాలి? నీకు ఎంత విడమరిచి చెప్పినా బాధ్యతేలేదు కదా…" ఇంకా ఏదేదో చెబుతూనే ఉన్నాడు. కార్తి కొంచెం కూడా ప్రతిస్పందించక మౌనంగా వెళ్ళి అతడ్ని వెనుకనుంచి పట్టుకుని, మెడ, బుగ్గలను ముద్దుపెట్టుకోసాగాడు. "నో, నో కార్తీ… ఇస్త్రీ బట్టలన్నీ తడిసిపోతాయి. ప్లీజ్…ప్లీజ్…" అని బతిమిలాడటం మొదలుపెట్టగానే కార్తి మరింత ఉత్సాహంతో అతన్ని కదలకుండా గోడకు ఒత్తి అతడి ఒళ్ళంతా వాసన చూడసాగాడు. అప్పుడే స్నానం చేసి వేడి శరీరపు సువాసనతో అమోఘంగా వున్న కార్తి ప్రేమను మోహనస్వామి ఎంతసేపు వ్యతిరేకించగలడు? పది సెకండ్లకంతా అతడి వ్యతిరేకత ఆగిపోయి స్పర్శ సుఖానికి మూల్గసాగాడు.

తన పట్టును సడలించి, మోహనస్వామిని విడుదల చేసి మళ్ళీ టవల్‌ను చుట్టుకుని, మంచం మీదికి వెళ్ళి కూర్చుని గోడకు ఆనుకుని కాళ్ళు చాపి దినపత్రికను చదవటం మొదలుపెట్టిన కార్తి ముఖంలో చిరునవ్వు ఉంది. ఇక మోహనస్వామి నుంచి మొదలయ్యే కోపపు మాటలను ఎదుర్కోవటానికి మానసికంగా సిద్ధమై కూర్చున్నాడు. మోహనస్వామి వాచీ చూసుకుని కంగారుపడ్డాడు. అప్పటికే ఎనిమిది గంటలైంది. దాంతోపాటు వేసుకున్న రెపరెపలాడే బట్టలన్నీ ముడుతలు పడి, తడితడిగా అయిపోయాయి. మరో ఇస్త్రీబట్టలూ ఇంట్లో లేవు. మోహనస్వామికి ఇప్పుడు నిస్సహాయత వల్ల కోపం వచ్చింది. "ఇప్పుడు ఏం చేయాలో చెప్పు కార్తీ? పొద్దు తెలియనట్టు నీవు ఇలా మొదలుపెడితే నా గతేమి?" అని అరిచాడు. దానికి ప్రతిస్పందించక మౌనంగా పత్రికను చదవటంలో లీనమైన కార్తిని చూస్తుంటే మండిపోయింది. అతని దగ్గరికి వెళ్ళి పత్రికను లాక్కుని 'మాట్లాడు' అని వొత్తిడిపెట్టాడు. ముఖంలోని నవ్వును అణచిపెట్టని కార్తీక్ "నువ్వెందుకు నేను స్నానం చేసి వచ్చేంతవరకు ఎదురు చూశావు చెప్పు? ఊరికే వెళ్ళిపోయివుంటే ఇదంతా జరిగేది కాదు, అవునా? కాదా?" అని ప్రశ్నించాడు.

"తలుపులు ఎవరు వేసుకుంటారు? ఎవరైనా వచ్చి ఇంట్లో దొంగతనం చేస్తే ఏమిటి గతి?"

"ఊరకే నెపాలు చెప్పకు. ఈ ఇంట్లో దొంగతనం చేయగలిగేది ఏముంది? వెండి, బంగారం, డబ్బు, దస్కం ఒక్కటీ లేదు. ఉన్నది నీవి కొన్ని దుస్తులు, నావి కొన్ని దుస్తులు. కొన్ని గిన్నెలు- తపేలాలు. వాటిని దొంగిలించడానికి ఎవరు వస్తారు? ఒట్టి దొంగనెపం నీది. ఇంటి నుంచి బయటికి వెళ్ళాలంటే నా చేత ముద్దు పెట్టించుకోకుండా వెళ్ళే మనస్సు నీకు లేదు. అందుకే ఏదేదో చెబుతావు. అంతే..." కార్తి తుంటరిగా నవ్వాడు.

దగ్గర్లోవున్న తలదిండును చేత్తో అందుకుని అతని మూతి, ముఖం చూడకుండా టపటపమని వాయించాడు మోహనస్వామి. "ఈడియట్..." అని తిట్టాడు. నవ్వుతూనే అతడి దాడిని కార్తి స్వీకరించాడు. "తొందరగా బయలుదేరు మోహనా. ఫ్లైట్ కచ్చితంగా మిస్ అవుతుంది చూడు. ఇప్పుడు నేనైతే నిన్ను ఆపలేదు" అని హెచ్చరించాడు. మోహనస్వామి మళ్ళీ వాస్తవానికి వచ్చాడు. "ఏ దుస్తులు వేసుకోవాలో చెప్పు?" అని గొణిగాడు. "నా దుస్తులు

డ్రైక్లీన్ చేయించి పెట్టాను చూడు, వాటినే వేసుకుని వెళ్ళు” అని కార్తి సలహా ఇచ్చాడు. “నీ సైజు పెద్దది. నేనెలా వేసుకోవాలి?” అని మోహనస్వామి అపస్వరం ఎత్తాడు. “ఒకరోజు వేసుకుంటే ఏమీ అవదు. వెళ్ళు... ఊరికే అన్నింటికీ గొడవ చేయకు” అని కార్తి మరొకసారి చెప్పిన తరువాత మోహనస్వామి మరోదారి లేక అతడి దుస్తుల్ని తీసుకోవటానికి మరొక గదివైపు వెళ్ళాడు.

వసారాలోకి వచ్చిన మోహనస్వామి కలవరపడ్డాడు. ఇంటి తలుపు చక్కగా తెరుచుకునే ఉంది. “ఓ మైగాడ్, ఓ మైగాడ్” అని భయంతో అరుస్తూ గదిలోకి పరుగెత్తుకొచ్చి మంచమెక్కి వణుకుతూ కూర్చున్నాడు. “ఏమైంది... ఎందుకంత అరుస్తావు?” అని అతన్ని దగ్గరికి లాక్కుని కార్తి ఆత్మీయంగా అడిగాడు. ముఖంలో భయాన్ని చూపుతూ “తలుపు అలాగే తెరిచే ఉంది కార్తి, నాకు తెలియనే లేదు” అని వణికే కంఠంతో అన్నాడు. కార్తికి అది అంత భయంకరమైన విషయం కాదు. “తీసివుంటే ఉండనీలే. నీవెందుకు ఇంతగా తల పాడు చేసుకుంటావ్?” అని నెమ్మదిగా అన్నాడు.

“ఎవరైనా లోపలికి వచ్చి మనిద్దరిని చూసి వుంటే ఏమిటి గతి?”

“చూసివుంటే, చూసుకుని వెళ్ళేవారు. ఏమీ కాదు ఊరుకో”

“నీకు టెన్షన్ అన్నదే లేదు కార్తి. ఎవరైనా చూసి, ఓనర్‌కు చెబితే ఇంటినుంచి గెంటేస్తారు తెలుసా?

“గెంటితే మరో ఇల్లు వెతకడం. ఏం, ఇక్కడ ఎవరినైనా ఖూనీ చేస్తూ ఉన్నామా? ఇలా భయపడటానికి? ఒకరినొకరు ప్రేమించుకుంటున్నాం. అంతే!”

“నా గుండె కొట్టుకుంటూ ఉంది. నీకు చూస్తే తమాషా. ఇది ఇల్లీగల్ అట తెలుసా? పోలీస్‌స్టేషన్‌కు తీసుకువెళతారట... జైల్లో వేస్తారట...”

మోహనస్వామి ఇప్పుడు నిజంగా భయంతోనూ, అసహాయతతోనూ కంగారుపడ్డాడు. కార్తి అతడ్ని మరింత దగ్గరికి లాక్కుని, అతని ఎదను నిమురుతూ, చెంపలను ముద్దాడుతూ ఓదార్చాడు.

“ఇప్పుడైతే ఎవరూ చూడలేదు, అవునా? కొంచెం ధైర్యం తెచ్చుకో... ఏదో ఒక రోజున ఇదంతా మనం చెప్పాల్సి వస్తుంది మోహన. నీవు కొంచెం ధైర్యం చేయాలి” అంటూ కార్తి అతని చెవిలో సమాధానపు మాటలను రాల్చాడు.

కార్తి మాటలను మోహనస్వామి ఒప్పుకోలేదు. “లేదు కార్తి, నేను చచ్చినా బాధలేదు. ఈ విషయం మాత్రం ఎవరికీ చెప్పను. మనిద్దరి మధ్యనే

ఇది ఉండాలి. ఈ నాలుగు గోడల నుంచి బయటికి ఇది వెళ్ళకూడదు. జనం ఊరుకోరు. మనల్ని తరిమికొట్టి చంపేస్తారు. నాకు బాగా తెలుసు" అని భవిష్యత్తును ఊహించినవాడిలా భయపు స్వరంతో అన్నాడు. కార్తికి ఆ విషయంలో మరింత గెలికే ఆసక్తి లేదు. "పోనీలే, ఇప్పుడెందుకు దాని గురించి ఆలోచన? ఇప్పుడు ఫ్లయిట్ ఆలస్యమైంది. మొదట రెడీకా. దుస్తులు వేసుకుని తయారుకా. నేనే బైక్‌లో వదలివస్తాను" అని అతడిని ఉత్సాహపరిచాడు. మోహనస్వామి ఇష్టంలేని మనస్సుతోనే లేచాడు. "ఫ్లయిట్ ఇక దొరకదనే అనిపిస్తోంది. చాలా ఆలస్యం అయింది..." అంటూ లేచి మరో గదిలోకి వెళ్ళాడు. "అది వెళ్ళిపోయివుంటే తరువాతి ఫ్లయిట్‌కు వెళుదువుగానీ, ఏదో ఒక దాన్లో సీటు దొరకనే దొరుకుతుంది" అని కార్తి అతడి భయాన్ని తగ్గించాడు.

మోహనస్వామి కొత్తబట్టలను ధరించి వచ్చేలోగా కార్తి విమానా శ్రయానికి ఫోన్ చేసి, మోహనస్వామి వెళ్ళాల్సిన విమానం ఒక గంట ఆలస్యంగా బయలుదేరుతుందన్న సమాచారాన్ని పొందాడు. ఎలాంటిదో ఒక చిన్న సాంకేతిక ఇబ్బందిని సరిచేస్తున్నారట. ఒక గంటకన్నా ఎక్కువ ఆలస్యమైతే మరొక విమానంలో ప్రయాణీకులను పిలుచుకుని వెళతారని అన్నారు. కార్తి సమాధానపడ్డాడు. మోహన బట్టలు ధరించి వచ్చేలోగా తను బర్ముడా, టీషర్ట్ ధరించి తయారయ్యాడు.

కొంచెం వదులుగా వున్న బట్టలను ధరించి సిగ్గుపడుతూ వచ్చిన మోహనస్వామి "ఫరవాలేదా?" అంటూ కార్తి ముందు నుంచున్నాడు. "సూపర్" అని చేత్తో సైగ చేసి చూపి, "స్మార్ట్‌గా కనిపిస్తున్నావు" అని కార్తి అతని దగ్గరకి కదిలాడు. అపాయాన్ని గ్రహించినవాడిలా అతని నుంచి వెంటనే దూరంగా జరిగిన మోహనస్వామి "ఏయ్... ఏయ్... ఏయ్... నీవు మళ్ళీ మొదలుపెట్టకు" అని అరిచాడు. అతని భయానికి కార్తి నవ్వి, "ఛీ, నీ... నాకు వేరే పనేం లేదా?... ఆ టై ముడి సరిచేస్తాను రా..." అని అతని దగ్గరికి వెళ్ళి, టై పిన్‌ను తీసి పంటితో పట్టుకుని, టైను విప్పి సరిగ్గా ముడివేసి, టై పిన్ పెట్టాడు. "నౌ యు ఆర్ స్మార్ట్ మోహనా" అని చెప్పి అతని నుదుట మృదువుగా ముద్దు పెట్టాడు. "హ్యావ్ ఏ సేఫ్ ట్రిప్. నీ ఫ్లయిట్ ఒక గంట ఆలస్యం అని చెప్పారు. ఎలాంటి టెన్షన్ లేకుండా ఏర్‌పోర్ట్‌కు వెళ్ళు" అని చెప్పాడు. ఆ విషయం విని

మోహన్‌కు సంతోషం కలిగింది. 'రియల్లీ' అని నమ్మలేని వాడిలా అడిగాడు. కార్తి మౌనంగా తలూపి, ఆ విషయం నిజమని తెలిపాడు. తన కోసం విమానాశ్రయానికి ఫోన్ చేసి ఇలాంటి మంచి వార్తను కనుక్కొన్న కార్తి మీద మోహనస్వామికి ఎక్కడలేని ప్రేమ పొంగుకొచ్చింది. "అలాంటప్పుడు నీవు అక్కడిదాకా రానక్కర్లేదు. నేను బస్సులోనే వెళతాను. మళ్ళీ నీకు ఆఫీసుకు ఆలస్యమవుతుంది" అని చెప్పి, తన ల్యాప్‌టాప్ బ్యాగును ఎత్తుకుని ఇంటి బయటికి అడుగుపెట్టాడు. నాలుగైదు మెట్లను దిగినవాడు ఏదో గుర్తొచ్చినట్లు, "రాత్రికి సాంబార్ చేసి ఫ్రిజ్‌లో పెట్టాను. నీవు ఆఫీసు నుంచి వచ్చిన తరువాత అన్నం మాత్రం చేసుకో, చాలు. పెరుగు ప్యాకెట్టు ఉంది. మెస్‌కు వెళ్ళకు. అక్కడ అన్నంలో సోడా వేస్తారు. మళ్ళీ నీకు అసిడిటీ ఎక్కువవుతుంది. నేను రావడం ఆలస్యం కావచ్చు. నాకోసం ఎదురుచూడకు. నాకు ఫ్లయిట్‌లో భోజనం ఇస్తారు." అని చెప్పి గబగబా మెట్లుదిగి బస్‌స్టాప్ వైపు పరుగెత్తాడు.

బిటిఎస్ బస్ తొందరగా రాలేదు. ఏర్‌పోర్ట్ దారివైపు వెళ్ళే బస్సులు వచ్చినా, పూర్తిగా విమానాశ్రయం వరకు వెళ్ళే బస్సులు రాలేదు. ఎచ్ఎఎల్ కంపెనీ బస్సులు ఒకటి రెండు వచ్చి ఆగాయి. అందులో వెళితే విమానాశ్రయం వరకు చాలాదూరం నడవాల్సి వస్తుంది. ఆలస్యం కావచ్చు అని అందులో ఎక్కలేదు. మరో పదినిముషాలు ఎదురుచూసి, బస్సు రాకపోతే ఆటో పట్టుకోవాలని నిశ్చయించుకుని బెంచీ మీద కూర్చుని నెమ్మదిగా పక్కనున్న స్కూటర్ గ్యారేజ్ వైపు చూపులు సారించాడు. మోహనస్వామి కళ్ళు తిప్పుకోలేనట్టి దృశ్యమొకటి అక్కడుంది.

బలమైన యువకుడొకడు మోహనస్వామి వైపు వీపు చేసి నేల మీద కూర్చుని స్కూటర్ రిపేర్ చేస్తున్నాడు. హాఫ్ హ్యాండ్స్ టీ షర్ట్ వేసుకోవటం వల్ల అతని బలిష్ఠమైన భుజాలు కనిపిస్తున్నాయి. కుడిచేతి భుజానికి బిగువుగా ఓ తాయత్తును కట్టి వుండటం, అతను స్పానర్‌తో దేన్నో గట్టిగా తిప్పినపుడు తాయత్తు దారానికి ఇరువైపులా మాంసఖండాలు కదులుతున్నాయి. అతని చేతికి ఓ ఇత్తడి కడియం వుంది. మోచేతుల ఉబ్బిన నరాలు మీద పొర్లేటప్పుడు అప్పుడోసారి, ఇప్పుడోసారి సూర్యుడి కాంతికి అది ప్రతిఫలిస్తోంది. అత్యంత వదులైన జీన్స్ వేసుకోవటం వల్ల అది జారి అతడి పిర్రల చీలిక స్పష్టంగా

కనిపిస్తోంది. పొట్టి టీషర్ట్, వీపు మీద పైకి వెళితే, వదులైన ప్యాంటు కిందికి జారుతూ అతని వెనుక భాగాన్ని అనేక కోణాల్లో చూపిస్తోంది. లోపల డ్రాయర్ వేసుకోలేదన్న నిజం తెలిసి, మోహనస్వామి ఆశనిండిన చూపులతో అటువైపే చూడసాగాడు. ఆ చూపు ఏర్పరచిన సంకోచానికి అప్పుడొకసారి ఇప్పుడొకసారి గుటకలు వేయసాగాడు. ప్యాంటు మరింత కిందికి దిగుతున్నా ఆ యువకుడికి దాని ధ్యాసనే లేదు. నగ్నంగా కనిపించే అతని దేహపు భాగాన్ని మృదువుగా నిమరాలనే కోరిక మోహనస్వామిలో ఒత్తుకుని వచ్చింది. దేహం వేడెక్కి, బిగువై ఎక్కడో జీవద్రవం స్రవించినట్టు అనిపించింది.

ఎవరైనా తన చూపును గమనిస్తే ఏమిటి పరిస్థితి అనే భయం అతడిని ఒకసారి వెంటాడింది. కంటిచూపును ఒకసారి బలవంతంగా మరల్చి చుట్టూ చూశాడు. అందరు తమ లోకాల ధ్యానంలో ఉన్నారు. బస్సు వచ్చే దిక్కువైపే అందరి దృష్టి ఉంది. చక్కెర డబ్బాను వెతుక్కుంటూ వచ్చే పిల్లవాడిలా మోహనస్వామి మళ్ళీ కంటిచూపులను ఆ యువకుని వీపు వెంబడి పరిచి జుర్రుకోసాగాడు.

తాను ఇలా మరో యువకుడిని చూసి ఆనందించటం కార్తికి బాధ కలిగిస్తుందేమో అనే భయం మోహనస్వామికి ఇంతకుమునుపు కలిగేది. అయితే తనకన్నా అందమైన అమ్మాయిలను కళ్ళార్పకుండా ఎక్కువగా చూసే కార్తి అతనికి తెలుసు. ఒక్కొక్కసారి ఉత్సాహం పొంగుకువచ్చినపుడు కార్తి తాను ఆ రోజు చూసిన అమ్మాయిల అవయవాల వర్ణనను, రాత్రి వంట చేస్తూ వున్న మోహనస్వామి ముందూ వెనకా తిరుగుతూనో, పక్కమీద పడుకున్నప్పుడో చెబుతుంటాడు. అతను అలా పెదాలు తడుపుకుంటూ అమ్మాయిల వర్ణన చేయటాన్ని చూస్తున్నప్పుడు మోహనస్వామి కపటమైన కోపాన్ని ప్రదర్శిస్తాడు. అయితే కార్తి అమ్మాయిలను చూసి ఆనందిస్తాడన్న భావనే మోహనస్వామికి అతని మీది ఆకర్షణను పెంచుతుందనే సత్యం అతనికి మాత్రం తెలుసు.

ఆ యువకుడు అకస్మాత్తుగా వెనుదిరిగి చూసాడు. ఇద్దరి కనుచూపులు కలుసుకున్నాయి. ఆ యువకుడికి ఆ చూపు వెనుకవున్న ఉద్దేశం అర్థమై తన ప్యాంటును పైకెక్కించుకున్నాడు. మోహనస్వామి తక్షణం ముఖాన్ని మరోవైపు తిప్పేశాడు. తప్పుచేసి దొరికిపోయినవాడిలా అతని గుండె దడదడ కొట్టుకోసాగింది.

"రేయ్... గాండూ..." అనే కేక అటువైపు నుంచి వినిపించింది. బస్సు కోసం ఎదురుచూస్తున్న కొంతమంది జనం ధ్వని వచ్చిన దిక్కువైపు తిరిగారు. తనకు సంబంధమే లేదన్నట్టు అటువైపు మోహనస్వామి చూడలేదు. ఆ యువకుడు అక్కడితో ఆ విషయాన్ని ఆపటానికి సిద్ధంగా లేడు. "ఒరేయ్... గాండు... సూటుబూటు వేసుకున్న కొజ్జా నా కొడకా..." అని మరోసారి కేకవేశాడు. జనం ఇప్పుడు మోహనస్వామి వైపు చూడసాగారు. ఇంకేమీ చేయడానికి సాధ్యంలేక మోహనస్వామి ఇప్పుడు ఆ యువకుడివైపు చూశాడు. "నేనేం చేశాను? మీరెందుకు కేకలు పెడుతున్నారు?" అని మృదువైన స్వరంలో తడబాటుగా మాట్లాడసాగాడు. చేతిలో స్పానర్ పట్టుకున్న ఆ యువకుడు ఇప్పుడు నాలుగు అడుగులు ముందుకొచ్చి, ఎలాంటి అడ్డూ ఆపూ లేకుండా మోహనస్వామి మీద అరవసాగాడు. "నా ముడ్డి చూస్తావేంరా గాండూ... లోపలికి రారా... సరిగ్గా కొడతాను రా.. ఇంజన్ ఆయిల్ వేసి కొడతాను రారా సువ్వార్... గొంతు చిరిగేవరకూ దూర్చుతానురా మాదర్‌ఛోత్... నాది ఇంత పొడుగ్గా వుంది. చూపిస్తానురా..." ఎలాంటి సంకోచం లేకుండా ఆ యువకుడు చేతిలో ఉన్న స్పానర్‌ను ఎడవచేతి పిడికిట్లో దూర్చి వేగంగా ముందుకు వెనక్కు రుద్ది చూపి కేకలు వేస్తూ అరిచాడు.

మోహనస్వామికి ప్రాణం గుప్పిట్లోకి వచ్చినట్టయింది. జరుగుతున్న అవమానానికి ఒళ్ళు వణకసాగింది. అక్కడ గుమిగూడిన అందరూ మోహనస్వామి వైపు చూడసాగారు. వాళ్ళకు ఇప్పుడు జరిగిన సన్నివేశం అర్థమవసాగింది. ఒకరిద్దరు పకపకా నవ్వసాగారు. అంతలో ఏదో బస్సు వచ్చింది. అది ఎక్కడికి వెళుతుందన్నదీ గమనించకుండా మోహనస్వామి పరుగెత్తుకుంటూ పోయి దాన్ని ఎక్కాడు. ఆశ్చర్యంగా బస్సు ఖాళీగా ఉంది. బస్సు అటు వైపు సీటు దగ్గరికి వెళ్ళి కూర్చుని, గాజు కిటికీకి తలానించాడు. జరిగిన అవమానాన్ని భరించే శక్తి అతనికి లేదు. కళ్ళు వెంబడి ధారగా కారిన నీళ్ళు గాజు వెంబడి జారసాగాయి. బస్సు వెంటనే బయలుదేరింది. ఆ యువకుడి కఠోర స్వరం మోహనస్వామి చెవుల్లో గింగురుమంటూనే వుంది. 'రేయ్ గాండూ... నా కొడకా...సరిగ్గా కొడతాను రారా...సువ్వర్... మాదర్ ఛోద్...' అంటూ అతను చేసిన ఆ అసహ్యకరమైన భావభంగిమలు, జనాల కపటమైన చూపులు, నవ్వులు అన్నీ అతడిని వేటాడసాగాయి.

"టికెట్టు తీసుకోండి... ఎవరండి ఇప్పుడు ఎక్కినవాళ్ళు... టికెట్టు..." అంటూ వచ్చిన కండెక్టర్, కిటికికి తలాన్చి దుఃఖంతో ఏడుస్తూ కూర్చున్న మోహనస్వామిని చూసి, అతన్ని మాట్లాడించే ధైర్యం చాలక టికెట్ తర్వాత ఇస్తే సరిపోతుందని అక్కడినుంచి వెనక్కి మరలాడు.

విమానం గంటన్నర ఆలస్యంగా బయలుదేరింది. మోహనస్వామి లాంజిలో ఎదురుచూస్తూ కూర్చుని వుండగా కార్తి ఫోన్ వచ్చింది. మొబైల్‌లో ఇన్‌కమింగ్, ఔట్‌గోయింగ్ రెండు కాల్స్‌కు విపరీతంగా డబ్బు ఖర్చు అవుతుండటం వల్ల, అతడి కాల్ కట్ చేసి, అక్కడే వున్న ఎస్.టి.డి బూత్‌కు వెళ్ళి కార్తి ఆఫీస్ ల్యాండ్‌లైన్‌కు ఫోన్ చేశాడు. ఎస్టిడి బూత్‌కు వెళ్ళటానికి మరొక ముఖ్యమైన కారణమేమిటంటే, తమ మాటలను ఆకస్మాత్తుగా ఎవరైనా ఇరుగుపొరుగు వారు వింటే గతేమిటి అనే భయం ఎప్పుడూ మోహనస్వామిని పీడిస్తోంది. అందువల్ల ఎస్టిడి బూత్‌లో దూరి, తలుపు భద్రంగా వేసుకున్న తర్వాతే మాట్లాడతాడు. కార్తికి అలాంటి ఏ సంకోచమూ లేదు. ఆఫీసు ఫోన్‌లోనే మోహనస్వామికి 'ఐ లవ్ యూ' అని అనేకసార్లు చెప్పాడు. తనకు అలాంటి ధైర్యం ఈ జన్మలో సాధ్యంకాదని మోహనస్వామి ఎన్నోసార్లు అనుకున్నాడు.

మోహనస్వామి నుంచి 'హలో' అనే స్వరాన్ని వినగానే కార్తికి ఏదో సరిగ్గా లేదన్నది తెలిసిపోయింది.

"ఏమైంది మోహన, ఎనీథింగ్ రాంగ్?' అని ప్రేమగా విచారించాడు.

అతని ఆత్మీయమైన మాటలు వినగానే మోహనస్వామికి దుఃఖం తన్నుకువచ్చింది. అయితే ఏడవకూడదని నిర్ణయించుకున్నాడు. ఆ చిన్న ఎస్.టి.డి బూత్‌లోనే అతడి నిస్సహాయమైన నిట్టూర్పు బయటి జనానికి వినిపించటం అసాధ్యం. అతని వైపు నుంచి ఎలాంటి ప్రతిక్రియ వినిపించక పోవటంతో కార్తి ఒకటి రెండు క్షణాలు మౌనంగా ఉన్నాడు. జరిగిన సంగతి ఏమైవుంటుందో అతను ఊహించగలడు. ఇది మొదటిసారి మాత్రమే కాదు.

"అవమానం జరిగిందా మోహనా?" అని మృదువుగా అడిగాడు.

"ఊఁ!' అని మోహనస్వామి ముక్కునుంచి జారుతున్న నీటిని జేబురుమాలుతో తుడుచుకున్నాడు.

అటు వైపు కార్తి నిట్టూర్పు విడిచాడు.

"పబ్లిక్‌లో ఎందుకు అనవసరంగా చేతకాని సాహసానికి పూనుకుంటావు? స్ట్రేట్ మెన్స్ కోపగించుకుంటారు"

"నేనేం చేయను చెప్పు? ఒక్కొక్కసారి ఆశను ఆపుకోవడానికి నా చేతకాదు. అది నా శక్తికి మించినది"

కొద్దిక్షణాలు మాటలు లేవు. ఒకరి ఊపిరి సద్దును మరొకరు వింటూ సమాధానపడ్డారు. కార్తి మౌనాన్ని ఛేదించాడు.

"ఇగ్నోర్ ఇట్... పట్టించుకోకు...వీటన్నిటిని నువ్వు భరించాల్సిందే. దుఃఖిస్తూ కూర్చుంటే నీకు చెడే జరుగుతుంది. వాళ్ళకేమీ కాదు. డు యు గెట్ మి".

అర్థమైనవాడిలా మోహనస్వామి తలూపాడు.

అయితే కార్తికి అదెలా కనిపిస్తుంది?

"అర్థమైందా?" మరొకసారి విచారించాడు.

"ఊఁ" అని మోహనస్వామి శబ్దం చేశాడు.

"ఇప్పుడు అదంతా మరచి విమానంలో ప్రయాణించెయ్... చియర్ అప్... ఆకాశం ఏదో నీ తలమీద ఊడిపడలేదు... ఒకసారి నవ్వు..."

మోహనస్వామి అతికష్టం మీద నవ్వాడు.

"నవ్వావా?" కార్తి ప్రశ్నించాడు.

"ఊఁ!... ఎలా నీకు రుజువు చేయను?" అని కొంచెం ఉత్సాహపు స్వరంలో అడిగాడు. కార్తికి ఇప్పుడు కొద్దిగా సంతృప్తి కలిగింది.

"నీవేమీ దాని గురించి ఆలోచించకు... ఈవాళ ఆఫీసులో ఒక టెక్నికల్ ఆర్టికల్ చదివాను... ముందొక రోజున ఫోన్‌లో మన మాటలతోపాటు మన వీడియో కూడా రావచ్చని రాశారు... టీవీలో వస్తుంది కదా అలా..."

"బుల్‌షిట్... అది ఇంపాజిబుల్. మొబైల్ ఫోన్ టీవీగా చేయడం సాధ్యమా? అప్పుడు ఆ మెషిన్‌ను తలమీద మోసుకుని వెళ్ళేంత పెద్దగా చేయాల్సి వస్తుంది" అని మోహనస్వామి ఆ వార్తను తోసిపుచ్చాడు.

"ఎవరికి తెలుసు... ఏదోదో కనిపెడుతున్నారంటే, రేపటి రోజున మొబైల్ ద్వారా ఇద్దరు సెక్స్ చేయవచ్చని చెప్పినా నేను నమ్ముతాను" అని నవ్వాడు. అతని జోకుకు మోహనస్వామికీ నవ్వొచ్చింది.

"అప్పుడు వర్చుయల్ కాండోమ్ వాడాల్సి వస్తుందేమో కదా కార్తి" అని

నవ్వాడు.

"ఊఁ! లేకపోతే ఇ- వైరస్ అటాక్ అవుతుంది"

ఇరువురి మనస్సులు పువ్వుల్లా తేలికయ్యాయి. మోహనస్వామి ఎక్కవలసిన విమానం బయలుదేరడానికి సిద్ధంగా వుందని అనౌన్స్ చేయసాగారు. ఫోన్ కట్ చేసిన మోహనస్వామి గేటు వైపు కదిలాడు.

విమానంలో చాలా ఖాళీ ఉంది. ఆలస్యంగా బయలుదేరడం వల్ల చాలామంది తమ టికెట్లను క్యాన్సిల్ చేయించుకుని మరో విమానంలో ప్రయాణించి వుండొచ్చని ఎవరో మాట్లాడుకోవటం మోహనస్వామి చెవిన పడింది. "ప్రైవేట్ ఎయిర్‌లైన్స్ వచ్చాక అంతా సరిపోతుందని అనేవారు. మొదలై ఐదేళ్ళయింది. వీరి నుదుటి రాత కూడా ఇంతే! కేవలం లేత అమ్మాయిలను సర్వీసులో తీసుకోవటం తప్ప వేరే అంతా అదే చద్ది' అని మరొకరు అసంతృప్తి వ్యక్తంచేశారు. ఇతని ట్రైనింగ్ మొదలుకావటం మధ్యాహ్నం తరువాత కావటం వల్ల పెద్దగా తొందరేమీ ఉండలేదు. భోజనాల తరువాత పిల్లలు క్లాసులో పడుకుంటారు. ఉదయమే ట్రైనింగ్ ఇద్దామని ఇతను సలహా ఇచ్చినా, ప్రాజెక్ట్ డెలివరీ ఉంది, సాధ్యంకాదు అని అక్కడి హెచ్‌ఆర్ డిపార్ట్‌మెంట్ వాళ్ళు నిరాకరించారు.

మోహన్‌స్వామి కూర్చున్న వరుసలో ఇతను కాకుండా మరో ఇద్దరున్నారు. ఇతనికి కిటికీ గుండా నేలను చూడటం భయం అనిపించటంవల్ల కుడిపక్కన సీట్లో కూర్చుంటే, వాళ్ళు మధ్యనున్న సీటులో ఆ చివరన కూర్చున్నారు. లేత గోధుమ వర్ణపు అంగీని ధరించి కూర్చున్న అతను ఎందుకో చాలా బాధలో వున్నట్టు మోహనస్వామికి అనిపించింది. సుమారు యాభై దగ్గర్లో వున్న పెద్దవాడు. సామాన్యంగా తమతోపాటు ప్రయాణించేవారిని "హలో" అంటూ పరిచయం చేసుకునే సంప్రదాయాన్ని మోహనస్వామి పాటించేవాడు. అదేవిధంగా 'హలో' అని అంటూ అతడి దృష్టిని ఆకర్షించాలని చూశాడు. విచారంలో మునిగిన ఆ వ్యక్తి ఇతనివైపు తిరిగి చూడలేదు. మోహనస్వామి అతడిని మళ్ళీ తడుముకోక తనపాటికి తను బెల్ట్ బిగించుకుని ఓ కన్నడ పుస్తకం తీసుకుని చదువుతూ కూర్చున్నాడు.

విమానం ఆలస్యమైనందుకు పైలట్ క్షమాపణ అడిగి, విమానంలో

పాటించాల్సిన భద్రతా విధానాలను వివరించసాగాడు. అనేకసార్లు విమానంలో ప్రయాణం చేసినప్పటికీ మోహనస్వామి ఈ వివరాలను చెవులు రిక్కించి వింటాడు. వారు సీటుబెల్ట్‌లను బిగించుకోండి అంటే, వేసుకున్న బెల్ట్‌ను ఒకసారి వదులుచేసి, మరొకసారి బిగించుకుంటాడు. ఇరుగుపొరుగువారు సరిగ్గా సీటు బెల్టులు వేసుకున్నారో లేదో పరీక్షించండన్న వెంటనే, అటువైపు చూపులు తిప్పాడు. ఈ పెద్దాయన సీటుబెల్టు వేసుకోలేదని మోహనస్వామికి అర్థమైంది. ఏదో విచారంలో వున్న ఆయన ఇంకా దాన్నుంచి బయటికిరాలేదు. తానే పిలిచి చెబుదామనుకున్నా, ఆయన కొద్ది దూరంలో వున్న కారణంగా వద్దని మౌనం వహించాడు.

అంతలో నవయవ్వనంలో వున్న గగనసఖి ఒకతె ఇతని సీటుపక్క నుంచి గబగబా వెళ్ళింది. ఆమెకైనా ఆ విషయాన్ని చెబుదామనుకుని, ఆమె దృష్టిని ఆకర్షించడానికి మోహనస్వామి ఆమె నడుమును తాకి, 'హలో' అన్నాడు. ఆమె మోహనస్వామి ప్రవర్తనకి కోపంతో మండిపడింది. ఇతని దగ్గరికి వచ్చి, "మీరు అలా నా శరీరాన్ని తాకకూడదు. హౌ కెన్ యు టచ్ మి? ఏమి కావాలన్నా మాటల్లోనే అడగాలి" అని దబాయించింది. ఇరుగుపొరుగు వారికీ ఆమె మాటలు వినిపించి వీళ్ళ వైపు చూశారు. మోహనస్వామి ఈ ఎదురుచూడని ఆరోపణ వల్ల కంగారుపడి "క్షమించండి, నేను ఏ చెడు ఉద్దేశంతో మిమ్మల్ని తాకలేదు. అటువైపు కూర్చున్న వ్యక్తి సీటుబెల్టు వేసుకోలేదు. అందుకే..." అని వివరించసాగాడు. అతని మాటలు వినిపించుకోవడానికి సిద్ధంగాలేని ఆమె "మగవాళ్ళందరూ ఇంతే! తాకడానికి ఏదో ఒక నెపం కావాలి! జస్ట్ సమ్ ఎక్స్‌క్యూజ్" అని విసవిసా వెళ్ళిపోయింది.

వెనుక వరుస మధ్యలో కూర్చున్న మధ్యవయసు సర్దార్జీ ఒకరు ఇతనివైపు చూసి కన్నుగీటి, "మజా కర్ బేటా, కుఛ్ నహీ హోగా" అని ప్రోత్సహించాడు. ఆయన పక్కన కూర్చున్న మరొక వ్యక్తి 'ఎంజాయ్' అని థమ్స్ అప్ చేశాడు. జరిగిన సంఘటనకు నవ్వాలో, కోపగించుకోవాలో అర్థంకాని మోహనస్వామి కలవరపడ్డాడు. అనేకమంది అపరిచితుల మధ్యన తనను 'పోకిరి కుర్రాడు' చేసిన ఈ మూర్ఖ గగనసఖికి ధన్యవాదాలను అర్పించాలో, కోపంతో ఎగరాలో అర్థంకాలేదు. పూర్తిగా నగ్నంగా తన ముందు నడిచివచ్చినా ఆమెను ముట్టుకోవడానికి అసహ్యపడే తనకు ఎంతటి మర్యాదను చేసిందికదా అని

నవ్వొచ్చింది. అంతలో అతని వరుసలోనే కూర్చున్న వ్యక్తి ఇతని దృష్టిని ఆకర్షించి తాను సరిగానే బెల్టు వేసుకున్నాను చూడు అని సైగ ద్వారా చూపించి, 'థమ్స్ అప్' చేసి ధన్యవాదాలు తెలిపాడు. ఇతనూ ముఖాన్ని విప్పార్చాడు. మొత్తం ప్రసంగం అతనికి గిలిగింతలు పెట్టి, మనసును తేలికపరిచింది. విమానం రన్‌వే వైపు దూసుకుపోయింది. మోహనస్వామి మళ్ళీ తన కన్నడ పుస్తకంలో మునిగిపోయాడు.

విమానం ఆకాశంలో పూవులా తేలికగా కదలడం మొదలుపెట్టి, "మీరిక సీటు బెల్టులను వదులు చేసుకోవచ్చు..." అని ప్రకటించిన తరువాత, లేచి శౌచాలయానికి వెళ్ళాడు. శౌచ కార్యం ముగించి, చేతులు కడుక్కోవటానికి వాష్‌బేసిన్ దగ్గరికి వచ్చినపుడు అద్దంలో ఒక్క క్షణం కార్తి కనిపించినట్టు అనిపించింది. "ఏయ్..." అని నోటి నుంచి వెలువడి, వెంటనే ఈరోజు తాను అతని దుస్తులు వేసుకున్నాడన్న విషయం గుర్తొచ్చి తన ప్రతిబింబం తనను మోసం చేయడం చూసి నవ్వొచ్చింది. కొంచెం వదులుగా ఉన్న దుస్తులను మరొకసారి సరిచేసుకుని బయటికి వచ్చాడు. అప్పుడు అకస్మాత్తుగా మరొక ఘటన జరిగింది.

అదే నవయవ్వనపు గగనసఖి డ్రింక్స్ ట్రాలీని అభిముఖంగా లాక్కుని వస్తోంది. శౌచాలయాన్నుంచి బయటికి వచ్చిన మోహనస్వామి నడుముకు ఆమె పిర్రలు గట్టిగానే తగిలాయి. "ఓ... ఐయామ్ సారీ" అని వెనుతిరిగి చూసి వయ్యారంగా అంది. ఇప్పుడు దబాయించే వంతు మోహనస్వామిది. "హౌ కెన్ యు టచ్ మి లైక్ దట్... ఇట్ ఇరిటేట్స్" అని ఆమెను తిట్టాడు. ముఖం చిన్నబుచ్చుకున్న ఆమె, "ఐ యాం సారీసార్" అని మరొకసారి క్షమాపణ అడిగింది. మోహనస్వామికి నవ్వొచ్చింది. అయినా దాన్ని అదుపులో పెట్టుకుని, ముఖాన్ని కోపంగా పెట్టుకుని "జస్ట్ సమ్ ఎక్స్‌క్యూజ్" అని ఆమెను తిట్టి, తన సీటువైపు నడిచొచ్చాడు. మనసు గాలిపటం అయింది.

అతని వరుసలో కూర్చున్న లేత గోధుమ వర్ణపు చొక్కా వేసుకున్న అతను ఇప్పుడు మోహనస్వామి సీటుపక్కన వున్న కిటికీ వైపు కూర్చుని, ఇతని కన్నడ పుస్తకం చదువుతున్నాడు. మోహనస్వామి సీటు దగ్గరికి రావటం చూసి వెంటనే అతను పుస్తకాన్ని కిందపెట్టి లేచి వెళ్ళబోయాడు. "ఫరవాలేదు ఇక్కడే కూర్చోండి... అని మోహనస్వామి కన్నడంలోనే చెప్పి తన సీటులో కూర్చున్నాడు.

"కన్నడ పుస్తకం చూస్తే నాకు చాలా ఇష్టం. మొదట్లో విపరీతంగా చదువుతూ ఉండేవాడిని. ఇప్పుడు ఈ బ్యాంక్ బిజీలో పడిపోయి పుస్తకం చదవకుండా ఎన్నో ఏళ్ళు గడిచాయి. ఈ ఢిల్లీ విమానంలో కన్నడ పుస్తకం చదివేవారు దొరకటం చాలా అరుదు. అందుకే ఇది ఏ పుస్తకమై వుండొచ్చని కుతూహలంతో వచ్చి చూస్తున్నాను" అని అతను వివరించాడు. మోహనస్వామి వెంటనే, "నేను మోహనస్వామిని..." అని చేయి చాపాడు. అతడి ముఖంలో నవ్వు విరిసింది. "నేను రమేష్... రమేష్ జమదగ్ని అని, డాయిస్ బ్యాంక్‌లో పనిచేస్తున్నాను" అని పరిచయం చేసుకున్నాడు.

"నేను అప్పుడే మిమ్మల్ని పరిచయం చేసుకుందామని ప్రయత్నించాను. అయితే మీరు ఏదో విచారంలో మునిగివున్నారు. మీ దృష్టిని మరల్చడానికి నాకు సాధ్యంకాలేదు" అని మోహనస్వామి వివరించాడు. అతని మాటలకు రమేష్ ముఖం చిన్నబోయింది. "అవును మోహన్, విమానం ఎక్కడానికి ముందు ఎవరినో అనుకోకుండా కలిశాను. మనస్సు దుఃఖభరితమైంది" అని దానికి కారణాన్ని వివరించాడు. "అవునా! సారీ" అని మోహనస్వామి ఎక్కువగా ప్రశ్నించకుండా ఆయన ముఖాన్ని చూశాడు. "ఎవరిని చూశారు? అని అడగవా మోహనా?" అని ఆయనే మాటలు కొనసాగించారు. మోహనస్వామి కలవరపడ్డాడు. "మీకు చెప్పుకోవాలనిపిస్తే దయచేసి చెప్పండి" అన్నాడు. ఒకటి రెండు క్షణాలు మౌనంగా కిటికీగుండా మేఘాలను వీక్షించారు. ఎండకు అవి తీక్షణంగా మెరుస్తూ నెమ్మదిగా సాగుతున్నాయి. మోహన్ వైపు తిరగకుండానే చెప్పసాగారు.

"ఆమె పేరు స్మిత. మైసూరులో ఎంకాం చేస్తున్నప్పుడు నా సహ విద్యార్థి. ఇద్దరం గాఢంగా ప్రేమించుకున్నాం. రెండేళ్ళు ఒకరినొకరు చూడకుండా, మాట్లాడకుండా ఒక్కరోజైనా గడపలేకపోయేవాళ్ళం. ఒకే కాలేజీలో చదువుతూ ఉన్నా ఇద్దరం రోజూ ప్రేమలేఖలు రాసుకునేవాళ్ళం. ఇప్పటికీ వందలాది లేఖలు నా దగ్గర ఉన్నాయి. భార్య కంటపడకూడదని బ్యాంకు లాకర్‌లో పెట్టాను. ఇదంతా జరిగి ఇప్పటికి ఇరవైఅయిదేళ్ళు గడిచిపోయాయి. ఈవాళ ఆకస్మాత్తుగా ఆమె విమానాశ్రయంలో కనిపించింది. తబ్బిబ్బయ్యాను. మళ్ళీ ఆమె నా జీవితంలో కనిపిస్తుందని అనుకోలేదు."

"అంతగా ప్రేమించినప్పుడు ఎందుకు పెళ్ళి చేసుకోలేదు?"

"నాకు ధైర్యం లేదు మోహన్. అప్పట్లో చాలా పిరికిగా ఉండేవాడిని. మాది బ్రాహ్మణ కులం. యునో, మాధ్వ ఉపశాఖ అని ఉంది..."

"నాకు తెలుసు చెప్పండి"

"తల్లితండ్రులు మడి, ఆచారం తీవ్రంగా పాటించేవారు. మహా సంప్రదాయవాదులు. ఈమె చూస్తే కొడుగు అమ్మాయి. పందికూరను ఇష్టంగా తినేది. ఆమెను తమ కోడలిగా స్వీకరించడానికి వాళ్ళు కచ్చితంగా ఒప్పుకోరని నాకు తెలుసు. ఆ కారణంగా చెప్పటానికి ప్రయత్నించలేదు. ఇల్లు వొదిలిపోయి పెళ్ళి చేసుకుందామని ఆమె బలవంతం చేసింది. నాకు ధైర్యం చాల్లేదు. ఇంకా ఉద్యోగం దొరకలేదు. అలాంటి ధైర్యం ఎలా వస్తుందో చెప్పు మోహన్? ఏమి చేసినా ఈ సంబంధం సాగదని అనిపించింది. బలవంతంగా ఆమెను దూరం చేసుకున్నాను. ఆమెకు ఉత్తరాలు రాయటం ఆపాను. కలవటం మానేశాను. అప్పటిదాకా మేమిద్దరం తిరగని ప్రదేశం లేదు. ఆడని మాటలు లేవు. చూడని సినిమాలు లేవు. వర్షాకాలం వచ్చిందంటే శివసముద్రానికి వెళ్ళి ఒకరి చేతులు ఒకరు పట్టుకుని కూర్చుని ఆ నీటిఘోషను ఎంతసేపు చూసినా మాకు సంతృప్తి కలిగేది కాదు. అలాంటి ఒక స్నేహం ఒక్కసారిగా ఆగిపోతే ఎలా ఉంటుందో చెప్పు? ఆమె ఏడ్చింది, బతిమిలాడింది. ఇలా చేయకురా అని వేడుకుంది. ఎంత బాధను అనుభవిస్తూ వున్నా, నేను దేనికీ కరగలేదు. చివరకు ఆమె విసిగి వేరే ఎవరినో పెళ్ళి చేసుకుని వెళ్ళిపోయింది. నేనూ తల్లిదండ్రులు చూపించిన అమ్మాయిని ఇష్టంలేకపోయినా పెళ్ళి చేసుకున్నాను. ఇద్దరమూ ఒకరినొకరం చంపుకున్నాం."

"ఈవాళ కనిపించినపుడు ఆమె ఏమన్నారు?"

"ఊహూం! ఆమె మాట్లాడలేదు. ఇరవై అయిదేళ్ళు గడిచినా ఇంకా నామీద ఆమె కోపం తగ్గలేదు. అందుకు నాకు బాధలేదు. కోపంతో ఆమె అందరిముందు నా చెంపలను పగులగొట్టినా భరించేవాడిని. అయితే ఆమె నన్ను నిర్లక్ష్యం చేసింది. మీరెవరో నాకు తెలియదన్నట్టు ముఖం మీద కొట్టినట్టు మాట్లాడకుండా వెళ్ళిపోయింది"

"ఇన్నేళ్ళల్లో మీరు శారీరకంగా ఎంతగానో మారి వుండొచ్చుకదా? ఆమె గుర్తు పట్టి వుండకపోవచ్చు."

"అంతగా ప్రేమించినవాళ్ళు ఒకరినొకరు గుర్తించకుండా ఉండటం

ఎలా సాధ్యం మోహనా? బాహ్యరూపం ఎంత మారితే ఏమిటి? మా ఇద్దరికీ అంతరంగపు పరిచయం ఉంటుంది కదా! మారువేషం వేసుకొచ్చినా గుర్తుపట్టొచ్చు."

"సారీ, మీ మనసుకు చాలా బాధ కలిగిందని అనిపిస్తోంది"

"బాధకాదు మోహన్. ఇది అపరాధ భావన. ఎ కైండ్ ఆఫ్ గిల్ట్. జీవితాంతం దీన్నించి తప్పించుకోవటం కుదరదు. ఆమెను నేను మోసం చేశాను అనే బాధ మిగిలిపోతుంది. సరిచేయడానికి సాధ్యమే కాదు. ఆమె నమ్మకాన్ని దుర్వినియోగం చేసుకున్న ద్రోహిని నేను అని ఎవరి దగ్గర చెప్పుకోవాలో చెప్పు"

"అంటే, మీ ఇద్దరి మధ్య శారీరక సంబంధం ఉందా?"

ఆ ప్రశ్నకు రమేష్ ఉలిక్కిపడ్డాడు.

"నో నో నో... అలాంటిదేమీ లేదు. ఇద్దరం అత్యంత గౌరవనీయమైన కుటుంబాల నుంచి వచ్చినవాళ్ళం. అలాంటి తప్పు మేము చేయలేదు"

"ఓహ్... సారీ" అని మోహన్ తప్పొప్పుకున్నాడు. అయితే లోలోపల రమేష్ నమ్మకాల పట్ల నవ్వొచ్చింది.

అంతలో గగనసఖి చల్లటి పానీయాల ట్రేని తోసుకుంటూ వచ్చింది. రమేష్ బియర్ తీసుకున్నాడు. ఇతనిది ఆరెంజ్ జ్యూస్. "తాగవా?" అని రమేష్ ఆశ్చర్యపోయాడు. "లేదు, అలవాటు లేదు" అని సిగ్గుతో తలూపాడు. "మీరు మంచివాళ్ళు... ఫరవాలేదు" అని అతను నవ్వాడు.

తరువాత బియర్ తాగుతూ రమేష్ మళ్ళీ తన పాత ప్రేమ జ్ఞాపకాల మత్తులో మునిగిపోయాడు. కిటికి గాజుకు తలాన్చి, ఆకాశాన్ని చూస్తూ గత వైభవాన్ని నెమరువేస్తూ కూర్చున్నాడు. మోహనస్వామి తన కన్నడ పుస్తకానికి మరలాడు.

అయిదు నిముషాల తరువాత అకస్మాత్తుగా మేల్కొన్న రమేష్ "మోహన్, మీరు ఎవర్నయినా ప్రేమిస్తూ వున్నారా? ఐ మీన్, మీకింకా పెళ్ళి కాలేదని అనుకుంటున్నాను" అని అడిగేశాడు. మోహనస్వామికి గొంతులో ఏదో చిక్కుకున్నట్టయింది. ఒక క్షణం రమేష్ ముఖాన్నే తదేకంగా చూసి "అవును, ప్రేమిస్తూ వున్నాను" అని అన్నాడు.

"ఆ అదృష్టవంతురాలైన అమ్మాయి పేరేమిటో అడగవచ్చా?"

"కా...ర్తీ...క..." నెమ్మదిగా ఒక్కొక్క అక్షరాన్నే ఉచ్చరించాడు. పూర్తిగా అబద్ధపు పేరు చెప్పడానికి సాధ్యంకాలేదు.

'స్వీట్ నేమ్' అని రమేష్ అంగీకరించాడు.

'థాంక్స్...'

'చాలా రోజుల నుంచి ప్రేమించుకుంటున్నారా?"

"ఊc! ఇప్పటికే నాలుగైదేళ్ళు అయ్యాయి"

"ఎక్కడ కలుసుకున్నారు?"

"ఇలాగే ఒక రైలు ప్రయాణంలో పరిచయమైంది. ఇద్దరికి ఒకే బెర్త్‌లో ఆర్.ఎ.సి. దొరికింది. దాన్నే పంచుకోవాల్సి వచ్చింది. అప్పుడు ఏర్పడ్డ పరిచయం ప్రేమగా మారింది" ఆ రాత్రి మొదటి కలయిక ప్రయాణాన్ని గుర్తు చేసుకుంటే ఇప్పటికీ మోహనస్వామి ఒళ్ళు వేడెక్కుతుంది. కార్తి అంత సులభంగా ఒక రాత్రిలో తనను స్వీకరించి దగ్గర చేరాడు.

"ఓహ్! సో రొమాంటిక్... తల్లిదండ్రులకు చెప్పారా?"

"ఊc! మూడు నెలలకే తల్లిదండ్రులను పరిచయం చేసుకున్నాం"

పరిచయం అయిన మూడే నెలల్లో మోహనస్వామిని తన బైకులో కూర్చోబెట్టుకుని తన ఊరికి పిలుచుకునిపోయి వాళ్ళ అమ్మానాన్నలకు పరిచయం చేశాడు. 'ఒకే రూములో పడుకోవటం వద్దురా, వాళ్ళకు అనుమానం వస్తే కష్టం' అని మోహనస్వామి వేడుకున్నా, ఒప్పుకోక వారి ఇంట్లోనూ ఆ రాత్రి సద్దు కాకుండా కలిశాడు. నయమూ, వినయమూ, సంకోచ స్వభావమూ కలిగిన మోహనస్వామిని కార్తి తల్లిదండ్రులు ఎంతో ఇష్టపడ్డారు. ఇప్పటికీ ఫోన్ చేసినప్పుడు అతడిని పలకరిస్తారు. క్షేమసమాచారాలు విచారిస్తారు.

"అంటే వాళ్ళు మిమ్మల్ని అంగీకరించారు?"

"ష్యూర్... వాళ్ళ తల్లిదండ్రులకు నేనంటే చాలా ఇష్టం."

"లక్కీ... అలాగైతే మీరిద్దరూ బాగా తిరుగుతూ వుంటారుకదా?"

"చాలా తిరుగుతాం. ఆమెకు బైక్ రైడింగ్ అంటే చాలా ఇష్టం. వీకెండు వచ్చిందంటే ఎక్కడికైనా వెళదామని పట్టుపడుతుంది. మైసూరు, బేలూరు, హళేబీడు, భోజనం అని వెళుతూ వుంటాం. అక్కడే రెండురోజులు గడిపి వస్తాం" కార్తీక్‌కు వీకెండులో బెంగుళూరులో ఉండటం ఇష్టం వుండదు. ఎక్కడికైనా దూరంగా పోయి ఒక రాత్రి గడిపి రావాల్సిందే.

"అంటే ఒకే హోటల్ రూములో దిగుతారా?" గుటక మింగుతూ రమేష్ అడిగాడు. మోహనస్వామికి అతని ఇబ్బంది చూసి ఆనందం కలిగింది.

"ఆఁ! ప్రేమికులై వేరే రూంలో దిగితే ఎలా?" అని నవ్వాడు.

అలాంటి ఆలోచనకు కార్తి ఒప్పుకుంటాడా?

"అంటే... మీ ఇద్దరి మధ్య శారీరక సంబంధం... సారీ, ఈవిధంగా అడుగుతున్నానని తప్పుగా అనుకోకండి" అని రమేష్ అపరాధ స్వరంతో మృదువుగా అడిగాడు. మోహనస్వామి మరొకసారి నవ్వాడు. ఇప్పుడు కథ అల్లే ఆలోచన అతనికి వచ్చేసింది. అలా అల్లిన అబద్ధపు మాలల రుచిని అనుభవించసాగాడు.

"యస్... ఆమెకు అందులో నాకన్నా ఎక్కువ ఇంట్రెస్ట్. వారంలో ఒకటి రెండుసార్లు కలవకపోతే సంతృప్తి కలగదు" వారమేమిటి, రోజుకు రెండుసార్లు కలిసే చపలత్వం కార్తిది.

"ఓహ్! పెద్దవాడిగా ఒక సలహా ఇస్తాను. దయచేసి ఎలాంటి ప్రమాదం జరగకుండా జాగ్రత్తలు తీసుకోండి. ప్లీజ్. జీవితం ఎలాంటి మలుపు తెచ్చి సవాల్ చేస్తుందో చెప్పలేం" రమేష్ అత్యంత సంకోచంతో ఈ మాటల్ని అన్నాడు.

"నేనూ అదే అంటాను. అయితే ఆమె మాట వినదు. కండోమ్ వాడకని చెబుతుంది. సుఖం తగ్గుతుందని ఆమె వాదన". ఏ రోజైనా కండోమ్ వాడటానికి కార్తి అంగీకరిస్తాడా? అసాధ్యం. ఇద్దరికీ ఇప్పటిదాకా కండోమ్ కొనే అలవాటు లేదు.

"ఆమె అయినా జాగ్రత్త వహిస్తుంది కదా?"

"నాకేమీ కాదు, నీవు ఊరకే ఆలోచించి తలపాడు చేసుకోకు అంటుంది" కార్తికి ఏమవటానికి సాధ్యం? అతను గర్భవతిగా పొట్టను మోస్తున్న విచిత్రమైన దృశ్యం మోహనస్వామి కళ్ళముందు కదిలి నవ్వొచ్చింది.

"అయినా బాధ్యతగా ఉండండి ప్లీజ్"

"థాంక్స్"

"మీ ఇంటి దగ్గరే ఉంటుందా?"

"నో...నో... ఒకే ఇంట్లో కలిసి ఉంటున్నాం. లివింగ్ టుగెదర్"

"మై గాడ్. ఎవరూ ఏమీ అనలేదా?"

"లేదు. ఇన్‌ఫ్యాక్ట్ వాళ్ళ తల్లిదండ్రులు మేమిద్దరం కలిసి వుండటం వల్ల

సంతోషపడతారు. ఇద్దరూ పోట్లాడుకోకుండా సర్దుకుపోండని అంటారు."

"ఇల్లు అద్దెకు ఇచ్చినవాళ్ళు ఒప్పుకున్నారా?"

"ఓహ్... వాళ్ళకు మా ఇద్దర్నీ చూస్తే చాలా ఇష్టం. అప్పుడప్పుడు ఇంట్లో చేసిన తీపి పదార్థాలను తినడానికి పెడతారు."

"ఇంతగా బెంగుళూరు అభివృద్ధి చెందిందని నాకు తెలియనే లేదు. పేపరులో చదివేవాడిని. అయితే నమ్మలేదు."

"ఇందులో మీకైనా తప్పు కనిపించిందా?"

"నో... నో... అబ్సల్యూట్లీ నో ప్రాబ్లం. ఐ కెన్ అండర్‌స్టాండ్... అయితే దయచేసి వెంటనే పెళ్ళి చేసుకోండి. ఎక్కువ రోజులు ఇలా వుండటం మంచిది కాదు."

"ఓహ్! పెళ్ళి గురించి మేమిద్దరం ఎన్నడూ ఆలోచించలేదు."

ఆ మాటలకు రమేష్ తెల్లబోయాడు.

"ఆర్ యూ సీరియస్?"

"ఆఁ... సుఖపడటం మాత్రమే ఇప్పుడు మా ముందున్న దారి. సంసారం, పిల్లలు అంటూ రిస్క్ వద్దని అనుకున్నాం"

"నో... నో... యు ఆర్ రాంగ్. సంసారంలోనూ కావలసినంత సుఖం ఉంది. దాన్ని మీరిద్దరూ పోగొట్టుకోకూడదు."

"అలాగా కానివ్వండి. మీ మాటల ఆశీర్వాదంలా అదీ జరుగుతుందేమో చూద్దాం"

"కచ్చితంగా... కావాలంటే నేను వచ్చి నుంచుని మీ వివాహం జరిపిస్తాను. ఒక ఫోన్ చేస్తే చాలు" అని ఆవేశంతో అన్నాడు.

"చాలా థాంక్స్ సార్! అలాంటి సందర్భం వస్తే కచ్చితంగా మిమ్మల్ని పిలుస్తాను."

రమేష్‌కు ఈ మాటలన్నిటినీ అర్థం చేసుకోవడం కష్టమైంది. ఇప్పటి పిల్లలు తమకన్నా ఎంత భిన్నం! అన్నాళ్ళు ప్రేమించినా నేను స్మితను ఒకసారి ముద్దు పెట్టడానికి సంవత్సరం తీసుకున్నాను. వీరి ధైర్యమే వేరు. వీరి ప్రపంచమే వేరు.

మోహనస్వామి తన కన్నడ పుస్తకంలో మళ్ళీ మునిగాడు. హృదయం సంతోషంతో ఉబ్బిపోయింది. ఓ అపరిచితుడి ముందు కేవలం అబద్ధపు

మాలలతోపాటు జీవితపు కలలను పంచుకోవటం అదెలాంటి సుఖం! ఢిల్లీ రాగానే ఈ రమేష్ ఎక్కడో, నేనెక్కడో... అయితే ఈ నాలుగు గంటల విమాన ప్రయాణం ఎంత ఆనందం ఇస్తుంది కదా!

అల్ప భోజనానంతరం రమేష్ మరొకసారి కార్తిక విషయానికి వచ్చాడు. "మోహన్, మీరు అపార్థం చేసుకోకపోతే కార్తిక ఫొటో చూడవచ్చా? అంత ధైర్యవంతురాలైన అమ్మాయి ఎలా వుంటుందోననే కుతూహలం నాది. నీ వాలెట్‌లో కచ్చితంగా ఆమె ఫోటో ఉంటుందని నాకు తెలుసు" అని అంగలార్చాడు. ఇప్పుడు మోహనస్వామికి అబద్ధపు రుచిని చవిచూసినందుకు సరియైన శిక్షపడింది. అయితే ధైర్యం పోగొట్టుకోకుండా తెలివిగా సమస్యను పరిష్కరించుకోవాలని నిర్ణయించుకున్నాడు.

"వాలెట్‌లో ఆమె ఫోటో లేదు". కార్తి రెండు ఫొటోలు వాలెట్‌లో ఎప్పటినుంచో ఉన్నాయి. "ఆమెకు అదంతా ఇష్టం ఉండదు. నా ఫొటో ఉండాల్సింది నీ హృదయంలో. వాలెట్‌లో కాదని తిడుతుంది. అందువల్ల శాశ్వతంగా ఆమెను నా హృదయంలోనే స్థాపించుకున్నాను."

"ఓహ్!" రమేష్ కంఠంలో అత్యంత నిరాశ ధ్వనించింది. మోహనస్వామి అతనికి అంత నిరాశ కలగటం చూసి విచారించాడు. ఏదైనా ఉపాయం చేయాలనుకున్నాడు.

"అన్నట్టు ఒక పని చేయొచ్చు. ఆమె ఫొటో నా ల్యాప్‌టాప్‌లో ఉంది. అందులో మీరు చూడవచ్చు" అని ధైర్యం తెచ్చుకుని చెప్పేశాడు. ల్యాప్‌టాప్‌లో వందలాది ఫొటోలున్నాయన్న ధైర్యం మోహనస్వామికి ఉంది. అందులో చూపించగలిగే అందమైన అమ్మాయి ఫొటో ఒక్కటైనా ఉండదా? అన్నది అతని ఆలోచన.

"సూపర్బ్. దయచేసి చూపించండి" అని రమేష్ తొందరపెట్టాడు. "కచ్చితంగా, మీరు నాకు ఒక అయిదు నిమిషాలు టైము ఇవ్వాలి. ఆ వైపు కూర్చుని నెమ్మదిగా ఆమె ఫొటో వెదుకుతాను" అని చెప్పి, తలమీదనున్న లగేజ్ కబోర్డ్‌లోంచి తన ల్యాప్‌టాప్‌ను తీసుకుని కొంచెం దూరం పోయి కూర్చున్నాడు.

ఇమేజ్ ఫైళ్ళన్నీ వెదకసాగాడు. కేవలం కార్తివి, తనవి ఫొటోలు కనిపించసాగాయి. డిజిటల్ కెమెరా తెచ్చినప్పటి నుంచి పోయిన చోటంతా

వీలైనన్ని ఫొటోలు తీయించుకుని ల్యాప్‌టాప్‌లో సేకరించి పెట్టడం జరిగింది. కొన్ని ప్రసిద్ధ సినిమా హీరోల ఫొటోలు అందులో ఉన్నాయి. 'ధడ్కన్' సినిమా హంక్ అక్షయ్‌కుమార్, 'కహోనా ప్యార్‌హై' గంధర్వుడు, హృతిక్‌రోషన్, 'హమ్ దిల్ దె చుకె సనమ్' సల్మాన్‌ఖాన్, 'స్పర్శ'లోని కొత్త కుర్రాడు సుదీప్... అమ్మాయి ఫొటో ఒక్కటైనా దొరకటంలేదు. మోహనస్వామికి భయం వేయసాగింది. అయినా నెమ్మదిగా వెదికాడు. గతంలో ఒకసారి కుమార పర్వత విహారానికి వెళ్ళినప్పుడు తీసిన ఫొటోల్లో ఎవరో అమ్మాయి కనిపించింది. కార్తికి విహారాల పిచ్చి. మోహనస్వామికి అది రుచించలేదు. కుమార పర్వతానికి వెళ్ళి వచ్చిన తర్వాత రెండు రోజులు కాళ్ళ నొప్పితో అలసిపోయాడు. కార్తి అప్పుడు నొప్పి తగ్గించడానికి మసాజ్ చేశాడు. ఆ విహారానికి ఒకరిద్దరు అమ్మాయిలు వచ్చారు. వాళ్ళు ఎవరన్నది మోహనస్వామి మరచిపోయాడు. ఆ ఇద్దరు అమ్మాయిల్లో ఒకమ్మాయి మోహనస్వామి కన్నా ఎత్తుగా వుంది. మరొకామె ఇతడి ఎత్తుకు సరిపోయేలా వుంది. ఆమెనే ప్రస్తుతం 'కార్తీక'గా చేద్దామని నిర్ణయించి రమేష్ దగ్గరికి వెళ్ళాడు. తమాషా ఏమిటంటే అన్ని ఫొటోల్లోనూ కార్తి కూడా ఉన్నాడు.

రమేష్‌కు ఆ అమ్మాయి నచ్చింది. 'మంచి ఎంపిక' అని చెప్పి, రెండు చేతులను హృదయం దగ్గర పెట్టుకుని చూపాడు. ఆమెకు పెద్ద రొమ్ములున్నాయని చెప్పాడని మోహనస్వామికి అర్థమైంది. దేవుడి సాక్షిగా అతను దాన్ని విహారయాత్రలో గమనించలేదు. ఇప్పుడు ఫొటోలో గమనించి చూశాడు. నిజం అనిపించింది. ఆ విషయం అక్కడ ఎందుకు తన దృష్టికి రాలేదని ఆశ్చర్యం కలిగింది. అయితే ఆమె బాయ్‌ఫ్రెండ్ ఒకరు విహారయాత్రకు వచ్చాడు. ఆరడుగుల ఎత్తున్న అతను దృఢంగా అత్యంత ఆకర్షణీయంగా ఉన్నాడు. అతని ముక్కు ఇంత పొడుగు వుండీ దాన్ని పట్టుకుని ఊపాలనే ఆశ మోహనస్వామికి కలిగింది. దొంగగా అతని ముక్కునే చూసి కార్తి చేత ఒకసారి తిట్టించుకోవడం గుర్తొచ్చింది.

ఈ సంభాషణ చివరి వాక్యం అన్నట్టు "మిగతా విషయాలు ఎలా ఉన్నా, మీరిద్దరూ అయినంత తొందరగా వివాహం చేసుకోవాలి" అని రమేష్ మరొకసారి చెప్పి తన పాటికి తాను నిద్రలోకి జారాడు. మోహనస్వామి ఓ పదినిముషాలు పుస్తకం చదివినప్పటికీ భోజనం చేసినందువల్ల అతనికీ నిద్ర ముంచుకొచ్చింది.

విచిత్రమైన చప్పుడుతో మోహనస్వామికి మెలకువ వచ్చింది. చెవి మూసుకునేటటువంటి చప్పుడు అది. విమానం విపరీతంగా చప్పుడు చేస్తోంది. గగనసఖులు హడావుడిగా క్యాబిన్‌లోకి తిరుగుతున్నారు. ఎవరో 'ఏమవుతోంది' అని భయంగా అడిగారు. దానికి సమాధానం ఇవ్వకుండా గగనసఖి క్యాబిన్‌లోకి వెళ్ళింది. ఆమె వెనుకే మరొక ప్రయాణీకుడు పరుగెత్తాడు. ఒక్కసారిగా విమానం కుడివైపు వాలింది. ఆ వ్యక్తి అదుపుతప్పి నేలమీద పడిపోయాడు. సీటు మీద వున్న కబోర్డ్‌లు వాటంతటఅవే తెరుచుకున్నాయి. అక్కడపెట్టిన లగేజీలు టపటపమని పడిపోయాయి. ప్రయాణీకులందరూ 'ఓ' అని అరిచారు. విమానం మరింత కర్కశంగా చప్పుడు చేయసాగింది. రమేష్‌కు మెలకువ వచ్చింది. 'ఏమైంది?' అని కళ్ళు నులుముకుంటూ అడిగాడు. మోహనస్వామి 'తెలియదు' అన్నాడు.

ఎవరో బిడ్డ కెవ్వున అరిచింది. దాని తల్లి కూడా అరచి ఏడవసాగింది. క్యాబిన్ నుంచి బయటికి వచ్చిన గగనసఖి ఒకతే ఏడుస్తూ వెళ్ళటం చూడగానే ప్రయాణీకులందరి జంఘాబలం ఉడిగిపోయింది. ఎవరో ఒకరు ఆమెను పట్టుకుని ఆపి 'ఏమవుతోందో చెప్పండి' అని చావు భయంతో అరిచారు. 'ఇంజన్‌లో ప్రాబ్లం ఏర్పడింది' అని ఆమె భయంతో చెప్పి కిచెన్‌లోకి ఏడుస్తూ పరుగెత్తింది. ఆమె అలా చెప్పటమే ఆలస్యం మొత్తం ప్రయాణీకులందరూ ప్రాణభయంతో కేకలు పెట్టసాగారు. ఎవరో ఎలాంటిదో స్తోత్రాన్ని గట్టిగా వల్లించసాగారు. ఒకరిద్దరు వాంతి చేసుకోవటంతో అసహ్యమైన వాసన మొత్తం విమానాన్ని కమ్ముకుంది.

రమేష్ భయంతో అరవసాగాడు. 'దేవుడా... దేవుడా... కాపాడు' అని గట్టిగా అరవసాగాడు. విమానం ఇప్పుడు ఎడమకు అస్తవ్యస్తంగా వాలి మరింత పెద్దగా చప్పుడు చేసింది. మోహనస్వామి కిటికీ నుంచి కిందికి చూశాడు. ఢిల్లీలోని ఇళ్ళు కనిపించసాగాయి. నేల మీదికి దిగే వేగంలో ఒక రెక్క దాదాపు ఓఇంటిని తాకటం చూడగానే మోహనస్వామికి ధైర్యం సన్నగిల్లింది. 'అయిపోయింది, ఇక అయిపోయింది, కార్తి, కార్తి నా జీవితం ముగిసింది' అని మనస్సులో భయంతో చెప్పుకోసాగాడు. పొట్టలో విచిత్రమైన సంకటం కలగసాగింది. 'భగవంతుడా కాపాడు తండ్రీ' అని ప్రార్థించాడు. మరికొన్ని

సామాన్లు దబదబా పడ్డాయి. ఎవరో 'నిప్పు నిప్పు' అని అరవసాగారు. మరొకరెవరో విమానం కిటికీని పగులగొట్టడం మొదలుపెట్టారు. 'డోంట్ డు దట్ ప్లీజ్' అని మళ్ళీ ఎవరో అరిచారు. అయినా కిటికీని పగులగొట్టడం కొనసాగింది. మోహనస్వామి కళ్ళు మూసుకుని, చెవులను గట్టిగా మూసుకున్నాడు. చిన్నప్పుడు తండ్రి కూర్చోబెట్టుకుని చెప్పించిన ఏదో మంత్రాన్ని పఠించసాగాడు.

విమానం నేలను ఢఢేల్‌మని తాకినప్పుడు వెన్నుపూస కచ్చితంగా విరిగిందన్నంత నొప్పెట్టింది. చావబోతున్నవాడిలా గట్టిగా అరిచాడు. పక్కకు చూస్తే రమేష్ అప్పటికే స్పృహ తప్పినట్టు కనిపించింది. మొత్తం విమానం, బాధల, భయాల, భీతుల కేకలతో నిండిపోయింది. విమానం రన్‌వే వదలి ఏదో మట్టి రస్తాలో అడ్డదిడ్డంగా చలించసాగింది. అత్యంత వేగంతో వెళుతున్న విమానం ఏదో చెట్టుకు ఢీకొట్టింది. పెద్ద చప్పుడుతో ఎక్కడ చూసినా మంటలు కనిపించసాగాయి.

ప్రమాదంలో ఎక్కువమంది మిగల్లేదు. విమానం ముందు కూర్చున్నవారంతా కాలి మాడిపోయారు. విమానం ఖాళీగా ఉండటం వల్ల ఎక్కువ మరణాలు లేవు. అయితే విమానం పైలట్, అతని సహ పైలట్, కొందరు గగనసఖులు, నలభైమందికి పైగా ప్రయాణీకులు ప్రాణాలు కోల్పోయారు. చాలామందికి కాలిన గాయాలైతే, కొంతమందికి ఎముకలు విరిగి ఫ్రాక్చర్‌లు అయ్యాయి. అయితే వెనుక కూర్చున్న కొందరు మాత్రం ఆశ్చర్యంగా అంతగా గాయాలు లేకుండా తప్పించుకున్నారు. మోహనస్వామి, రమేష్‌లు ఇద్దరి అదృష్టాలు గట్టిగా వున్నాయి. మోహనస్వామి జుత్తుకు నిప్పు తగిలి కాలింది. రమేష్‌కు స్పృహ తప్పింది. శవాలతోపాటు బతికివున్నవారినీ నెమ్మదిగా తరలించారు. మోహనస్వామితోపాటు ఒక శవాన్ని స్ట్రెచర్‌పై పడుకోబెట్టుకుని నలుగురు మోసుకెళ్ళారు.

మూడుగంటలసేపు మోహనస్వామిని పరీక్షించారు. వారి ప్రశ్నలకు జవాబిచ్చే శక్తినీ అతను పోగొట్టుకున్నాడు. ఏమవుతుందో అర్థం చేసుకోవడానికి సాధ్యంకాని స్థితిలో వున్నాడు. కార్తికి ఫోన్ చేయడానికీ ఉత్సాహం లేనట్టయింది. కొంతమంది విలేకరులు వచ్చి చుట్టుముట్టారు. వారి ప్రశ్నలకు విసిగిపోయి కోపంతో కేకలు పెట్టాడు.

సాయంత్రం అతణ్ణి విడుదల చేశారు. బయట అతని సహోద్యోగి ఒకడు కారు నిలుపుకుని ఎదురుచూస్తున్నాడు. విషయం తెలిసి భయంతో ఆఫీసుకు ఫోన్ చేసిన కార్తితో వారే మాట్లాడి, అంతా సురక్షితమని చెప్పారు. మోహనస్వామితో మాట్లాడతానని వేడుకున్నాడు. అయితే ఏదో గదిలో విచారణకు లోనైన మోహనస్వామికి ఫోన్ రవాణా చేయటం సులభంగా లేదు. అతణ్ణి వెంటనే బయలుదేరి రమ్మని చెప్పాడు. ల్యాప్‌టాప్ ఎక్కడుందో కూడా మోహనస్వామికి తెలియలేదు. దానిపట్ల ఆసక్తి కూడా అతనికి లేకుండాపోయింది. ఏడవాలనిపించింది. అయితే సాధ్యంకావటంలేదు.

సాయంత్రం కారెక్కేటప్పుడు దూరంలో రమేష్ మరొక కారు ఎక్కుతుండటం కనిపించింది. దూరంలో సూర్యుడు మునుగుతుండటం వల్ల ఎక్కడ చూసినా ఎరుపు పరుచుకుని వుంది. 'ఒక్క నిముషంలో వస్తాను' అని సహోద్యోగికి చెప్పి నెమ్మదిగా అడుగులు వేస్తూ అక్కడికి వెళ్ళాడు. ఇతణ్ణి చూడగానే రమేష్ ఆనందాశ్రువులతో కౌగిలించుకున్నాడు. "బతికిపోయాను మోహన్, దేవుడు మనల్ని రక్షించాడు" అని భావోద్వేగంతో అన్నాడు. కొన్ని క్షణాలు వాళ్ళిద్దరూ అలాగే ఒకరినొకరు కౌగిలించుకుని భద్రతా భావాన్ని అనుభవించారు.

అతణ్ణి సాగనంపేటప్పుడు మోహనస్వామి "మీ దగ్గర క్షమాపణ అడగాలి" అని కన్నడంలోనే చెప్పాడు. రమేష్‌కు అర్థం కాలేదు. "నేను మీకు విమానంలో చెప్పిన కథంతా అబద్ధం. కార్తీక అంటే అమ్మాయి కాదు. అబ్బాయి. నేనొక గేను. అతను నా పార్టనర్. మేమిద్దరం కలిసి సంసారం చేస్తూ ఉన్నాం. నాకు జీవితంలో ఏనాడూ అమ్మాయిల పట్ల ఆకర్షణ కలగలేదు. ఊరికే కథ అల్లి మీకు అబద్ధం చెప్పినందుకు నన్ను క్షమించండి. ఆ కారణంగా భగవంతుడు ఇలాంటి శిక్షను ఇచ్చాడేమోనని నాకు అనిపిస్తోంది" అని బాధగా అన్నాడు. ఆ మాటలకు ఎలా ప్రతిస్పందించాలో తెలియక రమేష్ తబ్బిబ్బయ్యాడు. తరువాత పరిస్థితిని అర్థం చేసుకుని అతని వీపును మృదువుగా నిమిరి, "ఇట్స్ ఆల్‌రైట్... క్షమించవలసిన తప్పు మీరేమీ చేయలేదు" అన్నాడు.

*****

ఆడకూడని మాటలు వేధించేటప్పుడు

మోహనస్వామి తండ్రి సుబ్బారావుగారి ఆరోగ్యం చాలారోజుల నుంచి బాగులేదు. ప్రతిరోజు ఊరికే ఫోన్ చేసినప్పుడు అతని తల్లి సుభద్రమ్మ నిరాశతో సమాధానమిచ్చేది. ఈవాళో, రేపో అతడిని పోగొట్టుకోవాల్సి వస్తుందని అతనికి అర్థమైంది. ఊరినుంచి తల్లి ఫోన్ వచ్చిన వెంటనే "వెళ్ళిపోయారో ఏమో" అని భయం వేసేది. అలాంటి భయాన్ని తప్పించుకోవాలన్నట్టు అతనే రోజుకు ఒకటి రెండుసార్లు తల్లికి ఫోన్ చేసి, మాటల చివరన తండ్రి ఆరోగ్యం గురించి విచారించేవాడు. "నీవేమీ చింతించవద్దు. అంతా సరిపోతుంది" అని మాటలు ముగిస్తున్నప్పటికీ అతనికి ఆ మాటల్లో నమ్మకం ఉండేది కాదు.

నిన్న రాత్రి సరిగ్గా పన్నెండు గంటలకు తల్లి నుంచి ఫోన్ వచ్చినపుడు అతను అత్యంత కంగారు స్థితిలో ఉన్నాడు. "ఎందుకో ఈయన మాటలు నిలిచిపోయాయి మోహనా. ఛాతీలో కఫం చేరుకుంది. ఏదో చెప్పాలని గింజుకుంటున్నారు. అయితే గురగురమని సద్దు చేస్తారే తప్ప మాటలు రావటం లేదు. కళ్ళ నుంచి బొటబొట కన్నీళ్ళు కారుస్తారు. సమయం వచ్చిందనిపిస్తోంది. నీవు వచ్చెయ్" అని గాభరగా, కాస్త ఓదారిస్తే ఏడ్చేస్తుందేమో అనే స్థితిలో సుభద్రమ్మ మాట్లాడింది. "సరేనమ్మా, బయలుదేరి వస్తాను" అని ఎక్కువగా మాట్లాడకుండా నీరసంగా ఫోన్ పెట్టేశాడు.

సరిగ్గా అదే సమయంలో ఒక విచిత్రమైన మోసపు జాలానికి

మోహనస్వామి చిక్కుకున్నాడు. చాలారోజుల నుంచి డెరిక్ అనే అందమైన యువకుడితో చాట్ చేస్తున్నాడు. అదే రోజు రాత్రి ఇద్దరూ మోహనస్వామి ఇంట్లోనే కలుద్దామని ఒప్పందం చేసుకున్నారు. చెప్పిన సమయానికి సరిగ్గా డెరిక్ వచ్చాడు. మొదటి సహచరుడితో సుదీర్ఘ సహజీవనం చేదుగా ముగిసిన తరువాత మోహనస్వామి ఒంటరితనానికి సర్దుకుపోయాడు. సహచరుడు దొరికితే మంచిదనే భావన అప్పుడప్పుడు అకస్మాత్తుగా అనిపించినా, దాన్ని విదిలించు కునేవాడు. హఠాత్తుగా దొరికిన యువకుడితో ఒకటి రెండుసార్లు తిరిగినా, ఇద్దరికి ఇష్టమైతేనే కలవటం, పొందిక అనిపిస్తేనే కొంతకాలం సహజీవనాన్ని కొనసాగించటం. తరువాత మళ్ళీ కొత్త కుర్రవాడి అన్వేషణకు సిద్ధం కావటం.

కొన్నిసార్లు ఎవరో కుర్రాడితో కలిసి సుఖించిన తరువాత 'జీవిస్తే ఇలాంటివాడితోనే జీవించాలి. ఇతనే నాకు సరియైన జతగాడు' అని గాఢంగా మనస్సుకు అనిపించేది. అయితే కొద్ది రోజులల్లోనే కలవాలనే కోరికకు అతను నెపాలు చూపి తప్పించటాన్ని గమనించినప్పుడు లేదా అకస్మాత్తుగా మరో టీనేజ్ కుర్రాడితో అతను తిరగటం చూసినపుడు, లేదా అతని ఫేస్‌బుక్‌లో కొత్తకుర్రాడి ఫొటో చూసినప్పుడు– మళ్ళీ ఒంటరితనమే కరెక్ట్ అనే అభిప్రాయానికి వచ్చేవాడు. అందువల్ల ఏదో ఒక అజ్ఞాత రాత్రి అకస్మాత్తుగా జతగూడి సుఖమిచ్చిన దేహం, మరొకసారి అంతే సుఖాన్ని ఇచ్చేలా దొరుకుతుందని, వెలుతురు పరుచుకోవడంలో అదే ఉత్తుంగ సాంగత్యపు భావనను మిగుల్చుకొని వుంటుందనే నమ్మకం అతనికి లేదు. ఆ విధమైన కోరికకు మనస్సు ఆరాటపడినా మళ్ళీ నిరాశ అనే చేదును అనుభవించాలనే సత్యం అతడిని కళ్ళెం వేసి నిలిపేది. జీవితం ఇంతే, ఇంతే.. అతిగా ఆశపడకూడదు. ఎంతగా ఆశపడితే అంతగా బాధపడటానికి అవకాశం ఇచ్చినట్టు. అయితే, చిన్నిచిన్ని ఆశలనూ పడకూడదంటే అదెలాంటి జీవితం?

వయసు నెమ్మదిగా ముప్ఫయిఅయిదుదాటి,మధ్య జీవితానికి చేరుకుంది. ఇప్పుడు యవ్వనంలో వున్న కుర్రవాళ్ళను ఆహ్వానించాలంటే భయం, సంకోచం కలుగుతాయి. తలలో కనిపిస్తున్న తెల్లటి వెంట్రుకలు. అక్కడక్కడ ముడతలు పడుతున్న చర్మం. అరగంటసేపు మంచంలో పెనుగులాడటంలో కలిగే అలసట– అంతా మరో రకమైన అపస్వరాన్ని మొదలుపెట్టి, సిగ్గు వేసేది. అయితే లోపలి నుంచి అదిమిపెట్టలేనట్టు కోరిక పొంగుకు వస్తుంటే ఎలా మౌనంగా ఉండటం?

తన కాలేజీ మిత్రులంతా పెళ్ళిళ్ళు చేసుకుని, అప్పుడే పిల్లలకు ఉపనయనాలు చేసి, గృహప్రవేశాలు చేసే ఆహ్వాన పత్రికలను పంచుతున్న లోకంలో మునిగిపోవటాన్ని చూసినపుడు అంతరంగంలో దుఃఖం కలిగేది. అందరూ తమ భావిజీవితపు జాగ్రత్త కోసం ఏదేదో సిద్ధంచేసుకునే కార్యంలో మునిగి వున్నారు. తనకు అలాంటి ఒత్తిడులేవి లేవు. అవసరాలూ లేవు. బ్యాంకులోని డబ్బును ఫిక్సెడ్ డిపాజిట్ చేసేటప్పుడు నామినేషన్ పత్రంలో ఏ పేరును రాయాలో తోచని స్థితి తనది. అప్పటికే మరణపు అంచుకు వచ్చి నుంచున్న తల్లిదండ్రుల పేర్లను నామినేషన్‌లో రాయటం హాస్యాస్పదం అనిపిస్తుంది.

ఒకసారైతే ఏ పరిచయమూ, సహవాసమూ వద్దని 'తిరుపతి వెంకటేశ్వరస్వామికి' అని ఆ వడ్డీకాసుల వాడి పేరిట నామినేషన్ చేశాడు. తాను చనిపోతే ఆ డబ్బును బ్యాంకువారు అతని హుండీలో వేస్తారేమో అని అనిపించి నవ్వొచ్చింది. అతని నామినేషన్ దరఖాస్తును చదివిన బ్యాంకు గుమాస్తా పొట్టపట్టుకుని నవ్వాడు. అక్కడున్న వారందరికి దాన్ని చూపించాడు. వాళ్ళతోపాటు తానూ నవ్వినప్పటికీ ఎందుకో బాధవేసి, వీలైనంత తొందరగా అక్కడ్నుంచి బయటపడ్డాడు. భవిష్యత్ ఏమిటని ఒక అగోచరమైన భయం లోలోపల అతడిని పిండి పిప్పి చేస్తోంది. పక్కనుంచి లేవనంతగా అనారోగ్యం చేస్తే... ఊహూఁ! అలాంటి చిన్న ఆలోచన కూడా కాళ్ళు చేతుల్లో వణుకు పుట్టిస్తోంది. అది తగ్గటానికి వెంటనే ఓ ప్రసిద్ధ ఆస్పత్రిలో అడిగినంత డబ్బు చెల్లించి ఎగ్జిక్యూటివ్ హెల్త్ చెకప్ చేయించుకున్నాడు. బాగా డబ్బులు దోచుకుని, దానికి బదులుగా ఆస్పత్రి వాళ్ళు ఇచ్చే కొన్ని ముద్రితమైన పేపర్లను చేతిలో పట్టుకొని, "లేదు, ఇంకా ఏమీ మొదలవ్వలేదు..." అని నిట్టూర్పు విడిచే సమయానికి. జీవితం మరొక మలుపుకు తిరుగుతుంది.

ఒక్కొక్కసారి మోహనస్వామికి అనిపిస్తుంది. అత్యంత సిల్లీ అనిపించినా, లోలోపల అలా అనిపిస్తోంది. తనను ఎవరైనా యవ్వనంలో వున్న సుందరమైన కుర్రవాడిని ఇచ్చి పెళ్ళిచేసి వుంటే, వందలాదిమంది సముఖంలో హర్షోద్గారాలతో రాజకుమారుడులాంటి కుర్రవాడి చేయి పట్టుకొని వుంటే, అందరి అనుమతి పొంది అతనితో మొదటిరాత్రి గడిపి వుంటే– తాను వాళ్ళలాగే సుఖంగా వుండేవాడినేమోనని అనిపిస్తుంది. అన్ని సాంగత్యాలు వంశాభివృద్ధికే ఉండాలన్న కట్టుబాట్లు ఎవరు చేశారు? బిడ్డ అంటే మనదే అయినటువంటి రక్తమాంసాల

మొలక అయివుండాలన్న స్వార్థపు నియమాన్ని ఎవరు అల్లారు? పొందికకు ఒక చక్కటి జీవి జతగా ఉండాలి. ఆ రెండు జీవులు మరింత ప్రశాంతంగా ఉండటానికి పిల్లజీవులు ఉండాలి. జీవితం అంతే కదా? అంతటి సరళమైన జీవితాన్ని సమాజం అర్థం చేసుకుని వుంటే ఈ కామపు కోరికలు ఇప్పటికే తనలో తృప్తి చెందేవేమో. చేతికి దొరికినట్టయి దొరకకుండా పోయే నిస్సహాయత వల్లనో ఏమో ఈ ఆరాటం. కావాలనిపించింది రోజంతా చేతికి అందేటట్టయితే దాహం ఎన్నడో తీరిపోయేది.

డెరిక్ జతగూడేటప్పుడూ ఏదో దీర్ఘ సంబంధ ఉద్దేశపు భ్రమైతే అతనికి లేదు. ఇరవైఅయిదు దాటని ఆ లేత దేహపు సుఖాన్ని గుప్పిళ్ళలో ధారపోస్తుండగా అది నిరంతరంగా ఉండాలనే ఆశ లోపల ఏర్పడుతుండేది. అతని బిగువైన నున్నటి చర్మపు స్పర్శను తాకితాకి సుఖించేటప్పుడు రేపు మళ్ళీ ఈ దేహం తనకు కావాలని ఆశ పుడితే దొరకదేమోనని మనస్సు హెచ్చరిస్తోంది. కొవ్వు లేని ఆ పల్చటి దేహపు హెచ్చుతగ్గుల్లో చేతులు కదిలించి నిమిరేటప్పుడు, ఇది కేవలం మరికొన్ని ఘడియల భ్రమ మాత్రమే అనే జ్ఞానం జాగృతమయ్యేది. అతని వేడి వూర్పుల్లో వున్న తారుణ్యపు ఘాటువాసన మాయకు ఒళ్ళు పులకరిస్తున్నప్పుడు ఎక్కడో దేహంలోని ఒక భాగం అదుపు తప్పి వణికింది. సంయోగపు ఉత్కంఠతకు పులకించిన అతను చిన్నగా అక్కడక్కడ కొరికినందువల్ల కలిగిన బాధ సుఖపు మరొక పార్శ్వాన్ని వేధించేటప్పుడు, తాను అతనికి సరిసమానమైన సుఖాన్ని ఇవ్వటం లేదేమో అనే భయం కలిగేది.

అపరిచిత వ్యక్తితో శరీరాన్ని పంచుకునే ఈ క్రియ అతనికి భయాన్ని, సిగ్గును, లజ్జను, అపరాధ భావనను కలిగించేది. కొన్నిసార్లు ఆ అపరిచిత్వమే సుఖపు ఉన్మత్తత యొక్క నిరీక్షణకు కారణమయ్యేది. అపరిచితమైన ఓ దేహం కామాన్ని రెచ్చగొట్టేంతగా పరిచితమైన దేహం రెచ్చగొట్టదు. అయితే డెరిక్ మోహనస్వామి మధ్య జరిగిందేమిటి? కంప్యూటర్ అబద్ధాల తెరమీద కదలాడిన ఆ కొన్ని అక్షరాలు, మొబైల్ ద్వారా పరుగులు తీసిన కొన్ని మాటలు, అంతర్జాలం ద్వారా రవాణా అయిన కొన్ని ఫోటోలు– అంతే! ఆ మాత్రం పరిచయంతోటే, అతన్ని ఇంటికి ఆహ్వానించి, ఎలాంటి సంకోచం లేకుండా ఒకరికొకరు నగ్నం కావటం అదెలాంటి పద్ధతి? కామాతురులైన వారికి సిగ్గు లేదు, భయమూ లేదు అనే పురాతన సత్యం మోహనస్వామికి బాగా తెలుసు. అయితే సిగ్గు

వదులుకోకుండా, మొండిధైర్యం తెచ్చుకోకుండా తనలాంటివాడికి కామపు సుఖం దక్కదనే కఠిన సత్యమూ అతని అనుభవం నేర్పించింది. మర్యాదకు భయపడి, శరీరము, మనస్సుల్లోనూ ఉద్భవించిన ప్రాకృతికమైన కామాన్ని అణచిపెట్టినంతగా అది క్రూరమవుతుంది. మనిషిని వికృతపరుస్తుంది. ప్రజలకు భయపడి సుఖాన్ని అదిమిపెట్టి, తరువాత ముసలితనం వచ్చినపుడు జారిపోయిన జీవితపు సంకటానికి మనస్సు వికృతాల కోసం ఆశపడటం మొదలుపెడితే ఏమిటి గతి?

డెరిక్ ఎక్కువగా మాట్లాడేవాడు కాదు. మితభాషి. అతను క్రిస్టియన్ అయివుండొచ్చు. ఇతను ఇంగ్లీషులో మాట్లాడటం మొదలుపెట్టాడు. అతను తడబడ్డాడు. అతని మెసేజ్‌లోనూ ఇంగ్లీష్ మరీ అంత ఉన్నతస్థాయిలో లేదు. క్రిస్టియన్లంతా ఇంగ్లీషు మాట్లాడతారన్నది ఎంతటి పిచ్చి నమ్మకం అని తననే తిట్టుకుని, కన్నడంలో పలకరించాడు. అతను తేలికపడ్డాడు. స్పష్టంగా కన్నడంలోనే సమాధానం ఇచ్చాడు. ఎక్కడివాడు, ఏ మతస్థుడు, ఏం పనిచేస్తున్నాడు– ఇలాంటి ప్రశ్నలను మొదటి పరిచయంలో అడగటం మర్యాద కాదు. మౌనంగా మాటలు లేకుండా ఒకరినొకరు అనుభవించి సుఖించటానికి వీటి అవసరమూ లేదు. ఇద్దరికి అంగీకారమైతే తనంతట తానే అన్ని వివరాలు తరువాతి కలయికలలో బయటపెడతాడని ఇతనికి తెలుసు. అందువల్ల మౌనంగా దేన్నీ గెలకకుండా అంగీకరించాడు. ఇద్దరూ నగ్నమయ్యాక 'జంధ్యం తీయాలా?' అని అడిగితే, 'వద్దు అదేమీ అడ్డుకాదు' అని డెరిక్ నిరాకరించి నవ్వాడు. అతని నూనూగుమీసాలు, లేత పెదవుల నవ్వు మత్తును పెంచి, అతని ముఖాన్ని తనవైపుకు లాక్కున్నాడు.

దేహాలు ఉన్మాదం పోగొట్టుకుని నిమ్మళించేటప్పటికి అర్థరాత్రి. రాత్రి ఎంతసేపైనా, తడిసిన భావాలతో నిదురపోవడం మోహనస్వామికి ఇష్టముండదు. స్నానం చేసి, శుభ్రమైన బట్టలు ధరించి పడుకోవటం అతని స్వభావం. సాధ్యమైతే వచ్చిన వాడితోపాటు షవర్‌బాత్ చేయడానికి ఇష్టపడతాడు. అయితే ఎందుకో డెరిక్ స్నానానికి అలాంటి ఆసక్తి చూపించలేదు. అప్పటికే అతని కళ్ళు నిదురమత్తులో మూసుకోవటం ఇతనికి అర్థమైంది. అందువల్ల అతణ్ణి బలవంతం చేయకుండా తానే స్నానానికి వెళ్ళాడు. డెరిక్ రావటానికి ముందే గీజర్ వేసి వుండటం వల్ల నీళ్ళు బాగా వేడిగా ఉన్నాయి. వేడినీటి షవర్ బాత్ శరీరాన్నీ,

మనసునూ తేలికపరిచింది. డెరిక్‌తో జరిపిన కేళి సంతృప్తి అలను మనస్సులో ఎగిజిమ్మింది. అందువల్ల ఏదో కన్నడ చిత్రంలోని పాట అతని హృదయపు లోతుల్లోంచి తనంతట తాను వెలికి వచ్చింది. అదే ఉల్లాసంతో మామూలు సమయం కన్నా ఎక్కువసేపు స్నానం చేసి ఒళ్ళు తుడుచుకుంటూ బయటికి వచ్చాడు.

డెరిక్ పక్కమీద లేడు. ఎందుకో ఇతనికి అనుమానం కలిగింది. 'డెరిక్... డెరిక్' అని రెండుమూడుసార్లు పిలిచాడు. మరో బాత్‌రూంలోకి వెళ్ళాడేమోనని చూశాడు. అది ఖాళీగా ఉంది. వీధి వాకిలి తీసి చూశాడు. కేవలం చీకటి. దూరంగా నిలిపిన డెరిక్ బైక్ కనిపించలేదు. అనుమానం మరింత బలపడింది. అతను వేసుకున్న షూలు లేవు. కొంచెం భయం వేసింది. వెంటనే స్నేహితుడికి ఫోన్ చేద్దామని మొబైల్ కోసం వెదికాడు. చేతికి దొరకలేదు. మొబైల్ ఎక్కడ పెట్టాను అని కంగారుగా ల్యాండ్‌లైన్ నుంచి తన మొబైల్‌కే ఫోన్ చేశాడు. 'స్విచ్ ఆఫ్' అని మెసేజ్ వచ్చింది. డెరిక్ ఫోన్ నెంబర్ గుర్తు చేసుకోవటానికి ప్రయత్నించాడు. నాలుగైదు అంకెలకన్నా ఎక్కువగా గుర్తురాలేదు. ఏంచేయాలో తోచక అలసిపోయి సోఫాలో కూర్చున్నాడు. సరిగ్గా దాని ఎదురుగా ఉన్న టేబుల్ మీద పెడుతున్న ల్యాప్‌టాప్ కనిపించలేదు. చార్జర్ కూడా కనిపించలేదు. దాని పక్కన పెడుతున్న ఐప్యాడ్ కూడా మాయం. ఎందుకో అనుమానం వచ్చి లోపలి గదిలోకి వెళ్ళి వాడ్‌రోబ్ తలుపు తీసి సొరుగు లాగాడు. పదిపదిహేను కండోమ్‌లున్నాయి. అయితే దానితోపాటు పెట్టిన ముఫైరూపాయల చిల్లర, వెయ్యి రూపాయలు, క్రెడిట్‌కార్డు లేదు. రాత్రి డెరిక్ ఎదుటే అక్కడి నుంచి కండోమ్ తీసుకుని అతనికి వేసి తానూ వేసుకోవటం గుర్తొచ్చింది. చుట్టుకున్న టవల్ విప్పి, కోపంతో నేలకేసి కొట్టి "దొంగలంజాకొడుకు, అంతా దోచుకున్నాడు" అని మనస్సులోనే అనుకుని మంచం మీద బోరగిలా పడుకున్నాడు. మెత్తటి తలగడను మడచి ముఖాన్ని పూర్తిగా దాచుకున్నాడు. కొద్ది నిముషాల క్రితం అతణ్ణి ఉన్మత్తపరచిన డెరిక్ ఊపిరి ఘాటు దానికింకా అంటుకుని ఉండటం తెలిసింది. అసహ్యామేసింది. ఆ తలగడను మంచానికి దబదబమని నాలుగైదుసార్లు బాది విసిరేస్తూ 'ఇడియట్... ఇడియట్' అని ఇల్లంతా వినిపించేలా అరిచాడు. అటుతరువాత ఏంచేయాలో తోచలేదు. తనకు జరిగిన మోసాన్ని ఎవరికి చెప్పుకోవాలా అని ఆలోచించాడు. పోలీసులకు

చెప్పాలంటే జరిగిన సంఘటనను వివరంగా చెప్పమని పీడిస్తారని భయం వేసింది. స్నేహితుల ముందు చెప్పుకోవాలంటే భార్యాపిల్లల ప్రపంచంలో మునిగిపోయిన వాళ్ళనుంచి కేవలం పెదవులమీది జాలి దొరకవచ్చు. మరుసటిరోజునుంచి వాళ్ళలోవాళ్ళు మాట్లాడుకుని నవ్వుకోనూ వచ్చని అనిపించింది. ఎందుకో నిస్సహాయత అతన్ని పూర్తిగా ఆవరించింది. ఎవరికీ చెప్పకూడదని నిర్ణయించుకుని కళ్ళు మూసుకున్నాడు.

అదే సమయానికి సరిగ్గా ల్యాండ్‌లైన్ సద్దు చేసింది. గభాలున మంచం నుంచి దూకి ఫోన్ తీసుకుని 'డెరిక్' అన్నాడు. "నేనురా... మీ అమ్మను. చాలాసేపటి నుంచి నీ మొబైల్‌కి ట్రై చేస్తున్నాను. స్విచ్ ఆఫ్ అని వచ్చింది. అందుకే ల్యాండ్‌లైన్‌కు చేశాను" అనే అతడి తల్లి సుభద్ర కంఠం అవతలి వైపు నుంచి వినిపించింది. ఇతనికి నిరాశ కలిగింది. "ఏమిటో చెప్పమ్మా... ఇంత రాత్రి ఎందుకు ఫోన్ చేశావు?" అని అసహనంగా అడిగాడు. "ఎందుకో, ఈయన మాటలు ఆగిపోయాయి మోహనా, ఛాతీలో కఫం చేరుకుంది..." అని సుభద్రమ్మ మొదలెట్టింది.

*****

బస్సులో కూర్చున్నప్పుడు మోహనస్వామి విచిత్రమైన అయోమయంలో ఉన్నాడు. పోగొట్టుకున్న క్రెడిట్ కార్డు గురించి కంప్లయింట్ ఇవ్వడానికి రోజంతా ఇబ్బంది పడ్డాడు. అటు వైపున ఫోన్ తీసుకోవటానికి ఎవరూ సిద్ధంగా లేరు. ఫోన్ ఎత్తుకున్న అమ్మాయి "క్రెడిట్ కార్డు నెంబర్ చెప్పండి" అంటూ మొదలెట్టింది. కార్డు వివరాలను ల్యాప్‌టాప్‌లో రాసిపెట్టాడు. ల్యాప్‌టాప్ పోగొట్టుకుని పోయిందని ఆమెకు చెప్పడానికి విసుక్కున్నాడు. ఏదో వేస్ట్ బాక్స్‌లో వేసిపెట్టిన పాత రసీదులన్నీ వెదికి, చివరికి దేనిలోనే దాని నెంబరు వెదికి, ఆమెకు మరొక ఫోన్ చేసి చెప్పేసరికి ప్రాణం విసిగిపోయింది. అదృష్టంకొద్దీ ఇంకా డెరిక్ ఏమీ కొనలేదు.

ల్యాప్‌టాప్ మాత్రం కంపెనీవాళ్ళు ఇచ్చింది. పోగొట్టుకుంటే పూర్తి డబ్బు చెల్లించాలనే కండిషన్ ఉంది. డబ్బును ఎలాగో సమకూర్చవచ్చు. అది మోహనస్వామి ఆర్థికస్థితికి అంత పెద్ద దెబ్బేమీ కాదు. అయితే అనేక ఫైళ్ళు బ్యాక్ అప్ కాలేదు. పూర్తిగా ఒక నెలపాటు చేసిన పనిని మరొకసారి చెయ్యాల్సి వస్తుంది. ఒకసారి చేయడానికే విసుగు పుట్టించే పనులను మరొకసారి చేయాలనే

ఆలోచన అతనికి కోపం తెప్పించింది. ఆ రోజు ల్యాప్‌టాప్ ఎలా పోయిందో చెప్పడానికి ఏదో ఒక అబద్ధాన్ని అల్లి, అందరికీ అదే అబద్ధాన్ని చెప్పానో లేదో అనే అసహనాన్ని అనుభవించాడు. వాళ్ళ నూటొక్క ప్రశ్నలు, సలహాలకు అలసిపోయాడు. ఈ కష్టాలన్నీ కేవలం ఒక రాత్రి కొన్ని ఘడియల సుఖానికై చెల్లించిన పన్ను! ఇకపై అపరిచితులను ఇంటికి తీసుకుని రాకూడదని నిర్ణయించుకున్నాడు.

జరిగిపోయిన చేదు ఘటనను ఎవరితోనూ చెప్పుకోలేని స్థితిలో ఉన్నప్పుడు అతని తల్లి గంటకి ఒకసారి ఫోన్ చేసి సుబ్బారావు స్థితిని వివరిస్తోంది. "ఎందుకో ఆయన బ్రతుకుతారని నాకు నమ్మకం కలగటంలేదు. ఆపకుండా ఏడుస్తున్నారు. నీ పెళ్ళి జరగలేదనే ఆయన చింత" అని తల్లి ఏడ్చేసరికి మరింత అసహనంగా అనిపించింది. తండ్రి పరిస్థితికన్నా తనకు పోగొట్టుకున్న వస్తువులే ముఖ్యమవుతున్నాయా అని ఒక ఘడియలో స్ఫురించి భయం వేసింది. ఒక చెడుఘడియలో 'నాన్న చనిపోతేనే నెమ్మదేమో' అనిపించింది. వెంటనే తనకు అలాంటి పాడు ఆలోచన వచ్చిందని విచారం కలిగింది. మృదువుగా రెండు చెంపలను కొట్టుకుని అలా ఆలోచించినందుకు భగవంతుడిని క్షమాపణ కోరాడు.

తండ్రితో తన సహవాసం ఈమధ్య రోజులలో చాలా తక్కువ కావటం మోహనస్వామి గమనించాడు. చిన్నప్పుడు ఇలా లేడు. నాన్న అంటే ప్రాణాలు పెట్టేవాడు. సుబ్బారావు ఆఫీసునుసంచి రావటం కోసం ఎదురుచూసేవాడు. ఆయనతో ఆడుకోవటానికి ఆరాటపడేవాడు. ఆదివారపు సంతకు ఒక్కొక్కసారి సుబ్బారావు ఇతన్ని భుజాల మీద కూర్చోబెట్టుకొని వెళ్ళివచ్చేవాడు. అప్పుడు తండ్రి మెడ చుట్టూ కాళ్ళు వేసి, ఛాతీ మీద పాదాలను కొడుతూ, తలను రెండు చేతులతో పట్టుకుని, మొత్తం సంతలో అందరికన్న ఎత్తయిన స్థానంలో తానున్నానన్న ఆశ్చర్యం అతడిని సంతోషపు శిఖరానికి తీసుకెళ్ళేది. దీపావళి రోజుల్లో తండ్రి వెంట అంగడికి వెళ్ళి టపాసులు తెచ్చి, నరక చతుర్దశి ఉదయం వాటిని కాల్చేటప్పుడు తండ్రి పక్కన ఉండాల్సిందే. నాన్న క్షవరానికి వెళ్ళిన రోజే తనూ వెళ్ళేవాడు. ఇద్దరూ పక్కపక్కన కుర్చీల్లో కూర్చుని, అనేక అద్దాల్లో తమ ఇద్దరి ప్రతిబింబాలు ఏర్పడినపుడు తండ్రిని ఏదోఒక అద్దంలోని ప్రతిబింబంలో చూసి నవ్వినపుడు, అతను మరొక అద్దం ద్వారా ఇతనివైపు

కళ్ళార్పి నవ్వితే విచిత్రమైన సంబరం.

పి.యు.సి ముగించి, ఎంట్రన్స్ పరీక్షలో మంచి ర్యాంకు సంపాదించిన సమయంలో తండ్రి చాలా నిస్సహాయుడిగా కనిపించాడు. మొత్తం ఊరిలోని పరిచయస్థులందరూ మోహనస్వామిని పొగిడే రోజులవి. మోహనస్వామి కూడా గర్వంగా సంతోషంగా ఊళ్ళో తిరిగిన రోజులు. బెంగుళూరులోని ఒక మంచి ప్రభుత్వ ఇంజనీరింగ్ కాలేజీలో ఇతనికి చదవటానికి అవకాశం లభించింది. అయితే సుబ్బారావు ఎందుకో మౌనంగా ఉన్నాడు. ఇతని చదువులోని విజయాలకు సంబరపడుతున్నట్టు కనిపించలేదు. ఒకరోజు ఇతడిని పెరట్లోకి పిలిచి, ఇతని కళ్ళల్లో కళ్ళుపెట్టి చూడలేక, “నాకు నీ ఇంజనీరింగ్ ఖర్చు భరించడానికి చేతకాదు. నాది చిన్న జీతం. మీ అక్క పెళ్ళి చేయాలి. నీకంతా తెలుసు” అని చేతులు నలుపుకుంటూ చెప్పేసరికి మోహనస్వామికి ప్రాణం పిండివేసినట్టు అయింది. “నీవు భయపడకు నాన్నా... ఖర్చంతా నేనే భరించి చదువుకుంటాను. ఎలాగో బెంగళూరులో ఉంటాను. ఏదైనా పని చేసుకుంటూ చదువుకుంటాను. మీరు విచారించకండి” అని ధైర్యం చెప్పాడు. తన మాట మీద నిలబడి ఎప్పుడూ తండ్రిని డబ్బు అడగలేదు. ఉదయంపూట దినపత్రికలు పంచే పనీ, సాయంత్రం ఏదో హోటల్లో సర్వర్ పని చేసి తన ఖర్చులకు తానే సంపాదించుకున్నాడు. తన స్నేహితుల ఇళ్ళకు పత్రికలు వేస్తున్నప్పుడు, తన కాలేజీలో చదువుతున్న అమ్మాయిలు హోటల్‌కు వచ్చినపుడు వారికి టిఫిన్లు సర్వ్ చేసేటప్పుడు ప్రాణం గిలగిల్లాడినా భయపడకుండా నిలబడ్డాడు. కష్టమైన ఆ రోజుల్ని ఇప్పుడు గుర్తు చేసుకుంటే మోహనస్వామికి ఒళ్ళు ఝుళ్ళుమంటుంది. అయితే పియుసి తరువాత ఇంటి నుంచి బయటపడినప్పటి నుంచీ ఇప్పటివరకూ ఎన్నడూ తండ్రి దగ్గర డబ్బుకు చేతులు చాపలేదన్న విషయం మోహనస్వామికి ఇప్పటికి గర్వపడే విషయం. కాలేజీ ఖర్చుకు బ్యాంకు నుంచి తీసుకున్న అప్పును, ఉద్యోగంలో చేరిన మూడేళ్ళల్లో తీర్చిన సంగతి అతని ధైర్యాన్ని ఎప్పుడూ పెంచుతూ ఉంటుంది. ఇప్పుడైతే డబ్బుకు ఏ కొరతా లేదు. డబ్బు అతని ప్రస్తుత జీవితపు సమస్య మాత్రం కాదు.

అయితే సెలవు రోజుల్లో ఊరికి వెళ్ళినప్పుడు తండ్రి తనకు కొంచెం దూరంగా ఉండిపోతున్నట్టు అనిపించేది. మునుపట్లా ప్రేమతో కబుర్లు చెప్పటంకానీ, కళ్ళల్లోకి చూసి మాట్లాడించడంకానీ, తోడుగా ఎక్కడికైనా

పిలుచుకుని పోవటంగానీ, ఇంటికి ఎవరైనా అతిథులు అకస్మాత్తుగా వస్తే వారికి కొడుకును గర్వంతో పరిచయం చేయటంకానీ– ఏదీ ఉండటంలేదు. అయితే తల్లి ప్రేమలో ఎలాంటి మార్పు లేదు. మొదటినుంచీ అసహనానికి గురిచేసేంత ప్రేమను కురిపించే ఆమె స్వభావం అతనికి వయస్సు మీరిపోతున్నదన్నది మరిచినట్టుంది. బెంగుళూరులో ఉన్నప్పుడు కావాలనిపించీ, ఊరికి వెళితే వద్దనిపించే ఎలుగుబంటి ప్రేమ ఆమెది. ఇంజనీరింగ్ ముగించి మంచి ఉద్యోగంలో చేరిన తరువాత, "పెళ్ళెందుకు చేసుకోవు" అని– బుడిబుడి రాగాలు తీసినా, అటు తరువాత తానే సమాధానపరుచుకుని ఇతర విషయాల్లో మునిగిపోయేది. ఏవేవో పూజాపునస్కారాలు మనసారా చేసి సతమతమవుతూ వుండేది. ఎవరో చెప్పారని పదకొండు వారాలు శ్రీనివాస కళ్యాణాన్ని చేసింది. అయినా కుమారుడు పెళ్ళికి ఒప్పుకోకపోవడంతో "ఈ తిరుపతి వెంకటరమణుడికి ఎన్నిసార్లు పెళ్ళిచేసినా సిగ్గులేకుండా చేయించుకుంటున్నాడు. నా కొడుకు చింత ఒక్కింతైనా లేదు" అని ఆయన్ని తిట్టిన సుభద్రమ్మ మౌనం వహించింది.

ఇంజనీరింగ్ ముగించి, మంచి ఉద్యోగంలో చేరి, పెద్ద జీతంతో భారీగా సంపాదించడం మొదలుపెట్టినపుడు, ఒకసారి ఇంటికి వెళ్ళినపుడు తండ్రికి డబ్బులు ఇవ్వడానికి ప్రయత్నించాడు. దాన్ని తాకడానికి భయపడ్డట్టు "మీ అమ్మకు ఇవ్వు. నాకు వద్దు" అని నిరాకరించాడు. సుభద్రమ్మ మాత్రం గర్వం, సంతోషం, అధికారంతో అతను ఇచ్చే డబ్బును తీసుకునేది. ఊళ్ళోని తన స్నేహితులందరికి సంబరంగా కొడుకు ఇచ్చిన డబ్బు గురించి చెప్పుకుని తిరిగొచ్చేది. ఇంటికి కావలసిన వస్తువులు ఆ డబ్బుతోనే కొని "మా మోహన కొనిచ్చాడు" అని చెప్పటంలోనే జీవితంలోని సంతోషాన్ని వెతుక్కునేది.

*****

ఎంత ప్రేమించినా కుమారుడిని అర్థం చేసుకోవటం సుభద్రమ్మకి కష్టమైంది. అది ఆమె లోకజ్ఞానాన్ని మీరిన విషయం. కొంతవరకు మోహనస్వామి పరిస్థితిని అర్థం చేసుకున్నది సుబ్బారావే. రోజూ 'ది హిందూ' పత్రికను పూర్తిగా చదివే ఆయనకు 'గే', 'హోమో' మొదలైన పదాల పరిచయం తగినంతగానే కలిగింది. తమ సహోద్యోగులతో ఒకటి రెండుసార్లు ఆ విషయమై సంకోచంతోనే మాట్లాడారు. కొడుకు నోరువిప్పి చెప్పకపోయినా, అతని స్థితి

అదే అయివుండవచ్చుననే అనుమానం అప్పుడప్పుడు అతనికి కలిగేది. చిన్నప్పటినుంచీ అతనికి ఆడపిల్లల పనుల్లో ఆసక్తి ఉండటాన్ని సూక్ష్మంగా గమనించారు. అతను అంగణంలో సంక్రాంతి రోజు మైమరచి ముగ్గులు వేయడం చూశాడు. గోరింటాకు రెండు చేతులనిండా వేయించుకోవాలనే ఆశ వాడికి ఉండేది. గౌరీపూజకు ఆడపిల్లలకన్నా ముందే అతనే పాడటం మొదలుపెట్టేవాడు. అయితే ఇవన్నీ బాల్యపు సహజ సంగతులు. పెద్దవాడైతే అన్నీ మారుతాయని భావించాడు. అయితే అతను పియుసి చదివేటప్పుడు అక్క గాజులను గుట్టుగా వేసుకోవటాన్ని గమనించినప్పుడు ఎక్కడో ఏదో సరిగ్గా లేదనే భావన సుబ్బారావును తీవ్రంగా వేధించసాగింది.

'గే' అంటే ఎక్కడో దూరంలోని కలకత్తాలోనో, ముంబయిలోనో కొందరు చెడ్డవాళ్ళు నడిపించే వికృత చర్యలు అయివుండాలనే కల్పనలో వున్న ఆయనకు, సూటిగా తమ సాంప్రదాయకమైన ఇంటిముందుకు అది వచ్చి తలుపుతడుతున్న చేదు వాస్తవాన్ని స్వీకరించడం కష్టమైంది. కొడుకుతో ఆ విషయం గురించి సూటిగా మాట్లాడటానికి ధైర్యం చాల్లేదు. అత్యంత మితంగా మాట్లాడే ఆయన సూక్ష్మంగా కుమారుడి ప్రవర్తనను గమనించారు. స్నేహితులతో ఆ విషయం గురించి సూటిగా మాట్లాడటానికి భయం. అయితే అప్పుడప్పుడు అకస్మాత్తుగా 'గే', 'స్వలింగ కామం' మొదలైన విషయాల గురించి మాట్లాడేటప్పుడు ఒళ్ళంతా చెవులు చేసుకుని వినసాగారు. ఒకసారి ఒక సహోద్యోగి "తల్లిదండ్రులు సక్రమంగా పెంచలేకపోతే ఇలాంటి సమస్యలు వస్తాయి. విత్తనం నాటి ఊరికే పుట్టిస్తే చాలదు. పెంచే బాధ్యత కూడా తెలిసి వుండాలి" అని అనేశాడు. ఆయనకు విచిత్రమైన కలవరం మొదలైంది. కొడుకును పెంచటంలో ఎక్కడో పొరపాటు జరిగిందనే అపరాధ భావనతో సతమతమయ్యారు.

మోహనస్వామి హైస్కూల్లో ఉన్నప్పుడు అతని విచిత్రమైన ప్రవర్తన ఆయనలో కుతూహలాన్ని, భయాన్ని కలిగించాయి. వాళ్ళింట్లో ఒక బావి ఉంది. వారి తాత తవ్వించిన ఆ బావి అంటే ఆయనకు చాలా ఇష్టం. ప్రతీరోజూ అక్కడే స్నానం చేసే అలవాటు చేసుకున్నారు. ఇత్తడి బిందెను బావిలోకి వదిలి, నాలుగు చేదల నీళ్ళు ఒంటిమీద పోసుకుంటేనే ఆయనకు స్నానం చేసిన అనుభవం కలిగేది. ఎంతటి చలికాలంలోనూ ఆయన ఆ అలవాటును మానలేదు. చారలచారల చడ్డీ మీదనే స్నానం చేసిన తరువాత టవల్‌తో

పూర్తిగా ఒళ్ళు తుడుచుకుని, టవల్‌ను పిండి, దాన్నే చుట్టుకుని ఎడమచేతిలో పట్టుకుని, కుడిచేత్తో తడిసిన చడ్డీని మెల్లగా జాడించి, తరువాత టవల్‌ను గట్టిగా బిగించుకుని చడ్డీని బావిగట్టుమీదనే సబ్బు పెట్టి ఉతికి, పెరట్లో వున్న దండెం మీద దాన్ని ఆరవేసి, దేవుడి గదికి వెళ్ళేవారు.

ఆ సమయంలో చిన్నపిల్లవాడైన మోహనస్వామి మేడమీదికి గబగబా పరుగుతీస్తున్న విషయం మొదట్లో ఆయన దృష్టికి రాలేదు. “అలా ఎందుకు పరుగెడతావురా? పడతావు” అని వాడికి బుద్ధి చెప్పేవారు. అది ప్రతీరోజూ ఇదేవిధంగా పునరావృతం అవుతుండగా ఆయనలో అనుమానం మొదలైంది. “ఈ సమయంలో మేడ మీదికి ఎందుకు వెళుతున్నావు?” అని ఒకసారి వాణ్ణి అదిలించి అడిగినపుడు సరైన సమాధానం దొరకలేదు. ఒకసారి తలలో అనుమానం దూరిన తరువాత ఆయన సూక్ష్మంగా వాణ్ణి గమనించసాగారు. మేడ మీదినుంచి చిట్టి కళ్ళు తనవైపే చూస్తున్నాయని ఆయనకు అర్థమైంది. తాను బట్టలు మార్చుకుంటున్నప్పుడు తన నగ్నతను చూడటానికి మోహనస్వామి ఆ విధంగా మేడమీదికి వెళుతున్నాడన్న సత్యం గోచరించి అత్యంత అసహ్యం, దుఃఖం కలిగాయి. దేవుడి ముందు కూర్చుని పూజ చేస్తున్నప్పుడు, “ఎలాంటి కష్టం తెచ్చిపెట్టావు దేవుడా?” అని తన బాధను వెళ్ళబోసుకున్నారు. అప్పటినుంచి తాను స్నానం చేసేటప్పుడు వాడు మేడమీదికి పరుగెత్తడం చూస్తే “ఏయ్ మోహనా, ఊరకూరకే మేడ ఎందుకు ఎక్కుతావు? కిందికి దిగు. ఇంట్లో చదువుతూ కూర్చో, వెళ్ళు” అని వాణ్ణి కసిరి ఇంట్లోకిపంపించి, ఆ అసహ్యకరమైన ప్రవర్తనను ఆపారు. అయితే కేవలం కసరటం వల్ల ఒక వ్యక్తి మూలభూతమైన స్వభావాన్ని మార్చడం సాధ్యమా?

అయితే అంత సులభంగా కుమారుడి స్వభావం తాను పత్రికలో చదివినటువంటిదే అని అంగీకరించడానికి సుబ్బారావు సిద్ధంగా లేరు. “ఏదో కుర్రతనపు చేష్టలు” అని మనస్సుకు నచ్చజెప్పుకోవటం మొదలెట్టారు. అయితే కుమారుడి దైహిక భాష, స్వరంలోని హెచ్చుతగ్గులు, కంటిచూపులు, ఆశపడే వస్తువులు ఆయనకు తమ అనుమానాన్ని తోసిపుచ్చటానికి సహాయపడటం లేదు. ఒకరోజు రాత్రి సమయంలో జరిగిన మరొక అసహ్యకరమైన ఘటన ఆయనకు తమ కుమారుడి స్వభావం ఇలాంటిదే అని గట్టిగా నమ్మేలా చేసింది.

వాళ్ళ ఇల్లు చిన్నది. అందరికీ పడుకోవటానికి వేరువేరు గదులు లేవు.

ఉన్నది ఒక్క పడసాల. అక్కడే రెండు మూడు పరుపులను పరిచి, గోడపక్కన భార్య, ఆమె పక్కన ఆయన, తన పక్కన మోహనస్వామి, జానకి పడుకునేవారు. పిల్లలు పక్కనే పడుకుంటూ ఉండటం వల్ల పిల్లలిద్దరూ పడుకున్న తరువాతే భార్యాభర్తలకు కలవడానికి సాధ్యమయ్యేది. అయితే వారు పడుకునేవరకు మెలుకువగా ఉండటానికి ఈ నడివయస్సులో వాళ్ళిద్దరికీ సాధ్యమయ్యేది కాదు. అంతటి ఆసక్తి కూడా ఇప్పుడు వారికిలేదు. అందువల్ల రాత్రి సమయంలో ఎవరికైనా ఒకరికి మెలుకువ వస్తే, అప్పటికే నిద్రలోకి జారుకున్న మరొకరిని లేపి వాళ్ళు కలిసేవారు. పిల్లలు కొంచెం పెద్దవారయ్యారని గ్రహించిన తరువాత ఈ పద్ధతిని వాళ్ళు అనుసరిస్తూ వచ్చారు.

ఒకసారి ఎవరో తన సూక్ష్మభాగాన్ని ముట్టి, నిమిరి మేల్కొలిపిన అనుభవమైనప్పుడు భార్యే లేపిందేమోననుకుని ఆమెను హత్తుకోబోయాడు. గాఢనిద్రలో వున్న ఆమెకు మెలకువ వచ్చి "విపరీతమైన ఉక్కగా ఉంది. గమ్మున పడుకోండి. ఈవాళ వద్దు" అని అటుపక్కకు తిరిగింది. "నీవే లేపి ఇప్పుడు ఇలా అంటున్నావు కదా" అని ఆయన గొణగటాన్ని ఆమె వినిపించుకునే స్థితిలో లేదు. ఈ ఘటన మళ్ళీ ఒకటిరెండుసార్లు పునరావృతం కావటంతో ఆయనకు అనుమానం మొదలైంది. పక్కన పడుకున్న మోహనస్వామిని చూసారు. సద్దు చేయకుండా పడుకున్న వాణ్ణి చూసిన వెంటనే ఆయనకు ఈ పని వాడే చేసివుంటాడనే అనుమానం స్పష్టమైంది. మోహనస్వామి నిద్రపోయేటప్పుడు గురక పెడతాడని ఆయనకు తెలుసు. ఇప్పుడు గురకల సద్దే లేదు. అయితే గట్టిగా కళ్ళు మూసుకున్నాడు. వాణ్ణి కాస్త కదిలించటానికి ప్రయత్నించారు. ఏమి చేసినా వాడు మేల్కొనలేదు. 'దొంగనిద్ర' నటించేవారిని లేపటమెలా? తమ కుమారుడి ఈ అసహ్య ప్రవర్తనను జీర్ణం చేసుకోలేని ఆయన పక్కమీదనే చాలాసేపు తలమీద చేయిపెట్టుకుని కూర్చున్నారు. కళ్ళనుంచి నీళ్ళుకారి తలగడలో ఇంకిపోయాయి.

అదే విషయాన్ని మరుసటి రోజు సుభద్రమ్మకు వివరంగా చెప్పడానికి ప్రయత్నించలేదు. ఇలాంటి చేదు సత్యాన్ని అర్థం చేసుకునే ప్రాపంచిక జ్ఞానం ఆమెకు లేదని ఆయనకు తెలుసు. అయితే ఒక మార్పును తెచ్చారు. "పిల్లలు పెద్దవాళ్ళు అయ్యారు. ఇకపై దూరంగా పడుకోనీ" అని చెప్పి, వారి పక్కను మరొక మూలకు తోశారు. సుభద్రమ్మకు అది నచ్చలేదు. "చిన్నపిల్లలు దూరంగా

పడుకుంటే భయపడతారు” అని దాన్ని వ్యతిరేకించింది. “నువ్వు కొంచెం చెప్పినమాట వినటం నేర్చుకో” అని సుబ్బారావు కోప్పడ్డాడు. ఏనాడు గొంతెత్తని భర్త, ఎప్పుడైనా తనను మందలిస్తే ఆమె మౌనం వహించేది. అప్పటినుంచి పిల్లలు దూరంగా పడుకోసాగారు. మోహనస్వామికి సూక్ష్మంగా తండ్రి ప్రవర్తన అర్థమైంది. తండ్రి విషయంలో జాగ్రత్తపడ్డాడు. కొన్ని రోజుల్లోనే వాడి ఆసక్తి వయసు కుర్రాళ్ళ వైపు మరలడం వల్ల వయసు దాటిన తండ్రి వాడి ఆకర్షణా పరిధి నుంచి దూరమయ్యాడు.

*****

కుమారుడి స్వభావం ఇలాంటిదేనని అర్థమైన తరువాత వాణ్ణి తిట్టటానికి, కొట్టటానికి సుబ్బారావు సంకోచించాడు. దానికి ఒక బలమైన కారణముంది. వారి బాల్యస్నేహితుడు తిప్పేస్వామి శవం బావిలో తేలిన దృశ్యం ఇప్పటికీ ఆయన కళ్ళముందుకు కదిలేది. అందర్నీ నవ్విస్తూ, తానూ నవ్వుతూ, బడిలో అత్యంత తెలివైనవాడిగా ఉన్న తిప్పేస్వామి శవం, జాతర మరుసటిరోజు ఊరిబావిలో తేలడటం గుర్తుకు తెచ్చుకుంటే ఇప్పటికీ ఆయనకు కాళ్ళు చేతులు వణుకుతాయి. మొత్తం ఊరుకు ఊరే బావిముందు గుమిగూడింది. పదవతరగతి చదువుతున్న పిల్లవాడి శవం చూసేటప్పుడు భయం, దుఃఖం, బాధ అన్నీ కలిగాయి. యువకులు అతడి శవాన్ని తీసే ప్రయత్నంలో ఉండగా, తిప్పేస్వామి తండ్రి దగ్గర్లో అరుగు మీద కూర్చుని దుఃఖిస్తున్న దృశ్యం గుర్తుకు తెచ్చుకుంటే పేగులు మెలిపెట్టినట్టయింది. అయితే అతని ఆత్మహత్యకు సరైన కారణం అక్కడ చేరిన ఎవరికి తెలియనందువల్ల మనస్సుకు తోచినట్టు ఊహిస్తున్నారు. మరుసటిరోజు బడిలో ప్రార్థన సమయంలో తిప్పేస్వామి ఆత్మకు శాంతి కలగాలని ఒక నిముషం మౌనాన్ని ఆచరించినపుడు తమ మిత్రుడు ఇక రాడు అనే భయంకర సత్యానికి నలిగిపోయి ఏడ్చారు. మిత్రుడు తిప్పేస్వామి చావుకు కారణాన్ని ఆయన ఊహించగలరు. రెండురోజుల క్రితం జాతరలో జరిగిన ఒక ఘటన దానికి ముడిపడి వుంది.

ఆ రోజు ఊరు జాతర. చుట్టుపక్కలున్న చాలా ఊళ్ళ నుంచి జనం ఆ జాతరకు వస్తారు. ఒకేసారి జంట రథాల్ని లాగేటప్పుడు ఎక్కడ చూసినా జనమే కనిపించేవారు. సుబ్బారావు, తిప్పేస్వామి, అతని స్నేహితులందరూ అనేక ఆశలతో జాతరకు వచ్చారు. అందులో ముఖ్యమైనది అమ్మాయిలను

చూడటం. సాధ్యమైతే వారి దేహాన్ని దొంగతనంగా తాకటం. తిప్పేస్వామి కూడా అందుకు ఉత్సాహం చూపాడు. అయితే అమ్మాయిల విషయంలో అతనికి ఆసక్తి తక్కువ అని సుబ్బారావుకు తెలుసు. అమ్మాయిల పట్ల ఉత్సాహంతో మాట్లాడటంకానీ, వారి వైపు తదేకంగా చూసి చేతికి దొరకటం లేదన్న నిరాశతో పెనుగులాడటంకానీ అతనిలో కనిపించేదికాదు. అందరూ అమ్మాయిల గురించి మాట్లాడేటప్పుడు, మౌనంగా గుంపు నుంచి బయట మిగిలిపోయే భయంతో అతను విపరీతంగా అమ్మాయిల గురించి మాట్లాడుతున్నప్పటికీ అది అతని నైజం కాదనే భావం వీరికి కలిగేది. అతను తనను అవసరానికి మించి ఎక్కువగా తాకటం, ఒంటిమీద పడడం, మూత్ర విసర్జనకు వెళ్ళినప్పుడు తనవైపు ఆశగా చూడటం సుబ్బారావు గమనించారు. అయితే ఆ పిన్న వయస్సులో అది అసహజమని ఆయనకు అనిపించలేదు.

జాతర గొడవల్లో ఒక చిన్న సంఘటన జరిగింది. వీళ్ళంతా తమ కంటపడిన అమ్మాయిలను ముట్టే ఆటలో మునిగి వున్నప్పుడు, ఉన్నట్టుండి ఊరి పెద్దల్లో ఒకరి కుమారుడు రుద్రగౌడ కోపంతో మండిపడుతూ, తిప్పేస్వామి చొక్కా పట్టుకుని టపటపమని చెంపలు వాయించాడు. దాన్ని వ్యతిరేకించని తిప్పేస్వామి 'తప్పయింది, తప్పయింది' అని వేడుకుంటున్నాడు. రుద్రగౌడ దాంతో సంతృప్తి చెందక మరొకసారి చెంప వాయించి నేలపై తోశాడు. వీళ్ళంతా 'ఏమైంది, ఏమైంది?' అని అడిగినా వాళ్ళిద్దరూ సమాధానం ఇవ్వలేదు. తిప్పేస్వామి ఏడుస్తూ ఇంటికి వెళ్ళాడు.

రుద్రగౌడ ఆ విషయాన్ని అక్కడితో వదిలేయలేదు. దానికి కారణం తిప్పేస్వామి కుటుంబానికి, రుద్రగౌడ కుటుంబానికీ మధ్య వున్న ద్వేషం. జాతర మరుసటిరోజు ఉదయం రుద్రగౌడ వాళ్ళింటికి వెళ్ళి, అంగణంలో నుంచుని కేకలు పెట్టాడు. ఇరుగుపొరుగు జనమంతా గుమిగూడారు. "తండ్రి అనిపించుకున్నవాడివి ఎలాంటి కొడుకును పుట్టించావు మామా? నిన్న జాతరలో నీ కొడుకు నా నిక్కరులో చేయిపెట్టి లాగాడు. వాడు మగవాడా? వేరే ఇంకేమైనానా? ఊరికే చీర కట్టించి జోగమ్మను చెయ్యి" అని కేకలు వేస్తూ జరిగిన సంగతినంతా అక్కడున్న జనానికి తెలిసేలా అరిచాడు. గుమిగూడిన జనమంతా కేకలు వేసి నవ్వారు. తిప్పేస్వామి తండ్రికి ఘోర అవమానం జరిగింది. కొడుకును పట్టుకుని బయటకు తీసుకువచ్చి "అలా చేశావా చెప్పు"

అని అడిగాడు. దానికి భయపడ్డ తిప్పేస్వామి "తప్పయింది, తప్పయింది, ఇంకొకసారి అలా చేయను" అని ఏడుస్తూ వాళ్ళ నాన్నను వేడుకున్నాడు. అతని తండ్రి మర్యాద మొత్తం ఊరిజనం ముందు పోయింది. జన్మజన్మల ద్వేషాన్ని కూడగట్టుకున్నట్టు అక్కడే దగ్గర్లో వున్న చింతచెట్టు బరికెను తీసుకుని చితకబాద్డాడు. కొడుకు ఒంటిమీద కదుములు కట్టినా తండ్రి కోపం తగ్గలేదు. చివరికి ఎవరో పెద్దవాళ్ళు కలగజేసుకుని ఆపాల్సి వచ్చింది. ఆ గుంపులో వున్న తన మిత్రుడిని అత్యంత దీనమైన చూపులతో "ఎలాగైనా నన్ను కాపాడు" అనేలా తిప్పేస్వామి చూసిన చూపు సుబ్బారావుకు ఇప్పటికీ ఒంట్లో వణుకు పుట్టిస్తుంది.

మరుసటిరోజు ఉదయం తిప్పేస్వామి శవం ఊళ్ళోని పెద్ద బావిలో తేలింది. నీళ్ళు తాగిన శవం ఉబ్బింది. శవం మీద కదుములు ఇంకా స్పష్టంగా కనిపిస్తున్నాయి. 'ఏదో కోపంలో తండ్రి కొడితే ఈ పిల్లవాడు ఇలా చేసుకోవటమా?' అని ఊరి జనం తిప్పేస్వామిదే తప్పన్నట్టు మాట్లాడారు. రుద్రగౌడ శవం చూడటానికి వచ్చాడు. "వయసు కుర్రాడు తప్పుదారి పడితే పెద్దవాళ్ళం మనం సరిదిద్దకుండా ఊరికే ఉండగలమా?" అని అందరిముందు తనను సమర్థించుకుంటూ అన్నాడు.

తన కుమారుడు మోహనస్వామి ఆ దారిన ఎక్కడ నడుస్తాడోననే భయం సద్దు చేయకుండా సుబ్బారావు హృదయంలో వేళ్ళూనుకుంది. చిన్నతనంలో సరిగ్గా అర్థంకాని మిత్రుడు తిప్పేస్వామి ప్రవర్తనను ఇప్పుడు కుమారుడిలో చూస్తున్నప్పుడు పూర్తిగా స్పష్టమైంది. కుమారుడి కళ్ళను తదేకంగా చూసినపుడు ఆయనకు తిప్పేస్వామినే చూసినట్టయి ఉలిక్కిపడేవారు. అందువల్ల ఎన్నడూ వాణ్ణి కటువుగా నిందించటంకానీ, కొట్టడం కానీ చేయలేదు. అయితే లోలోపల కుమారుడి స్వభావం ఆయనను వేధించేది. వాణ్ణి ఆడించి, నవ్వించి, ఎత్తుకుని ముద్దాడిన ఆయన మళ్ళీ తమ స్వభావాన్ని మార్చుకోలేకపోయారు. తమ పురుషత్వపు ఓటమిలా ఆయన కళ్ళకు వాడు కనిపించసాగాడు. ఎవరితోనైనా తన బాధను చెప్పుకోవాల్సింది. ఒకరోజు మృదువుగా సుభద్రమ్మ ముందు ఆ విషయాన్ని కదిపాడు.

"ఎందుకో మోహనుడి ఎదుగుదల సరిగ్గా లేదని అనిపిస్తూ ఉంది" అని సున్నితంగా విషయాన్ని ఎత్తారు. ఆమెకు 'గే', 'హోమో' అనే పదాలు

కచ్చితంగా తెలియదని ఆయనకు తెలుసు. అందువల్ల సాధ్యమైనంత సౌమ్యంగా అతడి పరిస్థితిని వివరించటానికి ప్రయత్నించారు. అయితే సుభద్రమ్మ భర్త చెప్పటానికి ప్రయత్నిస్తున్నదేమిటో ఊహించలేకపోయింది.

"వాడికేమి అయింది? తిని తిరుగుతూ దృఢంగా ఉన్నాడు. చూస్తే దిష్టి తగిలేలా ఎత్తుగా పెరిగాడు" అని సమాధానమిచ్చింది.

"అది కాదే. ఎందుకో మగతనం లేదనిపిస్తోంది. పెళ్ళి చేసుకునేలా లేదేమోనని అనుమానం కలుగుతోంది." అని గుటకలు మింగుతూ చెప్పాడు.

సుభద్రమ్మ ఆ మాటలకు మండిపడింది. "మీకు తలపాడైందా? ఏం మాట్లాడుతున్నారు? కడుపున పుట్టిన కొడుకు గురించి అలాంటి పాడు మాటలు మాట్లాడవచ్చా?" అని ఏడవడం మొదలుపెట్టింది. మోహనుడి విషయం ఈమె ముందు ఎందుకు లేవనెత్తానా అనుకొని బాధపడ్డాడు సుబ్బారావు. "నువ్వు అన్నింటికి ఏడవకు. నాకెందుకో అలా అనిపించింది, చెప్పాను. తప్పు అనిపిస్తే నీవు నమ్మకు. ఇలా ఏడ్వటం ఆపు" అని పెరట్లోకి వెళ్ళిపోయాడు. ఏడ్చినంతసేపు ఏడ్చి, తరువాత కళ్ళు తుడుచుకుని సుభద్రమ్మ ఏదో నిర్ణయించుకున్నట్టు పెరట్లోకి విసురుగా వెళ్ళి భర్త ముందు నిలబడి "ఎల్లప్పుడు దేవుడిని నిష్ఠగా పూజించిన దాన్ని. నన్ను దేవుడు అలా మోసం చేయడు" అని దృఢమైన కంఠంతో అని ఇంకేమీ మాట్లాడకుండా ఇంట్లోకి ఆవేశంగా వెళ్ళిపోయింది.

భర్త ముందు వీరావేశంతో అలా అన్నప్పటికీ సుభద్రమ్మ లోలోపల కొడుకు గురించి కలవరపడసాగింది. తన రక్తమాంసాలు పంచుకుని పుట్టిన కొడుకు గురించి ఎలాంటి అపస్వరం వినటానికీ ఆమె సిద్ధంగా లేదు. ప్రేమను ధారగాపోసి పెంచిన తన కొడుకుకు అలాంటి చెడు ఎన్నడూ సంభవించటం సాధ్యంకాదని ఆమె గాఢంగా నమ్మింది. అయినా కలవరం. అన్నీ సరిగ్గా లేవన్న నిరాశా భావన. మొన్నమొన్నటి వరకూ అతను కుళాయి నుంచి నీళ్ళు తెచ్చేటప్పుడు ఆడవాళ్ళలా చంకన పెట్టుకుని తీసుకువస్తాడన్న విషయం ఆమెకు వద్దన్నా గుర్తుకువచ్చి బాధించసాగింది. భుజంమీద పెట్టుకుని తీసుకురా అని ఎంత చెప్పినా వినలేదు. తన సమవయసు మగపిల్లలతో గోలీలు, బొంగరాలు ఆడటంలో ఎలాంటి ఆసక్తి లేని మోహన తాను అరుదుగా వైరుతో బుట్ట అల్లటం మొదలుపెడితే, తానూ నేర్చుకుని తనకంటే ముందే బుట్ట అల్లటం పూర్తిచేసేవాడు. ఇంజనీరింగ్ రెండవ సంవత్సరంలో ఉన్నప్పుడు ఒకసారి

మోహనస్వామి విచిత్ర స్వభావాన్ని గమనించింది. కుంకుమ, నెయ్యి ఎడమచేతిలో వేసుకొని కలిపి అద్దంముందు నిలబడి దాన్ని పెదాలకు రాసుకోవడాన్ని చూసి ఆమె దిగ్భ్రాంతి చెందింది.

ఉద్యోగంలో చేరిన రెండు మూడు సంవత్సరాల తరువాత మోహనస్వామి ఒకసారి ఊరికి వచ్చాడు. సాయంత్రం సమయంలో వచ్చినవాడు, సుష్టుగా భోజనం చేసి పడుకున్నాడు. బెంగుళూరులో హోటల్ భోజనానికి విసిగిపోయిన కొడుకు, ఇంటికి వచ్చినప్పుడు పెట్టినదంతా పుష్కలంగా తిని గురకలు పెడుతూ పడుకోవటం చూసినపుడు సుభద్రమ్మకు సంతోషం కలిగేది. రాత్రి ఒంటి గంటసమయంలో అందరూ పడుకుని వున్నప్పుడు, నెమ్మదిగా అతడి మంచం దగ్గరకు వెళ్ళి కూర్చుంది. తాను చేయాలనుకున్న పరీక్ష ఆమెకు సిగ్గును తెప్పిస్తోంది. అయినా నిజాన్ని కనుక్కోవాలనే మొండితనం ఆమెది. “మోహన ఎంతైనా నా కొడుకు. తొమ్మిది నెలలు కడుపులో మోసి కన్నదాన్ని. అతడి పీతి ముడ్డిని కడిగినదాన్ని. అతడిని దిశమొలతో నిలబెట్టి స్నానం చేయించినదాన్ని నేను. అతను జ్వరంతో మంచంపడితే చడ్డీ మార్చింది నేను. నాకెందుకు సిగ్గు? నాకెందుకు సంకోచం? భగవంతుడా ! నా తప్పును క్షమించు. నాకు ఏ దురుద్దేశం లేదు” అని అనుకుంటూ ధైర్యం తెచ్చుకుని, సున్నితంగా అతని దుప్పటి తొలగించి, అతడి పంచెను జరిపి, అతని శిశ్నాన్ని సిగ్గు, సంకోచాలతో ముట్టింది. అది నిగురుకుని ఉండటం అర్థమయ్యాక ఆమెకు అత్యంత సంతోషం కలిగింది. అనుమానాలన్నీ పరిష్కరింపబడినట్టు ఆమె మనస్సు తేలికైంది.

అయితే ఆ సూక్ష్మ భాగపు స్పర్శకు మోహనస్వామికి మెలకువ వచ్చింది. ఎవరో తన మర్మాంగాన్ని తాకటం అతడికి అర్థమైంది. కళ్ళు తెరిచి లేచి చూస్తే మంచం దగ్గర కూర్చున్న తల్లిని చూసి అతనికి భయమూ, అసహ్యమూ కలిగాయి. “ఏమిటమ్మా ఇది?” అని అత్యంత దుఃఖంతో అడిగి, లుంగీని సరిచేసుకున్నాడు. కొడుకుకు తన ప్రవర్తన తెలిసిపోయిందని దిగులు కలిగినా, “తల్లి బాధ నీకేం తెలుస్తుంది? నీవు మగవాడో కాదో అని ఊళ్ళో జనం మాట్లాడడం మొదలుపెట్టారు. నిజం ఏమిటో నీవు కూడా చెప్పవు. నేను ఇంకేం చేయను?” అని సుభద్రమ్మ వెక్కివెక్కి ఏడ్చింది.

మోహనస్వామికి పరిస్థితి ఇప్పుడు పూర్తిగా అర్థమైంది. దానికి ఎలా ప్రతిస్పందించాలో తెలియక మౌనంగా ఉండిపోయాడు. కొంతసేపు కన్నీరు

కార్చిన సుభద్రమ్మ, చివరికి తానే సర్దుకుని "దేవుడు గొప్పవాడు. నా కడుపున మగబిడ్డే పుట్టించాడు. ఇక నాకు ఏ భయమూ లేదు. ఎవరు ఏమి చెప్పినా నేను భయపడను" అని, అతని తల నిమిరి, నుదుట ముద్దుపెట్టి "ఇక నువ్వు నిశ్చింతగా పడుకో నాన్నా" అని ముద్దులాడి, దేవుడి గదికి వెళ్ళి నేతిదీపం వెలిగించి, "దేవుడు నాకు అన్యాయం చేయలేదు" అంటూ భక్తి భావంతో అతడి దయను పొగిడి, నమస్కరించి వెళ్ళి భర్త పక్కన పడుకుని, అతడిని లేపి "నా కొడుకు మగవాడని నాకు కచ్చితంగా తెలిసింది" అని సంతోషంతో చెప్పుకుంది.

ఆమె వెళ్ళిన తరువాత జరిగిన సంఘటనను జీర్ణించుకోవటానికి మోహనస్వామి చాలాసేపు సతమతమయ్యాడు. ఆ సమయంలో తన ఉద్రేకానికి కారణం కలలో వచ్చిన యువకుడి నగ్న దేహమనే సత్యాన్ని చెబితే తల్లి ఎలా అర్థం చేసుకుంటుందో అనిపించి చిన్నగా వణికాడు. తన నిస్సహాయ పరిస్థితి గురించి ఆ నిశిరాత్రిలో నిట్టూర్పు విడిచాడు. మళ్ళీ అతడికి నిద్ర పట్టలేదు. మరుసటిరోజు తల్లీతండ్రుల ముఖాలు చూడటానికి సాధ్యంకాక, వెంటనే బెంగుళూరుకు వెళ్ళిపోయాడు.

*****

మోహనస్వామి పియుసి చదువుతున్న సమయంలో సుబ్బారావు మిత్రుడి కొడుకు పెళ్ళి విషయమై మాట్లాడటానికి బళ్ళారికి వెళ్ళాడు. మిత్రుడు బలవంతం చేసి పిల్చుకునిపోయాడు. ఈయన గట్టిగా ఏమీ మాట్లాడేవారు కాదని తెలిసినా "నువ్వు పక్కనుంటే ధైర్యమొస్తుంది రావయ్యా" అని పిల్చుకునిపోయాడు. మధ్యాహ్నం రెండు గంటలకు మొదలైన మాటలు, వరకట్నం విషయంలో పైకికిందికి దిగుతూ యాభైవేలుకు కుదిరింది. పురోహితుల్ని పిలిచి, అన్నిటిని వివరంగా పత్రంలో రాయించి, వియ్యంకులిద్దరూ సంతకాలు చేశారు. ఆ పత్రానికి పెళ్ళికొడుకు తరఫున ఈయనను సాక్షి సంతకం పెట్టమన్నారు. పత్రంలో సంతకం పెట్టేటప్పుడు తన కుమారుడి భవిష్యత్తు గుర్తుకొచ్చి చేయి వణికింది. "తమ మోహనస్వామి వల్ల ఏ గౌరవ మర్యాదలూ తమకు దక్కవు. అతనివల్ల ముందరి జీవితానికి ఏ ఉపయోగమూ లేదు. అతనివల్ల తన వంశం అభివృద్ధి చెందదు. తనకు స్వర్గంలో ముక్తి కూడా దక్కదు. ఎలాంటి చేతకాని కొడుకును కన్నాను. ఇతనివల్ల జీవితాంతం తాను సమాజంలో

అవమానాలను అనుభవిస్తూనే ఉండాలి. అందరి ముందు తలఎత్తుకుని తిరగలేక తలదించుకుని బతకాలి! అని గాఢంగా అనిపించింది. ఈ ఆలోచన తీవ్రమై, కూర్చున్నా, నిలబడినా ఆయన్ను ఆక్రమించసాగింది. మళ్ళీ తిరిగి ఊరికి వచ్చిన తరువాత ఆయన ప్రవర్తన మారిపోయింది.

మోహనస్వామిని ప్రేమగా చూడటానికి సాధ్యంకాని స్థితిని చేరుకున్నారు. అతని కోసం చేసినా ఖర్చంతా వృథా అనుకున్నారు. కొడుకు కళ్ళల్లో కళ్ళు పెట్టి చూడటం వదిలేశారు. అతని అభ్యర్థనలు, ప్రవర్తనలు అన్నీ అసహ్యాన్ని కలిగించసాగాయి.

కొన్ని నెలల్లోనే మోహనస్వామి ఎంట్రెన్స్ పరీక్షా ఫలితాలు వచ్చాయి. ఉత్తమర్యాంకు పొంది పాసైన మోహనస్వామికి బెంగుళూరు ప్రభుత్వ ఇంజనీరింగ్ కళాశాలలో సీటు దొరికింది. ఊళ్ళోని జనం అతని విజయం చూసి సంబరపడుతుంటే, సుబ్బారావు మాత్రం చింతాక్రాంతులయ్యారు. ఇంజనీరింగ్ చదివించటానికి ఎంతలేదన్నా నలభై నుంచి యాభైవేల వరకు ఖర్చవుతుంది. ప్రభుత్వ కళాశాల అయినా భోజనాలకి, హాస్టల్ ఖర్చులకు సర్దాలి కదా? భవిష్యత్తులో పెళ్ళి చేసుకోకుండా, వరకట్నాన్ని తీసుకురాని, వంశాన్ని పెంచని ఈ పిల్లవాడికి అంత ఖర్చు చేసే అవసరమేముంది? దానికి బదులుగా ఆ సొమ్మును కుమార్తె వివాహానికి ఉపయోగించడం తెలివైన పని కాదా?

కుమారుడిని ఇంజనీరింగ్ చదివించే విషయంలో కఠినమయ్యారు. తనవల్ల సాధ్యంకాదని చేతులు ఎత్తేశారు. అక్కడ ఊళ్ళో డిగ్రీ చదివి ఏదైనా గుమాస్తా ఉద్యోగంలో చేరమని పరోక్షంగా చెప్పారు. అయినా ఎవరు కుమారుడి తలలో ధైర్యం నింపారో తెలియదు. చదవటానికి వెళతానని పట్టుబట్టాడు. భర్త మనోస్థితి తెలియని సుభద్రమ్మ "ఎలాగో అప్పోసొప్పో చేస్తే సరిపోతుంది. ఉన్నది ఒక్కడు. కావాలంటే నా దగ్గరున్న బంగారంలో కొంత అమ్మడానికి ఇస్తాను" అన్నా సుబ్బారావు అంగీకరించలేదు. కొడుకు గట్టిగా పట్టుబట్టిన తరువాత "నీ ఇష్టం" అని అతడికే బాధ్యతను అప్పగించి చేతులు దులుపుకున్నారు.

మోహనస్వామి బెంగుళూరుకు బయలుదేరడానికి సిద్ధమయ్యాడు. డబ్బు సహాయం లేకుండానే ఎన్ని రోజులు అక్కడుంటాడు. ఈవాళ కాకపోతే రేపు తిరిగి వస్తాడని ఈయన భావించారు. అలా ఎవరిముందు చెప్పకుండా

ఎదురుచూస్తూ కూర్చున్నారు. అయితే మోహనస్వామి డబ్బుకు తండ్రి ముందు చేయి చాపలేదు. ఎలా డబ్బులు సంపాదించుకున్నాడో, ఎవరి దగ్గర అప్పు తీసుకున్నాడో, ఎలా వాటన్నిటినీ తీర్చాడో ఈయనకు తెలుసుకుని జీర్ణించుకునే ధైర్యంలేదు. ఎవరి పట్టుకూ చిక్కనట్టు అతను అభివృద్ధి చెందసాగాడు. ఈయనకు కుమారుడిని కళ్ళెత్తి చూసే ధైర్యం కుంగసాగింది. ఊరికి అతను వచ్చినపుడు అతని కంట పడకుండా తిరగసాగాడు. ప్రతినెల అతను డబ్బులు పంపడం మొదలుపెట్టగానే దాన్ని తాకే ధైర్యాన్ని పోగొట్టుకున్నాడు. కూతురి వివాహ ఖర్చు మొత్తం అతనొక్కడే భరించినపుడు మరింత భూమిలోకి కుంగిపోయాడు. వెనుకటి తమ నిర్ణయాలన్నీ నిరంతరంగా ఆయన్ను వేధించసాగాయి.

అందరిముందు వినయవిధేయలతో ప్రవర్తించే కుమారుడి పట్ల తాను ఎలాంటి అన్యాయాన్ని చేయటానికి పూనుకున్నాడు? కేవలం అతని లైంగికతకు విలువనిచ్చి ఒక జీవితం మొత్తాన్ని చిన్నచూపు చూశాడా? ఏదో వరకట్నపు డబ్బు తనకు రాదనే అల్పమైన సంగతి తనను అంతగా ఎందుకు దహించింది? అలాంటి వందరెట్లు వరకట్నపు డబ్బును కొడుకు ఇప్పుడు సంపాదించాడు. ఏదేదో దేశాలను చుట్టి వచ్చాడు. తమనూ ఒకసారి రమ్మని పిలిచాడు. అయితే వెళ్ళే ధైర్యం లేదు. ఇంటి పరిస్థితి మారిపోయింది. ఒక రెమ్మ కరివేపాకును కొనడానికి తమ ముందు చేయిచాపిన సుభద్రమ్మ ఇప్పుడు ఈయనకు చెప్పకుండా నగలు కొంటోంది. కొడుకు సంపాదించిన డబ్బుమీద తండ్రి కన్నా తల్లికి ఎక్కువ అధికారం ఉంటుంది. తన గుండెజబ్బు ఇబ్బంది పెట్టినపుడు ఎవరి మాట వినకుండా బెంగుళూరుకు పిలుచుకునిపోయి, అత్యంత ఖరీదైన హాస్పటల్‌లో తనకు ఆపరేషన్ చేయించి, ప్రేమగా చూసుకున్నాడు. సుభద్రమ్మ మోకాళ్ళ నొప్పికీ సరైన చికిత్స చేయించి, ఇప్పుడామె సుఖంగా తిరిగేటట్టు చేశాడు. ఒక కొడుకు ఇంతకన్నా ఎక్కువగా ఏమి చేయగలడు? పెళ్ళయినంత మాత్రాన రుణం తీర్చినట్టవుతుందా? బళ్ళారి అమ్మాయిని యాభైవేల వరకట్నం తీసుకుని పెళ్ళి చేసిన తన మిత్రుడి కుమారుడి సంపాదన స్థితి ఆయనకు బాగా తెలుసు. తల్లిదండ్రులిద్దరినీ బయటకు గెంటాడు. భార్యనైనా సుఖ పెట్టాడా? అదీలేదు. ఇద్దరు పిల్లలను పుట్టించడం మాత్రం అతను సాధించిన విజయం. అందులో సంబరపడే సంగతి ఏముంది?

ఎలాగైనా కుమారుడికి తాను చేసిన అన్యాయం తెలిపి, క్షమాపణలు

అడగాలని మనస్సులో దృఢమైన అభిప్రాయం ఏర్పడింది. అయితే ధైర్యం కలగటం లేదు. అతను ఊరికి వచ్చినప్పుడల్లా అతనిముందు మోకాళ్ళు వంచి కూర్చుని చేతులు జోడించాలని అనుకునేవాడు. అయితే ఎందుకో అది తమాషా విషయంగా మారిపోతుందేమోనని వెనుకాడాడు. సంవత్సరం తరువాత సంవత్సరం వారి క్షమాపణ వాయిదాపడుతూనే ఉంది. అయితే ఇప్పుడు చావు దగ్గరికి వచ్చి కూర్చుంది. ఇక ఆలస్యం చేసేలా లేదు. మాటలు పడిపోయాయి. రాసి తెలియజేద్దామనుకుంటే చేతులు వణుకుతున్నాయి. ఏ క్షణంలోనైనా ఊపిరి నిలిచిపోవచ్చు. తొందరగా కొడుకు రానీ... ఒకసారి వాడి ముందు చేతులు జోడిస్తాను. 'మోహనా... నా మోహనా... తప్పయింది పెద్దవాడినైనా అల్పుడిలా ప్రవర్తించాను. నన్ను క్షమించు కన్నా. తొందరగా రా... నీ చేయి పట్టుకుని క్షమించమని అడుగుతాను... తొందరగా రా...

*****

పదమూడవ రోజున తీపిని ముట్టి మైలను పోగొట్టుకున్న తరువాత, ఆ సాయంకాలం మోహనస్వామి గోపాలభట్టుగారిని చూడటానికి వెళ్ళాడు. "బీద బ్రాహ్మణుడు, చాలా కష్టాల్లో ఉన్నాడు. నీ దగ్గర ఏదో మాట్లాడాలి అన్నాడు. వెళ్ళిరా" అని తల్లి ప్రోత్సహించి పంపించింది. తల్లి అత్యంత పవిత్రంగా నమ్ముకున్న గాజులు, కుంకుమ, ముక్కెర, మాంగల్యాలను తీసేసి చీకటి మూలలో కూర్చున్నా, ఈ భట్టు సంసార తాపత్రయానికి స్పందించిన విధానానికి అతను మెత్తబడ్డాడు. తండ్రి శ్రాద్ధకర్మను గోపాలభట్టుగారు సాంగోపాంగంగా నడిపించారు. అతని భార్య వంట బాధ్యతను తీసుకుంది. తమ ఊళ్లో ఇలాంటి వాటికి సౌకర్యాలు లేవని హంపి– తుంగభద్ర నది తీరంలో జరిపించటానికి నిర్ణయం జరిగింది. డబ్బు ఇబ్బంది లేకపోవటం వల్ల మోహనస్వామి ఆయన చెప్పినదానికంతా ఒప్పుకున్నాడు. అయిదురోజులకు ముందే ఇక్కడికి వచ్చారు.

కర్మకాండలన్నీ మోహనస్వామికి కొత్త. దైవత్వంలో అలాంటి నమ్మకం ప్రస్తుతం అతనికి లేదు. ఇప్పుడు బంధువులందరి కళ్ళు తనమీదే ఉండటం వల్ల దాన్ని వ్యతిరేకించకుండా గోపాలభట్టుగారు చెప్పినట్టు చేశాడు. అంత ఇబ్బందేమీ కలగలేదు. అయితే కాకికి పిండం పెట్టే సమయంలో మాత్రం విపరీతమైన అసహనానికి గురయ్యాడు. ఏమి చేసినా కాకి పిండాన్ని ముట్టలేదు. ఎవరు వెళ్ళి ఎంత వేడుకున్నా కాకరాయుడు సంతృప్తి చెందలేదు. ఆ సమయంలో

సుభద్రమ్మ పట్టుపట్టింది. "ఆయనకు కొడుకు పెళ్ళి చూసి కళ్ళుమూయాలని తప్ప మరో ఆశ లేదు... నా ముందు చాలాసార్లు అదే విషయం చెప్పారు. ఆ కోరిక తీరకుండానే మిగిలిపోయింది. అందుకే ఆయన వచ్చి భోజనం చేయడంలేదు" అంది కన్నీరు కారుస్తూ. "వెళ్ళి వేడుకో. వెళ్ళు. ఎందుకు అందరి కోపానికి గురవుతావు" అని మోహనస్వామి అక్క జానకి తన రెండేళ్ళ కొడుకును సమాధానపరుస్తూ కూర్చున్నామె ఆజ్ఞాపించింది. మోహనస్వామి కదల్లేదు. "వాడు ఒప్పుకోడు. నాకు తెలుసు. ఆయన ఉన్నప్పుడు మనమడి సుఖం ఇవ్వడానికి ఒప్పుకోలేదు. ఇప్పుడు చనిపోయిన తరువాత కూడా దానికి ఒప్పుకోడు. వీడికి మొండితనం. కేవలం మొండితనం" అని సుభద్రమ్మ మరింత రాగం తీయసాగింది. "వెళ్ళు మోహనా... కాదనకూడదు" అని మిగతా పెద్దలూ అనుపల్లవి పాడసాగారు. మోహనస్వామికి కోపం రాసాగింది. ఆ సమయంలో గోపాలభట్టుగారు ఉపాయంగా దారి చూపారు. "మీరు వెళ్ళి అక్కడ నుంచుని ఏది సరి అనిపిస్తుందో, దాన్నే వేడుకోండి మోహనస్వామి. అందరికీ వినిపించేలా చెప్పాల్సిన అవసరంలేదు" అని ఒప్పించి పంపారు. కోపంగానే మోహనస్వామి లేచి వెళ్ళి పిండాన్ని పెట్టిన స్తంభం ముందు నిలబడ్డాడు.

నాన్నను ఏమని వేడుకోవాలి? ఆయనకు ఏ కోరిక ఉండేదో ఎవరికి తెలుసు? చావటానికి ముందు తన రెండు చేతులను పట్టుకుని ఒకేవిధంగా కన్నీరు కార్చారు. ఎందుకు? ఏమిటో ఏమీ అర్థం కాలేదు. అంతగా ఏడ్చే కష్టం నేను అతనికి ఏం పెట్టాను? పెళ్ళి చేసుకోనని స్పష్టంగా చెప్పాడు. మిగతా అన్ని విధాలుగా బాగానే చూసుకున్నాడు కదా. తండ్రి అడగగలిగే వందలాది ప్రశ్నలను ఊహించి, ఊహించి తల్లీకొడుకులు ఇద్దరూ అడిగినా దేనికీ సుబ్బారావు అవునని తలాడించలేదు. రాసి చూపించమన్నా చేయి వణికి పెన్ను జారిపోయింది. లేచి కూర్చోవడానికి సాధ్యంకాని స్థితిలో రాయటం ఎలా? మాట్లాడటానికి ప్రయత్నిస్తే కేవలం గురగుర సద్దు. తాను ఏమని అర్థం చేసుకోగలడు? నా రెండు చేతులను తన చేతుల్లో వెచ్చగా పట్టుకుని ఒకేవిధంగా ఏడిస్తే దానికి అర్థమేమిటి? ఇదంతా బతికి ఉన్నప్పటి సంగతి అయితే, ఇప్పుడు చనిపోయాక కూడా అలాంటి అసహనపు ప్రసంగం! మోహనస్వామికి అక్కడ్నుంచి లేచి వెళ్ళిపోవాలని అనిపించింది. అంతమంది ముందు అలాంటి మొరటుపని చేయలేక మౌనంగా చేతులు జోడించి

నిలబడ్డాడు.

'నాన్నా నీ బాధ ఏమిటో నాకు తెలియదు. నీకు ఇష్టమైతే వచ్చి భోంచెయ్. లేదంటే వదిలెయ్. నేనైతే నీ భోజనం కోసం పెళ్ళి చేసుకోను. మరొక ఆడదాని జీవితాన్ని పాడు చేయటానికి నేను సిద్ధంగా లేదు. నాదికాని జీవితాన్ని నేను జీవించాలని నీవు కోరుకోవద్దు...' అని కొంచెం ఘాటుగానే మనస్సులో వేడుకున్నాడు. ఎక్కడినుంచో కాకి వొకటి వచ్చి పిండాన్ని స్వీకరించి ఆకాశంలోకి ఎగిరిపోయింది. 'హో' మని గుమికూడిన జన సమూహమంతా హర్షోద్గారాలు చేసింది. 'మాయ చేసేశావు మోహనా' అని భట్టుగారు సూచించారు. "నాకు తెలుసు... అదొక్కటే కోరిక ఆయనకు ఉండేది" అని సుభద్రమ్మ ఇప్పుడు ఆనందభాష్పాలను రాల్చుతూ ప్రేలాపనలు చేయసాగింది. "అలాగైతే ఇక మోహనకు పిల్లను వెదకడం మొదలుపెట్టాలి" అని గుంపులోంచి ఒకరు మాటల బాణాన్ని విసిరారు. అందరూ నవ్వారు.

పూర్వోక్తపు బ్రాహ్మణుల భోజనాలు ముగిసిన తరువాత ఆ ఎంగిలాకులను కర్మ చేసిన పెద్దకుమారుడే తీయాలి. అతనికి పెళ్ళయివుంటే భార్య సహాయాన్ని తీసుకోవచ్చు. చాలామంది పడసాలలో కూర్చుని చూస్తూ వుండగా, బ్రాహ్మణులు తిన్న ఎంగిలి తీస్తుంటే మోహనస్వామికి దుఃఖం వచ్చింది. చిన్నతనంలో గోమయం చేసే అలవాటు వున్నప్పటికీ, ఉద్యోగంలో చేరిన తరువాత మళ్ళీ అతను చేయలేదు. అసలే భయంకరమైన ఉక్క, ఎండసెగ, వేసుకున్న ధోవతి, కండువాల ఇబ్బంది, వాటన్నిటి మధ్య ఈ ఎంగిళ్ళు తుడిచే చెడు సాంప్రదాయం. "పెళ్ళి చేసుకుని వుంటే ఈ కష్టం ఉండేదికాదు చూడు" అని ఎవరో విమర్శించారు. "నిజం, నిజం" అని మరో రెండు కంఠాలు దానికి ఒప్పుకోలును వ్యక్తపరిచాయి. ఇతడికి అన్నీ వదిలేసి బెంగుళూరుకు పారిపోదామనిపించింది. తన నిస్సహాయతకు కంటి వెంట ఒకటి రెండు కన్నీటి బొట్లు జారి ఆ గోమయపు నీటిలో కలిసింది. గోపాలభట్టుగారికి అతని స్థితి అర్థమైంది. "మోహనరావ్, అదంతా పాత సాంప్రదాయం. ఎవరైనా ఆడవాళ్ళ సహాయం తీసుకోండి. తప్పేంలేదు" అని చెప్పి మరొకసారి మోహనస్వామి సహాయానికి వచ్చాడు. జానకి వెంటనే లేచి తమ్ముడి చేతి నుంచి ఎంగిలి ఆకులను తీసుకుంది.

ఈ రెండు సంఘటనలలోనూ గోపాలభట్టుగారు తన జాలి స్వభావం వల్ల మోహనుడి సహాయానికి వచ్చారు. అందువల్ల వారిమీద మోహనస్వామికి

ఒకవిధమైన ప్రేమ, గౌరవాలు ఏర్పడ్డాయి. ఆయన తనను కలవమని చెప్పిన విషయం తెలియగానే ఎక్కువగా ఆలోచించకుండా బయలుదేరాడు. ఆయన ఇల్లు విరూపాక్ష దేవాలయం వెనుకవున్న కొన్ని సందులను దాటితే కనిపిస్తుందని తెలిసింది. మొదట్లో రథం వీధిలోనే ఉన్న రాతిస్తంభాల సత్రంలో ఒకదాన్ని ఇల్లుగా మార్చుకున్నారట. ప్రభుత్వం వారు దాన్నంతా నేలమట్టం చేశాక ఇప్పుడు వెనకెక్కడో ఒక మట్టి ఇల్లు కట్టుకున్నారు.

*****

దూరంగా తుంగభద్రానది ప్రవహిస్తోంది. ఒడ్డున ఒకవైపు మట్టి ఇల్లు కట్టుకున్నారు. దాని ఇరుగుపొరుగున ఏ ఇల్లు లేదు. అయితే పెద్దపెద్ద బండలు ఒకదానికొకటి ఆసరాను ఇచ్చుకుని దగ్గర్లోనే నుంచున్నాయి. ఒక బండమీద ఎవరో ఆంజనేయస్వామి చిత్రాన్ని చెక్కారు. మరి ఎవరో దానికి పూజచేసి, కుంకుమ పూశారు. అదే రాతి చివరన ఓ కాకి కూర్చుని 'కావ్ కావ్'మని అరుస్తోంది.

అంగణంలో గోపాలభట్టుగారు కూర్చుని విసనకర్రతో విసురుకుంటూ, ఆ రోజుటి దినపత్రికను చదువుతున్నారు. అంగణానికి అంటుకున్నట్టు ఒక పశువుల కొట్టం ఉంది. అక్కడ రెండు ఆవులు తమ పాటికి తాము గడ్డి మేస్తున్నాయి. ఇంటిముందు అందమైన పెద్ద ముగ్గును వేశారు. ఇంటి చుట్టూ అనేక రకాల పూల మొక్కలను పెంచారు. సాయంత్రం సమయం కావటంవల్ల ఉదయపు వేడిమి అంతా పోయి కొద్దిపాటి చల్లదనం వ్యాపించసాగింది.

మోహనస్వామిని చూడగానే గోపాలభట్టుగారు 'రండి... రండి' అని ఆదరంగా ఆహ్వానించారు. ఇంటి అరుగుమీద ఒక చాపను పరిచి కూర్చోమన్నారు.

"ఏమే.." అని కేక వేశారు. సమాధానం రాలేదు. మరొకసారి "ఏమో..." అన్నారు. ఈసారి ఆయన కూతురు బయటికి తలపెట్టి "అమ్మ రాముని గుడికి భజన చేయడానికి వెళ్ళింది నాన్నా" అని జవాబిచ్చింది. "అలాగైతే నువ్వే ఒక లోటా కాఫీ చేయమ్మా" అని అన్నారు.

"ఇల్లు వెదకడం కష్టమైందా? ఊరి బయట ఇల్లు కట్టుకున్నాను" అని సణిగారు.

"లేదు... లేదు... ఈ ఊళ్ళో అందరికి మీ పేరు తెలుసు. అడగ్గానే

చూపించారు" అని మోహనస్వామి జవాబిచ్చాడు.

"మొదట్లో రథం వీధిలో ఇల్లున్నప్పుడు బాగుండేది. ఏంచేయాలి. నేలకూల్చారు. నాన్నకాలం నుంచి అక్కడే ఉన్నాను. ఇప్పుడు ఉండకూడదంటారు. ఎవరితోనైనా పోట్లాడవచ్చు. అయితే పాలించే ప్రభుత్వంతో ఎలా పోట్లాడ గలం?" అని తమ పరిస్థితిని చెప్పుకున్నారు.

అంతలో కాఫీ వచ్చింది. కాటన్ చీరను కట్టుకున్న ముప్ఫ ఏళ్ళ అమ్మాయి కాఫీ గ్లాసును చీరకొంగుతో పట్టుకుని వచ్చి అతని ముందు పెట్టి వెళ్ళిపోయింది. కాఫీ చక్కగా ఉంది. ఇంట్లో ఆవు ఉండటం వల్ల తాజా పాలతో చేసి వుండాలని మోహన ఊహించాడు. ఒకటి రెండు గుటకలు వేసిన తరువాత "నాతో ఏదో మాట్లాడాలని అన్నారట. అమ్మ చెప్పింది" అన్నాడు. గోపాలభట్టుగారు గుటకలు మింగారు.

"ఇప్పుడు కాఫీ తెచ్చి ఇచ్చింది కదా, ఆమె నా కూతురు. అంజలి. ముప్ఫైరెండేళ్ళు. చాలా తెలివైంది. ఆ పెద్ద ముగ్గు అంగణంలో వేసింది ఆమే. ఈ పూలమొక్కలన్నీ ఆమే పెంచింది. వంట పనుల్లోనూ నిపుణురాలు. నాలుగేళ్ళ క్రితం భర్త చనిపోయాడు. మైన్స్ గొడవల్లో ఏదో డబ్బులు తిన్నాడట. ప్రభుత్వం వారు పట్టుకుని జైల్లో పెడతారని భయపడ్డాడు. ఒకరోజు ఉదయమే హంపి ఎక్స్‌ప్రెస్ కింద తలపెట్టాడు..." అన్నారు. ఈ విషయాలన్నీ తనకెందుకు చెబుతున్నారోనని మోహనస్వామి అవ్యక్తమైన విచారానికి లోనయ్యాడు. భట్టుగారు కొనసాగించారు. "అత్తింటివాళ్ళు ఈమెను పెట్టుకోవడానికి అంగీకరించలేదు. అప్పుడు ఈమె పుట్టింటికి తిరిగొచ్చింది. నెలనెలా అప్పు బకాయి కంతులు కట్టేటప్పుడు దుఃఖం కలుగుతుంది" అని పంచెతో కళ్ళొత్తుకున్నారు. మోహనస్వామి ఒకటి రెండు క్షణాలు మౌనంగా కూర్చున్నాడు. తరువాత నెమ్మదిగా "ధైర్యం తెచ్చుకోండి." అని మృదువుగా చెప్పి "ఇప్పుడు నా వల్ల మీకు ఎలాంటి సహాయం కావాలి?" అని అసలు విషయాన్ని తెలుసుకోవడానికి ప్రయత్నించాడు.

"మీరు గొప్పవాళ్ళు. చదువుకున్నవాళ్ళు. అన్నీ తెలిసి వుంటాయి. ఎలాగైనా మా అమ్మాయి చేయి పట్టుకుని కాపాడాలి" అని రెండు చేతులను జోడించారు. విషయం ఎటువైపు మరలుతోందో మోహనస్వామికి సూక్ష్మంగా అర్థమవ్వసాగింది. "భట్టుగారూ, మీ మాటలు నాకు సరిగ్గా అర్థం కాలేదు"

అన్నాడు. "ఆమెను పెళ్ళి చేసుకుంటే మీకు ఒక ఆసరా దొరుకుతుంది. మాకు కష్టం తొలుగుతుంది" అని భట్టుగారు వివరంగా తెలిపారు. "భట్టుగారు మీరు అపార్థం చేసుకున్నారు. నాకు వివాహం చేసుకోవాలనే ఉద్దేశం లేదు. అలా ఉండుంటే ఎప్పుడో వివాహం చేసుకునేవాడిని. ఇప్పుడు నలభై ఏళ్ళ వరకు ఎందుకు ఊరికే ఉంటాను?" అని నెమ్మదిగా జవాబిచ్చాడు. ఇలాంటి ప్రశ్నలను అనేకమంది నుంచి వినటం వల్ల విసుగు అతనికి కలగలేదు.

"అలా కాదు మోహనరావ్. వయస్సులో పెద్దవాడిగా మీకొక మాట చెబుతాను. అపార్థం చేసుకోకండి. వయస్సు అవుతూ అవుతూ మిమ్మల్ని ఎవరైనా చూసుకోవాల్సినవారు అవసరమవుతారు. తల్లిదండ్రులు ఎన్నాళ్ళు చూస్తారు చెప్పండి? మనిషి ఒంటరిగా ఉండకూడదు? అందులోనూ నలభై ఏళ్ళ వయస్సు చెడ్డది. మగవాళ్ళకు నలభై అంటే గండం ఉండేకాలం. తోడుగా వంట చేసిపెట్టే, జాగ్రత్తగా చూసుకునే మనిషి ఒకరుంటే బాగుంటుంది..." భట్టుగారి వొత్తిడి మోహనస్వామికి అసహనాన్ని కలిగించింది.

"మీకెలా చెప్పాలి? వద్దు అనే వారికి పెళ్ళిచేసుకోమని ఎందుకు వొత్తిడి పెడతారు?" ఈసారి మోహన తన మాటల్లో కొంచెం కోపాన్ని చూపించి, బయలుదేరటానికి లేచి నుంచుకున్నాడు. గోపాలభట్టుగారూ లేచి నుంచున్నారు. అయితే మాటలు ఆపలేదు. భయపడుతూనే అన్నారు.

"మీకు పక్క సహవాసం వద్దంటే ఫరవాలేదు. అమ్మాయికి ముందుగానే అర్థమయ్యేలా చెబుతాను. దానికోసం ఎదురుచూడకూడదని. అందుకోసం మిమ్మల్ని ఒత్తిడి పెట్టరు. అయితే ఇంట్లో వంట చేయడం, బట్టలు ఉతకటం, మీ యోగక్షేమాలు చూసుకోవటం... మొత్తానికి ఒక స్నేహితురాలిగా ఉండొచ్చు కదా? ఆమెకు ఒక జీవితం దొరుకుతుంది. మీరూ ప్రజల మధ్య గౌరవంగా భార్యను వెంటబెట్టుకుని తిరగొచ్చు. ఎందుకు అందరి చేత అనిపించుకుంటారు?"

మోహనస్వామి నిర్ఘాంతపోయాడు. ఇలాంటి విన్నపం ఒకటి తన దగ్గరికి వస్తుందని ఊహించలేదు. అప్పుడే తన లైంగిక సామర్థ్యం గురించి ఈ బ్రాహ్మణుడు అర్థం చేసుకున్నాడు కదా! అని ఆశ్చర్యం, కోపం, విసుగు కలిగాయి. ఈ అభ్యర్థనలో అమ్మ భాగం కూడా ఉండవచ్చునేమో అనే అనుమానం మోహనస్వామికి వచ్చింది. అయినా సహనాన్ని పోగొట్టుకోకుండా జవాబిచ్చాడు.

"చూడండి భట్టుగారు... ఇంటి పనులు చేయడానికి నగరంలో ఎవరైనా

దొరుకుతారు. దానికి భార్యే కావాలనే అవసరంలేదు. పక్క సంబంధం లేని వివాహంలో నాకు నమ్మకం లేదు. ప్రపంచం ముందు నాటకం ఆడలేను"

"అలాగైతే మీ ఇష్టం. ఎక్కువగా చెప్పలేను. నా మాటలు మొరటుగా అనిపించివుంటే క్షమించండి" అని మరొకసారి చేతులు జోడించి అతడికి వీడ్కోలు ఇవ్వటానికి కదిలారు. అక్కడ్నుంచి బయటపడితే చాలు అని మోహనస్వామి కూడా హడావుడిగా అడుగులు వేశాడు. గేటు దగ్గరికి వచ్చారో లేదో భట్టుగారి భార్య, ఆమెతోపాటు ప్రాయం కుర్రవాడు ఇంటికి తిరిగొస్తున్నారు. భార్య మడితో శ్రాద్ధపు వంటలు చేసి వడ్డిస్తుండటం వల్ల ఆమెను ఇప్పటికే మోహనస్వామి చూశాడు. అయితే ఆమె వెంట వస్తున్న అందమైన కుర్రవాడిది మరీ పరిచయమైన ముఖం అనిపించింది. అతను దగ్గరకు రాగానే గుర్తుపట్టాడు. 'డెరిక్'! సన్నటి మీసాలు, బిగువైన చర్మపు, గాఢమైన ఊపిరి వాసన కలిగిన ఇరవై అయిదేళ్ళ డెరిక్! మోహనస్వామిని అతనూ గుర్తుపట్టి వుండాలి. నుంచున్న చోటనే కలవరపడసాగాడు. తెల్లటి పంచె కట్టుకుని, లేతనీలం రంగు చొక్కా ధరించి, నుదుట విభూతి పూసుకుని మధ్యలో కుంకుమ పెట్టుకున్న డెరిక్ ఇప్పుడు మరో అవతారంలో కనిపిస్తున్నాడు.

"నా కొడుకు రమేష్... ఇంజనీరింగ్ మూడవ సంవత్సరంలో ఆపేశాడు. పూర్తిచేయడానికి కావడంలేదు. ఏదైనా ఉద్యోగం కావాలని ప్రయత్నిస్తున్నాడు. అయితే ఏదీ దొరకటంలేదు. మీరు పెద్ద ఉద్యోగంలో ఉన్నారని అడుగుతున్నాను. అతనికి ఏదైనా దారి చూపడానికి వీలవుతుందా?" అని గోపాలభట్టుగారు దీనంగా అడిగారు.

భట్టుగారి భార్య కొడుకును వాళ్ళతో మాట్లాడటానికి వదలి ఇంట్లోకి వెళ్ళిపోయింది.

మోహనస్వామికి ఊహించని డెరిక్ దర్శనం వల్ల ఏమిచేయాలో అర్థంకాలేదు. సర్దుకుని రమేష్‌ను నేరుగా "బెంగుళూరులో ఏంచేస్తున్నారు?" అని అడిగాడు. రమేష్ మాట్లాడలేదు. "మాట్లాడరా రమేష్. వాళ్ళు పెద్దవాళ్ళు నీకు ఏదైనా సహాయం చేస్తారు. ఊరికే వీధులు తిరగటం మానేసి, ఏదైనా బాధ్యత తీసుకో" అని గోపాలభట్టుగారు కొడుకుకు నచ్చచెప్పారు. మరోదారి కనిపించక రమేష్ నోరు విప్పాడు. "ఏవో రకరకాల పనులు చేస్తున్నాను. సరియైన ఉద్యోగం ఏదీ దొరకటంలేదు" అని నేలను చూస్తూ చెప్పాడు. అతని

జవాబు వల్ల మోహనస్వామికి కొంచెం సంతృప్తికలిగింది.

"ఒక పని చేయండి. మా ఇంటికి కొన్నిసార్లు వచ్చిపోండి. మీ గురించి తెలుసుకోవటానికి నాకు సాధ్యమవుతుంది. ఏదైనా దారి వెదుకుదాం" అని ఆదేశించాడు.

గోపాలభట్టుకు మోహనస్వామి మాటల వల్ల కొంచెం ఆశ కలిగింది.

"మీరు ఆ మాత్రం సహాయం చేస్తే చాలు మోహనరావు. కూతురిది కాకపోయినా కుమారుడి చేయి పట్టుకుని అతని జీవితాన్ని బాగుచేయండి" అన్నారు. తరువాత కొడుకు వైపు తిరిగి "ఆయన్ను కలవటానికి అప్పుడప్పుడు వాళ్ళింటికి వెళతావు కదరా?" అని దబాయించారు.

రమేష్ తలూపాడు.

*****

నల్లి

నా బాల్య మిత్రుడు శంకరగౌడ గుర్తుకు వస్తున్నాడు. ఆ ఊరికి సుమారు రెండు కిలోమీటర్ల దూరంలో వున్న పల్లె నుంచి అతను పాఠశాలకు రోజూ నడిచివచ్చేవాడు. ఆ గ్రామంలోని గౌడ చిన్నకొడుకు అతను. కావలసినంత జమీను, సొమ్ము, అధికారం కలిగివున్న గొప్ప వంశం వారిది. సుమారు ఆరడుగుల ఎత్తు, గోధుమ రంగు, దృఢమైన శరీరాన్ని కలిగిన అతను నిస్సంశయంగా అందంగా ఉండేవాడు. కేవలం ఇంతే అయివుంటే అతను ఆడపిల్లల కలల రాజకుమారుడై ఉండేవాడు. అయితే భగవంతుడు అతని పట్ల అంత దయామయుడిగా లేడు.

శంకర్ మాటలు, స్వరం, హావభావాలు, కోరికలన్నీ ఆడదానివిలా ఉండేవి. మొత్తం తరగతి విద్యార్థులే ఎందుకు, మాస్టరులు కూడా అతడి ఆడంగి లక్షణాలను ఎగతాళి చేసి నవ్వటం అత్యంత సహజమైన విషయమైంది. అతడి స్వరాన్ని అనుకరించి అతడితో మాట్లాడటం, అతను నడిచేలా ఆడదానిలా వయ్యారంగా వేదిక మీద నడవటం, అతడి పుస్తకాలను అమ్మాయిలు కూర్చునే బెంచీల మధ్యన పెట్టి అతడు వెదుక్కునేలా చేయటం సాధారణమైపోయింది. ఒకసారి బయాలజి లెక్చరర్ క్రోమోజోమ్‌ల గురించి పాఠం చెబుతూ, వాటిలో ఒక్కొక్కసారి హెచ్చుతగ్గులు కలిగి మగకాకుండా ఆడకాకుండా బిడ్డ పుట్టవచ్చని చెప్పి కపటమైన నవ్వుతో శంకరగౌడ వైపు చూశారు. మొత్తం తరగతి “శంకర

గౌడ" అని కేక వేసి నవ్వింది.

శంకరగౌడ ఇలాంటి విషయాలకు అంతగా బాధపడేవాడు కాదు. అతనూ అందరితో కలిసి నవ్వేసేవాడు. కుర్రవాళ్ళు ఎగతాళి చేయడానికి తగినట్టుగా అతడి ప్రవర్తన కూడా అత్యంత ఆడతనంతో కూడివుండేది. పాఠశాల వార్షికోత్సవంలో పాటల పోటీలో పి.సుశీల పాడిన "హూవు చెలువెల్లా తందెందితు" అని అచ్చమైన స్త్రీ కంఠంతో పాడాడు. నోటు పుస్తకాల చివరి పుటల్లో కొత్త కొత్త ముగ్గులను వేసేవాడు. బట్టల అంగడిలో వేలాడదీసిన కొత్త చీరలను ఆశగా చూసి "ఎంత అందంగా ఉన్నాయి కదా?" అని అనేవాడు. కుర్రవాళ్ళు ఆడే కబడ్డీ, వాలీబాల్ మొదలైన ఆటల వైపు సంచరించని అతడు, అమ్మాయిలతో కలిసి టెన్నికాయిట్ ఆటను ఉత్సాహంగా ఆడేవాడు. వారి పల్లెల్లో ఉంటున్న వ్యభిచారిణులు "అన్నా, రాత్రికి రాన్నా," అని ప్రాయం వచ్చిన యువకులను పిలవటాన్ని ఒళ్ళు కదిలిస్తూ అనుకరించి చూపిస్తే కేవలం అబ్బాయిలే కాదు, అమ్మాయిలు కూడా నవ్వేవారు. మేము ఎన్నిసార్లు అడిగినా విసుక్కోకుండా "అన్నా, రాత్రికి రాన్నా" అని చెప్పి మమ్మల్ని నవ్వించేవాడు.

తరగతిలో ఇతను ఎప్పుడూ నా పక్కనే కూర్చునేవాడు. చదువులో అంత చురుకు కానట్టి శంకరగౌడకు పాఠాలు అర్థం చేసుకోవడానికి నా సహాయం కావలసి వచ్చేది. నా నోటు పుస్తకాలను తీసుకుని వెళ్ళి చదువుకుని తెచ్చి ఇచ్చేవాడు. నేను చేసిన హోం వర్కులను కాపి చేసుకునేవాడు. వాటికంతా ప్రతిఫలంగా తన గ్రామంలో దొరికే ఉసిరికాయ, వెలగపండు, కలిమి పళ్ళు, తియ్యటి చింతకాయలు -మొదలైనవాటిని నాకు తెచ్చి ఇచ్చేవాడు. కొన్ని సార్లు రంగులు నింపి చిత్రించిన సొగసైన ముగ్గుల చిత్రాలను నాకు ఇచ్చేవాడు. స్వభావంలో అత్యంత మంచివాడైన అతడిని స్నేహితుడిగా స్వీకరించడానికి నాకు ఎలాంటి సంకోచమూ ఉండలేదు. మా ఇంటికీ ఒకటి రెండుసార్లు వచ్చాడు. అదే విధంగా తన గ్రామంలోని తన ఇంటికి నన్ను పిల్చుకునిపోయి భోజనం పెట్టాడు.

అత్యంత దర్పంగా బతుకుతున్న వారి ఇంటికి ఇతను సమస్యగా మారాడు. అతని ఇద్దరు అన్నలు, తండ్రి, తల్లి అందరూ అతడిని మారమని చెప్పేవారు. అయితే స్త్రీత్వం అతని మూలభూతమైన స్వభావం. దాన్ని మార్చడం ఎలా? ఒకసారైతే అతను మూడు రోజులు పాఠశాలకు రాలేదు. అతడి పల్లె నుంచి

వస్తున్న పిల్లలు అతడికి ఆరోగ్యం బాగలేదని చెప్పారు. నాలుగవ రోజున అతను వచ్చాడు. అత్యంత కళాహీనంగా కనిపిస్తున్నాడు. పాఠశాల ముగిసిన తరువాత నేను ఏమైందని విచారించినపుడు నన్నొక్కడినే పాఠశాల భవనం వెనక భాగానికి పిల్చుకునిపోయి, తన చొక్కా, ప్యాంటు విప్పి తన ఒంటి నిండా ఏర్పడిన రక్తసిక్తమైన మరకలను చూపాడు. నాకు భయం వేసింది. ఇకపై ఆడదానిలా ప్రవర్తించకూడదని అతడి తండ్రి, అన్నలు అతడిని గదిలో వేసి కొరడాతో ఇష్టమొచ్చినట్టు కొట్టారు. ఆ విషయం బయటికి రాకుండా అతని ఆరోగ్యం బాగులేదని అందరికి చెప్పారు. డాక్టర్ దగ్గరికి కూడా వెళ్ళకుండా అతడి తల్లే కొబ్బరి నూనెను అతడి గాయాలకు పూసి నొప్పిని తగ్గించింది.

ఈ ఘటన తరువాత అతను కొద్ది రోజులు ఉదాసీనంగా ఉన్నాడు. ఇదే సమయంలో పాఠశాల వార్షికోత్సవమూ వచ్చింది. అందుకోసం 'ద్రౌపది వస్త్రాపహరణం' నాటకం ప్రదర్శించాలని మాస్టర్లు నిర్ణయించారు. వస్త్రాపహరణం జరిగిన ద్రౌపది పాత్రను చేయటానికి ఏ అమ్మాయి ఒప్పుకుంటుంది? ప్రతీ కుర్రవాడూ ఆ పాత్రను శంకరగౌడ వేయాలని ఒత్తిడి పెట్టసాగాడు. మాస్టర్లు కూడా అతడితో ఆ పాత్రను వేయమని చెప్పారు. అయితే శంకరగౌడ అంగీకరించలేదు. "మా నాన్న తిడతాడు. నేను ఆడపాత్ర వేయను" అని కన్నీరు కారుస్తూ చెప్పాడు. మాస్టర్లు ఒత్తిడి పెట్టినంతగా పెట్టి చివరికి అతను లొంగకపోవటంతో మరొక కుర్రవాడిని ఆ పాత్రను చేయటానికి ఒప్పించారు. వార్షికోత్సవం రోజున కుర్రవాళ్ళంతా మేకప్ చేసుకుంటున్న గ్రీన్ రూంకు వెళ్ళి ద్రౌపది వేషం వేసుకున్న కుర్రవాడి మృదువైన పట్టుచీర, రవిక, ఆభరణాలను చేత్తో పదేపదే తాకి కోరిక తీర్చుకున్నాడు.

పి.యు.సి. ముగించాక నేను ఇంజనీరింగ్ చదవటానికి మరో ఊరికి వెళ్ళిపోయాను. కొత్త స్నేహితుల చేరికలో పాత పాఠశాల మిత్రులు జ్ఞాపకాల నుంచి కనుమరుగవ్వసాగారు. శంకరగౌడ పి.యు.సి. ఒకసారి ఫెయిలై, మళ్ళీ కట్టి పాసై, స్థానికంగా వున్న కాలేజిలో బి.ఏ. చేయడానికి చేరాడు. నేను ఊరికి వెళుతుండటమే అరుదు. అదీ ఒకటి రెండు రోజులు ఉండి తిరిగి కాలేజికి పారిపోయేవాడిని. అయితే నేను ఊరికి వచ్చిన విషయం ఎలాగో తెలుసుకుని శంకరగౌడ నన్ను కలవటానికి వచ్చేవాడు. నాకు ఇప్పుడు అతడితో తిరగడానికి ఇష్టమయ్యేది కాదు. ఏదో విధంగా అతడి నుంచి తప్పించు

కోవటానికి ప్రయత్నించేవాడిని. అతను ఇప్పటికీ తెచ్చిస్తున్న ఉసిరికాయ, సేబు, చింతకాయలు నాకు రుచించక ఇతరులకు ఇచ్చేసేవాడిని. ఒకసారి నేను కాలేజికి తిరిగివెళ్ళే సమయంలో బస్టాండుకు వచ్చి నా చేతికి ఒక చిన్న గిఫ్ట్‌ప్యాకెట్టును ఇచ్చిపోయాడు. బస్సు ఊరుదాటిన తరువాత తీసి చూస్తే ఖరీదైన స్నో, పౌడర్, షాంపూ, వాసన నూనె డబ్బాలు అందులో ఉన్నాయి. దాంతోపాటు ఒక చీటి, "నా మిత్రుడు అందంగా కనిపించాలని నా కోరిక" అని ఉంది. బస్సులో ఉన్నవారు దాన్ని చూస్తారేమో అనే భయంతో నేను దాన్ని దాచిపెట్టుకుని, గండి నరసింహస్వామి కొండ మీద బస్సు వెళుతున్నప్పుడు మొత్తం బహుమతుల పొట్లాన్ని లోయలోకి విసిరి నిట్టూర్పు విడిచాను.

నా ఇంజనీరింగ్ పూర్తయి, మంచి సాఫ్ట్‌వేర్ కంపెనీలో ఉద్యోగం దొరికి, నగర జీవితంలోని సంకీర్ణతను చూసి, ఒకింత సాహిత్యాన్ని అభ్యసించిన తరువాత నాకు శంకరగౌడ మీదున్న చేదు భావాలు తగ్గి, జాలి కలగటం మొదలైంది. ఇప్పటికీ నన్ను పలకరించటానికి తప్పకుండా వచ్చే అతడి పట్ల మంచి భావన ఏర్పడసాగింది. బి.ఎ. పూర్తి చేయడానికి సాధ్యంకాక సగంలోనే ఆపి, ఇంటివారి నుంచి నిర్లక్ష్యానికి గురై ఊరకే వీధులు తిరుగుతూ, ఎలాగో బతుకు సాగిస్తున్న అతడిని చూసినపుడు మనస్సు ఆర్ద్రమవటం ప్రారంభమైంది. అతను కలవటానికి వస్తే సంతోషంతోనే కాస్సేపు మాట్లాడి పంపేవాడిని. ఒకసారి కుతూహలానికి "ఇప్పుడు మీ నాన్న ఏమంటాడు?" అని అడిగాను. వెంటనే శంకరగౌడ, "ఇప్పుడతని ఆట సాగదు. ఒకసారి తిట్టబోయాడు. నేనే కొరడా తీసుకుని అతడి ముఖం మూతి చూడకుండా వాయించాను. పదిహేను రోజులు ఆస్పత్రిలో చేరాడు. అటు తరువాత నా తంటాకు రావడం ఆపాడు ఆ బోడి వెధవ" అని నవ్వుతూ చెప్పాడు.

మరొకసారి కలిసినపుడు అతనికి ఏదో ఒక ఉద్యోగంలో చేరమని చెప్పాను. దానికతను, "నాకెవరు ఉద్యోగం ఇస్తారు?" అని కిలకిలా నవ్వాడు. ధనవంతుల వంశానికి చెందిన అతనికి తిండికి, బట్టకు కొరత లేదు. అయినా ఒకసారి ఉద్యోగంలో ఎందుకు చేరకూడదని అతనికీ అనిపించి, స్థానిక కంపెనీలో జవాను ఉద్యోగానికి ఇంటర్వ్యూ వెళ్ళాడట. అక్కడ ఇంటర్వ్యూ చేయటానికి ముగ్గురు పురుషులున్నారట. "మీకు ఏం చేయడానికి బాగా వస్తుంది?" అని అడగటంతో, "పాడటానికి, డాన్స్ చేయడానికి బాగా వస్తుంది" అని

నిజాయితీగా జవాబిచ్చాడట. దానికి వారు నవ్వి, "అలాగైతే ఒక పాట పాడి, డాన్స్ చేయండి" అని ఆదేశించారట. ఇతను వెంటనే, "గిల్ గిల్ గిల్లు గిల్లక్కు, కాలగజ్జె ఝులక్కు..." అని ఆ ఇంటర్వ్యూ రూంలోనే పాడి, నర్తించాడట. మొత్తం పాటకు, నృత్యానికి వాళ్ళు పడీపడీనవ్వారట. నృత్యం ముగిసిన తరువాత చప్పట్లు కొట్టి "వండర్ ఫుల్, సెహబాష్" అని అన్నారట. ఉద్యోగం తప్పకుండా ఇస్తామని వారు చెప్పి పంపినప్పటికీ మళ్ళీ వాళ్ళనుంచి ఏ సమాధానం రాలేదట.. అటు తరువాత ఇతనికి ఉద్యోగంపై ఆసక్తే లేకుండాపోయింది.

ఒకసారి ఊరిబయటి ఆంజనేయస్వామి గుడికి నన్ను బలవంతంగా పిల్చుకునిపోయాడు. వెళ్ళే దారిలో మరొక మిత్రుడు కొమ్మి అంటే కుమారస్వామి. అతను బట్టల దుకాణం పెట్టుకున్నాడు. అతడిని కొద్దిసేపు పలకరించాలనే ఆపేక్షను నేను చూపాను. అతడి దుకాణం ముందు నిలబడి శంకరగౌడ "రేయ్ కొమ్మి..." అని అరిచాడు. అతను జనానికి బట్టలు చూపించటంలో మునిగి వున్నాడు. ఇతని ధ్వనివల్లనే ఎవరో గుర్తించిన కొమ్మి, ఇతనివైపు ముఖాన్ని తిప్పకుండా భిక్షగాళ్ళను ఉదాసీనంగా ముందుకు పొమ్మని చేతి సైగతో సూచించేలా సైగచేశాడు. దానికి ఒకింత కూడా నొచ్చుకోని శంకరగౌడ, "నన్ను పలకరించవద్దప్ప పెద్దమనిషి, ఇక్కడ ఎవరు వచ్చారో చూడు" అని మరొకసారి అరిచిన తరువాత నన్ను గమనించిన కొమ్మి, వెంటనే గిరాకీలను అక్కడే వదిలి, "నువ్వు ఎప్పుడు వచ్చావు మహానుభావా? లోపలికి రా" అని సంబరంగా నా చేయిపట్టుకుని లోపలికి పిల్చుకునిపోయాడు. శంకరగౌడ మా ఇద్దరిని మౌనంగా అనుసరించాడు. పదిహేను నిముషాలు నా చేయి పట్టుకునే ఉత్సాహంతో మాట్లాడిన కొమ్మి పొరబాటున కూడా శంకరగౌడ వైపు ముఖం తిప్పి "ఎలా ఉన్నావు?" అని అడగలేదు. "థమ్స్ అప్ తాగుతావా... ఎండ తీవ్రంగా ఉంది" అని అడిగి, నా అంగీకారాన్ని పొందకుండానే అంగడి కుర్రవాడి చేత ఒక బాటిల్ చల్లటి థమ్సప్ తెప్పించి నాకు సమర్పించాడు. "నీకు?" అని అడగటంతో, "చూడూ, నాకు ఇలాంటి పుట్టగోసి డ్రింక్స్ సరిపోదు, సాయంత్రం వస్తావా చెప్పు, కావలసినంత తాగుదాం" అని ఉత్సాహంగా అడిగాడు. నేను మౌనంగా నవ్వి ఒక ఖాళీగ్లాసు అంగడి కుర్రవాడి చేత తెప్పించుకుని, అందులో సగం డ్రింక్ పోసి శంకరగౌడకు ఇచ్చాను. కొమ్మి బట్టల వ్యాపారం, ఈ మధ్యని తెలుగు సినిమాలు, దుర్గతికి దిగజారిన మా

పాఠశాల– మొదలైన విషయాల గురించి మాట్లాడి మేమిద్దరం వెళ్ళడానికి సిద్ధమయ్యాం. శంకరగౌడ మెల్లగా "అది కాదు కొమ్మణ్ణ, చంద్రమ్మ ఎలా ఉంది?" అని చిన్నగా నవ్వి అడిగాడు. ఆ మాటలకు మండిపడ్డ కొమ్మి, "లమ్డీకొడకా..." అని అరిచి శంకరగౌడను కొట్టడానికి చేయి ఎత్తాడు. ఆ ప్రతిక్రియకు సిద్ధంగా ఉన్నట్టు శంకరగౌడ కిలకిలా నవ్వి అంగడి నుంచి పారిపోయాడు. సన్నివేశం అర్థం కాని నేను "ఏవర్రా కొమ్మి, చంద్రమ్మ అంటే?" అని అడిగాను. దానికి."ఆ సువ్వర్ మాటలు ఏం పట్టించుకుంటావు? నోటికి వచ్చినట్టు మొరుగుతాడు ముండా కొడుకు" అని శంకరగౌడను తిట్టాడు. నేను వీడ్కోలు తీసుకుని, సందు చివరన నిలబడివున్న శంకరగౌడను కలుసుకున్న తరువాత, "రెండేళ్ళ నుంచి ఆమెను పెట్టుకున్నాడు. దుర్గమ్మ గుడి వెనక ఆమె ఇల్లు ఉంది. బంగారు నెక్లెస్ చేయించి ఇచ్చాడు" అని నవ్వుతూ చెప్పాడు.

గుడిలో ఎవరూ లేరు. నిర్జనంగా ఉంది. చల్లగా ఉంది. గుడి గోపురం మీదంతా వ్యాపించివున్న నందివర్ధనం చెట్టు కొమ్మల్లో ఓ పక్షి ఇంపుగా కూస్తోంది. నందివర్ధనం పువ్వుల దట్టమైన పరిమళం గుడినంతా ఆక్రమించింది. ఇద్దరం దేవుడికి నమస్కారం చేశాం. అక్కడే ప్రమిదలో వున్న దీపాన్ని కళ్ళకు అద్దుకున్నాం. గడప మీద ఒకింత కుంకుమ వుంది. శంకరగౌడ తన నుదుటికి పూసుకున్నాడు. రాలిన పొడిని తుడిచాడు. తరువాత ఆ మూలకు అతను, ఈ మూలలో నేను కూర్చున్నాం. కాస్సేపు మౌనంగా ఆ ప్రశాంతతను అనుభవించాం. శంకరగౌడను తమాషా చేసే ఉత్సాహంతో "గౌడా, నువ్వు పెళ్ళి చేసుకో" అన్నాను. నా మాటలకు అతడి కళ్ళల్లో కన్నీరు వచ్చేంత వరకు చాలాసేపు నవ్వాడు. తరువాత ఒక్కసారిగా గంభీరంగా మారి, "నువ్వూ నన్ను అల్లరి పట్టించడం మొదలుపెట్టకురా..." అని దీనంగా వేడుకున్నాడు. నేను 'సారీ' అన్నాను. ఇద్దరం ఎక్కువగా మాట్లాడకుండా ఇంటికి వెనుదిరిగాం.

ఆ రాత్రి భోజనం ముగించి కాలక్షేపానికి బయట అరుగుమీద చల్లగాలికి కూర్చుని వున్నప్పుడు కొమ్మి వచ్చాడు. "నీతో మాట్లాడాలి" అని నన్ను లేపి సర్కిల్ వైపు పిలుచుకుని పోయాడు. "చూడూ, నువ్వు బెంగళూరు మనిషివి అయిపోయావు. ఇక్కడ ఊళ్ళో జరిగే విషయాలు నీకు అర్థం కావు. ఊరకే నేను చెప్పేది విను. నీ మంచికి చెబుతున్నాను" అని ప్రారంభించాడు. నేను ఏ కారణంగానూ ఇక ముందు శంకరగౌడ వెంబడి ఊళ్ళో తిరగకూడదని గట్టిగా

చెప్పాడు. నేను అతడి మాటలను గంభీరంగా తీసుకోకుండా, “ఎందుకు మహానుభావా, నీతోపాటు చదివినవాడతను” అన్నాను. కొమ్మి మండిపడ్డాడు. “నువ్వు మాస్టర్లను ప్రశ్నించినట్లు నన్ను అడగవద్దు. చెప్పింది అర్థం చేసుకో. నువ్వు తెలివైనవాడివి. మా ఊళ్ళో నీలా మార్కులు తెచ్చుకున్నవారు గతంలో లేరు. ఇప్పుడూ లేరు. మా ఊరికి గర్వకారణం నువ్వు. పెద్ద ఉద్యోగంలో ఉన్నావు. బెంగళూరులో ఉన్నావు. నన్ను నీ ఫ్రెండ్‌గా కాదు, అన్నగా భావించి నా మాట విను. ఎక్కువగా మాట్లాడకు. ఈ ఊళ్ళో ఎవరైనా నీ గురించి చెడ్డగా మాట్లాడితే నాకు నచ్చదు. ఆ పనికిమాలిన వెధవ సహవాసం వదిలిపెట్టు” అని నాకు వార్నింగ్ ఇచ్చి వెళ్ళిపోయాడు.

మళ్ళీ నేను ఊరికి వెళ్ళింది ఐదేళ్ళ తరువాత. నా తల్లితండ్రులు నాతోపాటు ఉండటానికి బెంగళూరు వచ్చేశారు. ఊరితో సంబంధాలు తగ్గాయి. దూరబంధువుల పెళ్ళికి అమ్మానాన్నలు వెళ్ళటానికి సాధ్యం కాకపోవటం వల్ల నన్ను వెళ్ళిరమ్మన్నారు. ఆ కారణంగా వచ్చాను. ఈ ప్రయాణంలో తప్పకుండా శంకరగౌడను పలకరించి రావాలని మనస్సులో నిర్ణయించుకున్నాను.

అయితే ఊళ్ళో నాకొక ప్రమాదం ఎదురుచూస్తోంది. పెళ్ళివారింటిలోనే ఒకరిద్దరు శంకరగౌడ ఉరివేసుకుని ఆత్మహత్య చేసుకున్న విషయం తెలిపారు. తండ్రిని కొరడాతో వాయించిన శంకరగౌడకు ఉరివేసుకునే పరిస్థితి ఎందుకు వచ్చిందో నాకు అర్థం కాలేదు. పెళ్ళికి వచ్చినవారు ఎవరూ సరియైన సమాచారం ఇవ్వలేదు. ఎలాగూ నాకు అతడి పల్లెలోని ఇల్లు తెలుసు. అందువల్ల సాయంత్రపు విహారానికై నేరుగా అక్కడికి వెళ్ళాను. వాళ్ళిల్లు చేరేసరికి చీకటి ఆవరించటం మొదలైంది. నడిమింటిలో అతడి తల్లి మెంతికూర ఆకులను ఏరుతూ కూర్చునివుంది. దగ్గర్లోనే వేసిన మంచం మీద శంకరగౌడ తండ్రి పడుకుని బీడి కాలుస్తున్నాడు. ఆ చీకట్లో కళ్ళను చిన్నగా చేసుకుని చూసిన తల్లి, “ఎవరప్పా? ఎవరు కావాలి?” అని నన్ను అడిగింది. నేను అక్కడే ఉన్న కుర్చీమీద కూర్చుని నా పేరు చెప్పి, “నేను శంకరగౌడతోపాటు చదువుకున్నవాడిని. అతను చనిపోయిన విషయం తెలిసింది. చాలా దుఃఖం కలిగింది. అందుకే మిమ్మల్ని చూసి పలకరించి వెళదామని వచ్చాను” అని చెప్పుకున్నాను. నా మాటలు విని ఆ తల్లి కళ్ళల్లో కన్నీళ్ళు తిరిగాయి. కొంగుతో తుడుచుకుంది. నేను మాటలు కొనసాగించాను. “దయచేసి క్షమించండి. మీకు దుఃఖం కలిగించాలన్న ఉద్దేశ్యం

కాదు, అంత ఆరోగ్యంగా ఉన్నవాడు అలా ఆత్మహత్య చేసుకున్నాడని విన్నందుకు వచ్చాను. నా మనస్సుకూ చాలా బాధ కలుగుతోంది" అని వినయంగా అన్నాను. ఆ తల్లి మరింతగా కన్నీరు పెడుతూ, లేచి లోపలికి పోయింది. నేను బీడి కాల్చుతున్న తండ్రి ముఖాన్ని చూశాను. ఆయన ఒక దమ్ములాగి, పొగను బయటికి వదిలి, బీడిని నేలకు వొత్తి ఆర్పాడు.

"చవిపోయినవాడు ఎందుకు చచ్చాడని ఎలా చెప్పేది స్వామి? వాడికి జీవితం వద్దనిపించి వుండాలి. వెళ్ళిపోయాడు. ఇక్కడ ఉన్నవాళ్ళం మేము అనుభవించి చావాలని ఉండొచ్చు"

"అలాకాదు, చావటానికి ముందు మీకు ఏదైనా సూచన తెలిసివుండొచ్చు కదా?"

"తెలియదండి. మాకు తెలియదు" అని అంటున్నప్పుడు ఆయన స్వరం అప్పటికే ఉచ్చస్థాయికి చేరింది. ఇంటిలోపల వున్న శంకరగౌడ అన్నలు, వారి భార్యలు, బయటికి వచ్చారు. ఓ చిన్న బిడ్డ వాళ్ళమ్మ చీర కుచ్చిళ్ళమడతలో దాక్కుని నన్ను భయభీతురాలై చూడసాగింది.

"ఇంతకీ, ఇదంతా తెలుసుకోవటానికి నువ్వెవరు? అతడి మొగుడివా, మిండగాడివా? మా కష్టమే మాకు ఇక్కడ పరుచుకుని కప్పుకునేలా అయింది. నువ్వు ఇక్కడికి ఎలుగొడ్డులా వచ్చేశావు. అంతగా నీకు వాడు ఎందుకు చనిపోయాడో తెలుసుకోవాలనే కోరిక ఉంటే, నువ్వూ ఉరి వేసుకో. పైన దొరుకుతాడు. వెళ్ళు, వెళ్ళు..." అని ఆవేశంగా అరిచి, వణికే చేతులతో నాకు తలుపులు చూపాడు. ఒక కొడుకు ఆయన దగ్గరికి వెళ్ళి సమాధాన పరచసాగాడు. నేను మరొక్క మాట మాట్లాకుండా మెల్లగా బయటికి వచ్చాను. ఇంటి నుంచి కొంచెం దూరం నడిచొచ్చి వెనుతిరిగి చూశాను. పెరట్లో అతడి తల్లి నుంచుని నన్నే చూస్తుండటం మసకగా కనిపించింది. ఏమైనా చెబుతుందేమోనని ఆమె వైపు నడవసాగాను. దాన్ని గమనించగానే ఆమె గబగబా ఇంట్లోకి వెళ్ళిపోయింది. మళ్ళీ నేను అక్కడే నిలబడి ఎంతసేపు ఎదురుచూసినా బయటికి రాలేదు. నేను వెనుతిరిగి వచ్చేశాను.

దారిలో కొమ్మి ఇంట్లోకి దూరాను. అతనికి ఇప్పుడు పెళ్ళయి రెండేళ్ళ కొడుకు ఉన్నాడు. భార్యను పరిచయం చేశాడు. బి.కాం. చదివిన అమ్మాయి. హగరిబొమ్మనహళ్ళి పల్లెటూరిఅమ్మాయి. అంగట్లో కౌంటర్‌ను చక్కగా

నిర్వహిస్తుంది. కొడుకు చేత ఒకటి రెండు ఆటలను ఆడించి నాకు చూపాడు. వాడి తుంటరితనాన్ని వర్ణించాడు. కొద్దిసేపు ఓర్పుతో అతడి గృహవైభవాన్ని వీక్షించిన తరువాత సరదాగా, "శంకరగౌడ ఎందుకు ఉరి వేసుకున్నాడు?" అని అడిగాను. అతను జవాబివ్వలేదు. కొడుకును "అమ్మ దగ్గరికి పో నాన్నా" అని వంటింట్లోకి పంపాడు. ఒకటిరెండు క్షణాల తరువాత, "ఎప్పుడు బెంగళూరుకు వెళతావు?" అని అడిగాడు. "రేపు" అన్నాను. "అలాంటప్పుడు ఇవన్నీ ఎందుకు గెలుకుతావ్? హాయిగా ప్రశాంతగా ఊరికి పో" అన్నాడు. నా కుతూహలం, సంకటం దాంతో శాంతించేటటువంటిది కాదు. మౌనంగా అతడి ముఖం చూస్తూ కూర్చున్నాను. "సరే పద, బయటికి వెళదాం" అని చెప్పి, ప్యాంటు, షర్టు వేసుకుని, వంటింట్లోని భార్యకు ఏదో చెప్పి వచ్చాడు.

నేరుగా ఊరిబయట వున్న ధాబాలాంటి హోటల్‌కు పిల్చుకుని పోయాడు. "నేను తాగను" అని అన్నాను. "తెలుసు రారా, నేను తాగాలి. లేకపోతే ఇలాంటివన్ని చెప్పటానికి సాధ్యం కాదు" అని నన్ను తిట్టాడు. నేను సాధారణమైన సాఫ్ట్ డ్రింక్ తాగుతూ కూర్చున్నాను. అతను తనకు కావలసిన డ్రింక్ తెప్పించుకుని, నంజుకోవడానికి కారపు పదార్థాలను తెప్పించుకుని మాట్లాడసాగాడు. మొదట్లో ఏదో లోతైన ఆధ్యాత్మికమైన సంగతిని చెప్పేవాడిలా "తమ్ముడూ, ఈ ఊరు మునుపట్లా లేదు. నువ్వు చిన్న పిల్లవాడిగా ఉన్నప్పుడు ఎలా ఉన్నావో, ఇప్పటికీ అలాగే ఉన్నావు. మారలేదు. నువ్వు మంచివాడివి. మాలా చెడ్డవి నేర్చుకోలేదు. అయితే ఊరు నీ మాదిరి లేదు" అని ఏదేదో నర్మగర్భంగా చెప్పాడు. కొద్దిసేపు అతని ఉపన్యాసాలంతా విన్న తరువాత నాకూ ఓపిక నశించసాగింది. అతడి గ్లాసు నావైపు లాక్కుని, "ఎందుకు ఉరివేసుకున్నాడో చెప్పు?" అని అడిగాను. అప్పటికే అతడికి మత్తెక్కటం మొదలైంది. నా కళ్ళల్లో కళ్ళు పెట్టి "చావలేదు. చంపారు" అన్నాడు.

"ఎవరు?" చూపులను కదల్చకుండా అడిగాను.

"అతడి తండ్రి, అన్నలు కలిసి చంపి ఉరివేశారు" అని చెప్పి నా చేతిలోంచి గ్లాసును లాక్కుని గటగట మిగినదంతా ఒక్కసారికే తాగేసి, మళ్ళీ గ్లాసును నింపసాగాడు. అతడి మాటలు విని నాకు దుఃఖం పొంగుకు వచ్చింది. కళ్ళల్లో నీళ్ళు చేరాయి.

"ఇంట్లోనే పుట్టి పెరిగిన కొడుకు అతడు. అదెలా అతడిని చంపారో?"

అని దుఃఖంతో అడిగాను. కొమ్మి మరో రెండు గుటకలు తాగి, ఎడమ చేత్తో నోరు తుడుచుకుని, మరో రెండు కారపు వేరుశెనగ గింజలు నోట వేసుకుని నమిలాడు.

"నల్లి గుర్తుందా నీకు? పక్కలో చేరి రాత్రంతా పడుకున్నవారిని కరిచి నిద్ర చెడగొడుతుంది. ఆ బోడిముండాకొడుకు కూడా నల్లిలా ఉన్నాడు. ఇంట్లో మనతోపాటు పుట్టి పెరిగిందని ఎవరైనా కరిచే నల్లిని ప్రేమతో చూస్తారా? ఎక్కడైనా కంట పడితే చాలు, నలిపేసి చెయ్యి కడుక్కుంటారు. వాడి తండ్రి, అన్నలు చేసిందదే. ఒక రోజు పడుకున్నాడట. ముగ్గురూ సద్దులేకుండా వెళ్ళి తలదిండు నొక్కి ఊపిరి ఆడకుండా చేసి చంపేశారట. అటుతరువాత అతడి దుప్పటితోనే ఉరివేసి చూరుకు వేలాడదీసి ఉదయం ఏడ్చి ... అందరిని పిలిచి నాటకం ఆడారు, అంతే !"

"ఇదంతా నీకు ఎవరు చెప్పారు?"

"ఒరే... ఇది మొత్తం ఊరికి తెలుసు. కేవలం నాకొక్కడికే కాదు. ఈ ముగ్గురు మనుషులు విషయాన్ని గుట్టుగా ఉంచడానికి సతమతమయ్యారు. వాళ్ళమ్మ ఎలా దుఃఖాన్ని ఆపుకుంటుంది చెప్పు? వాళ్ళముందు వీళ్ళముందు ఇలా ఇలా అయిందని చెప్పుకుని రోదించింది. విన్నవాళ్ళు ఆమెను ఓదార్చి వచ్చి, దానికి మరింత కలిపి జనానికి చెప్పారు"

నేను నిట్టూర్చు విడిచాను.

"అతని పాటికి అతనున్నాడు. చంపాల్సినంత అవసరం వాళ్ళకు ఏమొచ్చింది? ఎంత క్రూరం?"

"అరెరె... నువ్వు తొందరపడకు. నేను ఇంకా పూర్తిగా ఏమీ చెప్పలేదు నీకు. అతడి పాటికి అతను ఉండివుంటే ఎవరూ ఇలాంటి పని చేసివుండేవారు కాదు."

"హత్య చేసేంత పాడుపని ఏం చేశాడు అతను?"

"బొంబాయికి పారిపోయాడు. ఆరు నెలలు అక్కడున్నాడు. వచ్చేటప్పుడు పురుషాంగం కోయించుకుని వచ్చాడు. చీర, రవిక ధరించి వచ్చాడు"

నేను మాట్లాడటానికి ఏమీ మిగల్లేదు. కొమ్మి చెబుతూ పోయాడు.

"ఆ రోజు ఉగాది. రథాన్ని బయలుదేరదీశారు. కురువల కుర్రవాళ్ళు తప్పెట వాయిస్తూ ఉన్నారు. నంది కంబం గంతులేస్తూ ఉంది. అలాంటి

సమయంలో వచ్చాడప్ప ఇతను. తప్పెట వాయించే కుర్రవాళ్ళ ముందు నృత్యం చేయడం మొదలుపెట్టాడు. చూడటానికి చక్కటి హిరోయిన్ ఉన్నట్టు ఉన్నాడు. ఎక్కడి నుంచి వచ్చిందప్పా మా ఊరికి ఈమె అని అందరికి ఆశ్చర్యం. ప్రాయం కుర్రవాళ్ళయితే ఆమెతో సమానంగా నృత్యం చేశారు. ఎవరికి ఆమె శంకరగౌడ అని తెలియలేదు. రథం బసవనగుడి చేరిన తరువాత నేను, నా భార్య దేవుడికి నమస్కారం చేసి బయటికి వచ్చి మరమరాలు, మిరపకాయలు కొనుక్కుందామని నుంచున్నాం. అప్పుడు మా దగ్గరికి వచ్చి, "కొమ్మణ్ణ, చంద్రమ్మ ఎలా ఉంది?" అని అడిగి నవ్వి పోయాడు. నాకు ఎవరన్నది అర్థమైంది. అప్పుడప్పుడే నాకు పెళ్ళి అయింది. నా భార్య "చంద్రమ్మ ఎవరు?" అని పదే పదే అడుగుతూ ముఖం ముడుచుకుని కూర్చుంది. ఆమెకు నచ్చజెప్పుకోవడానికి నాకు తల ప్రాణాలు తోకకు వచ్చాయి"

"మరుసటి రోజు నుంచి మొదలైంది చూడు ఇతడి ఆట. నేరుగా అంగడికి వచ్చేశాడు. ఐదు బ్రాలు, ఐదు చడ్డీలు కావాలని వయ్యారంగా అడిగాడు. నేను కోపంతో బయటికి పొమ్మని తిట్టాను. సిగ్గంతా వదిలేశాడు. "అంగడిలో నాకేం కావాలో అడిగి తీసుకుంటే నీకేం ఇబ్బంది?" అని నామీద దౌర్జన్యం చేసి కొనుక్కుని వెళ్ళాడు. ఊళ్ళో విషయం వ్యాపించడం మొదలైంది. పెద్ద గౌడనూ, ఆయన సంతానాన్నీ జనం అడగటం ప్రారంభించారు. కొడుకు చీరకట్టుకుని ఆడదానిలా కూర్చుంటే వాళ్ళను ఏం చేస్తారో చెప్పు? ఇంటి నుంచి బయటికి తరమటానికి చూశారు. 'ఈ ఇంట్లో నాకు భాగం ఉంది' అని అతడు పట్టుబట్టి కూర్చున్నాడు. 'కేవలం మగపిల్లలకు మాత్రమే ఆస్తి. ఆడదానికి కాదు' అని అతడి అన్నలు దౌర్జన్యం చేశారు. ఇతడికి బొంబాయిలో ఎవరు ధైర్యం నింపారో తెలియదు. బతిమిలాడినా ఇల్లు వదిలి వెళ్ళలేదు. అక్కడే భోజనం, అక్కడే స్నానం, అక్కడే నిద్ర.

"అంతటితో ఇతడి ఆట ఆగలేదు. ఊళ్ళోని మగవాళ్ళను ఒక్కొక్కరిని తన వలలో వేసుకోవడం మొదలుపెట్టాడు. చూడటానికి అచ్చం ఆడదానిలా ఉండేవాడు. మన ఆడవాళ్ళను దిష్టితీయాలి. అంత అందంగా ఉండేవాడు. నడుము, తొడలు, పిరుదులు, స్తనాలు- అంతా ఆడవాళ్ళు చేసుకున్నట్టు చేసుకున్నాడు. ఒకరి తరువాత ఒకరు మగవాళ్ళు అతడి దగ్గరకు వెళ్ళటానికి మొదలుపెట్టారు. మంచి బిజినెస్ మొదలు పెట్టేశాడు. చంద్రమ్మ లాటరీ

కొట్టడం మొదలుపెట్టింది. సంసార స్త్రీలు శాపాలు పెట్టసాగారు. గౌడ, ఆయన ఇంటివాళ్ళు ఊళ్ళో తలఎత్తుకుని తిరగలేనట్టయింది. పైగా ఏనాడు ఓడిపోని హీరేగౌడ ఆ సంవత్సరం పంచాయితీ ఎలెక్షన్‌లో ఓడిపోయారు.

"ఎన్నాళ్ళని అవమానాన్ని భరిస్తూ జీవించడానికి సాధ్యం? ఎంతో గౌరవంతో బతికిన వంశం గౌడగారిది. ఆయనకూ ఓర్పు నశించింది. ఒక రోజు ముగ్గురు కలిసి గొంతు నులిమేశారు. ఊళ్ళో ఇప్పుడు అందరికీ మనశ్శాంతి".

కొమ్మికి నిషా బాగానే ఎక్కింది. ఏమి అడిగిన చెప్పగలిగే స్థాయికి చేరాడు.

"చంపటానికి బదులుగా అతడి ఆస్తిని అతడికి ఇచ్చి ఇంటి నుంచి బయటికి పంపివుంటే సరిపోయేది. ఒకింతసొమ్ము ఇచ్చివుంటే అతడిపాటికి అతడు ఇల్లు చేసుకుని ఉండిపోయేవాడు"

"అరెరె... మళ్ళీ నువ్వు దారి తప్పావు చూడు. అతనికి డబ్బుకు ఏమీ లోటు ఉండలేదు. పెద్ద వ్యాపారం ఉండేది. చనిపోయిన తరువాత అతడి బ్యాంకు అకౌంటులో ఒకటిన్నర లక్ష ఉందట. వాళ్ళమ్మకు చెందాలని రాసిచ్చాడట? డబ్బును ఎవరు వదులుకుంటారు చెప్పు? ఇద్దరు మగపిల్లలు వాళ్ళమ్మను పిల్చుకునిపోయి డబ్బంతా డ్రా చేసుకుని వచ్చారు. బ్యాంకు రికార్డులోనూ చీర కట్టుకున్న ఫోటోను వేయించుకున్నాడట. సమస్య డబ్బు గురించి కాదు. 'ఇంట్లో నాకూ హక్కుంది. ఇక్కడే ఉంటాను' అనటమే సమస్య. ఇది ఎలాంటి పిచ్చో చూడు మహానుభావా. ఇంటివాళ్ళు చంపకుండా ఏమి చేయగలరు చెప్పు" అని పకపకా నవ్వసాగాడు.

నాకు కడుపులో తిప్పినట్టయింది. దుఃఖంతో కళ్ళల్లో ఒకటి రెండు కన్నీటి చుక్కలు వచ్చి మెల్లగా తుడుచుకున్నాను.

"తమ్ముడా, ఇది నువ్వు అంత దుఃఖించే విషయమేమి కాదులే. కనిపించిన మగవాళ్ళతో పడుకునేవాడు. ఈ రోజు కాకపోయినా రేపటి రోజున అతడికి ఏయిడ్స్ రానే వచ్చేది. ఊరంతా తిరిగి, బాధపడుతూ చచ్చేవాడు. అతడి తండ్రి, అన్నలు రెండేళ్ళ ముందుగానే చంపి ఉపకారం చేశారు. అంతే !"

నాకు ఇంకా ఎక్కువగా వినటానికి ఆసక్తి లేకపోయింది. అతడిని లేవదీసి బయలుదేరాను. నేనే బిల్లు చెల్లించాను. దారిపొడుగునా కొమ్మి ఆడదైన

తరువాత శంకరగౌడ ఎలా ఉన్నాడనే సౌందర్యోపాసన చేయసాగాడు.

"నీవేమైనా చెప్పు. చేతులు కడుక్కుని ముట్టాలి చూడు. అలా ఉండేది ముండ. ఆ చీర కట్టడమేమిటి? మ్యాచింగ్ బ్లౌజు ఏమిటి? మెడలోని దండలు, చేతులకు వేసుకున్న గాజులు, సెంటు, పౌడరు ... అబ్బబ్బా..."

అతడిని ఇంటిదగ్గర దిగబెట్టాను. "గుడ్‌నైట్ దోస్త్" అని చేతిని గట్టిగా పట్టుకుని ఊపాడు. "కొమ్మి ఒక మాట అడుగుతాను. నిజం చెబుతావా?" అన్నాను. "అడగవయ్యా స్వామి, ఏమైనా అడుగు. నిజమే చెబుతాను. నిజం తప్ప వేరే ఏదీ చెప్పను" అని కోర్టులో చెబుతున్నట్టు చెప్పి తన జోకుకు తానే నవ్వసాగాడు.

"నువ్వూ శంకరగౌడను అనుభవించావా?" అని మెల్లిగా అడిగాను. అతడి నవ్వు ఆగింది. నా చేతిని వదిలాడు. మత్తు దిగి గంభీరుడయ్యాడు. నా ప్రశ్నకు జవాబు ఇవ్వకుండా తన ఇంటి తలుపుల వరకు వెళ్ళాడు. నేను అక్కడే నుంచున్నాను. ఏమనిపించిందో తెలియదు. వెనుదిరిగి వచ్చాడు. తడబాటు లేని అనర్గళ స్వరంతో అన్నాడు–

"పక్కన పడుకుని ముట్టడం, నలపడం చేస్తే నేనైనా ఎలా ఊరక ఉండగలను? మగతనం ఉన్న మగవాడిని నేను. ఊళ్ళోని మగవాళ్ళకు ఏది న్యాయమో, అది నాకూ న్యాయం అవుతుంది" అని చెప్పి ఇంటిలోకి వెళ్ళి, దభేలున తలుపులు వేసుకున్నాడు.

*****

ఒల్లని తాంబూలం

ఆ భవనపు బృహదాకారం చూసి మోహనస్వామి కంగారుపడ్డాడు. భూమిని చీల్చుకుని పైకి లేచి వచ్చినట్టుంది. ఎనిమిది అంతస్థుల అపార్ట్‌మెంటుల సంకీర్ణమది. ఇంకా పూర్తిగా నిర్మించలేదు. వందలాది జనం పని చేస్తున్నారు. కూలీ కార్మికుల, సూపర్‌వైజర్‌ల, మెషిన్ల అనేక సద్దులు ఆ ప్రదేశాన్ని ఆక్రమించాయి. ఆ కట్టడంకన్నా ఎత్తయిన, చూస్తే భయం వేసేటటువంటి బృహదాకారపు క్రేన్‌లు ఎక్కడి నుంచి ఎక్కడికో వేటినో ఎత్తి పెడుతున్నాయి. అలాంటి దైత్య యంత్రాలు ఇక్కడి వరకు ఎలా నడుచుకుంటూ వచ్చాయి? ఎక్కడ చూసినా దుమ్మే దుమ్ము. ఇసుక, సిమెంటు, ఇనుము, ఇటుకలంతా ఎక్కడికక్కడ పడివున్నాయి. ఆ గజిబిజిలోనే ఒక చిన్నదారిని చేసి "అపార్ట్‌మెంట్‌కు దారి" అని ఒక నామ ఫలకాన్ని దుమ్ముకొట్టుకున్న ఓ చెట్టుకు తగిలించారు. ఆ నామఫలకం మాత్రం ఎందుకో తెలియదు కానీ శుభ్రంగా వుంది.

మోహనస్వామికి ఎందుకో ఇక్కడికి రానే రాకూడదని అనిపించింది. ఇప్పుడు ఒక గంట ముందు కూడా అతనికి అక్కడకి వచ్చే ఆలోచన లేదు. రేపటి సాయంత్రమే నాలుగేళ్ళ దీర్ఘ విదేశీ ప్రవాసానికి వెళ్ళే మోహనస్వామికి ఇల్లు కొనాలనే ఆలోచన ఎలా వస్తుంది? ఆ రోజు సాయంత్రం ఉబుసుపోక మిత్రుడు గురురాజు ఇంటికి వెళ్ళాడు. అలా వెళ్ళడానికి కారణం మరి కొద్ది సంవత్సరాలు తాను కనిపించనని చెప్పాలనే ముఖ్య ఉద్దేశం. దాంతోపాటు

అతని భార్య సాయంత్రం తినటానికి రుచికరమేదైనా పెట్టవచ్చుననే ఆశ ఉండేది. చాలారోజుల నుంచి ఇంటి భోజనం చేయకపోవడంతో అతని నోరు చెడిపోయింది. గురురాజు ఇంటికి వెళితే తప్పకుండా ఏదైనా తినటానికి దొరికేది. ఇతను అడగటానికి మునుపే గురురాజు తన భార్యకూ, తల్లికి చెప్పి తినటానికి ఏదైనా సిద్ధం చేయించేవాడు. భోజనం సమయమైతే తప్పకుండా భోజనం చేసి వెళ్ళమని చెప్పేవాడు. "వద్దు గురు, ఊరకనే ఎందుకు ఇబ్బంది పెడతావు? ఇప్పుడే తిని వచ్చాను" అని ఏదో అబద్ధం చెప్పడానికి ప్రయత్నించినా, "తింటే ఏమైంది, ఇంకొకసారి తిను" అని గురురాజు అధికారంతో చెప్పేవాడు. ఇతనికి ఎక్కడో హృదయంలో ప్రేమ పొంగివచ్చినట్టయి మనసు ఆర్ద్రత చెందేది. మళ్ళీ మాట్లాడితే కంఠస్వరం గద్గదికమవుతుందేమోననే భయంతో మౌనంగా తలూపేవాడు.

అతని ఇంటికి వెళ్ళటం మొదలుపెట్టిన కొత్తలో ఇలాగే నోరు చెడి వాళ్ళు పెట్టటానికి ఎదురుచూసే తన దీనస్థితికి బాధపడి ఏమీ తినకూడదని పట్టుపట్టినవాడిలా వాళ్ళ ఇంటి నుంచి బయటికి వచ్చి దగ్గర్లోనే ఉన్న ఏదో ఒక హోటల్లో ఏదో తినేవాడు. అయితే ఇప్పుడు అలాంటి మొండిపట్టుదలలు తన వ్యక్తిత్వానికి సరిపోవని మోహనస్వామికి అర్థమైంది. మౌనంగా ఎవరైనా ఇంట్లో చేసిన వంటకాలను పెడితే కొంచెం కూడా కంచంలో మిగలకుండా తింటాడు. కొన్నిసార్లు ఇంకొంచెం కావాలని సంకోచం వదలి అడిగి రెండవసారి పెట్టించుకునేవాడు.

గురురాజుకు అన్నీ అర్థమవుతాయి. అనేక సంవత్సరాల నుంచి ఒంటరిగా నలిగిపోతున్న మిత్రుడి బాధ అర్థమవుతుంది. అయితే ఏదీ అడగకుండా తన స్నేహపు అధికారాన్ని ఉపయోగించి అతనికి తినమని, భోంచేయమని చెప్పేవాడు. పదిహేనేళ్ళ స్నేహం. కాలేజీ రోజుల నుంచి ఒకరికొకరు అన్యోన్యంగా ఉన్నారు. అయితే ఎన్నడూ ఈ స్నేహితుడి మీద తనకు శరీరాకర్షణ కలగలేదన్న విషయం మాత్రం మోహనస్వామికి సంతోషాన్ని, నెమ్మదిని కలిగించేది. ఎన్నోసార్లు అతనితోపాటు ఒకే మంచంలో పడుకున్నప్పటికీ తనకు అతడిని తాకాలన్న కోరిక కలగలేదన్నది నెమ్మదిని కలిగించిన విషయం. అనేక సంవత్సరాల నుంచి కాపాడుకుంటూ వచ్చిన స్నేహమూ ఒక చేదు ఘడియలో మట్టిపాలయిన అనుభవాలు మోహనస్వామికి ఎన్నో ఉన్నాయి. చేయిదాటి జరిగిపోయిన

కృత్యానికి నెలలపాటు అతను బాధపడ్డాడు. విచ్ఛిన్నమైన స్నేహాన్ని మళ్ళీ ఒక్కటిగా చేయటానికి ప్రయత్నించి ఓడిపోయాడు. ఒకరోజు స్నేహితులందరినీ పోగొట్టుకుని, మాట్లాడటానికి ఎవరులేనట్టు ఏకాకి అయిపోతాడేమోననే భయమూ అతనికి వుంది. స్నేహితులు లేకుండా ఎలా బ్రతకటం? హే కృష్ణా, గురురాజుతోటి నా స్నేహాన్ని కాపాడు. నా ఈ పాడుకళ్ళు అతనిపై పడకుండా చూసుకో.

ఆ సాయంత్రం గురురాజు ఇంట్లో కొందరు చిన్నపిల్లలు వచ్చారు. గోచి కట్టుకుని, రంగుల కండువా కప్పుకుని, నామ ముద్రలను దర్పంగా పెట్టుకుని ఇల్లంతా కలయతిరుగుతున్నారు. గురురాజు తల్లి కారణాన్ని తెలిపారు. "ఈరోజు సుబ్రహ్మణ్యుడి షష్ఠి. అయిదుగురు వటువులకు జంధ్యం, కండువాలు ఇద్దామని పిలిపించాను. నేను పుట్టినప్పటినుంచీ సర్పదోషం వుంది. మా తాతయ్య ఎప్పుడో ఇల్లు కట్టుకునేటప్పుడు జంట నాగుపాములను చంపేశాడట. ఆ పాపం నన్ను చుట్టుకుంది. వయసు దాటుతున్నా పెళ్ళి కానేలేదు. చివరికి సుబ్రహ్మణ్య షష్ఠి వ్రతం చేయమని ఎవరో చెప్పారు. మొదలుపెట్టాను. పెళ్ళయింది. పిల్లలయ్యారు. అప్పటినుంచి తప్పకుండా ఈ వ్రతాన్ని ఆచరిస్తూ వచ్చాను" అని వివరంగా తెలిపారు.

గురురాజు భార్యే మోహనస్వామికి దోసె వేసిచ్చింది. "ఇక నాలుగైదేళ్ళు వీడు దొరకడు. విదేశాలకు వెళుతున్నాడు. ఒకటి రెండు దోసెలు ఎక్కువగానే పెట్టు" అని గురురాజు ఉపచరించాడు. గురురాజు చిన్నకొడుకు అనికేతన ఇతడి తొడమీదికెక్కి కూర్చుని కళ్ళజోడును లాగసాగాడు. జేబులోవున్న పెన్ను, పేపరు, మొబైల్‌లను లాగి విసురుతున్నాడు. అతని చిన్న చేతులతో తన గడ్డాన్ని రుద్దుకుంటూ మోహనస్వామి ఆ పిల్లవాడి మృదువైన చర్మపు స్పర్శ యొక్క దైవికసుఖాన్ని అనుభవించసాగాడు. "అనీ, అంకుల్‌ను సతాయించకు" అని గురురాజు అప్పుడప్పుడు గద్దిస్తున్నా ఆ చిట్టిపాపడు తన ఆటను కొనసాగిస్తూ పోయాడు. అప్పుడప్పుడు కిలకిలమని నవ్వుతున్నాడు. మోహనస్వామి తింటున్న దోసె కావాలని అడుగుతున్నాడు. అయితే తాను తింటున్న దోసె ముక్కను అతని నోట పెట్టే ధైర్యం మోహనస్వామికి కచ్చితంగా లేదు. "అమ్మను అడగాలి. మంచివాడివి కదా నువ్వు" అని పిల్లవాడికి నచ్చజెప్పసాగాడు.

ఉన్నట్టుంది ఏదో స్ఫురించినట్టు గురురాజు, "అదికాదు మోహనా,

ఎలాగూ నాలుగైదేళ్ళు రానంటున్నావు కదా! ఒక అపార్ట్‌మెంట్ ఎందుకు కొనుక్కుని వెళ్ళకూడదు? ఎలాగో కావలసినంత డబ్బు నీ దగ్గర ఉండనే ఉంటుంది. ఇంకా కావాలనిపిస్తే కొంచెం లోన్ తీసుకుందువు. నువ్వు వచ్చేవరకు తనంతట తాను అప్పు తీరుతూ వుంటుంది. తిరిగొచ్చాక ఒక సొంత ఇల్లు ఉంటుంది కదా?" అన్నాడు. ఆ మాటలకు మోహనస్వామి పూర్తిగా కంగారుపడ్డాడు. ఇల్లు కొనాలనే ఆలోచన అతనికి ఎన్నడూ కలగలేదు. స్నేహితులందరూ అప్పటికే ఇల్లు కట్టించుకుని, వైభవంగా గృహప్రవేశం చేసి, మంచి విందు భోజనం పెట్టించారు. మోహనస్వామి గృహప్రవేశాలన్నిటికీ తప్పకుండాపోయి బహుమతి ఇచ్చి, కడుపునిండా తిని వచ్చాడు. గురురాజ్ ఈ ఇల్లు కట్టించేటప్పుడు పడిన కష్టాలంతా మోహనస్వామికి కథలుగా చెప్పేవాడు. ఎన్నోసార్లు తన వెంట మోహనస్వామిని ఏవేవో పనుల నిమిత్తం వెంటబెట్టుకుని వెళ్ళాడు. ఎవరో కాంట్రాక్టర్‌కు ఏదో డాక్యుమెంటు ఇచ్చి రావటం, అవెన్యూ రోడ్డులోకి వెళ్ళి ఆకర్షణీయంగా కనిపించే బల్బులు తేవటం, సెంట్ మార్క్స్ రోడ్డులో వున్న ఏ లాయర్నో కలవటం- ఇలా ఏవేవో కారణాలకు గురురాజు అతడిని తనతో తీసుకెళ్ళాడు. అయితే ఎన్నడూ తనకంటూ ఒక సొంత ఇంటిని కొనుక్కోవాలనే కోరిక మోహనస్వామికి కలగలేదు. అది తనకు సంబంధించిన సంగతని అతడికి అనిపించనేలేదు. తల్లిదండ్రులు ఉన్నప్పుడు అప్పుడప్పుడు ఇంటి గురించి మాట్లాడినప్పటికీ వాళ్ళు చనిపోయాక ఇతనికి నచ్చజెప్పేవాళ్ళు ఎవరూ లేకపోయారు.

"ఇల్లు తీసుకుని నేనేం చేయాలి. అదంతా నీలాంటి సంసారులకే సరిపోతుంది" అని ఫక్కున నవ్వాడు.

"సంసారో, బ్రహ్మచారో, ఈ దరిద్రపు ఊర్లో అద్దె డబ్బులు ఇస్తూ వుండటం మూర్ఖత్వం అనిపిస్తుంది. ఉండటానికి ఒక కప్పు అని ఉంటే మంచిది. ఇండిపెండెంట్ ఇల్లు నీకొద్దు. అయితే ఒక అపార్ట్‌మెంట్ ఉండనీ, సెక్యూరిటీ ఉంటుంది. మెయిన్‌టెనెన్స్ తలనొప్పి ఉండదు. ఇక్కడి నుంచి నాలుగు కిలోమీటర్లలో మంచి అపార్ట్‌మెంట్ కట్టబోతున్నదట. కన్‌స్ట్రక్షన్ క్వాలిటీ కూడా బాగుందట. మా ఆఫీసులో చాలామంది తీసుకున్నారు. అక్కడే ఒక అపార్ట్‌మెంట్ బుక్ చేసి విదేశాలకు వెళ్ళు. రిజిస్ట్రేషన్‌కు వద్దువుగాని. లేదంటే నేనే చేయిస్తాను" అని ప్రోత్సహించాడు. ఇల్లు కొనే ఆలోచన విచిత్రమైన కంపనాన్ని కలిగించి

ఎలా ప్రతిస్పందించాలో తెలియక గింజుకున్నాడు. అయితే మిత్రుడి ప్రోత్సాహంతో ఉత్సాహమొచ్చింది. తనదీ అనే ఒక ఇల్లు వుంటే ఈ అద్దె ఇంటి యజమానుల పీడ ఉండదుకదా అని కూడా అనిపించింది. అయితే వెంటనే అద్దెఇంటి యజమానులు ఎప్పుడూ తనను ఇబ్బంది పెట్టలేదనిపించింది. ఉదయం ఆఫీసుకు వెళితే మళ్ళీ సాయంత్రమే వెనుదిరగటం. కావాలంటే మధ్యాహ్న సమయంలో ఇంటిని వాడుకొమ్మన్నట్టు తాళం చెవులు వారి ఇంట్లో ఇచ్చేవాడు. ఇంటిని చాలా శుభ్రంగా పెట్టే ఆలోచన వేరు. తక్కువ నీటి వాడకం, ఎలాంటి గొడవలు లేకపోవటం, దాంతోపాటు ప్రతి నెల తప్పకుండా ఇచ్చే అద్దె. సంవత్సరానికి తప్పకుండా పది పర్సెంట్ అద్దె పెంచటం, ఏ ఇంటి యజమాని వద్దంటాడు?అయినా సొంత ఇల్లు ఉంటే మంచిదేకదా?

గురురాజ్ తల్లి బయటికి వచ్చారు. “చూడు మోహనా, నువ్వు చెప్పి పంపినట్టు వచ్చావు. అయిదుగురు బ్రహ్మచారులు కావాలని అంటే కేవలం నలుగురే వచ్చారు. అయిదవవాడిగా నీవీ జంధ్యం, కండువా తీసుకో” అన్నారు. ఇతనికి సంకటం. “అత్తా, నాకు ఇప్పటికే ముప్ఫయి అయిదేళ్ళు. నేనెలాంటి బ్రహ్మచారినని లెక్కేస్తారు” అని నవ్వాడు.

“ఏమైందిప్పుడు. పెళ్ళంటూ కాలేదుకదా? ఊరకే నా వ్రతం పాడుచేయకు. రా తాంబూలం తీసుకో” అని ఆజ్ఞాపించారు. ఇతను గురురాజ్ వైపు చూశాడు. “వెళ్ళి తీసుకోరా, ఏమీకాదు” అని గురురాజు కసిరాడు.

నలుగురు చిన్నచిన్న పిల్లలతోపాటు కూర్చుని ఇతను షష్ఠి తాంబూలాన్ని తీసుకున్నాడు. ఆ చిట్టి బాలకులు తమ పక్కన కూర్చున్న తండ్రి వయసు అంకుల్‌ను చూసి లోలోపలే నవ్వుకున్నారు. వాళ్ళ నవ్వును చూసి ఇతడికీ నవ్వు వచ్చింది. తాంబూలం తీసుకున్న ఆ పిల్లలు తల్లికి నమస్కారం చేసినపుడు “బాగా చదివి ర్యాంకులో పాసవ్వాలి” అని ఆమె ఆశీర్వదించారు. అయితే మోహనస్వామి నమస్కరించినపుడు, “తొందరగా పెళ్ళి జరగాలయ్యా” అని ఆశీర్వదించారు. ఈమధ్యన మోహనస్వామికి పెళ్ళి ఆశీర్వచనాలకు భయం కలగటంలేదు. దానికి బదులుగా ఎక్కడో గుండెలో ఓ ఆశ కలుగుతోంది. ఈ తల్లి ఆశీర్వచనం వల్ల ఏదో నాలో విచిత్రం జరిగి, ఆడదాన్ని పొందగలిగే స్థితి కలిగితే జీవితం ఎంత అందంగా వుంటుందో కదా? అని కలలు కంటున్నాడు. అయితే వెంటనే అదంతా జరగనిదని అర్థమై మౌనంగా ఒక పిచ్చి నవ్వు

నవ్వాడు. "మీరు ఆశీర్వదించినట్టే జరగనీ అత్తా. మీరు ఏదడిగితే దాన్నే ఇప్పిస్తాను" అని సొగసుగా నవ్వాడు. "నువ్వు ఊఁ అను. కన్యల మాల తెచ్చి నీ మెడలో వేస్తాను" అని ఆమెకూడా నవ్వి లోపలికి పోయారు. "చేసుకుంటావేరా?" అని గురురాజు అనుమానంగా అడిగాడు. "ఊరుకోరా! తమాషా చేయకు" అని మోహనస్వామి పాత రాగాన్నెత్తాడు.

మోహనస్వామి ఇంటికి వెళ్ళేటప్పుడూ గురురాజు మరొకసారి ఇల్లు తీసుకునే విషయాన్ని గుర్తుచేసి, అతను వెంటనే అపార్టుమెంట్ దగ్గరికి వెళ్ళడానికి ఒత్తిడి పెట్టాడు. ఇల్లు కొనకుండా ఈ ప్రాణస్నేహితుడు ఊరుకోడని అర్థం చేసుకున్న మోహనస్వామి ఇల్లు కొనాలని నిర్ణయించుకున్నాడు. వెంటనే వెళ్ళి ఇల్లు చూసుకుని, సాధ్యమైతే రేపే బుక్ చేసెయ్యమని గురురాజ్ ఉత్సాహపరిచాడు. "నువ్వూ వెంటరావాలి" అని మోహనస్వామి అన్నాడు. "కొంచెం పని వుంది మోహనా! ఈమె ఎక్కడికో వెళ్ళాలని అంటోంది. నువ్వే వెళ్ళి చూసుకుని రా. నీళ్ళు, కరెంట్, జెనరేటర్, లిఫ్ట్ అంతా సరిగ్గా ఉందా అని చెక్ చేసుకో. కావాలంటే రాత్రి మరికొన్ని టిప్స్ చెబుతాను" అని చెప్పి జారుకున్నాడు. ఆ మాటలకు మోహనస్వామికి అంతగా విచారం కలగలేదు.

ఇప్పటికి ఏడెనిమిదేళ్ళ క్రితమైతే మిత్రుడి తోడు లేకుండా ఎక్కడికీ వెళ్ళేవాడు కాదు. అంగడికి వెళ్ళి చిన్న జేబురుమాలు తీసుకోవటం కానీ, సినిమాకు వెళ్ళటం కానీ, ప్రియదర్శిని హోటల్‌కు వెళ్ళి బై టు కాఫీ తాగటం కానీ– అన్నింటికీ మిత్రులు కావాల్సిందే. వాళ్ళతో కబుర్లు చెబుతూ, నవ్వుతూ, వాదిస్తూ మొత్తం ప్రపంచాన్నే మరిచిపోయేవాడు. అయితే మిత్రులంతా ఒక్కొక్కరుగా పెళ్ళిళ్ళు చేసుకుని చేతికి దొరకనట్టయ్యారు. ఎప్పుడైనా ఫోన్ చేస్తే కొద్దిసేపు మాట్లాడినట్టు మాట్లాడి, "కొంచెం బిజీ, తరువాత చేస్తాను" అని కట్ చేసేవారు. ఒకటిరెండు సంవత్సరాలు గడిచేసరికి వాళ్ళందరికీ పిల్లలయ్యారు. అటు తరువాత ఫోన్‌కు ఎవరూ దొరకటంలేదు.

చివరకు మోహన ఒంటరితనాన్ని అలవాటు చేసుకోసాగాడు. కొన్నాళ్ళు ఎక్కడికీ పోకుండా, ఏమీ చేయకుండా మౌనంగా ఇంట్లోనే ఉండిపోయేవాడు. అయితే ఎన్ని రోజులు అలా ఒక్కడే కూర్చుంటాడు? మరో దారి లేక తానొక్కడే సినిమాకు వెళ్ళటం, బట్టలు కొనటం, టూరిస్ట్ స్థలాలకు వెళ్ళటం మొదలుపెట్టాడు. మొదట్లో అలా ఒంటరిగా తిరగటానికి భయం వేసింది.

ఏదో ఐస్‌క్రీం పార్లర్‌కు వెళ్ళి ఒక్కడే కూర్చుని పెద్ద గడ్‌బడ్ తీసుకుని తినేటప్పుడు విచిత్రమైన సంకోచం కలిగి ఐస్‌క్రీమ్ చేదుగా అనిపించేది. మొత్తం పార్లర్‌లో అందరూ తనవైపే చూస్తున్నారేమోనని సంకోచం కలిగేది. అయితే నెమ్మదిగా దానికి సర్దుకున్నారు. ఎన్ని గంటలకు కావాలన్నా ఇంటికి వెళ్ళవచ్చు. ఎప్పుడు కావాలన్నా లేవచ్చు. ఎక్కడికి కావాలన్నా పోవచ్చు- అడిగేవాళ్ళు, చెప్పేవాళ్ళు ఎవరూ లేరని సంబరపడేవాడు. అయితే ఒకసారి మాత్రం తన ఒంటరితనం అతనికి అత్యంత దుఃఖాన్ని కలిగించింది.

ఆ రోజు ఆఫీసులో ఉన్నట్టుండి కడుపునొప్పి వచ్చి మెలికలు తిరిగిపోయాడు. గతంలో ఎప్పుడూ ఆ విధంగా అతనికి కాలేదు. ఏదో గట్టిగా లోపలి నుంచి పిండినట్టు నొప్పి. నడవటానికీ సాధ్యపడని స్థితికి చేరుకున్నాడు. అందరూ అతని చుట్టూ గుమిగూడారు. అయితే కేవలం అరగంటలో నొప్పి మాయమైంది. అయితే ఎందుకో ఆ నొప్పికి విచిత్రమైన భయం కలిగి మరుసటి రోజు ఆస్పత్రికి వెళ్ళాడు. ఆస్పత్రి అంటే మోహనస్వామికి ఇష్టం. డాక్టర్లు, నర్సులు ఎంతో ఆత్మీయంగా మనల్ని పలకరిస్తారు. వాళ్ళందరి ప్రముఖ ఆకర్షణ తానే అయిపోతాడు కదా? సూది గుచ్చిన తరువాత "నొప్పిగా ఉందా?" అని ఎంతో వ్యాకులతతో నర్సులు అడుగుతారు? డాక్టర్‌గారు కూడా తాను చెబుతున్నది ఎంతో శ్రద్ధగా వింటారు. ఆస్పత్రి అంత చెడ్డస్థలమేమీ కాదని అతనికి అనిపించేది.

ఈసారి పరీక్షించిన డాక్టర్‌గారు ఎండోస్కోపి చేయించమని చెప్పారు. ఎప్పటిలా ఒక్కడే మరుసటి రోజు ధైర్యంగా ఆస్పత్రికి వెళ్ళాడు. రాత్రంతా ఉపవాసం ఉండి పొట్ట ఖాళీగా పెట్టుకున్నాడు. ఎండోస్కోపి అంటే ఎలాంటి పరీక్ష అన్నది అతనికి అవగాహన లేదు. రక్త పరీక్ష, బి.పి పరీక్షలాంటిదే ఇదీ అయివుండవచ్చునని భావించాడు.

ఆ పరీక్ష అతను అనుకున్నంత సులభమైంది కాదు. ఇతడ్ని మంచం మీద పడుకోబెట్టి, కాళ్ళు చేతులు కదలకుండా కట్టి, పెద్ద రబ్బరు పైపును నోటి ద్వారా పొట్టలోకి దించి, ఆ పైపు చివరన వున్న కెమెరా ద్వారా అతని పొట్టను టీవీ తెరమీద చూడటం ఆ పరీక్షా విధానం. నర్స్ ఆ పైపును గొంతు ద్వారా పొట్టలోకి చేర్చడానికి ప్రయత్నిస్తోంది. అది గొంతు దాటుతున్నట్టే ఇతనికి ఏదో బాధకలిగి, ఇక ప్రాణాలే పోతాయేమో అన్నట్టు భయమేసి,

ఊపిరే ఆగిపోయినట్టయి, కళ్ళు తేలవేశాడు. ఆ పైపును లాగి విసిరేయాలనుకున్నా, కాళ్ళు చేతులను కదలకుండా కట్టివేశారు. ఒకేవిధంగా ఆందోళనలో సాధ్యమైనంత శక్తితో కాళ్ళు చేతులను టపటపమని కొట్టుకుని విలవిల్లాడాడు. అప్పుడు నర్స్ ఆ పైపును వెంటనే బయటికి తీయసాగింది. కడుపులో ఏమీ లేకపోయినా అదోలాంటి మురికినీళ్ళ వాంతై ఇతనికి అత్యంత వేదన కలిగింది. "మీరు రిలాక్స్ కావాలి. అలాగైతేనే ఈ పరీక్ష సులభంగా అవుతుంది" అని ఆమె పదేపదే చెబుతోంది. ఇతను ఎంత ప్రశాంతంగా ఉండాలని నిర్ణయించుకున్నా పైపు గొంతులోంచి దిగుతున్నట్టే ప్రాణం పోయినట్టు నిస్సహాయత కమ్ముకునేది. పరీక్ష ముగించటానికి సుమారు గంట సమయం పట్టింది. నర్సుకైతే విసుగొచ్చింది. ఇతనికి కూడా. పరీక్షంతా ముగిసిన తరువాత, అతని కాళ్ళూ చేతులూ వణికాయి. "కొద్దిసేపు విశ్రాంతి తీసుకోండి. తోడుగా ఎవరూ రాలేదా? ఒక్కరే ఎందుకు వచ్చారు?" అని ఆమె విచారాన్ని వ్యక్తపరిచింది.

బయట చెక్క బెంచి మీద కూర్చుని విశ్రాంతి తీసుకుంటుండగా ఎందుకో అతనికి ఏడుపు తన్నుకొచ్చింది. ఏ మిత్రుడినైనా పిలుచుకుని వచ్చుంటే బాగుండేదని అనిపించింది. అయినా ఎవరైనా పూర్తిరోజు సెలవు పెట్టి తన వెంట ఆస్పత్రికి వచ్చేవారా? అనే అనుమానం కలిగింది. ఒకడే రాకుండా మరోదారి లేదని అనిపించినపుడు మనస్సుకు మరొక బాధ కలిగింది. ఒక ఓదార్పు కలిగించే విషయం ఏమిటంటే పరీక్షా ఫలితం చూసిన డాక్టర్ "మీకు ఏ జబ్బు లేదు. ఆరోగ్యంగా ఉన్నారు. గ్యాస్ట్రబుల్ వల్ల కడుపునొప్పి వచ్చి వుండవచ్చు. అంతే" అని చెప్పి పంపారు. ఒకవేళ ఆరోగ్యం కోల్పోతే తాను జీవితంలో పూర్తిగా ఓడిపోయినట్టని మోహనస్వామి నమ్మకం. చిన్నగా జ్వరం మొదలై మంచం పట్టినా గంజి కాచేవారు లేరు. మాత్ర వేసుకోవటానికి గుర్తుచేసేవాళ్ళు లేరు. జబ్బు చేస్తే డాక్టర్ దగ్గరికి పిలుచుకుని వెళ్ళేవారెవరూ లేరు. అందువల్ల మోహనస్వామి ఆరోగ్యం గురించి ఎప్పుడూ చాలా జాగ్రత్తలు తీసుకునేవాడు.

అయితే ఈరోజు కేవలం ఇంటిని చూసే పని. తోడుగా మిత్రులు ఎవరైనా ఉండాల్సిందే అనే నియమం లేదు. ఇది సులభం. ఇష్టమైతే తీసుకోవటం, కష్టమైతే వద్దనటం అంతే!

అపార్ట్‌మెంట్ ఆఫీసులో అతను తన వంతు కోసం గంట ఎదురు చూడాల్సి వచ్చింది. రెండు కుటుంబాలు తాము కొనుక్కోబోయే అపార్ట్‌మెంట్ గురించి ఎక్కడలేని విచారణ మొదలుపెట్టారు. ఫ్రెంచ్ విండో కావాలని భర్త, ఇల్లు చాలా వెలుతురైపోతుందని భార్య పోట్లాడుకోసాగారు. మరొక కుటుంబంలో భార్యాభర్తల కన్నా అమ్మాయి తల్లిదండ్రులు ఎక్కువ అధికారంతో ప్రశ్నల వర్షం కురిపిస్తున్నారు. బహుశా వాళ్ళే ఇల్లు కొనటానికి కొంచెం డబ్బు ఇచ్చి వుండొచ్చని మోహనస్వామి ఊహించాడు. ఇండియన్ టాయిలెట్ కావాల్సిందేనని మామగారు వాదిస్తున్నారు. దేవుడి గది లేకపోతే అది ఇల్లెలా అవుతుందని అత్తగారి వాదన. స్క్వేర్ ఫీట్ వెల కొంచెం తగ్గించడానికి వీలవుతుందా అని యజమాని విచారిస్తున్నాడు. వాళ్ళ పిల్లలంతా విసుగొచ్చి బయట ఆడుకోవటానికి వెళ్ళిపోయారు. ఆ విషయం గుర్తుకు రాగానే "ఇనుము, గినుము గుచ్చుకునేను" అని వాళ్ళమ్మ పరుగున వెళ్ళి రెండు దెబ్బలు వేసి పిల్లలను లోపలికి పిలుచుకుని వచ్చింది. వాళ్ళు ఏడవటం మొదలుపెట్టారు. "చూడు పండు, ఏడవకూడదు, అంకుల్‌కు చెబుతాను. కొత్త ఇంట్లో నీకు సెపరేట్ రూం ఉంటుంది తెలుసా? కార్టూన్లు గోడకు అంటించమని చెబుతాను" అని ఓదారుస్తోంది.

ఆ రెండు కుటుంబాల వారి వందలాది ప్రశ్నలు, బేరం, మార్పులు, ఎంపికలు అంతా ముగిసేసరికి ముప్పావుగంట అయింది. పూర్తిగా అలసిపోయిన మేనేజర్ ఇప్పుడు మోహనస్వామి దగ్గరికి వచ్చాడు. అంత అలసిపోయినా ఒక చక్కటి నవ్వు నవ్వి, "నా పేరు రాజేష్. సారీ, మిమ్మల్ని చాలాసేపు వెయిట్ చేయించాను. మీకు ఎలాంటి ఇల్లు అవసరం సార్? మీ అవసరాలేమిటి?" అని అడిగాడు. ఆ ప్రశ్నకు మోహనస్వామి కచ్చితంగా ఏమీ సిద్ధం చేసుకోలేదు. ఇల్లు కావాలనుకుని వచ్చాడు తప్ప, ఇల్లు ఎలా ఉండాలనే కల్పనను చేయలేదు. "ఒక చిన్న ఇల్లు చాలు" అని జవాబిచ్చాడు. "కనీసం రెండు బెడ్‌రూముల ఇండ్లు మాత్రమే మా దగ్గర వున్నాయి. ఎలాగూ తీసుకుంటున్నారు కనుక మూడు బెడ్‌రూంల ఇల్లు తీసుకోండి సార్! భవిష్యత్తులో పిల్లలు పెద్దవాళ్ళయినపుడు అవసరమవుతాయి" అన్నాడు. మోహనస్వామి సంకోచంగా నవ్వుతూ "అంత పెద్దది అవసరంలేదు. ఏది చిన్నగా వుందో దాన్నే చూపించండి" అని అభ్యర్థించాడు.

"వాస్తు చూస్తారా సార్" అని రాజేశ్ అనుమానం వ్యక్తపరిచాడు. "లేదు, అలాంటిదేమీ లేదు. ఇల్లు చిన్నగా చక్కగా ఉంటే చాలు" అని మోహనస్వామి తన కోరికను చెప్పాడు. "అమ్మయ్య వాస్తు వద్దనేవారు ఒక్కరైనా దొరికారు కదా! ఎలాంటి అంతఃపురాన్నైనా కట్టివ్వచ్చుసార్. అయితే ఈ వాస్తు పాటించి ఒక చిన్న శౌచాలయాన్ని కట్టడానికి కుదరదు చూడండి" అని నవ్వి మోహనస్వామిని ఇల్లు చూపించడానికి తీసుకుపోయాడు. ఇంకా అపార్ట్‌మెంట్ నిర్మాణం పూర్తికాకపోయినా ఒక మోడల్ హౌస్ చేసి పెట్టారు. అందులో అన్ని గృహోపకరణాలను సర్దిపెట్టారు.

తలుపు తెరవగానే పెద్ద హాలు. ఆ హాలు వైశాల్యాన్ని చూసి మోహనస్వామి లోపల అడుగుపెట్టడానికి వెనుకాడాడు. ఒక క్షణం గుమ్మాన్ని పట్టుకుని బయటే నిలబడిపోయాడు. "లోపలికి రండి సార్! షూ విప్పనవసరంలేదు" అని రాజేశ్ పిలిచిన మీదట లోపల అడుగుపెట్టాడు. ఒక పెద్ద ఎల్.సి.డి. టీవీని మూలలో పెట్టారు. దాన్ని చూడటానికి చుట్టూ పెద్దపెద్ద సోఫాలున్నాయి. అక్కడే మరొక చివరన డైనింగ్ టేబుల్. ఆరుగురు ఒక్కసారిగా కూర్చుని భోజనం చేయగలిగేది. పెద్ద వంటిల్లు. దానికి ఆనుకుని స్టోర్‌రూం. వాషింగ్ మెషిన్, ఫ్రిజ్ పెట్టడానికి కేటాయించిన స్థలం. పాత్రలు– గిన్నెలు పెట్టడానికి అనేక సుందమైన కబోర్డులు. రెండు పడక గదులు. ఒక మాస్టర్ బెడ్‌రూం. దానికి అంటుకున్నట్టు పెద్ద టాయ్‌లెట్. అందులో ఒక పెద్ద తెల్లటి బాత్‌టబ్. వరండాలో కామన్ టాయ్‌లెట్. మనిషెత్తు వాడ్‌రోబ్‌లు. నిలువుటద్దాల డ్రెస్సింగ్ టేబుల్. పైన మొత్తం పాత వస్తువులను మోయగలిగే అటకలు. నట్టింటిని ఆనుకునే విశాలమైన బాల్కనీ.

మోహనస్వామికి మాట్లాడటానికి సాధ్యంకాలేదు. మాస్టర్ బెడ్‌రూంలో అటాచ్డ్ బాత్‌రూం ఉందికదా, ప్రశాంతంగా జీవించటానికి దానికన్నా అధిక స్థలం అతనికి కచ్చితంగా అవసరం లేదు. అతని బట్టలన్నీ ఒక సూట్‌కేస్‌లో సర్దిపెట్టొచ్చు. అంత పెద్ద వాడ్‌రోబ్‌లో ఏం పెట్టాలి? వాషింగ్‌మెషిన్, ఫ్రిజ్, మైక్రో ఓవన్, గీజర్– ఊహూఁ, ఒక్కటీ అతని దగ్గర లేదు. కేవలం ఒక చిన్న ఆటోలో పట్టగలిగే అతని సమస్తాన్నీ ఇక్కడ ఏ మూలలో పెట్టాలి. నేల మీద కూర్చుని చేతిలో భోజనం ప్లేటు పట్టుకుని టీవీ చూసే ఇతను ఆ విశాలమైన సోఫాలను ఏమి చేసుకోవాలి? డైనింగ్ టేబుల్ చుట్టూ ఎవరు కూర్చోవాలి?

మోహనస్వామికి సంకటం కలగసాగింది. దాని విశాలత ముందు తన అల్పత్వం అత్యంత చెడుగా కనిపించసాగింది. రాజేశ్ తన ఎప్పటి సేల్స్‌మెన్ పద్ధతిలోనే ఆ ఇంటి ప్రత్యేకతను చెబుతూ పోయాడు. "చూడండి, పిల్లలు బాల్కనీలోంచి కిందకు పడకుండా ఎలా ప్రత్యేకంగా గ్రిల్ వేయించామో. మాస్టర్ బెడ్‌రూంలో మీ మనస్సుకు తృప్తి కలిగేలా పెద్ద కాట్‌ను వేసుకోవచ్చు. (ఒక కపట నవ్వు)... వంటింట్లోంచే టీవీ కనిపిస్తుంది చూడండి, ఇంటి యజమానికి విసుగు కలగకూడదని ఆ డిజైన్ చేయించాం. మీకు ఇంకా ఒకటి, రెండు వార్‌రోబ్‌లు కావాలంటే అందుకు స్థలముంది. ఏ పక్కనుంచి అయినా మీ ఇంట్లోని చిన్న దృశ్యం కూడా పక్కవారికి కనిపించకుండా జాగ్రత్త తీసుకున్నాం. కుటుంబ ప్రైవసీ అత్యంత ముఖ్యమని మా నమ్మకం. మీ బాల్కనీ నుంచి ఎదురుగా కనిపించేది పిల్లల ఆట మైదానం. మీ కళ్ళ ఎదుటే పిల్లలు ఆడుకుంటూ ఉంటారు. కారు పార్కింగ్‌లు రెండు ఇస్తాం." మోహనస్వామి అతని మాటలన్నిటికీ భయపడుతూ పోయాడు. ఈ ఇల్లు కొనాలనే ఆలోచనను వదిలేసి అక్కడినుంచి పారిపోయే భయం కలగసాగింది.

రాజేశ్ తన వాక్ప్రవాహాన్ని ఆపి, "ప్రత్యేకంగా ఇంకేమైనా కావాలంటే చెప్పండి సార్. వాటినీ చేయించి ఇస్తాం. టైల్స్, వాల్ కలర్, కిచెన్ మెటీరియల్, వార్డ్‌రోబ్ ప్లయివుడ్, విండోస్..." అని అడిగాడు. మోహనస్వామికి ఏ ప్రత్యేకతలూ తెలియవు. "ఇది చాలు. బాగుంది. ఇంకేమీ అక్కరలేదు. దయచేసి నేను ఎంత డబ్బు అడ్వాన్స్‌గా చెల్లించాలో చెబితే ఈవాళే చెక్కు ఇచ్చేస్తాను" అన్నాడు. ఇప్పుడు తెల్లబోయే వంతు రాజేశ్‌ది. "అయ్యయ్యో! అంత తొందర ఏమీలేదు సార్. ఇంకా మీ ఇంటి వాళ్ళంతా వచ్చి చూడనీయండి. పిల్లల్నీ చూడమనండి. అమ్మానాన్న, అత్త మామ అందరూ చూడాలి. ఒక్కొక్కరిది ఒక్కొక్క కోరిక కదా సార్? ఒక వారం టైం తీసుకోండి సార్. ఇబ్బందేమీ లేదు. మీకోసం ఒక ఇంటిని కేటాయించి పెడతాను. తొందరపడితే అటు తరువాత ఊరకే ఇబ్బందుల్లో ఇరుక్కుంటారు" అని వివరించాడు. "ప్లీజ్. అవన్నీ ఏమీ వద్దు. నాకు అంగీకారమైతే సరిపోతుంది. దయచేసి అడ్వాన్స్ ఎంతివ్వాలో చెప్పండి" అని ఒత్తిడి పెట్టాడు. రాజేశ్ మళ్ళీ వివరించే సాహసానికి పూనుకోలేదు. "రెండు లక్షల రూపాయలు ఇవ్వాలి సార్. మిగిలిన 38 లక్షలు రిజిస్ట్రేషన్ సమయంలో చెల్లిస్తే సరిపోతుంది. రిజిస్ట్రేషన్ ఖర్చు మీరే పెట్టుకోవాలి"

అన్నాడు.

"ఎవరి పేరిట చెక్కు రాయాలి?" అన్నాడు మోహనస్వామి. రాజేష్ ఒక పాంప్లెట్ ఇచ్చి కంపెనీ పేరును పెన్నుతో అండర్‌లైన్ చేసి చూపించాడు. అత్యంత తొందరగా చెక్‌ను రాసిన మోహనస్వామి దాన్ని వణికే చేతులతో చింపి రాజేశ్‌కు ఇచ్చేశాడు.

రాజేశ్‌కు ఎలా ప్రతిస్పందించాలో అర్థంకాక అయోమయంలో పడ్డాడు. తరువాత సర్దుకుని, "కంగ్రాట్స్ సార్. మీకు బహుమతిగా రెండు సింగపూర్ రిటర్న్ ఏర్ టికెట్లు ఇస్తాం. మీ ఇంటివాళ్ళతో అక్కడికి వెళ్ళి మూడు పగళ్ళు, రెండు రాత్రుళ్ళు గడిపి రావచ్చు. అక్కడ భోజనం, వసతి అన్నీ మేమే చేస్తాం. మీరు మరో రెండు రోజుల్లో వాటి పూర్తి వివరాలను మా నుంచి తెలుసుకోవచ్చు" అంటూ కరచాలనం చేశాడు. మోహనస్వామి దానికి ప్రతిస్పందించలేదు. రాజేశ్ రెండు పుటల ఒక దరఖాస్తును ఇచ్చి, సార్ దీన్ని మీరు నింపి ఇవ్వాలి" అని మనవి చేసుకున్నాడు. మోహనస్వామి దాన్ని తిరగేశాడు. ఇంటి ఇన్నర్ డెకరేషన్ చేసేటప్పుడు గ్రాహకులు కోసం అనేక ఎంపికలను అందులో పొందుపరిచారు. టైల్స్ ఎలాంటివి కావాలి, స్నానాల గదిలో పైపులు ఏ కంపెనీవి కావాలి, మెయిన్ హాలుకు ఫ్రెంచ్ విండో కావాలా? గోడకు ఏ రంగు పెయింట్ వేయాలి, క్రాస్ వెంటిలేషన్ కావాలా, అన్ని రూములకి టీవీ, కేబుల్ కావాలా? రీడింగ్ రూములో ఇంటర్‌నెట్ కనెక్షన్ అవసరముందా? మొదలైన యాభైకు పైగా ప్రశ్నలు అందులో ఉన్నాయి. కొన్ని ఎంపికలు ఇంటి ఖర్చును పెంచేవి. అన్ని ప్రశ్నలను ముగించిన తరువాత చివరన ఇంటి యజమాని సంతకం చేయాలి.

మోహనస్వామికి ఆ ప్రశ్నలకు జవాబిచ్చే మనస్సు, శక్తి, ధైర్యం ఒక్కటీ లేదు. ఇంకా ఎక్కువసేపు అక్కడే ఉంటే తాను కుప్పలా కూలబడిపోతానేమోననే భయం అతడిని వేధించింది. ఈ అపరిచిత రాజేశ్ ముందు కచ్చితంగా కన్నీరు కార్చకూడదని దృఢసంకల్పం చేసుకున్నాడు. అయితే అతని సంకల్పం ముక్కలుముక్కలు అవుతోంది. ఏ ఎంపికలను చేయక, మౌనంగా దరఖాస్తు చివరన సంతకం చేసేశాడు. ఆ దరఖాస్తును రాజేశ్‌కు తిరిగిచ్చి "దయచేసి ఒక సహాయం చేయండి. మీకు ఏది సరి అనిపిస్తుందో దాన్ని ఉపయోగించండి. నాకు ప్రత్యేకించి ఏ ఎంపికలు లేవు. నాకు ఎలా ఉన్నా అది అందంగా

కనిపిస్తుంది. డబ్బు ఎక్కువైనా ఫరవాలేదు. ప్లీజ్" అని అభ్యర్థించాడు. రాజేశ్ మౌనంగా తలూపాడు.

"ఇంకా ఇతర దరఖాస్తుల మీద సంతకం చేయాలా?" అని మోహనస్వామి విచారించాడు. "లేదు సార్. మళ్ళీ మీరు రిజిస్ట్రేషన్ సమయంలో వస్తే సరిపోతుంది. దయచేసి మీ చిరునామా, మొబైల్ నెంబరు ఇచ్చి వెళ్ళండి" అన్నాడు. "నేను రేపే విదేశాలకు వెళుతున్నాను. నాకు బదులుగా నా మిత్రుడు అన్నిటికీ మీకు సహకరిస్తాడు. అతనికి పవర్ ఆఫ్ అటార్నీ ఇచ్చి వెళతాను. అతని చిరునామా, ఫోన్ నెంబరు మీకు ఇస్తాను. చాలు కదా" అన్నాడు.

రాజేశ్ అంగీకరించాడు.

మోహన్ పులిగుహలోంచి తప్పించుకున్నవాడిలా ఆ అపార్ట్‌మెంట్ కాంప్లెక్స్ నుంచి పరుగులాంటి అడుగులతో నడుచుకుంటూ వచ్చేసాడు. ఎండోస్కోపిక్ పరీక్షకన్నా ఇది అత్యంత కష్టమైనదని అతనికి ఇప్పటికే అర్థమైంది. ఊరికే అద్దె ఇంట్లోనే జీవితాన్ని కొనసాగించే తక్కువ జీతపు ఉద్యోగముంటే చాలుకదా అని బలంగా అనిపించసాగింది. విదేశాల నుంచి వచ్చినా ఆ పెద్ద ఇంట్లో ఒక్కడే ఉండటం తనవల్ల సాధ్యమా? అని భయంవేస్తోంది. ఏమైనా కానీ, గృహప్రవేశం వేడుకను తాను మాత్రం చేయడు. దేవుడి సాక్షిగా చేయడు అని పదేపదే అనుకున్నాడు.

బాల్కనీలో నుంచున్న రాజేశ్, ఆ విచిత్ర గ్రాహకుడు ధూళిలో మరుగవుతుండటం చూస్తూనే ఉన్నాడు. నలభై లక్షల ఇంటిని కేవలం ముప్పై నిముషాల్లో కొనేశాడు కదా అని రాజేశ్ ఆశ్చర్యపోసాగాడు.

******

చతుర్ముఖం

"నువ్వు బ్రాహ్మణుడివా?"-అని ఉన్నట్టుండి దర్శన్ అడిగేశాడు. ఘనశ్యామ వర్ణపు సదృఢ కాయుడైన, ముగ్ధముఖం కలిగిన ఆ యువకుని ప్రశ్నకు ఎలా సమాధానం ఇవ్వాలో తెలియని మోహనస్వామి ఒక్క క్షణం కలవరపడ్డాడు. అటు తరువాత తేరుకుని, "లేదు దర్శన్, ఓ 'గే'కు ఏ కులమూ ఉండదు. అతడిని ఏ కులస్థులూ తమ వాడిగా స్వీకరించరు" అని చిన్నగా నవ్వి అన్నాడు.

*****

కార్తీక్ అనేవాడు మోహనస్వామి మొదటి స్నేహితుడు. అతనితో కొన్ని సంవత్సరాలు కలిసి జీవించిన తరువాత, అతడు పెళ్ళి చేసుకుని దూరమయ్యాడు. ఆ ఎడబాటులోని బాధను మరవటానికి మోహనస్వామికి కొన్ని సంవత్సరాలు కావలసి వచ్చింది. తరువాత అతను కుదుటపడ్డాడు. కొత్తగా ఎవరు దొరికినా, వాళ్ళతో స్నేహం దీర్ఘకాలానిది కాదని ముందుగానే నిర్ణయించుకునేవాడు. కేవలం జరిగినన్ని రోజులు వాళ్ళతో సహవాసం చేసి తరువాత కొత్త సహచరుడిని వెదకటానికి పూనుకునేవాడు. సమాజానికి అతని జీవితంలోని కష్టసుఖాల గురించి ఏనాడు ఆసక్తి ఉండేది కాదు. అతని యవ్వనపు రోజులలో, "పెళ్ళి చేసుకో. నేను నిలబడి పిల్లను వెదుకుతాను" అని వందలాది మంది ఉచితసలహాలు ఇచ్చినప్పటికీ, అతను 'గే' అని తెలిసిన తరువాత, "ఎవరైనా

మంచి కుర్రవాడిని వెదుక్కుని జీవించు. తోడుగా ఇంకొక మనిషి ఉంటే మంచిది" అని చెప్పే గొప్ప మనసు చాలావరకు ఎవరికీ ఉండేది కాదు. సమాజానికి ఒక వ్యక్తి అవసరం లేకపోతే, అతనికీ సమాజం పట్ల శ్రద్ధ తగ్గిపోతుంది. అందువల్ల మోహనస్వామి తన మనస్సుకు తోచినట్టు జీవించేవాడు. తన కష్టసుఖాలు ఒంటరిగానే అనుభవించడం నేర్చుకున్నాడు.

కొన్ని జీవులు అతని జీవితంలో ప్రవేశించి, అతడిని కూడి, సుఖమిచ్చి, తరువాత దూరమయ్యాయి. సంబంధాల కలయికకు, ఎడబాటుకు భావుకుడు కావటాన్ని పోగొట్టుకుని స్థితప్రజ్ఞుడవుతూ పోయినట్టల్లా, మానవజగత్తులోని సూక్ష్మతలు అర్థమవుతూ పోతాయి. ప్రతీ ఒక్క 'గే' అబ్బాయి ఎంత విభిన్నమైనవాడని అతనికి ఆశ్చర్యం కలుగుతుంది. ఉన్నటువంటి 'గే' వ్యక్తులే సంఖ్యాపరంగా అత్యంత తక్కువ కావటం వల్ల ఇక్కడ వయసు, కులం, వర్గాల వ్యత్యాసం లేకుండా ఒకరు మరొకరితో తిరిగే స్వేచ్ఛ ఉంది. జీవితానికి ఎన్నో రంగులు, ఎన్నో ఆకృతులు ! కొత్త జీవితో తిరిగినట్టల్లా కొత్తదైన విశ్వమొకటి తెరుచుకుంటూ పోతుంది. అధికాధికంగా అది అర్థమవుతున్నట్టే, మరింత నిగూఢమనిపించటం మొదలవుతుంది. దాన్ని ఛేదించే తహతహ అధిక మౌతుంది. ఇప్పటికే మోహనస్వామికి నలభైఅయిదు దాటింది. ఇప్పుడు శారీరక కోరికల కన్నా మానసిక కోరికల ఆర్భాటం అధికమైపోయింది. అయినా శారీరకంగా ఒక్కటి కాకపోతే నిగూఢత యొక్క ఆయామాలను బహిర్గత పరచరన్నది అతనికి తెలుసు.

ఆరేళ్ళ క్రితం పరిచయమైన వేలుస్వామి అనే ఇరవై అయిదేళ్ళ కుర్రవాడిని మోహనస్వామి మరవలేకపోయాడు. 'గ్రైండర్' అనే 'గే' డేటింగ్ యాప్‌లో దొరికాడు. జిమ్‌లో పెంచుకున్న కండలు తిరిగిన దేహం అతనిది. విశాలమైన వక్షస్థలం, సన్నని నడుము, పొట్టమీది మడతల అతని ఫోటో చూసి మోహనస్వామి నోట నీరూరింది. బహుశా మధ్య వయసులోని తనకు అతను దక్కడనే అనుమానం చొరబడింది. దాంతోపాటు అతని యవ్వన ఆర్భాటానికి తగినట్టు తాను సరిసమానమైన జతగాడు కాగలడా అనే అనుమానం వేరే ! అయితే అతని తీర్చిదిద్దినట్టున్న లేత దేహం సూదంటురాయిలా ఆకర్షించటాన్ని ఆపటానికి తనకి సాధ్యం కాలేదు. చివరికి ఒక రాయి విసరడానికి నిర్ణయించుకుని, "హలో" అని మెసేజ్ పంపాడు. అటుతరువాత డిజిటల్

కబుర్లు, కాఫిడేలో కాఫీ, మల్టిప్లెక్స్‌లో సినిమా, పిజ్జాహట్‌లో భోజనం–అన్నీ అత్యంత సాంప్రదాయకంగా ఒక్కొక్క రోజు జరిగి, కేవలం ఒక వారంలో అతడిని ఒప్పించి ఇంటికి పిల్చుకుని వచ్చాడు. అయినా లోపల ఎక్కడో తీరని అనుమానం. ఇరవై అయిదేళ్ళ కుర్రవాడికి నిజంగానే తన మీద కోరిక కలిగిందా? లేదా కేవలం నా పెద్దవయసు మీది గౌరవంతో ఇలా ధైర్యంతో వస్తున్నాడా? అతని ఉద్దేశ్యం కేవలం స్నేహమా? లేదా అంతకు మించినదా? మొదలైన ప్రశ్నలు తలలో దూరి హైరానాపడ్డాడు. అతని అందమైన శరీరం కోర్కెల అలలను రేపి పులకింపజేసే ఒత్తిడి ఒకవైపు, నిరాకరించే భయపు అలల పోటు మరోవైపు. మోహనస్వామి హైరానాపడ్డాడు. అయినా ఏదీ ప్రదర్శించకుండా భోజనం, సంభాషణలనంతా అత్యంత సహజంగా ముగించి రాత్రి పడుకునేటప్పుడు మాత్రం–"నువ్వు గదిలో పడుకుంటావా? లేదా నాతో పడుకుంటావా?" అని వినయపూర్వకంగా అడిగాడు. ఇతడి తడబాటును సూక్ష్మంగా గమనించిన అతను ఇతడిని మృదువుగా దగ్గరికి లాక్కుని, దీర్ఘంగా చుంబించాడు. పటాసుల రాశికి నిప్పు పెట్టినట్టయ్యింది. మోహనస్వామి దేహం వేడికి దహించుకుపోసాగింది. గబగబా అతడి బట్టలు విప్పేశాడు.

అలాగని అన్నీ సరళంగా జరిగిపోవు. అక్కడ కూడా ఎదురుచూడని మలుపు ఒకటి కాచుకుని కూర్చుంది. అతని నగ్నదేహాన్ని కౌగిలించుకోవటానికి తహతహలాడినపుడు వేలుస్వామి అతడిని ఆపాడు. "మీకొక విషయం ముందుగానే చెప్పాలి సార్" అన్నాడు. జాలీడ్రైవ్‌కు బయలుదేరినపుడు అడ్డువచ్చే ట్రాఫిక్ పోలీసుల వేధింపులా మోహనస్వామికి ఈ మాటలు కోపం తెప్పించాయి. అయినా సంయమనంతో కళ్ళతోటే ఏమిటని ప్రశ్నించాడు. "నాకు హెచ్.ఐ.వి. పాజిటివ్...సంవత్సరం క్రితం తెలిసింది. ఇప్పుడు మాత్రలు తీసుకుంటున్నాను సార్... అటు తరువాత మీకు చెప్పలేదనే బాధ కలగకూడదు" అని అతను శాంతంగా అన్నాడు. మోహనస్వామి ఒక్క అడుగు వెనక్కు వేశాడు. అతని భయాన్ని గమనించిన వేలుస్వామి "నేను నిజం చెప్పకుండా మీతో ముందుకు కొనసాగివుండొచ్చు ... అయితే నాకు నిజాయితీ లేకపోవటం నచ్చదు సార్..." అన్నాడు. ఆ చిన్నకుర్రవాడి గొప్పదనం మోహనస్వామికి ప్రత్యేకంగా కనిపించింది. అయినా సమాగమాన్ని ముందుకు కొనసాగించడానికి భయం. వేలుస్వామి మాటల్లోని పదునును కొనసాగించాడు. "మీరు చదువుకున్నావారు..

అన్నీ తెలిసివుంటాయి... నా దగ్గర కాండోమ్ ఉంది... వీర్యం మీ దేహాన్ని తాకకుండా చూసుకుంటాను... కచ్చితంగా మీకేమీ కాదు సార్..." అని భరోసా ఇచ్చాడు. మోహనస్వామి నెమ్మదిగా అతడి మాటలకు కరగసాగాడు. అతని నిజాయితీనో, అతని లేత శరీరం మీది ఆకర్షణో, హెచ్.ఐ.వి.గురించి బాగా చదువుకున్నందువల్లనో తెలియదు–ధైర్యంతో ముందుకు సాగాడు. ఇక సమాగమానికి ఏ ఆటంకాలు రాలేదు. గడియారంలోని రెండు ముళ్ళు చాలాసేపు నడిచి నడిచి అలసిపోయినా వారు పట్టించుకోలేదు.

మరుసటి రోజు చాలా తొందరగా లేచిన వేలుస్వామి మోహనస్వామి నిదుర కళ్ళ మీద మృదువుగా ముద్దుపెట్టి, అతని చెవిలో మృదువుగా 'ఐ లవ్ యువర్ కరేజ్...సార్" అని పలికి, తన బట్టలు వేసుకుని, వాడిన కాండోమ్ ఎవరికీ తెలియకుండా ఉండాలని పేపర్‌లో చుట్టి, కసువు బుట్టలో వేసి వెళ్ళిపోయాడు. పక్కమీద అలాగే చాలాసేపు పడుకున్న మోహనస్వామి, మళ్ళీ రోజువారి అలవాటు ప్రకారం లేచినపుడు చిన్నగా భయం ఆవరించింది. రాత్రి ఉన్మాదం కరిగి, సూర్యుడి నిగనిగల వెలుతురు ఇంటినంతా వెలిగించి వాస్తవాన్ని కంటికి పట్టిస్తోంది. పళ్ళు తోముకున్నప్పుడు, స్నానం చేసేటప్పుడు, పూజకు కూర్చున్నప్పుడు, 'తనకూ హెచ్.ఐ.వి. వచ్చేస్తుందా?' అనే భయం పీడించింది. ఉద్యోగానికి పోవటానికి మనసురాక సెలవు కోసం ఈమెయిల్ పంపాడు. తరువాత ఫలహారంచేసి విక్టోరియా ఆస్పత్రికి పరుగెత్తాడు. మగవాడు–మగవాడిని కలిసి సుఖించే జనుల ఆరోగ్యం కోసమే అక్కడ ప్రభుత్వం వారు నిర్మించిన ప్రత్యేక చికిత్సా విభాగం ఒకటుంది. ఇంతకు ముందు అక్కడ అనేకసార్లు నవ్వుతూ వెళ్ళి హెచ్.ఐ.వి.పరీక్షించుకుని వచ్చాడు. తనకు అలాంటి జబ్బు సోకటం సాధ్యం కాదనే గట్టి నమ్మకం ఇంతకు మునుపు అతనికి ఉండేది. అయితే ఈసారి భయం మరొక రకానిది. ఉన్మాదంతో తెలిసీ తెలిసీ హెచ్.ఐ.వి.సోకిన గేను కూడి సుఖించిన తన ఆశపోతుతనానికి పశ్చాత్తాపం పడుతున్నాడు. ఎంతగా కాండోమ్ వాడినప్పటికీ, ఏదో ఒక వీర్యకణం దేహంలోని సందుగొందుల్లో ప్రవేశించివుంటే తన గతి ఏమిటి? ఒక బిందువు వీర్యంలో లక్షలాధి జీవకణాలు ఉంటాయట. అలాంటప్పుడు వయసులోని మగవాడి వైభవమైన వీర్యస్ఖలనంలో ఉన్న కోట్లాది జీవకణాలను ఒక చిన్న రబ్బరు సంచి పట్టివుంచగలదా?

ఇతడి కథంతా విన్న పరిచితురాలైన లేడిడాక్టర్ నవ్వేసింది. "హెచ్.ఐ.వి.గురించి అంతగా చదువుకున్నారు. కాండోమ్ వాడి జరిపిన సంభోగానికి ఇంతగా ఎందుకు భయపడుతారు" అని వెక్కిరించింది. ఇతనికి చదువుకున్న విషయాలు తెలుసు. అయినా వాస్తవానికి, చదివినదానికి ఎక్కడ సంబంధం ఉంటుంది? తన భయాన్ని మరొకసారి తోడుకున్నాడు. అతడిని సంతృప్తిపరచడానికి నిర్ణయించుకున్న డాక్టర్, "అలాగైతే పరీక్షిద్దాం. అయితే ప్రస్తుతం వైరస్ ఉనికి తెలియదు. మూడునెలల తరువాతే అది ముమ్మల్ని సోకిందా లేదా అని పరీక్షించి చెప్పడం సాధ్యమవుతుంది. ఇప్పుడు ఎలాంటి తీవ్రమైన పరీక్ష చేసినా కచ్చితమైన ఫలితం తెలియదు" అని చెప్పేసింది. "అలాగైతే ఈ మూడు నెలలు ఏం చేయాలి?" అని చింతాక్రాంతుడై మోహనస్వామి అడిగాడు. అందుకు మరొకసారి చిన్నగా నవ్విన డాక్టర్ "తప్పకుండా కాండోమ్ వాడండి" అని సలహా ఇచ్చింది. దాంతోపాటు హెచ్.ఐ.వి.జబ్బు చక్కెరవ్యాధి అంత క్రూరమైన రోగమేమి కాదు. వైరస్ సోకినా హాయిగా నలభై ఏళ్ళు బతకవచ్చు. కావలసిన స్వీట్లు తినవచ్చు. ఈ మధ్యని రోజుల్లో హెచ్.ఐ.వి. జబ్బు ఏయిడ్స్‌లా రూపాంతరం చెందకుండా ఆపే మాత్రలు అన్వేషించబడ్డాయి. ఎందుకింత కంగారుపడతారు. రిలాక్స్" అని సమాధానపరిచింది.

ఆ మూడు నెలలు మోహనస్వామి నరకాన్ని అనుభవించాడు. శరీరంలో ఏ మాత్రం కాస్త హెచ్చుతగ్గులైనా చాలు, భయపు చెలమ నరనరాల్లో ఊరేది. మైక్రోస్కోపు కంటికీ వెదకడానికి కష్టమయ్యే సూక్ష్మమైన వైరస్ ఒకటి ఈ నలభై అయిదేళ్ళ తెలివైన మోహనస్వామి రాత్రీపగళ్ళను లాక్కుంది. 'ఛీ ! నా కొడకా... ఎందుకు వచ్చింది నాకీ అవస్థ? లేత శరీరానికి ఆశ పడ్డాను' అని వందసార్లు అనుకునేవాడు. ఈ మూడు నెలల కాలం ఎవరితోనూ కూడటానికి ఉత్సాహాన్ని చూపించలేదు. అయితే వేలుస్వామి మాత్రం మళ్ళీమళ్ళీ అతని కలయికను కోరుతూ మెసేజ్ చేస్తూ ఉండేవాడు. "మీలాంటి ధైర్యవంతులు నాకు సులభంగా దొరకరు. మీతో గడిపిన ఆ రాత్రి నాకు కావలసినంత సుఖసంతోషాలను ఇచ్చింది. ఇప్పటికీ వాటి జ్ఞాపకాలు నాకు రోమాంచనాన్ని కలిగిస్తున్నాయి. మరోసారి కూడుదాం, ప్లీజ్ సార్" అని బతిమిలాడుతూ వాట్సప్ చేశాడు. మెసేజ్‌తోపాటు కొత్తగా వాట్సప్ వాళ్ళు గే వ్యక్తుల కోసమే

సృష్టించిన మగవాడు–మగవాడు చేతులు పట్టుకుని నుంచున్న ఎమోటికాన్ పంపాడు. అయితే మోహనస్వామికి మళ్ళీ కూడడానికి ధైర్యం కలగలేదు. అందుకోసం ఏవేవో నెపాలు చెప్పి అతడిని సాగనంపాడు. "మీరూ అందరిలాంటి వారైతే ఎలా సార్? హెచ్.ఐ.వి. ఉన్నదనే కారణంగా మనం సెక్స్ లేకుండా బతకడం సాధ్యమా? మా శరీరంలోనూ కోరికలు మీకు ఉన్నట్టే ఉంటాయి కదా?" అని దుఃఖపు ఎమోటికాన్ వేసి పంపాడు. అయినా మోహనస్వామి కరగలేదు. అటు తరువాత వేలుస్వామి నుంచి మళ్ళీ మెసేజ్‌లు రాలేదు. బహుశా అతను ఆశను వదులుకుని ఉండవచ్చని మోహనస్వామి ఊహించాడు.

మూడు నెలలు గడిచిన మొదటిరోజునే విక్టోరియా ఆస్పత్రికి పరుగెత్తాడు. పరీక్ష చేసిన డాక్టర్ చిన్నగా నవ్వి "నెగెటివ్, అనవసరంగా భయపడ్డారు" అంది. ఇతడికి మొండి ధైర్యం వచ్చింది. మొత్తం బ్రహ్మాండాన్ని గెలిచిన సంతోషంతో దగ్గర్లోనే ఉన్న 'కూల్ కార్నర్' ఐస్‌క్రీం షాపుకు వెళ్ళి పెద్ద 'హనీ డ్యూ' రుచిచూశాడు. అయితే మనసులోని భయం మాయమైన వెంటనే దేహం శారీరక సుఖాన్ని అడగటం ప్రారంభించింది. మళ్ళీ వేలుస్వామి లేత వేడిదేహం ఇతడిని వేధించసాగింది. ఇతరులు దొరకరని కాదు. అయితే వేలుస్వామి అతడిని ఆక్రమించుకుని ఉన్నాడు. అతని నిజాయితీ, జిమ్‌లో కండలు పెంచుకున్న దేహం, లేత వయసు–అన్నీ అతడికి ముఖ్యమనిపించాయి. అతనితో పడుకున్న మరుసటి రోజు ఎంత కోమలంగా సున్నితంగా కంటిమీద మృదువుగా ముద్దుపెట్టి, చెవిలో ఉత్సాహపూరితంగా మాటలను రాల్చి వెళ్ళాడనే విషయం పదేపదే గుర్తుకొచ్చేది. కేవలం ఒక రబ్బరుసంచి అన్ని సమస్యలను నివారిస్తుందన్న తరువాత అలాంటి సొగసైన వ్యక్తి సహవాసాన్ని ఆపటంలో అర్థమేముంది? 'అనవసరమైన భయం తనకెందుకు? ఇంటర్‌నెట్ తడిమితే హెచ్.ఐ.వి. తగిలిన స్నేహితుడితో సుఖంగా జీవిస్తున్న ఎందరో గే అబ్బాయిల కథనాలు ఉన్నాయి కదా?'

మోహనస్వామి ధైర్యంగా వేలుస్వామికి మెసేజ్ చేశాడు. 'ఈ వారాంతంలో మళ్ళీ కలుద్దామా?" అని అడిగి, 'ఎర్రటి పెదవుల' ఎమోటికాన్ వేసి పంపాడు. ఒకటి రెండు రోజులు అతడి నుంచి జవాబు రాలేదు. అయితే మూడవ రోజున మెసేజ్ వచ్చింది. "ఆరోగ్యం ఎందుకో ముఖం చాటేస్తోంది సార్. కొన్ని నెలలు కలవటం వద్దు" అని జవాబిచ్చాడు. ఇతడికి ఆశ్చర్యం వేసింది. "ఏమైంది

వేలూ? మాత్రలు తీసుకుంటున్నావు కదా?” అని విచారించాడు. “హెచ్.ఐ.వి. కంట్రోల్లోనే ఉంది. అయితే ఎందుకో తీవ్రమైన దగ్గు. డాక్టర్ క్షయ వ్యాధి తగిలి వుండవచ్చుని అంటున్నాడు. హెచ్.ఐ.వి. వైరస్ మన దేహంలోని నిరోధక శక్తిని తగ్గించేస్తుంది కదా సార్? అందుకే ఇతర అనేక సమస్యలు సులభంగా తోసుకుని వస్తాయి. మూడు నెలల్లో పది కేజీలు తగ్గాను” అని జవాబిచ్చాడు. మోహనస్వామికి దుఃఖం కలిగింది. “అయితే ఏమైంది వేలు? ఒకసారి కలుద్దాం” అని ఉత్సాహపరిచాడు. “హెచ్.ఐ.వి. సాధారణమైన రోగం. కాండోమ్ వేసుకుంటే చాలు, సురక్షితంగా జతకట్టవచ్చు. అయితే క్షయకు ఏ కాండోమ్ ఉందో చెప్పండి? ప్రస్తుతం వద్దు” అని నిరాకరించాడు. అటు తరువాత మోహనస్వామి అతడిని సంప్రదించడానికి ప్రయత్నించలేదు. వేలుస్వామి ఇప్పుడు ఎలా ఉన్నాడో మోహనస్వామి తెలియదు.

*****

రామధర్ త్రివేది వారణాసికి చెందినవాడు. పండితకుటుంబంలో పుట్టిన కుర్రవాడు. గంగలో ఈతకొడుతూ పెరిగిన ఈ కుర్రవాడు యోగాభ్యాసాన్ని కరతలామలకం చేసుకున్నవాడు. అతని తాత బాల్యం నుంచే నేర్పించింది ఇప్పటికీ నిష్ఠగా పాటిస్తూ వస్తున్నాడు. శరీరాన్ని ఏ దిక్కులోనైనా రబ్బరులా సులభంగా తిప్పగలిగినవాడు. సొగసైన బంగారుఛాయ, పొడుగ్గా, ఆకర్షణీయమైన కళ్ళతో, తెలివైన ఈ కుర్రవాడి శరీరంలో ఎంత వెదికినా అనవసరమైన మాంసఖండాలు లేవు. జిమ్‌లో దేహాన్ని శిక్షించి, ఒళ్ళంతా విపరీతంగా ఉబ్బించుకున్నవారి దేహంలాంటిది కాదు ఇతనిది. సొగసైన నీలగిరిచెట్టు పెరుగుదలలాంటిది. మోహనస్వామి కన్నా వయసులో కేవలం రెండేళ్ళు చిన్నవాడు. అయితే ఇంకా ప్రాయంపిల్లవాడిలా కనిపించేవాడు. నవ్వితే రెండు బుగ్గల్లోనూ అందంగా సొట్టలు పడేవి. మాటలు తక్కువ. అయితే అప్పుడప్పుడు ముత్యాలు రాల్చినట్టు మాట్లాడేవాడు. హిందూ బెనారస్ విశ్వవిద్యాలయంలో సంస్కృతం చక్కగా చదువుకున్నాడు. నుదుట విభూతి రేఖలు దిద్దుకుని, భ్రూమధ్యంలో కుంకుమ పెట్టుకునేవాడు. బెంగళూరులో సాఫ్ట్‌వేర్ ఉద్యోగం చేసేవారి ఇళ్ళకు వెళ్ళి యోగా నేర్పించటం ఇతని వృత్తి. అప్పుడప్పుడు పౌరోహిత్యానికి అంగీకరించేవాడు. రెంటిలోనూ కావలసినంత సంపాదన ఉండేది. అయితే అతడికి డబ్బు మీద అంత వ్యామోహం ఉండలేదు.

"వేకువలోనే లేచి తాత నేర్పించిన యోగాభ్యాసం, గంగలో ఈతకొట్టి వచ్చిన తరువాత తండ్రి నేర్పించిన మంత్రాలు-భవిష్యత్తులో తనకు అన్నం సంపాదించి పెడతాయని కచ్చితంగా అతనికి తెలియదు. అంతా విశ్వేశ్వరుడి కృప" అని ఆర్ద్రంగా చెప్పేవాడు.

శారీరకంగా తగినంత బలిష్ఠంగా ఉన్నప్పటికీ రామధర్ త్రివేది ప్రవర్తనలో స్త్రీ హావభావాలు ఉండేవి. మోహనస్వామి గే జీవితపు ఆరంభపు రోజుల్లో ఈ విధమైన ఆడంగులను కన్నెత్తి చూసేవాడు కాదు. నూటికి నురుపాళ్ళు మగవాడిని మాత్రమే ఇతను ఇష్టపడేవాడు. అయితే ఇప్పుడతను పరిణతి చెందాడు. అలాంటి అల్పమైన ఆలోచనలు ఇప్పుడు అతనిలో లేవు. అవన్నీ మనస్సులోని అహంకారాలని అర్థమయ్యాయి. రెండు దేహాలు కూడి, సుఖించడానికి కావలసింది రెండు అందమైన మనస్సులు తప్ప, ఇలాంటి కల్పిత సంగతులు కావని తెలిసింది. బాహ్య ప్రవర్తనలో కొంతవరకు స్త్రీ లక్షణాలు ఉన్నప్పటికీ పక్కమీద మాత్రం రామధర్ అచ్చమైన మగవాడు. ఎలాంటి ఆయాసం లేకుండా మధ్యరాత్రి వరకు సుఖాన్ని ఇచ్చే శక్తి రామధర్ కలిగివున్నాడు. రెండు గంటలకంతా మోహనస్వామికి అలసట కలిగి, ఆయాస పడితే, రామధర్‌లో మొదటి నుంచి చివరి వరకూ అదే ఉత్సాహం, అదే శక్తి. గంగలో ఈతకొట్టిన కారణమేమో? నదీ తీరంలోని యోగాభ్యాసం చేసిన కారణమేమో? ఆ కాశీ విశ్వనాథుడే ఆ నిరంతర శక్తి రహస్య మర్మాన్ని చెప్పాలి.

రామధర్ వ్యక్తిత్వంలో తొందర అనేది లేదు. నిరాటంకంగా అన్నిటిని స్వీకరించే జ్ఞానాన్ని అతను సంపాదించుకున్నాడు. ఒక చిన్న మోపెడ్ మీద బెంగళూరు మొత్తంలో ఉన్న తన కష్టమర్ల ఇళ్ళకు వెళ్ళి యోగా నేర్పించి వస్తున్నప్పటికీ, ఎన్నడూ బెంగళూరు ట్రాఫిక్ గురించి గొణిగేవాడు కాదు. ఏ రోజూ ఏ ఇంటికి ఆలస్యంగా వెళ్ళేవాడు కాదు. త్రికాల సంధ్యలను తప్పించేవాడు కాదు. సరిచేసిన తంబూర శృతిలా అతను జీవితాన్ని పలికించేవాడు. ఎక్కువగా ధ్యానం, చదువు, అధ్యయనంలోనే గడిపేవాడు. పక్కలో తప్పితే ఇతర సమయంలో కామం గురించి మాట్లాడటమే అరుదు. అతడి ఈ విపరీతమైన జ్ఞానం మోహనస్వామికి కాస్త అసహనంగానే ఉండేది.

సంబంధాన్ని ప్రారంభించటానికి ముందు రామధర్ ఒక షరతు పెట్టాడు. "ఇద్దరు వ్యక్తులు కలిసి జీవించటం మొదలుపెడితే అది దాంపత్యమే అవుతుంది.

ఒకరికొకరు నిజాయితీతో నడుచుకోకపోతే దాంపత్యం సఫలం కాదు. మనిద్దరి మధ్యన అలాంటి నిజాయితీనే నువ్వు పాటించేటట్టయితే నీతో సంతోషంగా ఉండగలను. నేనైతే ఎన్నడూ సంబంధపు హద్దు దాటను" అని చెప్పాడు. మోహనస్వామికి అది నచ్చింది. అనవసరంగా కనిపించిన వాళ్ళందరితో కొన్ని రోజులు సహవాసం చేయడం, మళ్ళీ వేరుపడటం, మరొకరిని వెతుక్కోవటం –ఎవరికి కావాలి? సుఖంగా రామధర్‌తో జీవించటం ఎవరికి మాత్రం ఇష్టం ఉండదు? చివరికి జీవితంలో మనకు కావలసింది ప్రశాంతత కాదా? ఎన్నాళ్ళని ఇలా సంచరిస్తూ జీవించటం? ఈ విధంగా ఆలోచించి మోహనస్వామి సంతోషంతో ఒప్పుకున్నాడు.

షరత్తుకు తగినట్టు అన్నీ ఒక ఆరునెలలపాటు చక్కగా నడిచాయి. మోహనస్వామికి ఇది సుఖంలో పరాకాష్ఠ అనిపించిన రోజులు. రామధర్ ఇతని దగ్గరికే వచ్చి ఉండసాగాడు. అతనికి చక్కగా వంటచేయడం వచ్చు. ఉత్తర భారత వంటకాలంతా నాజూకుగా చేసి మోహనస్వామికి వడ్డించేవాడు. మోహనస్వామికి కర్ణాటక వంటకాలు చేయడం బాగానే వస్తుంది. అయితే రామధర్‌లా ప్రతి రోజూ ఏమాత్రం గొణగకుండా వంట చేయడం ఇప్పుడు విసుగు తెప్పిస్తోంది. అందువల్ల లక్షణంగా అతను చేసిపెట్టింది తిని సుఖించేవాడు. ఇంటి పనులనూ రామధర్ చక్కగా చేసేవాడు. రామధర్ ఇంటికి వచ్చిన వారంలోనే ఇంటిని కళకళలాడేలా మార్చేశాడు. ఈ కారణాలన్నిటి వల్ల మోహనస్వామికి బద్ధకం పెరగసాగింది. దేహపు చుట్టుకోలత ఒకింత ఎక్కువై, 'పెద్దమనిషి' అయ్యాడు. అయితే శరీరంపట్ల సదా జాగ్రత్తగా ఉంటున్న మోహనస్వామి వెంటనే హిమాలయ పర్వతారోహనో, బ్రిస్క్ వాకింగో, ఉపవాసమో చేసి మళ్ళీ దేహాన్ని తేలిక పరుచుకునేవాడు.

రామధర్ ఇతర మగవాళ్ళ వైపు అంతగా ఆసక్తి కనబరిచేవాడు కాదు. దారిలో వెళుతున్నప్పుడు మోహనస్వామి ఎవరైనా అందమైన కుర్రవాడిని చూపించి,"హాట్ !" అని అంటే, ఆ వైపు దృష్టిసారించి నవ్వేవాడు. పక్కలోనూ ఎలాంటి తొందర, తడబాటు, ఆర్భాటలు రామధర్‌లో కనిపించేవి కావు. "యోగాలాగే సంభోగమూ ఒక సాధన. ప్రశాంతంగా కూడాలి. సాయంత్రం గంగలో సద్దు లేకుండా ఓ చేప ఈతకొట్టినప్పటి సుఖం ఈ కూడికలో మనకు దక్కాలి. సుఖమన్నది ఒక ధ్యానస్థితి" అని చెప్పేవాడు. దుస్తులు తొలగించటంలో

కానీ, కౌగిలించుకోవటంలో కానీ, ముద్దుపెట్టుకోడంలో కానీ, శరీరాన్ని మీటడంలో కానీ, స్ఖలించటంలో కానీ– అన్నీ హిందూస్థానీ సంగీత ఆలాపనలా మందగతిలో ఆలపించి, తరువాత తారాస్థాయికి చేర్చే కళ రామధర్‌కు తెలుసు. అందుకోసం గంటలకొద్దీ సాధనలో గడిపే ఓర్పు అతనిది. ఒట్టికాళ్ళతో కొండనెక్కి, ధర్మదర్శనం క్యూలో నిలబడి, ఆ వెంకటేశ్వరుడి దర్శనం చేసుకోవటం సుఖమే తప్ప, కారులో రయ్‌మంటూ పైకి ఎక్కి, విఐపి దర్శనం చేసుకోవడం వల్ల ఆత్మతృప్తి దక్కదని అతను కచ్చితంగా చెప్పేవాడు.

సమస్య మొదలైంది మోహనస్వామికి ! దొరికిన చోటంతా తిని రుచికి అలవాటుపడ్డవాడు అతను. అవకాశం దొరికినప్పుడల్లా కోరిక తీర్చుకోవడం న్యాయమని నమ్మి బతుకు సాగించిన నేపథ్యం అతనిది. ఇంతకు మునుపు కార్తీక్ సహవాసంలో ఉన్న ప్రారంభపు రోజుల్లో మాత్రం దాంపత్య జీవితం కావాలనిపించిందే తప్ప, కార్తీక్‌ను పోగొట్టుకున్న తరువాత దీర్ఘకాలం సంబంధం పట్ల నమ్మకమే పోయింది. మౌనంగా ఇంటర్ నెట్ ఓపెన్ చేస్తే చాలు ! ఒళ్ళు పులకరింపజేసే అందమైన కుర్రవాళ్ళు ఆహ్వానించటం అతనికి తెలుసు. మొబైలు 'గ్రైండర్' డేటింగ్ యాప్ ఆన్ చేస్తే చాలు, ఇక్కడే ఇంటి సమీపంలో వంద మీటర్ల దూరంలో ఉన్న అందమైన కుర్రవాడు 'సాయంత్రం కలుస్తారా?' అని జొల్లుకార్చే ఎమోటికాన్‌తోపాటు మెసేజ్ పంపుతాడు. జీవితం అన్నది బహుళత్వంతో కూడివుండాలి. ఈ ఏకత్వం అన్నది జడత్వానికి సంకేతమని తన జారత్వానికి మోహనస్వామి సంజాయిషి ఇచ్చుకునేవాడు.

ఇలాంటి ఏ సమస్యలు లేకుండా ప్రశాంతంగా ఉన్న రామధర్‌ను చూస్తే ఈ నడుమ మోహనస్వామికి అసహనం కలగసాగింది. తనను బంధనాల్లో ఇరికించాడని కోపం వచ్చేది. పక్షిలా ఎగురుతున్న తన రెక్కలను కత్తిరించి పెట్టాడని సంకటం కలిగేది. అయితే ఆ విధంగా సూటిగా చెప్పే ధైర్యం లేదు. కానీ మనస్సులో గూడుకట్టుకుంటున్న భావాలు మరొక రూపంలో బయటపడసాగాయి. వాళ్ళిద్దరి మధ్యన గొడవలు అప్పుడప్పుడు పుట్టుకుని రాసాగాయి. సదా ధార్మిక జీవితాన్ని సాగిస్తున్న రామధర్‌ను మోహనస్వామి రెచ్చగొట్టసాగాడు. "మఠం స్వాములందరు ఏకమై మా జనాన్ని వ్యతిరేకిస్తారు. నువ్వు ఎందుకు అలాంటి ధర్మాల పరంగా మాట్లాడుతావు?" అని పోట్లాటకు నాంది పలికేవాడు. ఆ మాటలకు అత్యంత శాంతంగా "ధర్మాన్ని లోతుగా

చదివి తెలుసుకున్నవారెవరూ ఇలా మాట్లాడరు. మిడిమిడి జ్ఞానం కలిగినవాళ్ళతో వాదించటంలో అర్థంలేదు" అని గొడవ కొనసాగకుండా ఇతర పనుల్లో నిమగ్నమయ్యేవాడు. కొన్నిసార్లు, "ఈ ఉత్తర భారత ప్రజలు పొట్టి జగడాల కోరులు. మా దక్షిణ భారతీయుల్లా సర్దుకుపోయే స్వభావం వారికి లేదు" అని గెలికేవాడు. ఈ మాటలు తనకు సంబంధించినవే కాదన్నట్టు రామధర్ మౌనం వహించేవాడు. అయితే మోహనస్వామి వదులుతాడా? "నువ్వూ అక్కడివాడివే కదా... మౌనం అర్ధంగీకార సూచకం అని నోరు మూసుకుని కూర్చున్నావా?" అని రెచ్చగొట్టేవాడు. రామధర్ అదే ప్రశాంతతతో, "ప్రపంచంలో అన్ని ప్రాంతాల్లో మంచివాళ్ళు, చెడ్డవాళ్ళు ఉండేవుంటారు. ఉత్తర భారతం అయితే ఏమిటి? దక్షిణ భారతం అయితే ఏమిటి? అలాంటి తేడాలు ఉండవు" అని అనేవాడు. మొత్తానికి మోహనస్వామి ప్రశాంతత పాడవసాగింది. పథ్యపు భోజనాన్ని బలవంతంగా తింటున్న రోగిలా సతమతమవ్వసాగాడు.

ఇలాంటి సమయంలోనే శంతను బిస్వాస్‌తో పరిచయం కలిగింది. ఏకాదశి కావటంవల్ల వెంకటేశ్వరుని దర్శనం చేసుకోవాల్సిందేనని రామధర్ మోహనస్వామిని దేవస్థానానికి పిల్చుకునిపోయాడు. జనం వెంకటేశ్వరుని దర్శనానికి కిక్కిరిసి ఉన్నారు. అయినా క్యూలో నుంచుని ఉన్నప్పుడు ఎవరో గృహస్థు "గురూజీ, మీతో కాస్త నా కూతురి వివాహ విషయం మాట్లాడాలి" అని అభ్యర్థిస్తూ రామధర్‌ను పిల్చుకునిపోయాడు. అప్పుడు క్యూలో మోహనస్వామి ముందు ఒక ఏడాది కొడుకును తన రోమభరిత నగ్నమైన ఛాతీమీద వేసుకుని ఓదారుస్తూ శంతను నిలబడివున్నాడు. దేవస్థానంలో చొక్కావేసుకుని ప్రవేశించ డానికి లేని కారణంగా తన టీ షర్టును నడుముకు చుట్టుకున్నాడు. అప్పుడప్పుడే పెళ్ళయి, ఒక బిడ్డను కన్న తండ్రుల శరీరంలో ప్రత్యేకమైన ఆకర్షణ ఉంటుంది. ఇంకా విరియనటువంటి అనుభవ రహితమైన మొగ్గలా కాదు, సాయంత్రానికి వాడిన పువ్వులా కాదు–ఉదయకాలపు సూర్యుడి లేతకాంతికి పూర్తిగా వికసించి నుంచున్న పువ్వులా వాళ్ళు కళకళలాడుతుంటారు. ఆరంభరోజుల నాటి సమాగమపు సంకోచాలు పోగొట్టుకుని ధైర్యంతో కొత్తదనాన్ని అన్వేషించే ఉత్సాహం వాళ్ళల్లో ఉంటుంది. ముఖంలో విశేషమైన సంతృప్తి ఉంటుంది. చర్మంలో సొగసైన కాంతి ఏర్పడుతుంది. కళ్ళల్లో అసాధారణమైన కాంతి తొంగి చూస్తుంటుంది. జీవితంలో యధేచ్ఛగా సుఖాన్ని అనుభవిస్తున్నందుకు

గుర్తుగా అవునా కాదా అన్నట్టు చిరుబొజ్జ వచ్చివుంటుంది. భార్య ఆజ్ఞకు విశేషంగా తలూపే మంచితనాన్ని పెంచుకుని ఉంటారు.

తోపులాటల క్యూలో ఉన్న ఇద్దరికి వారివారి శారీరక కోరికలు తెలిసిపోతాయి. ఇద్దరు ఒకరి దేహాన్ని మరొకరు అంగీకరించే స్థాయికి వచ్చారు. శంతను భార్య ఎక్కడికి పోయిందో మోహనస్వామి అర్థం కాలేదు. ఆ విషయం తెలుసుకోవలసిన ఆసక్తి అతనికి లేదు. శంతను కొడుకును "ఏరా దొంగా, ఏంటి నీ పేరు?" అని బుగ్గలు పుణికి, తానే ఎత్తుకునే ఉత్సాహాన్ని చూపించే నెపంతో అతడి వక్షస్థలాన్నంతా నిమిరినా శంతను బిస్వాస్ చిరునవ్వుతో ఆహ్వానించాడు. అతనూ అంతే. కొడుకును ఒక భుజం నుంచి మరొక భుజానికి మార్చుకునే నెపంతో వెనుక నుంచున్న మోహనస్వామి దేహానికి తన దేహాన్ని ఒత్తి సుఖాన్ని అనుభవించాడు. దేవుని సాన్నిధ్యంలోనూ చెలరేగిన కామం మానవుని మీద తనకున్న నియంత్రణను చూపిస్తోంది. భగవంతుని ముందు చేతులు జోడించి నుంచున్నప్పుడూ, వీపు వెనుక నుంచుని ఒత్తుతున్న మరొక దేహపు వేడిని అపరాధ భావన లేకుండా మనల్ని వేధిస్తుంది. ప్రజల కోలాహలపు తోపులాట నెపాన్ని ఇద్దరూ తమ ప్రవర్తనకు సమర్థనగా ఉపయోగించుకునే అవకాశమైతే ఉండే వుంటుంది. దేవుని దర్శనం ముగించి వచ్చేంతలో ఒకరికొకరు మొబైల్ నెంబర్ మార్చుకున్నారు. కళ్యాణోత్సవం మంత్రాక్షతలు తీసుకుని రావటానికి వెళ్ళిన అతని తమిళ భార్య తరువాత వచ్చి బిడ్డను తీసుకుంది.

దొంగచాటుగా కూడడం ఇప్పటిదాకా మోహనస్వామికి అలవాటు లేదు. రామధర్ పరిచయానికి ముందు బిందాస్‌గా తనకు కావలసినవారితో కలిసేవాడు. ధైర్యంగా ఏ సమయంలోనైనా కుర్రవాడిని ఇంటికి పిల్చుకుని వచ్చేవాడు. అయితే ఇప్పుడు రామధర్ షరతుకు లోబడి జీవితం నడుపుతున్నందువల్లనో ఏమో శంతనుని కూడినప్పుడంతా ఆత్మన్యూనత భావాన్ని అనుభవించేవాడు. "ఇది ఎలాంటి అసహనం?" అని విసుగొచ్చింది. తన ఇంటికి నేరుగా శంతనుని పిల్చుకోవటానికి మోహనస్వామి వెనుకాడేవాడు. ఏ సమయంలోనైనా రామధర్ రావచ్చునే భయంతో సుఖాన్ని అనుభవించడానికి సాధ్యమయ్యేది కాదు. అందువల్ల అతనే శంతను ఇంటికి వెళ్ళేవాడు. బిడ్డను చూసుకోవడం కోసం వారంలో మూడు రోజులు శంతను భార్య, రెండు రోజులు

శంతను ఇంటి నుంచి వర్క్ చేసేవారు. ఇద్దరు సాఫ్ట్‌వేర్ ఇంజనీర్లు. కావలసినంత పెద్ద జీతం వారికి వచ్చేది. అతని ఇల్లు కూడా అత్యంత ఆధునికమైన అపార్ట్‌మెంట్ పదునాలుగవ అంతస్థులో ఉండేది. విలాసవంతమైన ఇంట్లో తిరగడం మోహనస్వామికి సంతోషాన్ని కలిగించేది.

అయితే ఆ ఇంట్లో విచిత్రమైన సమస్య వేధించేది. వీళ్ళిద్దరూ పడుకునే గదిలో నగ్నంగా దొర్లేటప్పుడు, మధ్య ఇంట్లో ఒక పసివాడు తప్పటడుగులు వేస్తూ లెగ్‌టాయ్స్‌ను విసురుతూ అప్పుడప్పుడు ఆఁ ఆఁ అని సద్దు చేస్తుండేవాడు. ఒక్కొక్కసారి ఒక్కొక్క అడుగు వేస్తూ నేరుగా పడకగదికి వచ్చి మంచం అంచును పట్టుకుని ఎక్కడానికి ప్రయత్నించేవాడు. "హనీ...హనీ... యూ గో అవే" అని శంతను బిడ్డను బతిమిలాడేవాడు. కొన్నిసార్లు బాబు నిద్రపోయేవాడు. ఈ రోజు ప్రశాంతంగా ఉండొచ్చు అని మోహనస్వామి మనస్సులో స్వీటు రుచి చూస్తే చాలు, ఆ రోజే నిద్రమధ్యలో లేచి ఒకేవిధంగా హఠంపట్టి యాగిచేసేవాడు. పాలబాటిల్ కోసం శంతను నగ్నంగా ఇల్లంతా తిరగడం మోహనస్వామి తెల్లబోయి చూస్తూ కూర్చునేవాడు. మళ్ళీ బాబును సంభాళించి, శంతను తిరిగొచ్చేసరికి ఇతని ఒంట్లోని వేడి అంతా దిగిపోయేది.

ఇంకో సమస్య కూడా అక్కడ ఉండేది. సంభోగం మధ్యలో మోహనస్వామి కళ్ళు తెరిస్తే చాలు, శంతను అందమైన సంసారానికి గుర్తుగా ఫోటోలు కంటపడేవి. అతని భార్య చేసి పెట్టిన వంట, స్నానాల గదిలో ఉన్న ఆమె వాడే రకరకాల శాంపులు, సోపులు, డయపర్లు, తలగడ మీద అల్లిన 'ఐ లవ్ యూ', ఇంటి గడప దగ్గర కాళ్ళు తుడుచుకోవటానికి వేసివున్న మ్యాట్ మీదున్న 'వెల్ కం' అనే అక్షరాలు-అన్నీ అతనిలో అపరాధ భావనను కలిగించేవి. ఇంత చక్కటి భార్య, బిడ్డ ఉన్నప్పటికీ శంతను మరొక దేహానికి ఎందుకు పరితపిస్తున్నాడు? అని అనుమానం కలిగేది. దాన్ని పోగొట్టుకోవడం కోసం ఒకసారి బట్టలు వేసుకుని ఇంటికి వెళ్ళటానికి తయారైనపుడు అడిగేశాడు. ఆ ప్రశ్న శంతను ఎదురుచూడనిది. బాగా నొచ్చుకుని మంచంమీద కూలబడ్డాడు. మోహనస్వామికి తన ప్రశ్నలోని కాఠిన్యం అర్థమై "ఐ యాం సారీ" అని అతని భుజాన్ని తట్టాడు.

"నీకు కేవలం మగవాడు మాత్రమే ఇష్టం. నా భార్యకూ అంతే ! ఇద్దరూ మీ దృష్టితోనే ప్రపంచాన్ని చూస్తారు. మీ పద్ధతిలోనే జీవితపు విలువలను

కొలుస్తారు. నాకు మగవాడు, స్త్రీ ఇద్దరూ కావాలి. వాళ్ళిద్దరితో దేహాన్ని పంచుకోకపోతే నాకు పరిపూర్ణుడయ్యానని అనిపించదు. కేవలం ఆడదానితో పెళ్ళి జరిగి, అక్కడితో బాధ్యత ముగిసిందని తల్లితండ్రులు చేతులు కడుక్కుంటారు. నాది సగం కడుపు నిండిన భోజనం. నేనేం చేయను? ఆమెకు నేను ఎలాంటి అన్యాయం చేయలేదు. నాకు సాధ్యమైనంతగా ఆమెను ప్రేమిస్తాను. బిడ్డ ముడ్డి కడగటం మొదలు ఇంటికి కారుడ్రైవర్‌లా పని చేస్తాను. అలాగని నా శారీరక అవసరాలను సంతృప్తిపరచకుండా బతకమని నీవు ఎలా చెబుతావ్?" అని కంట తడిపెడుతూ శంతను అన్నాడు. "టేక్ ఇట్ ఈజీ. నీ మనస్సు నొప్పించటం నా ఉద్దేశ్యం కాదు" అని చెప్పి వచ్చాడు.

అయితే శంతనుతో చాలా రోజుల వరకు సంబంధం కొనసాగలేదు. పెళ్ళయిన మగవాళ్ళతో సంబంధం చాలా రోజులు కొనసాగించడం అసాధ్యమని మోహనస్వామి అనుభవంతో తెలుసుకున్నాడు. ఎంతైనా పెళ్ళయినవాడి మనస్సును సంసారం లాగుతూ ఉంటుంది. పిల్లలుంటే ఇక ముగిసిపోయినట్టే. వారాంతంలో జతగా ఉందామని ఎంతగా వేడుకున్నా సమయం ఇవ్వరు. అయితే భార్య పుట్టింటికి వెళ్ళిందంటే ఎక్కడ లేనంతగా అంగలార్చేవారు. దొరికిన ఒకటి రెండు రోజుల్లోనే అన్ని సుఖాలనూ జుర్రుకోవాలన్న తిండిపోతుల్లా ప్రవర్తిస్తారు. సమాగమం మధ్యలో భార్య నుంచి ఫోన్ వస్తే, "ఎస్ హనీ... ఇక్కడ ఇంట్లోనే ఉన్నాను. బాబును ఆడిస్తున్నాను. మిస్సింగ్ యూ...లవ్ యూ... హగ్స్' అంటూ గబగబా అబద్ధాలు చెప్పేటప్పుడు మోహనస్వామికి ఒళ్ళు గగుర్పొడిచేది.

పెళ్ళయిన మగవారు తొందరగానే సోమరిపోతులు అవుతారు. భార్యా, అత్తింటివారు అతడిని సింహాసనంలో కూర్చోబెట్టి సోమరితనాన్ని అలవాటు చేస్తారు. ఒకటిరెండు సంవత్సరాలలోనే అతను అష్టావక్రంగా పెరగటం మొదలుపెడతాడు. పెళ్ళికి ముందు కనులపండువగా ఉండే కుర్రవాడు ఇప్పుడు ఒళ్ళంతా నింపుకుని అపసోపాలు పడటం ప్రారంభిస్తాడు. ఏమి కావాలన్నా కనీసం భార్య అయినా ఇంట్లో తప్పనిసరిగా ఉంటుందన్న విపరీతమైన నమ్మకం అతడిది. ఒక సమయంలో రాత్రీపగలూ మోహనస్వామి కలలు కంటున్న కార్తీక్ ఇప్పుడు ఉబ్బినగుండులా అయ్యాడంటే, కలలోనూ ఇప్పటి దేహాన్ని మోహనస్వామి ఊహించుకోలేడు. అతని భార్య కూడా ఈ మధ్యన అతడిని

దగ్గరికి రానిస్తుందో లేదో అనే అనుమానం కలుగుతుంది. శంతను బిస్వాస్ కూడా ఇప్పుడు అదేదారి పట్టాడు. పొట్టచుట్టూ మాంసం పెరగడం మొదలై బుగ్గలు ఉబ్బసాగాయి. "కాస్త జిమ్‌కు వెళ్ళు శంతను, వాకింగ్ అయినా చెయ్" అని మోహనస్వామి అనేకసార్లు చెప్పాడు. "అలాగే...అలాగే..." అని అన్నప్పటికీ మొదలుపెట్టలేదు. సోమరితనాన్ని గెలవటం అంత సులభం కాదన్నది మోహనస్వామికి తెలుసు.

కానీ ఒక గే అంత సులభంగా తన శారీరక సౌందర్యాన్ని నిర్లక్ష్యం చేయడు. ఋతువులు మారితే చాలు, సహచరుడిని మార్చుకోవాల్సిన ఒత్తిడి అక్కడ ఉంటుంది. ఎవరూ శాశ్వతం కాదు. మొదటి నమస్కారానికి, చివరి నమస్కారానికి మధ్యన జీవితాన్ని ఫలవంతం చేసుకోవటంలోనే మన తెలివితేటలు ఉంటాయి. అందువల్ల దేహాన్ని ఆరోగ్యంగా పెట్టుకోవడం వారి అత్యంత ప్రముఖ కర్తవ్యంగా ఉంటుంది. పొద్దున్నే లేచి పరుగెత్తటమో, జిమ్‌కుపోయి చెమటలు కార్చటమో, యోగాభ్యాసం చేయటమో, ఏమీ లేకపోతే సాయంత్రం పూట బ్రిస్క్ వాక్ చేసి తిన్న ఆహారాన్ని నియంత్రంచటమో–ఎవరూ తప్పించరు. ఫ్యాషన్ ప్రపంచంలో కేవలం గేలే నిండివుండటానికి ఇదే కారణం. ఇక మోహనస్వామి విషయంలో మరోలా కావటానికి ఎలా సాధ్యం? నలభై అయిదు దాటినా ఇంకా ముప్ఫయి దగ్గరివాడేమో అన్నట్టు దేహాన్ని అతను కాపాడుకున్నాడు.

అన్నిటికన్నా ముఖ్యంగా ఒకరోజు జరగకూడని ఘటన జరిగిపోయింది. ఆ రోజు సాయంసమయంలో ఆకస్మాత్తుగా మోహనస్వామి శంతను ఇంటికి వెళ్ళాడు. ఇద్దరు సొగసుగా సుఖించారు. తరువాత అలాగే నిద్రపోయారు. భార్యరావటం తొమ్మిది తరువాతే అని బాగా తెలుసు. బాబుకూడా పడుకునివున్నాడు. ఆ సమయంలో కర్కశంగా ఇంటి కాలింగ్ బెల్ మోగింది. శంతనుకు విపరీతమైన నిద్రమబ్బు. లేవడానికి బద్ధకం. "మోహన్, పేపర్ కుర్రవాడికి డబ్బివ్వాలి. వచ్చివుంటాడు. ప్లీజ్, రేపు రమ్మని చెప్పిపంపు" అని ప్రాధేయపడ్డాడు. మోహనస్వామి టవల్ చుట్టుకుని ఆవులిస్తూ బయటికి వచ్చి తలుపు తెరిచాడు. నివ్వెరపోయి నుంచున్నాడు. ఎదురుగా నుదుటికి విభూతిరేఖలతో, భ్రూమధ్యంలో కుంకుమ పెట్టుకుని, శుభ్రమైన తెల్లని దుస్తులు ధరించి, చేతిలో హెల్మెట్ పట్టుకుని రామధర్ నుంచుని ఉన్నాడు. అకస్మాత్తుగా

అతడిని చూడగానే మోహనస్వామికి ఎలా స్పందించాలో అర్థం కాలేదు. రామధర్ కళ్ళల్లో నీళ్ళు కదలసాగాయి. మోహనస్వామికి ఆ విధమైన దుఃఖం కలగకపోయినా బాధ కలిగింది. "ఐ యామ్ సారీ రామ్" అన్నాడు. ఇద్దరూ మాట్లాడకుండా కొద్దిసేపు మౌనంగా నుంచున్నారు. మోహనస్వామే ముందుకొచ్చి రామధర్ జుత్తును సవరించబోయాడు. "ముట్టకు ప్లీజ్" అని గట్టిగా వేడుకున్నాడు. అంతలో లోపలి నుంచి శంతను లేచి వచ్చాడు. అతనికి వాళ్ళిద్దరు అలా ఎందుకు ఒకరినొకరు చూస్తూ నుంచున్నారో అర్థం కాలేదు.

"రామ్‌గురూ, లోపలికి రండి. ఇతనే నా ప్రియమిత్రుడు. మోహనస్వామి!" అని చెప్పి అతని నగ్నమైన భుజంమీద చేయివేశాడు. మోహనస్వామి సంకోచంతో అతని చేతిని తీసివేశాడు. "మోహన్, ఇతను రామధర్ అని మంచి యోగా గురువులు. నువ్వే ఒళ్ళు తగ్గించుకోమని ఒత్తిడి పెడుతున్నావు కదా ! అందుకే ఈయనను నియమించుకున్నాను. వారానికి రెండురోజులు ఇంటికి వచ్చి నేర్పించడానికి అంగీకరించారు. నువ్వు కావాలంటే నాతోపాటు చెప్పించుకో" అని వాగసాగాడు. అతని మాటల వినటానికి సిద్ధంగా లేని రామధర్ గబగబా మెట్లుదిగి వెళ్ళిపోయాడు. "గురూజీ, ఎందుకు వెళ్ళిపోతున్నారు? రండి ... మొదలుపెడదాం" అని శంతను అరుస్తూ తాను మెట్లు దిగసాగాడు. శంతను అటు వెళ్ళాడోలేదో ఉన్నట్టుండి ఇటు ఊయలలో ఉన్న బాబు లేచి ఏడవసాగాడు. మోహనస్వామి ఊయల దగ్గరికి వెళ్ళి బాబును ఎత్తుకుని "ఏడ్వకు ఏడ్వకు ... ఊరుకో... నాన్న వచ్చేస్తారు" అని సముదాయించసాగాడు.

*****

దర్శన్ రంగు నల్లటి నలుపు. అలాంటి ఘనశ్యామ వర్ణం మగవాడికి ఆభరణమని మోహనస్వామికి నమ్మకం ! ఆ కారణంగానే శ్రీకృష్ణపరమాత్ముడిని వేదవ్యాసులవారు శ్యామలంగా చేశారన్నది అతని సిద్ధాంతం. అలాగని కేవలం నల్లటిరంగు వల్లనే దర్శన్ అందంగా అనిపించటం లేదు. అతని అవయవాలు తీర్చిదిద్దినట్టున్నాయి. రోమాలు లేని అతని నునుపైన ఛాతీ, లోతైన నాభి, కందువర్ణపు ముచ్చికలు, చిన్న నడుము, బలిష్ఠమైన బాహువులు, ప్రేమ పూరితమైన ముఖం, పొడవైన ముక్కు, మెరిసే నల్లటి కళ్ళు, తలనిండా ఒత్తయిన జుత్తు, ఆకర్షణీయంగా ఉన్నాడు. కుడిచెవికి ఒంటిముత్యపు పోగు, కుడిచేతికి రాగి కడియం అతనికి తగినట్టుగా ఉంది. లోపల వేసుకున్న ఎర్రటి జాకీ

డ్రాయర్ కాస్త కనిపించేలా వదులైన నీలి జీన్స్ వేసుకుని నగ్న వక్షస్థలాన్ని సంపూర్ణంగా కనిపించేలా రెండు చేతులు తలవెనుక పెట్టుకుని మొరటు గోడకు ఆనుకుని నుంచున్న ఫోటోలు డేటింగ్ యాప్‌లో పెట్టాడు.

రామధర్ దూరమైన తరువాత ఒకటి రెండు నెలలు మోహనస్వామి చాలా బాధపడ్డాడు. రామధర్‌కి అన్యాయం చేశాడేమోననే సంకోచం అతడిని వేధించేది. అయితే అతడికి దుఃఖం కలగలేదు. ఒక విధంగా బంధనం నుంచి విడుదల పొందిన స్వేచ్ఛాయుత భావనల సంతోషం అతనికి కలుగుతోంది. అయితే వేళకు తన యోగక్షేమాలను చూసుకుంటున్న రామధర్‌ను మరవటం అతనికి సులభం కాలేదు. అంతకు మునుపు కార్తీక్ తనను వదిలి వెళ్ళినపుడు నెలల పొడువునా తాను బాధను అనుభవించడం గుర్తొచ్చేది. తానూ రామధర్ విషయంలో అంతే కఠినమయ్యాడా? అప్పుడు క్రౌర్యం అనిపించిన విషయంలో వయస్సు పరిపక్వమవుతున్నట్టే సహజమనిపిస్తుందా? కష్టసుఖాలన్నవి వయసుకు సంబంధించినవా? ఈ అనుమానాలన్నిటితో మోహనస్వామి అనేకసార్లు రామధర్‌కు క్షమాపణలు కోరుతూ మెసేజ్‌లు పంపాడు. ఫోన్‌చేశాడు. అయితే దేనికీ రామధర్ ప్రతిస్పందించలేదు. జీవితాన్ని ఒక వ్రతంలా ఆచరించేవారు మొండివారవుతారు. తమ మొండితనం వల్ల వాళ్ళు సుఖపడరని నిర్ణయించుకుని అతడిని మరిచిపోయాడు.

అలాగని మోహనస్వామి శంతను బిస్వాస్‌కు దగ్గర కాలేదు. ఎంతైనా శంతనుది శారీరక కోరిక మాత్రమే. మానసిక ఆనందాన్ని అతను తన భార్య, బిడ్డల దగ్గర పొందేవాడు. కేవలం శారీరక ఆసక్తితో కలిసే దేహాలు ఎన్నాళ్ళు దగ్గర ఉంటాయి. ఆకర్షణను చాలా తొందరగా పోగొట్టుకుంటాయి. దాంతోపాటు అతడి ఇంటికి వెళ్ళటానికి ఇప్పుడు మోహనస్వామికి ఇష్టం కలగటం లేదు. రామధర్ ఆ ఇంటి గుమ్మంలో కన్నీళ్ళతో నుంచున్న దృశ్యమే వెంటాడేది. శంతనును తన ఇంటికి రమ్మని అడిగాడు. కానీ కొడుకును తీసుకుని రావాలనే సలహాను శంతను అంగీకరించలేదు. పైగా ఈ మధ్యన బాబు నడవటమూ, ఒకింత మాట్లాడటం నేర్చుకోవటమే కాకుండా, తండ్రి మొబైల్ ఉపయోగించి కనిపించిందంతా ఫోటో తీసే చెడు అలవాటు పెంచుకున్నాడు. ఏదైనా ప్రమాదం జరిగి అతని తమిళ భార్యకు తెలిస్తే ఏమిటి గతి? అన్నిటికన్నా ఎక్కువగా రోజురోజుకు గృహస్థాశ్రమ సుఖాన్ని అధికంగా అనుభవిస్తున్న శంతను బిస్వాస్

తన అందాన్ని పాడుచేసుకుని ఆకర్షణ కోల్పోసాగాడు. అందువల్ల కొన్ని నెలల్లో అతడినీ మోహనస్వామి మరిచిపోయాడు. అయితే మనశ్శరీరాల కోరికలకు సహచరుడు కావాల్సిందే కదా? అలాంటి సమయంలో దర్శన్ పరిచయం అతడిని ఆకర్షించింది.

డేటింగ్ యాప్ ఉపయోగించడం మోహనస్వామికి బాగా తెలుసు. వయస్సు నలభై దాటగానే దేశంలోని సమకాలీన విషయాల పట్ల లేదా 'గే' హక్కుల గురించి వారి అభిప్రాయాలను అడగటంతోపాటు కబుర్లు మొదలుపెట్టాలి. ఒక పదిహేను రోజులు ఇలాంటి చర్చలు జరిపి, వాళ్ళనుంచే ఎక్కువగా మాట్లాడించి మౌనంగా వారి అభిప్రాయాలకు తలూపి, "నువ్వు నలభై దాటినా ముప్ఫయి ఏళ్ళ యువకుడిలా కనిపిస్తున్నావు. ఐ యామ్ సీరియస్" అని ఒకసారి చెప్పి, చివరికి ఒకరోజున "కాఫి తాగుదామా?" అని తొందర లేనట్టు అడిగితే నెపాలు చెప్పకుండానే వస్తారు. కేవలం ముప్ఫయి దగ్గర్లో ఉన్నవారైతే సినిమాల గురించి మొదలుపెట్టి, విభిన్నమైన 'గే' అనుభవాలను పంచుకోవలసిందిగా కోరి, గతంలో వారి వ్యక్తిగత స్నేహితుడి నుంచి వేరుపడివుంటే "నీ బాధ నాకు అర్థమవుతుంది" అని దుఃఖాన్ని ప్రదర్శించే ఎమోటికాన్ పంపిస్తే చాలు. నేరుగా ఇంటికి రావడానికి సిద్ధమవుతారు. అయితే ఇరవై ఏళ్ళవారికి చాలా పొగడ్తలు కావాలి. "నీ చూపైన ముక్కు చూస్తే చాలు, ఒకసారి కొరుకుదామనే కోరిక కలుగుతుంది", "నీ కళ్ళు ఎంత బాగున్నాయో? ఈ జీవితంలో నాకు ఇంకేమీ వద్దు, ఊరికే వాటిని చూస్తూ కూర్చుంటాను"–మొదలైన మాటలు పొందిగ్గా ఉంటాయి. అయితే పొరబాటున క్రికెట్ గురించో, మోటర్‌బైక్ గురించో మాట్లాడితే గొప్ప ప్రమాదం ఎదురవుతుంది. చాలా వరకు గే వ్యక్తులకు స్పోర్ట్స్ అన్నది వర్జ్యం. వాటికి బదులుగా ఫెమినిజం గురించి మాట్లాడితే చాలామంది ఉత్సాహం చూపుతారు. అయితే ఇప్పటికే పెళ్ళయి, పిల్లలున్నవారికి ఇంతటి తెలివైన ఆహ్వానాలు అక్కర్లేదు. ఊరికే "హలో" అంటే చాలు ! అరగంటలో గబగబా పరుగెత్తుకొచ్చి, మరో అరగంటలో కోరిక తీర్చుకుని, మొబైల్లో "హలో అయిదు నిముషాల్లో ఇంట్లో ఉంటాను స్వీట్‌హార్ట్, ట్రాఫిక్‌జామ్ అయ్యింది" అని భార్యకు చెబుతూ, ప్యాంట్ జిప్‌ను హడావుడిగా లాక్కుంటూ వెళ్ళిపోతారు.

దర్శన్‌కు ఇప్పుడు ముప్ఫయి ఉండవచ్చు. ఆ కారణంగా ప్రారంభంలో

మోహనస్వామి పొగడ్తలు మొదలుపెట్టాడు. ఇక్కడ నిజంగానే దర్శన్ శరీరం మోహనస్వామిని ఆకర్షించటం వల్ల కృత్రిమమైన పొగడ్తల అవసరం లేకపోయింది. పొడవైన వాక్యాల్లో అతడిని పొగడి మెసేజ్ పంపాడు. విచిత్రమేమిటంటే అతని నుంచి రెండు రోజులైనా సమాధానం రాలేదు. తిరస్కారాన్ని అంత సులభంగా ఎవరూ ఒప్పుకోరు. మరో రెండు రోజులు వదలి మరింత ఆకర్షణీయంగా పొగుడుతూ పెద్ద మెసేజ్ పంపాడు. దానికీ సమాధానం లేదు. మోహనస్వామికి అనుమానం వచ్చింది. "ఎనీ ప్రాబ్లం?" అని చిన్న సందేశం పంపాడు.. 'No English' అనే సమాధానం వచ్చింది. వెంటనే ఇతనికి అనుమానం వచ్చి "కన్నడవాడివా?" అని జస్ట్ కన్నడ కీ బోర్డు ఉపయోగించి కన్నడ అక్షరాల్లోనే మెసేజ్ పంపాడు. వెంటనే దర్శన్ సంతోషపడ్డాడు. "నువ్వూ కన్నడవాడివా? నాకు అంతగా ఇంగ్లీషు రాదు. ఇక్కడ అందరూ ఇంగ్లీషులోనే మాట్లాడుతున్నారు" అని సమాధానం వచ్చింది. అతని ఇబ్బంది మోహనస్వామికి అర్థమైంది. మొబైల్ డేటింగ్ యాప్లన్నీ ఇంగ్లీషులోనే ఉన్నాయి. కన్నడ కుర్రవాళ్ళు కూడా వాటిని ఉపయోగిస్తారనే ఊహ కూడా యాప్ తయారుచేసిన వ్యక్తులకు ఉన్నట్టు కనిపించదు. ఇంగ్లీషు వచ్చినవాళ్ళు సుఖంగా బతికేలాంటి ఈ సమాజంలో ఇంగ్లీషు తెలిసిన 'గే' కూడా మిగతావారి కన్నా ఎక్కువ అవకాశాలు పొందుతున్నాడన్నది చేదునిజం!

అయితే ఇంగ్లీషు అక్షరాలు ఉపయోగించి కన్నడ రాయటం అతనికి తెలుసు. గబగబా మెసేజ్‌లు పంపటం ప్రారంభించాడు. ఇంగ్లీషులో 'గే'లకు ఒక పరిభాష ఉంటుంది. ఆయితే అది కన్నడలో ఎలా ఉపయోగిస్తారో మోహనస్వామికి తెలియదు. మాటల మధ్యలో దర్శన్ "నువ్వు పక్కలో మీదనా? కిందా?" అని అడిగేశాడు. ఇంగ్లీషులో టాప్ లేదా బాటమ్ అని సహజంగానే వాడబడే ఈ పదాలు కన్నడలో అడిగినపుడు మోహనస్వామి సిగ్గుతో నీరయ్యాడు. సమాధానం ఇవ్వటానికి అతనికి కొన్ని క్షణాలు అవసరమయ్యాయి. అయితే కన్నడలోని ఆ పదాల్లో అతనికి ఏ తప్పు కనిపించలేదు. వాడని పదాలకు మడి-మైల ఎక్కువగా ఉంటాయనిపించి నవ్వొచ్చింది. అయినా అతడికి కన్నడలోనే జవాబిచ్చాడు. "అలాగైతే మన జంట చక్కగా ఉంటుంది. సుఖపడవచ్చు" అంటూ దర్శన్ సంతోషాన్ని వ్యక్తపరిచాడు. అతని మాటల వల్ల మోహనస్వామికి నవ్వొచ్చింది.

ఒక రాత్రి ఇద్దరూ భోజనం చేద్దామని మాట్లాడుకున్నారు. దర్శన్ తనకు పంది మాంసం ఇష్టమని చెప్పాడు. మోహనస్వామి పక్కా శాఖాహారి. ఇద్దరికి సరిపోతుందని దగ్గర్లో ఉన్న నాగార్జున అనే ఆంధ్ర శైలి భోజనానికి అతడిని పిల్చుకుని పోయాడు. దర్శన్ కాస్త ముదురు రంగు అనిపించే బట్టలను వేసుకుని వచ్చాడు. సాయంత్రమైనా ఎందుకో కూలింగ్ గ్లాసులు పెట్టుకున్నాడు. బహుశా అతనికి ఈ విధమైన పైవర్గాల హోటళ్ళు అలవాటు లేదని మోహనస్వామికి అనిపించింది. అయితే ఆ విషయాన్ని ప్రస్తావించి అతని మనస్సును నొప్పించకూడదని నిర్ణయించుకున్నాడు. వెయిటర్ వచ్చి ఎదురుగా నుంచున్నప్పుడు "ఏం తీసుకుంటావు?" అని అడిగాడు. "పంది మాంసంతో చేసినవి ఏమైనా దొరుకుతాయా?" అన్నాడు దర్శన్. మోహనస్వామికి బహుశా దొరకదని అనిపించింది. అయినా అతిథి మర్యాదతో వెయిటర్‌ను అడిగాడు. "ఫోర్క్, భీఫ్ దొరకవు సార్. చికెన్, మటన్ ఇవ్వగలం" అన్నాడు. దర్శన్ మటన్ బిరియానీ ఆర్డర్ ఇచ్చాడు. మోహనస్వామి మెనూకార్డు కూడా చూడకుండా వెజిటేరియన్ భోజనం అని చెప్పి వెయిటర్‌ను పంపేశాడు. అప్పుడు దర్శన్ ఆశ్చర్యంతో, "నువ్వు బ్రాహ్మణుడివా?" అని ఉన్నట్టుండి అడిగేశాడు.

ఆ మాటలకు కాస్త కంగారుపడ్డ మోహనస్వామి కొద్దిసేపటి తరువాత తేరుకుని,"లేదు దర్శన్, ఓ 'గే'కు ఏ కులమూ ఉండదు. అతన్ని ఏ కులస్థులూ తమలోకి స్వీకరించరు" అని చిన్నగా నవ్వి అన్నాడు.

ఏ గొణుగుడు లేకుండా ఇంటికి రావడానికి దర్శన్ ఒప్పుకున్నాడు. ఆ రాత్రి మోహనస్వామితో ఉంటానని అన్నాడు. సుష్టుగా భోజనం చేసినందువల్ల ఇద్దరికీ సంతృప్తిగా ఉంది. ఇంటివరకూ మాట్లాడుతూ నడుచుకుంటూ వచ్చారు. "ఇంట్లో ఒక్కడే ఉంటావా?" అని దర్శన్ అడగటంతో, "ఊఁ దర్శన్ ... గే వ్యక్తి సంసారంతో ఉండటం సాధ్యమా?" అని జవాబిచ్చాడు. అటు తరువాత కుతూహలంగా "నువ్వా?" అని అడిగాడు. "ఇంకా పెళ్ళి కాలేదు. మా అమ్మ ఊరికే బలవంతం చేస్తోంది. ఏం చేయాలో తెలియటం లేదు" అని తన సమస్యను ముందుపెట్టాడు. "నీకు అమ్మాయిలను చూస్తే కోరిక కలుగుతుందా?" అని మూలభూతమైన ప్రశ్న వేశాడు. ఒకటి రెండు క్షణాలు ఆలోచించిన దర్శన్, "వాయించటం కష్టమనిపించదు" అని జవాబిచ్చాడు. మోహనస్వామికి అతని సమాధానం నవ్వు తెప్పించింది. "పెళ్ళి అంటే కేవలం సెక్స్‌కాదు స్వామీ,

అది ఇద్దరు వ్యక్తులు కలిసి జీవించటం. నీకు ఆ విధంగా ఒక అమ్మాయితో జీవితాంతం కలిసి ఉందామని అనిపిస్తుందా?" అని మరింత లోతుగా ప్రశ్నించాడు. దర్శన్ కాస్సేపటి తరువాత "నిజం చెప్పాలంటే అబ్బాయిలు నచ్చినట్టు నాకు అమ్మాయిలు నచ్చరు. వాళ్ళు నాకు చాలా చప్పగా అనిపిస్తారు. ఇప్పటిదాకా నేను అమ్మాయిలతో గడపలేదు. అయితే గడపగలను. కష్టం కాదనిపిస్తుంది. ఇటు చూడు నా కండలు" అని చొక్కా పైకెత్తి ఉబ్బిన భుజాల కండలను చూపించాడు. మోహనస్వామికి నవ్వొచ్చింది. అతని భుజాల మాంసఖండాలు నోరూరించేటట్టు బలిష్ఠంగా ఉండటం చూసి కోరిక కలిగింది. భుజం మీదున్న తేలు టాటూను నెమ్మదిగా నిమిరి "సూపర్" అన్నాడు. అయినా జాగ్రత్తగా ఉండనీ అని "ఒక అమ్మాయి జీవితానికి సంబంధిన ప్రశ్న దర్శన్... ఆలోచించి నిర్ణయించుకో" అని తెలియజేశాడు. "పెళ్ళి చేసుకోకపోతే అమ్మ బాధపడుతుంది" అన్నారు. "అది సరే, దర్శన్... కానీ మరొకరి తల్లి కూడా బాధపడకూడదు కదా" అని మోహనస్వామి జవాబిచ్చాడు.

డిసెంబర్ నెల. ధనుర్మాసపు చలి. అదృష్టానికి ఇంట్లో పవర్ లేదు. రెండు ఆకలిగొన్న దేహాలకు ఇంకేమి కావాలి. ఎక్కువ మాటలు, అంగీకారపు నాటకం ఒక్కటీ లేకుండా ఇద్దరూ బెడ్‌రూంలోకి చేరారు. అనేక దేహాలను చూసిన మోహనస్వామికి ఏదీ కొత్త కాదు. అయితే దర్శన్ ఆక్రమణ గొప్పగా అనిపించింది. ఆ మొరటుదనం, ఆ పట్టు, ఆ శక్తి, ఆ దాహం, ఆ ఉన్మాదం, ఆ వేడి ఊపిరి–అన్నీ కొత్తగా అనిపించాయి. ఎంత అనుభవించినా ఇంకా కోరిక తీరనట్టు అతను మళ్ళీ మళ్ళీ మోహనస్వామి దేహాన్ని పిండిపిప్పి చేశాడు. గతంలో ఎన్నడూ చూడని రీతిలో అతను తనను తృప్తిపరచడం చూసి మోహనస్వామి ఆశ్చర్యపోయాడు. ఇతని శక్తికి మూలం ఏమిటి? కేవలం అతని యుక్త వయసు కారణం కావటానికి లేదు. ఆ వయసు వారెంతమందో తనను కూడలేదా? అలాగని ఇది జిమ్‌లో శ్రమించి కండలు పెంచిన దేహమని కూడా అనిపించటం లేదు. ఇతని ఆక్రమణలో కృత్రిమత లేదు. జీవనశక్తిలోనే అలాంటి ఒక శక్తి ఇతనిలో చేరివుండాలి. తరతరాల నుంచి శక్తిని అలవాటు చేసుకున్న వంశస్థుల జీన్స్ ఇతని రక్తంలో చేరుకుని ఉండాలి. ఇది ప్రత్యేకమైంది. తనకు దక్కిన అదృష్టమై ఉండొచ్చు. మౌనంగా ఇతనికి దేహాన్ని అప్పగించి సుఖించడం తప్ప మరే క్రియకూడా ఇక్కడ ముఖ్యం కాదు. అతని కన్నా

పదిహేనేళ్ళు పెద్దవాడైన నన్ను ఎలా తన తంబూరగా చేసుకుని నాదాన్ని చిమ్మిస్తున్నాడో? ఇతను రసస్పృష్టి చేసే మాంత్రికుడు. ఇతను మన్మథ లోకం నుంచి వచ్చిన గంధర్వుడు. అంగాంగాలకు రూపం ఇవ్వగల గొప్ప కళాకారుడు.

దర్శన్ పట్టు వదులైనపుడు అప్పటికే రాత్రి ఒంటి గంటైంది. డిసెంబర్ నెల కొరికే చలిలో మోహనస్వామి ఒళ్ళంతా చెమటలతో తడిసిపోయింది. దేహంలోని అవయవాలన్నీ నొప్పులతోనూ, సుఖాలతోనూ అలసిపోయాయి. కిటికి నుంచి వీధిలోని ఏదో ఇంటి వెలుతురు కనపడటంతో పవర్ వచ్చినట్టు అర్థమైంది. మంచం పక్కనున్న స్విచ్ వేసి ఫ్యాన్ వేశాడు. చల్లని గాలికి విచిత్రమైన రోమాంచనం కలిగింది. అలసిపోయి పక్కకు తిరిగి పడుకున్న దర్శన్‌ను ఒకసారి మృదువుగా హత్తుకుని "థాంక్స్" అని చెవిలో చెప్పాడు. దర్శన్ కళ్ళు మూసుకునే ఉన్నాడు. అతని ఛాతీ మీద సున్నితంగా పెదవులు వొత్తి, లేచి స్నానాలగదికి వెళ్ళాడు. వెళ్ళేటప్పుడు దిక్కుకొకటిగా విడిచి పారేసిన లోపలి దుస్తులు కాళ్ళకు అడ్డొచ్చాయి. మోహనస్వామి వాటిని తీసుకుని మంచం మీద పడుకునివున్న దర్సన్ వైపు విసిరి, "రాక్షసుడా" అని ప్రేమగా అన్నాడు. దర్శన్ నవ్వు ఆ చీకట్లోంచి తోసుకుని వచ్చింది. ఒకసారి అతడి సంపూర్ణ దేహాన్ని వెలుతురులో చూడాలన్న కోరిక మోహనస్వామిలో కలిగింది. స్విచ్ వేసి గదిని వెలుతురుతో నింపాడు. ఉన్నట్టుండి ఏర్పడిన వెలుగుదాడికి ఓడిన దర్శన్ తన చేతిని కళ్ళకు అడ్డుగా పెట్టి "వద్దు" అన్నాడు. బలిష్ఠమైన భుజాన్ని తన కళ్ళకు అడ్డంగా పెట్టుకున్న అతని భంగిమ, చెక్కినట్టున్న అతని అవయవాలు, ఇప్పటిదాకా నిరంతరంగా సుఖాన్ని ఇచ్చిన వ్యక్తి అనే ప్రేమ–అంతా కలిసి అతని దేహం భగవంతుడు చేసిన నల్లటి శిల యొక్క గొప్ప కళాకృతిలా మోహనస్వామికి కనిపించింది. "యూ ఆర్ బ్యూటిఫుల్" అని మనస్ఫూర్తిగా చెప్పి స్నానాలగదిలోకి వెళ్ళాడు.

మోహనస్వామి బయటికి వచ్చినపుడు ఊహించని దృశ్యం ఎదురుచూస్తోంది. దర్శన్ పక్కలో లేచి కూర్చునివున్నాడు. మోహనస్వామి అతని మీదికి విసిరిన బనీను నుంచి జంధ్యాన్ని వేరు చేస్తున్నాడు. అతని కళ్ళు తడితేరివున్నాయి. ఎందుకో అత్యంత వ్యాకులతపడినవాడిలా కనిపించటంతో మోహనస్వామికి ఆశ్చర్యం వేసింది.

"ఏమిటి దర్శన్, ఏమైనా ఇబ్బంది కలిగిందా?" అని కలవరపడుతూ

అడిగాడు.

"నువ్వెందుకు అబద్ధం చెప్పావు? నువ్వు బ్రాహ్మణుడివా అని అడిగితే లేదన్నావు?"

అలా అంటున్నప్పుడు అతని కంటి నుంచి కన్నీటి బిందువులు రాలాయి. అతను రోదించటం చూసి మోహనస్వామి కలవరపడ్డాడు.

"నా కులంతో ఏం చేస్తావు దర్శన్? అది నాకు ముఖ్యమని ఏనాడూ అనిపించలేదు"

"అలాగైతే ఈ జంధ్యం ఎందుకు వేసుకున్నావో చెప్పు?"

"మా అక్క ఏ కార్యక్రమాన్ని పెట్టుకున్నా రాయర మఠంలో చేస్తుంది. అక్కడ జంధ్యం లేకపోతే భోజనం పెట్టరు. ఆ కారణంగా నేను రానంటే నొచ్చుకుంటారు. అందుకోసం నేను మెడలో వేలాడదీసుకుంటాను. అంతకన్నా అధిక గొప్పదనం నాకు ఆ జంధ్యంలో కనిపించదు" అని నిజాయితీగా చెప్పాడు.

"కులం అన్నది పుట్టుక నుంచి వస్తుంది కదా? నువ్వు బ్రాహ్మణుల ఇంట్లో పుట్టివుండాలి"

"అది నిజం దర్శన్. అయితే దాని వల్ల వచ్చే ఇబ్బంది ఏమిటి?"

"శాపం తగులుతుంది...బ్రాహ్మణుల శరీరాన్ని ముట్టుకుంటే మాకు మంచి జరగదు. వాళ్ళు శాపం పెడతారు"

"అలా ఎవరు చెప్పారు దర్శన్?"

"మా అమ్మ..." అని అన్నాడు.

ఇప్పుడు దర్శన్ కంఠం పూర్తిగా గద్గదికమైంది. ఈ ఎదురుచూడని సందర్భాన్ని ఎలా నిభాయించాలో అర్థంకాని మోహనస్వామి అతని దగ్గర కూర్చుని వీపు నిమరసాగాడు. "నియంత్రించుకో దర్శన్" అన్నాడు.

"నా పేరు దర్శన్ కాదు... మాదేశ. చామరాజనగర్ వైపున పల్లె మాది"

అతను ఏదో చెప్పాలనుకుంటున్నాడని మోహనస్వామికి అర్థమైంది. అందువల్ల మధ్యన మాట్లాడకుండా మౌనంగా తలూపుతూ వీపు నిమురుతూ అతని మాటలు వినసాగాడు.

"మాది తక్కువ కులం. నా తండ్రి ఇలాగే బ్రాహ్మణుల ఇంట్లో పని

చేసుకుంటూ ఉండేవాడు. మంచి జనం. మా సంసారాన్ని చక్కగా చూసుకునేవారు. అయితే ఆ ఇంట్లో పెళ్ళయిన ఓ అమ్మాయి చిన్నవయసులోనే విధవరాలై పుట్టింటికి చేరుకుంది. నాన్న చూడటానికి అందంగా ఉండేవాడు. ఆమె బలవంతంగా నాన్నను ఒప్పించింది. నాన్న ఎంత వద్దన్నా వినలేదు. తరువాత మా కుటుంబానికి శాపం తగిలింది. రెండు నెలల తరువాత పెళ్ళి కావలసిన నా చెల్లెలు ఉన్నట్టుండి ఏదో రోగం వచ్చి చచ్చిపోయింది. ఆమె చనిపోయిన కారణంగా అమ్మ మంచం పట్టింది. ఆమెకేదో దెయ్యం పట్టింది. రాత్రి లేచి గంతులు వేసేది. నాన్నను పట్టుకుని కొట్టేది. తరువాత నాన్నకు ఏమైందో తెలియదు. ఉన్నట్టుండి ఒక రోజు అతను ఊరిబావిలో శవంగా కనిపించాడు. బ్రాహ్మణుల శాపం తగిలిందని ఊరివారందరూ మాట్లాడుకున్నారు. ఇప్పుడున్నది నేనూ, నా తల్లి మాత్రమే. అక్కడ ఉండటానికి నాకు మనసొప్పలేదు. సంపాదించుకోవాలంటే ఆ ఊళ్ళో కుదరదని ఈ ఊరికి పారిపోయి వచ్చాను. రావటానికి ముందు నా తల్లి నా దగ్గర మాట తీసుకుంది. ఎన్నడూ బ్రాహ్మణ స్త్రీతో పడుకోకూడదని, శాపం తగులుతుందని వేడుకుంది. ఇప్పుడు ఆమెకూడా మరణావస్థలో ఉంది. ఒక్కతే ఊళ్ళో ఉంటోంది. నాకేమో మగవాళ్ళతో సహవాసం చేయాలన్న ఆలోచన. అది కూడా బ్రాహ్మణుల శాపం కావచ్చునిపిస్తుంది" అని కథ చెప్పాడు.

మోహనస్వామికి ఈ మూఢత్వంతో కూడిన కథను ఎలా స్వీకరించాలో అర్థంకాలేదు. దాన్నంతా తోసిపుచ్చితే అతని మనస్సును గాయపరచినట్టు అవుతుందనీ, అది తప్పవుతుందని తెలిసివుండటం వల్ల మౌనంగా అతని మాటలు విన్నాడు. అయితే ఒక సూక్ష్మాన్ని లాగాడు–

"దర్శన్..." అన్నాడు

"కాదు... మాదేశ" అని అతడు సరిదిద్దాడు.

"మాదేశ, నాకు శాపం పెట్టడం రాదు. వరం ఇవ్వటం తెలియదు. అలాంటి శక్తి నాకు ఏనాడూ లేదు. మీ అమ్మ నీ దగ్గర మాట తీసుకుంది. బ్రాహ్మణ స్త్రీలతో సహవాసం చేయవద్దని ! అయితే నేను మగవాడిని. అలాంటప్పుడు శాపం తగలదని అనిపిస్తుంది" అని చెప్పాడు.

"ఇందులో తేడా ఏమిటి? దేహం మీది కోరికతో కలవటంలో ఆడదైతే ఏమిటి? మగవాడైతే ఏమిటి? రెండూ ఒకటే కదా? ఎందుకు నాకు అబద్ధం

చెప్పావు?" అని కళ్ళలో కళ్ళుపెట్టి న్యాయం అడిగాడు. దానికి ఏమని సమాధానం చెప్పాలో మోహనస్వామికి అర్థం కాలేదు.

"నీకు శాపం అంటే అంత భయమైతే ఒక పని చెయ్ మాదేశ. అందరికన్నా గొప్పవాడు ఆ భగవంతుడు. అతనికి అందరిని క్షమించే శక్తి ఉంటుంది. బయట వసారాలో గోడమీద వెంకటేశ్వరస్వామి ఫోటోవుంది. దానికి నమస్కరించు" అని తనకు తోచిన సలహా ఇచ్చాడు.

మాదేశకు అతని సలహా నచ్చినట్టుంది.

నెమ్మదిగా పైకి లేచి తన బట్టలు వేసుకుని వసారాలోకి వెళ్ళాడు.

అతనికి అనుకూలంగా ఉండాలని మోహనస్వామి బయటికి వచ్చి స్విచ్ వేసి వసారాలో వెలుగు నింపాడు.

అక్కడున్న వెంకటరమణుడి ఫోటోకి నమస్కరించాడు.

"ఇక ఎన్నడూ నాకు మెసేజ్ చేయకు. నాకు బ్రాహ్మణులతో పడుకోవటం ఇష్టం లేదు. శాపం తగులుతుంది" అని చెప్పి వెళ్ళిపోయాడు.

ఏ కులానికీ 'గే'లను అంగీకరించడం అవసరం లేకపోయినా, గే వ్యక్తులు ఇంకా కులాన్ని వదలకుండా గట్టిగా కౌగిలించుకున్న ఈ వైచిత్ర్యానికి ఎలా ప్రతిస్పందించాలో మోహనస్వామికి అర్థం కాలేదు.

*****

కిలిమంజారో

సరిగ్గా రాత్రి పన్నెండు గంటలకు కిలిమంజారో పర్వతారోహణ చివరి భాగపు ఆరోహణ మొదలుపెట్టాలని నిర్ణయమైంది. అప్పటికే ట్రెక్కింగ్ మొదలై నాలుగు రోజులైంది. ఇన్నాళ్ళు వెలుతురులో చేసిన ట్రెక్కింగ్, ఈరోజు మాత్రం రాత్రి చీకట్లో ఎందుకు? అన్నది మోహనస్వామి ప్రశ్న. "ఇది ఇరుకైన కొండబాబూ. రాత్రిపూట చీకట్లో ఏమీ కనిపించదు. అందువల్ల నీకు భయం కలగదు. ఉదయంపూట దాన్ని ఎక్కేధైర్యం నీకు కలగదు" అని డేవిడ్ వివరించాడు. అమావాస్య రోజులవి. కిలిమంజారో సీమ అంతటా భయంకరమైన చీకటి. "చీకటే నాకు ధైర్యమిస్తుంది, వెలుతురు బెదిరిస్తుంది" అనే విచిత్రమైన తర్కాన్ని ఆ నాలుగువేల ఏడువందల ముప్ఫయి మీటర్ల ఎత్తులో డేవిడ్ అన్నాడు. ఆఫ్రికా ఖండంలోని, టాంజానియా దేశంలోని ఈ అపరిచితమైన పర్వతంలో సత్యాలు ఇంకోలా ఉండాలి. "ఊరకే నేను కాలుపెట్టినచోట నీవూ కాలు పెట్టుకుంటూ రా బాబు. వెలుతురు పరుచుకునేలోగా కిలిమంజారో శిఖరం మీదికి నిన్ను తీసుకెళ్ళి నిలబెట్టడం నా బాధ్యత" అని ప్రేమగా ధైర్యమిచ్చాడు. వయస్సులో యాభైను దాటిన డేవిడ్ మోహనస్వామిని 'బాబూ' అని పిలిచే స్వాతంత్ర్యం తీసుకున్నాడు. అది మోహనస్వామికి ఇష్టమైంది. డేవిడ్ కంఠంలో మాతృత్వపు మమత ఉంది. నల్లటినలుపు రంగు, భారీ శరీర సౌష్ఠవం కలిగిన ఈ మసాయి గైడుకు పొందికకాని విచిత్రమైన మృదుత్వం మోహనస్వామిని

ఆశ్చర్యానికి గురిచేసేది.

గుండెల్ని పిండేసే చీకటికి తోడు రాళ్ళను చీల్చే చలి జతగూడింది. ఇసుక ఎడారి మధ్యలో వున్న ఈ కిలిమంజారో పర్వతపు గర్భంలో భగభగమనే నిప్పు ఉందట. ఈ అగ్నిపర్వతం ఎప్పుడు బ్రద్దలవుతుందో తెలియదు! కొన్ని సంవత్సరాల నుంచి అది నిప్పును చిమ్మలేదు. లోలోపలే అన్నిటిని సేకరించి పెట్టుకుంది. బ్రద్దలయ్యే క్షణం కోసం ఎదురుచూస్తోంది. అయితే గర్భం లోపలి నిప్పు గురుతు కనిపించకుండా తన ఒంటిమీద హిమపు దుప్పటిని కప్పుకుంది. బాహ్యదృష్టికి దాని శరీరపు కష్టాలు తెలియవు. గుండెను చీల్చి చూసే సమయం ఈ రోజుల్లో ఎవరికుంది? బహిరంగమైన ఈ రోజుల్లో అంతరంగమన్నది అప్రస్తుతం.

మైనస్ పది డిగ్రీల సెల్సియస్ అని ఒకరు, మైనస్ ఎనిమిది డిగ్రీల సెల్సియస్ అని మరొకరు గతరాత్రి భోజన సమయంలో వాదించుకున్నారు. మోహనస్వామికి దేనిలోను పాల్గొనే ఉత్సాహం లేకపోయింది. డేవిడ్ అతని కోసం నూడిల్స్ చేయించి, ప్లేటు నిండా చక్కగా సర్ది ఇచ్చాడు. రెండు చెంచాలు తిన్నంతలో మోహనస్వామికి వద్దనిపించింది. భరింపలేని తలపోటు. “ఈ ఎత్తులో ఆక్సిజన్ తక్కువగా ఉంటుంది బాబు. అందువల్ల నీ దేహం పెనుగులాడుతోంది. అయితే విచారించకు. దేహం నెమ్మదిగా అన్ని పరిస్థితులకు సర్దుకుంటుంది. దాని శక్తి గొప్పది. అయితే కడుపునిండా భోజనం చేయి. దేహానికి శక్తికావాలి. శక్తిలేకుండా ఈ బృహత్ పర్వతాన్ని నువ్వు ఎలా అధిరోహిస్తావు?” అని ప్రేమగా బలవంతం చేశాడు. “లేదు, సాధ్యం కాదు. నా పొట్ట దేన్నీ స్వీకరించే ఉత్సాహంలో లేదు” అని మోహనస్వామి ప్లేటును పక్కకు తోశాడు. “ఒక లోటా పాలయినా తాగు” అని బలవంతంగా తాగించాడు. మోహనస్వామి పాలుతాగి లేచి వచ్చేలోపే, అదే కంచంలో ఇతను వదిలేసిన నూడిల్స్‌ను వంట పిల్లవాడు, ఇతని లగేజ్ మోసుకొచ్చిన పోర్టర్ కుర్రాడు, డేవిడ్ గబగబా తినటం ప్రారంభించారు. మోహనస్వామికి ఆ దృశ్యం సంకటాన్ని కలిగించింది. పేదరికం చెడ్డది. అయితే నాలుగు రోజుల నుంచి అదే దృశ్యాన్ని చూసిచూసి అలవాటు చేసుకున్నాడు. పర్వతారోహకులు తినకుండా వదిలేసిన ఆహారాన్ని ఎలాంటి సంకోచం లేకుండా ఈ మసాయి జనం అదే కంచంలో తినేవారు. తదేకంగా దాన్ని చూడలేక

కాటేజీకి వెనుదిరిగాడు. ఇరవైమంది ఒకేచోట పడుకునే ఏర్పాట్లు ఆ కాటేజీలలో చేశారు. అలాంటి ఇంకా రెండు కాటేజీలు ఉన్నాయి. పక్కపక్కన, పైన-కింద, అన్నివైపులా మంచాలు, పరుపులు వున్నాయి.

స్లీపింగ్ బ్యాగ్‌లో వెచ్చగా ముడుచుకుని పడుకున్న మోహనస్వామికి నిద్రపట్టలేదు. అటూఇటూ దొర్లసాగాడు. రాత్రి పన్నెండుకంతా పర్వతారోహణ మొదలవుతుందట. ఏడుకంతా భోజనం వడ్డించి "నాలుగు గంటలైనా నిద్రపోబాబు. దేహం తేలికై పర్వతారోహణ సులభమవుతుంది" అని పదేపదే నొక్కి చెప్పాడు. అది మోహనస్వామికి సాధ్యంకావటంలేదు. పక్కనున్న మంచంలోని ఒకే స్లీపింగ్ బ్యాగ్‌లో ఏ మాత్రం సంకోచం లేకుండా దూరుకున్న అమెరికా ఆడ-మగ జంట అప్పటికే గాఢనిద్రలోకి జారిపోయింది. పైమంచంలో పొర్లాడిన ఇటలీ సలింగకాముల జంట ఇప్పుడు నిశ్శబ్దంగా ఉంది. డెన్మార్క్ దంపతులు మూలలో ఉన్న మంచంలో నిద్రపోతున్నారు. ఇటువైపు ఇంగ్లాండ్ కుర్రవాడు, ఇంకా కాలేజీలో చదువుతున్నాడు. ఇతర మంచాల నుంచీ గురకల సద్దు వినిపిస్తూ వుంది. కాటేజీ బయట ఏ సద్దూ లేదు. కిలిమంజారోలో ఏ ప్రాణులైనా జీవించటం కష్టం. హఠాత్తుగా మారిపోయే వాతావరణాన్ని ఏ జీవీ భరించలేదు. జీవులు లేకపోవటంతో అక్కడ సద్దు వుండదు. కిలిమంజారో ఏకాంగి! ఒడలి లోపలి భగభగ మండే నిప్పులను భరిస్తూనే, పైన హిమపు చల్లటి ఛద్మవేషాన్ని ధరించి ఒంటరిగా నిలిచే నుదుటి రాత ఆ పర్వతానిది.

టాంజానియా మిత్రుడొకడు కిలిమంజారో పర్వతారోహణకు రమ్మని ఆహ్వానించిన వెంటనే తను దాన్ని స్వీకరించి ఇక్కడికి ఎలా ఎగిరి వచ్చాడో? కేవలం పదిహేనురోజుల్లో ఇలాంటి నిర్ణయం ఎలా తీసుకున్నాడో? అపరిచితమైన దేశం, అపరిచితులైన జనం, అపరిచితమైన భూభాగం. ఎక్కడో ఒకటి రెండుసార్లు మాత్రం చెవుల్లో పడిన 'కిలిమంజారో' శబ్దపు ఆకర్షణ నామీద పడిందా? ఉండదు. ప్రస్తుతం జగత్తు నుండి పరుగెత్తుకొచ్చి ఎక్కడో పోగొట్టుకునిపోయే కోరికనా? ఈ బృహత్‌అగ్నిపర్వతాన్ని ఈ అపరిచితులైన సహపర్వతా రోహకులతోపాటు అధిరోహించే ఉత్సాహం ఎందుకు? ఇంకా హిమాలయాన్నీ చూడని నాలో కిలిమంజారో గురించిన కోరిక ఎందుకు? ఈ నా అగోచరమైన మనస్సు మరో గూఢమైన యోజనను రూపొందిస్తోందా? మరొకసారి

మోహనస్వామి పక్కకు దొర్లాడు. కాలం మెల్లగా కదులుతూనే ఉంది. ఇంకేమి పదకొండున్నర అయిపోతుంది. డేవిడ్ వచ్చేస్తాడు. తప్పకుండా లేవాలి. పర్వతాన్ని అధిరోహించాల్సిందే. ఏదీ ఎక్కడా ఆగదు. గమ్యాన్ని చేరటమూ లేదు. మహాకవి కువెంపు చెప్పింది వాస్తవమే!

నుదుటికి కట్టుకున్న టార్చ్ వెలుతురులో వారి నడక సాగింది. డేవిడ్ ముందు, అతని వెనుక మోహనస్వామి. మిగిలిన ఇద్దరు కుర్రవాళ్ళు రామని చెప్పి ఇతడి లగేజ్‌ను చూసుకుంటూ కిందనే ఉండిపోయారు. డేవిడ్ మొదట కాలుపెట్టి, ఇతడు ఎక్కడ కాలు పెట్టాలో తన స్టిక్కు ద్వారా కొట్టి చూపిస్తున్నాడు. పట్, పట్, పట్... పర్వతపు నీరవంలో సద్దు గట్టిగానే వినిపిస్తోంది. ఇతను అక్కడ జాగ్రత్తగా కాలుపెడుతున్నాడు. జీవితంలోనూ ఎవరైనా ఇలాగే అడుగులు వేయాలని చెప్పేవాళ్ళు కావాలి. కేవలం భయంకరమైన చీకటి తప్ప ఇంకేమీ మోహనస్వామికి కనిపించనప్పుడు, డేవిడ్‌కు ఎలా దారి తెలుస్తుంది? "కిలిమంజారో నా ఇల్లు. ఇక్కడ చీకట్లోనూ నేను తిరగగలను" అని చెప్పి డేవిడ్ నవ్వాడు. లెక్కలేనన్ని సార్లు అతను ఆ పర్వతాన్ని ఎక్కి దిగాడు.

మోహనస్వామి రెండుచేతుల్లోనూ స్టీలు కర్రలున్నాయి. అది ఇరుకైన దారి. పెద్దపెద్ద బండల మధ్యలో కేవలం ఇసుక. అక్కడక్కడ గడ్డ కట్టిన మంచు. మంచు కరిగిన నీటిలో మట్టి చేరి అదోలాంటి అపరిచితమైన వాసన. ఆకాశంలో కిక్కిరిసిన నక్షత్ర మండలం. ఇన్ని నక్షత్రాలను మోహనస్వామి ఎన్నడూ చూడలేదు. పర్వతం పైపైకి ఎక్కుతున్నట్టల్లా గాలిలో ఆక్సిజన్ తక్కువైపోతోంది. శరీరం ఊపిరి కోసం పెనుగులాడుతోంది. అయితే కొద్దిసేపట్లో మంత్రం వేసినట్టు తక్కువ ఆక్సిజన్‌తో శరీరం సర్దుబాటు చేసుకుంటోంది. మళ్ళీ ఆరోహణ. మరింత ఆక్సిజన్ కొరత...భూమి మీద జీవించేటప్పుడు మనకు ఆక్సిజన్ ప్రాముఖ్యత తెలియదుకదా? సులభంగా దక్కేదంతా మనిషి కళ్ళల్లో తన గొప్పదనాన్ని పోగొట్టుకుంటోంది. జీవితంలో మనం ఎన్నడూ ఎవరికీ సులభంగా దొరికేవాళ్ళం కాకూడదు.

ఒక గంటలో అప్పటికే నాలుగుసార్లు మోహనస్వామి బండమీద కూలబడి కూర్చుని, అలసట తీర్చుకున్నాడు. ఇతను కూర్చున్నది గమనించగానే డేవిడ్ తన నడకను ఆపి, మాట్లాడకుండా అక్కడే ఎక్కడో చూస్తూ నిలుచునేవాడు. కొన్నిసార్లు తాగటానికి నీళ్ళు, లేదా అలసట తీర్చుకోవడానికి పెప్పరమెంట్లు

ఇచ్చేవాడు. మోహనస్వామికి తన ఈ అలసటవల్ల కలవరమయ్యేది. ఆలస్యం చేస్తున్నాడా? డేవిడ్ మౌనం తన వేగానికి అసమ్మతేమో అనే భావన ఏర్పడి సిగ్గువేసేది. ఆ సిగ్గు నుంచి బయటపడటానికి అసందర్భంగా ఏదేదో మాట్లాడేవాడు.

"ఇంత కష్టపడి ఎక్కి పైకి చేరితే అక్కడ ఏముంది డేవిడ్?"

"ఏమీలేదు బాబు. కేవలం అది పర్వతం కొన. కిలిమంజారో శిఖరం."

"మా దేశంలో అలాంటి పర్వతాల శిఖరం మీద దేవాలయం ఉంటుంది. కష్టపడి ఎక్కిన తరువాత దేవుడి దర్శనమైనా కలుగుతుందనే ఉద్దేశం మాది. మీరూ ఒక దేవాలయాన్ని అక్కడ కట్టి ఉండాల్సింది."

డేవిడ్ ఒక్కక్షణం మౌనం వహించాడు. అడగకూడని ప్రశ్న అడిగానేమోనని మోహనస్వామికి భయం వేసింది. అయితే డేవిడ్ నెమ్మదిగా చెప్పాడు.

"మాకు కిలిమంజారో పర్వతమే దేవుడు బాబు. మరొక దేవాలయం అవసరం ఎక్కడుంది?"

డేవిడ్ మాటలు అలాగే ఉంటాయి. కొన్నిసార్లు మోహనస్వామిని అయోమయానికి గురిచేస్తాయి. ప్రతీదాన్ని తన దేశ సాంప్రదాయాలతో పోల్చే పిచ్చి మోహనస్వామికి ఉంది. భారతదేశాన్ని చూడని డేవిడ్, తనదే అయిన సమాధానాన్ని ఇచ్చి మోహనస్వామిని కంగారు పరిచేవాడు. నిన్న హోరంబో హట్‌ల నుంచి బయలుదేరినపుడు అలాంటి సందర్భం ఒకటి ఎదురైంది. మోహనస్వామి తెచ్చిన సుమారు పదిహేను కేజీల బట్టలు మొదలైన లగేజ్‌ను పోర్టర్ కుర్రవాడు కష్టపడుతూ మోస్తూ వస్తున్నాడు. అతని వెనుక వంట స్టౌతోపాటు అయిదురోజుల ఆహారపదార్థాల అతిపెద్ద లగేజ్‌ను మోసుకుని వంట కుర్రాడు వస్తున్నాడు. మోహనస్వామి ప్రస్తుతపు ఆహారం, నీళ్ళు, కాఫీ, టిఫిన్ మొదలైనవాటి చిన్న బ్యాగును మోసుకుని డేవిడ్ ఇతని వేగంతోటే అడుగులు వేస్తున్నాడు. ముగ్గురికీ రోజుకు ఇన్ని డాలర్లు ఇవ్వాలని ఒప్పందం జరిగింది. డేవిడ్‌కు సింహభాగం. మిగతావారికి కొద్దోగొప్పో. వారి సేవలు నచ్చితే తరువాత కొంత బక్షీసు.

"మా హిమాలయాల్లో లగేజ్ మోయటానికి గాడిదలను వాడతారట. మీరెందుకు ఇక్కడ గాడిదలు వాడకూడదు? మీరెందుకు ఇంత కష్టపడాలి?

"మీరు ఇచ్చే సొమ్ములో సగం సొమ్ము గాడిద ఆహారానికి ఖర్చయితే,

మేము కడుపుకు ఏం తినాలి బాబు?"

మోహనస్వామి మౌనం వహించాడు. తాను తిని వదిలేసిన భోజనాన్ని వాళ్ళు గబగబా తినే దృశ్యం కళ్ళముందుకు వచ్చి ఎందుకో అపరాధ భావన కలిగి ముడుచుకుపోయాడు. మన సరిహద్దులు దాటి మరొక సరిహద్దులో కాలు పెడితే చాలు, ఆశ్చర్యాల ప్రపంచమే ఎదురుచూస్తూ వుంటుంది. మన ఊహకు అందని మన శక్తి, బలాలు, బలహీనతల పరిచయం కలుగుతుంది. 'దేశాటనం చేయాలి' అని పెద్దలు చెప్పింది ఇందుకే కాబోలు. దేశాన్ని పర్యటించినవారికి ఎన్నడూ అహంకారంగా ఉండటం సాధ్యంకాదు.

రాత్రి ఆ రోజు కూలీ డబ్బుని తీసుకోవటానికి పోర్టరు, వంటకుర్రాళ్ళు వచ్చారు. ఏమీ మాట్లాడకుండా మోహనస్వామి ముందు చేతులు చాపి నుంచున్నారు. వారి రోజు కూలీని ఇచ్చి "మీరెందుకు గైడ్‌గా మారకూడదు. డేవిడ్‌లా ఎందుకు ఎక్కువ డబ్బు సంపాదించకూడదు? మీకు ఈ కిలిమంజారో ఇల్లు కాదా?" అని గెలికాడు. దానికి ఆ పోర్టర్ కుర్రాడు "నో ఇంగ్లీష్, నో డాలర్... డాంకి... డాంకి" అని రెండు అరచేతులను చెవుల దగ్గర పెట్టుకుని, గాడిదలా అరిచాడు. ఆ వ్యంగ్యానికి నవ్వాలో, విషాదాన్ని వ్యక్తపరచాలో అర్థంకాక మోహనస్వామి కంగారుపడ్డాడు. వంటకుర్రాడు మాత్రం అప్పుడు కేకవేసి నవ్వాడు.

"బాబూ, బయలుదేరుదాం. వెలుతురు వచ్చేలోపు మనం శిఖరం మీదుండాలి" అని డేవిడ్ హెచ్చరించాడు. అన్యమనస్కంగా మోహనస్వామి లేచాడు. మళ్ళీ పర్వతారోహణ మొదలైంది. వెలుతురు వచ్చి జీవనమార్గపు ఘోరాన్ని జ్ఞాపకం చేసేలోగా దారిని అధిగమించాలి. చీకటికి వంద నమస్కారాలు !

అయిదు జతల ప్యాంట్లను ఒకదాని మీద ఒకటన్నట్టు మోహనస్వామి ధరించాడు. స్వెట్టర్‌ను లోపల వేసుకుని, దానిమీద ఆరుచొక్కాలను వేసుకున్నాడు. అయిదు సాక్సులు, మూడు చేతిగ్లౌజులను ధరించాడు. అడుగున ముళ్ళలాంటి పదునైన పళ్ళువున్న భారీ బరువున్న షూ ధరించాడు. ముఖాన్నంతా మఫ్లర్‌తో చుట్టి, పైన మంకీ క్యాప్ ధరించాడు. టార్చ్‌ను నుదుటికి కట్టుకున్నాడు. పొరలు పొరలుగా బట్టలు ధరిస్తే చలి వొంట్లోకి ప్రవేశించదని డేవిడ్ చెప్పాడు. స్వయంగా అతనే నిలబడి బట్టలు వేసుకోవడంలో సహాయపడ్డాడు. దుస్తులన్నీ

ఒకదాని మీదొకటి ధరించి ఇంత లావుగా తయారైన మోహనస్వామికి సాక్సులు వేసుకోవటం సాధ్యంకాలేదు. అప్పుడు ఎలాంటి సంకోచం లేకుండా డేవిడ్ కింద నేలమీద కూర్చుని మోహనస్వామి కాళ్ళకు సాక్సులను ఒకదాని మీదొకటి మృదువుగా తొడిగాడు. షూలో కాళ్ళను దూర్చి, లేసులను గట్టిగా బిగించాడు. ఓ పెద్దవాడు ఇలా కాలు ముట్టుకుని సేవ చేయడం చూసి మోహనస్వామికి విచిత్రమైన సంకోచం కలిగింది. అయితే కాదనలేని స్థితి. చివరికి నేలమీద కూర్చున్న అతని ఉంగరాల జుత్తును తన రెండు చేతులతో తాకి అతనికి తెలియకుండా కళ్ళకు ఒత్తుకున్నాడు.

విచిత్రమేమిటంటే డేవిడ్ తన కోసం ఈ విధమైన పైచొక్కాలను ధరించలేదు. ఒక స్వెటర్, పైన కోట్ వేసుకున్నాడు. ఒక జీన్స్ ప్యాంటు, మందపాటి సాక్స్, షూ లేదా చెప్పులు అని చెప్పలేని ఒక జోడు. అంతే అతను తొడుక్కున్నది. “నీకు జాగ్రత్తలు అవసరంలేదా డేవిడ్?” అని అడిగితే “కిలిమంజారో నా తల్లిలాంటిది బాబు. నా రక్షణ బాధ్యత ఎప్పటికీ ఆమెదే” అని నవ్వాడు.

మోహనస్వామికి నిద్రపట్టని కారణంగా అత్యంత వేగంగా డేవిడ్ వెంట బయలుదేరాడు. మిగతా పర్వతారోహకులు అప్పటికింకా సిద్ధంకాలేదు.

అడుగు అడుగుకూ మోహనస్వామికి అలసట కలుగుతోంది. శ్వాస తీసుకోవటం కష్టమవుతోంది. రాత్రి నిద్రలేని కారణంగా దేహం భారంగా ఉంది. పొట్టలో ఏదో సంకటం. మొత్తం దేహం గిర్రున తిరిగినట్టయి పడిపోతున్నట్టవుతోంది. బలవంతంగా కాళ్ళను ఎత్తిఎత్తి పెడుతున్నాడు. అలాంటి చలిలోనూ ఒళ్ళు చిన్నగా చెమర్చుతోంది. అయిదు నిముషాలు నడిచేంతలో విశ్రాంతి తీసుకోవాలనిపించేది. అయితే డేవిడ్ కొంచెం కట్టుదిట్టంగా పర్వతారోహణ మార్గదర్శనం చేయసాగాడు. కూర్చోనివ్వడం లేదు. ఒకటి రెండు క్షణాలు నుంచున్న చోటనే నుంచుని కోలుకోండని చెబుతున్నాడు. దూరంలో యాభైకన్నా ఎక్కువ వెలుతురులు చీకట్లో మిణుకు మిణుకుమని మెరుస్తూ కొండమీదికి చలిస్తున్నాయి. మొత్తం నక్షత్రలోకమే భూమికి దిగివచ్చినట్టున్న దృశ్యమది. మిగతా యాత్రార్థులు నుదుటికి టార్చి కట్టుకుని వాళ్ళ వెనుకే వస్తున్నారు. వారికి కనిపించని వారి సుందర నక్షత్ర లోకం కొంచెం ఎత్తులో వున్న మోహనస్వామికి కనిపిస్తోంది. మన నక్షత్ర

ప్రభ సౌందర్యం కనిపించటం ఎప్పుడూ ఇతరుల కళ్ళకే.

"ఎవరినైనా తోడుగా తీసుకుని వచ్చివుంటే బాగుండేది బాబు. భారత్ నుంచి ఒక్కడివే ఎందుకు వచ్చావు?"

మోహనస్వామి మాట్లాడలేదు. ముఖాన్ని మరోవైపుకు తిప్పుకున్నాడు. నక్షత్రాలు దగ్గర దగ్గరకి వస్తున్నాయి. ఇంకేమి, అవన్నీ మోహనస్వామిని దాటుకుని ముందుకు సాగిపోతాయి. దారిలో అలసినవాడు ఇతను. అడుగు వేయలేనంత చేసుకున్నవాడు ఇతను. సంబంధంలేని జగత్తుకు ఒంటరిగా తోసుకుని వచ్చినవాడు ఇతను. వాళ్ళల్లో అలసటవుంది. అయితే నిరాశ లేదు. వాళ్ళ దేహం చెమటలు పట్టాయి. అయితే విసుగులేదు. వారి నడుములు నొప్పెడుతున్నాయి. అయితే ఒంటరితనం లేదు.

'నీళ్ళు' అని అడిగాడు. డేవిడ్ మోహనస్వామి నుంచున్న చోటికి వచ్చి, ఫ్లాస్కు తెరిచి నీళ్ళు ఇచ్చాడు. మామూలు ప్లాస్టిక్ బాటిల్లో నీళ్ళు తెస్తే ఒక గంటలో అది గడ్డకట్టుకుపోతుంది. చొక్కా మీద చల్లుకుంటూ ఒకింత నీళ్ళు తాగాడు. నీటి వేడి ఇంకా తగ్గలేదు. ఫ్లాస్కును డేవిడ్‌కు తిరిగి ఇచ్చాడు. అతనూ కొంచెం నీళ్ళు తాగాడు. మోహనస్వామి అడుగు ముందుకు వేశాడు. ఎలాంటిదో సంకటం కలిగింది. మొత్తం ఒళ్ళు తూలినట్టు అనుభవం. ఒకే క్షణం! వాక్‌వాక్ అని అంతా కక్కేసుకున్నాడు. లోపలిదంతా బయటికి వచ్చింది. రాత్రి తిన్న నూడిల్స్ కొంచెం కూడా అరగలేదు. కింద కూలబడ్డాడు. ప్రాణం పోతుందేమో అన్నట్టు అనుమానం కలగసాగింది. డేవిడ్ పరుగున వచ్చాడు. మోహనస్వామి వీపును నిమురుతూ "జాగ్రత్త బాబూ! జాగ్రత్త" అని సమాధానపరచసాగాడు. మూడు నక్షత్రాలు దగ్గరికి వచ్చేశాయి. ఇటలీ సలింగకామి జంట, వారి గైడ్. "ఏమైంది?" అని విచారించారు. డేవిడ్ వివరించాడు. జంటలోని ఒకడు మోహనస్వామి దగ్గర కూర్చుని, వీపు నిమిరి, "కొంచెం చాక్లెట్ తిను, శక్తి వస్తుంది" అని చెప్పి "హనీ, ప్లీజ్..." అని తన జతగాడిని అడిగాడు. అతను తక్షణం తన పొట్టకు కట్టుకున్న పౌచ్ నుంచి క్యాడ్‌బరీ తీసి ఇతనికి ఇచ్చాడు. "హకూనమటాట" అని కొత్తగా నేర్చిన కిస్వహేలి భాషలో "భయపడకు. అంతా సరిపోతుంది" అని మోహనస్వామికి ధైర్యం చెప్పి ముందుకు సాగిపోయారు. మిగిలిన నక్షత్రాలు ఒక్కటొక్కటిగా నెమ్మదిగా మోహనస్వామి దగ్గరకు రాసాగాయి. ఎవరూ ఎవరికోసం

ఎదురుచూడరు. ఎవరి దారి వారిదే. వాళ్ళదైన గమ్యం. ఇక కొద్ది క్షణాల్లో వెలుతురు ప్రసరించటం మొదలవుతుంది. వెలుతురు అతడిని ప్రపంచానికి చూపిస్తుంది. చీకటి గోప్యతను కాపాడే సద్గుణం దానికి లేదు. అంతా బట్టబయలు.

"పద బాబూ! ఇంకో వెయ్యి మీటర్ల ఎత్తును మనం అధిరోహించాలి. మనకు ఎక్కువ సమయం లేదు" అని డేవిడ్ తొందరపెట్టాడు. మోహనస్వామి ఇష్టంలేని మనస్సుతో భారమైన అడుగులు వేయటం ప్రారంభించాడు. వాంతి వల్ల చేదైన నోటికి చాక్‌లెట్ రుచి తగలటంలేదు.

"పర్వతారోహణను విజయవంతంగా పూర్తి చేయడానికి అందరికీ కావలసింది ఒకటే సూత్రం బాబూ! ఏ సమయంలోనూ అడుగు వెనక్కు వేయాలనే ఆలోచన రాకూడదు. ఎంత కష్టమైనా సరే. కొద్దిగా సర్దుకోవాలే తప్ప, గమ్యం చేరకుండా వెనుతిరగడానికి లేదు. పర్వతారోహకులకు కావలసింది కేవలం దృఢమైన శరీరం కాదు. దృఢమైన మనస్సు. ఇక్కడ కావలసింది జాగ్రత్తగా వేసే అడుగుకానీ, బంగారు పతాకాన్ని గెలిచే పరుగు సామర్థ్యం కాదు. మనం ఎక్కే పర్వతాన్ని గౌరవించాలి బాబూ. అయితే మన అహంకారం వల్ల దాన్ని అవహేళన చేశామా కోపగించుకుంటుంది. పర్వతపు కోపాన్ని భరించటం మనుషులకు సాధ్యంకాదు."

ఆ రోజు ఆస్ట్రేలియా యువకుడొకడు హోరంబో హట్స్ నుంచి తిరిగి వెళ్ళాక డేవిడ్ చెప్పిన మాటయిది. చూడటానికి ఆ యువకుడు దృఢంగా కనిపిస్తున్నాడు. పర్వతారోహణ మొదలైన రోజు, మందార హట్స్ చేరేంతలో, తన భుజాల మాంసఖండాలను అందరికి ప్రదర్శిస్తూ, అందర్నీ నవ్విస్తూ, అప్పుడప్పుడు గట్టిగా పాడుతూ, నర్తిస్తూ, కొన్నిసార్లు ఆడవాళ్ళ మధ్య-తుంటరిమాటలు మాట్లాడుతూ, తానే మొదటి కిలిమంజారో తలమీద కాలుపెట్టేవాడిలా ప్రవర్తించాడు. అయితే హోరంబో హట్స్‌కు తిరిగొచ్చేలోగా మెత్తబడ్డాడు. ఊపిరి తీసుకోవటంలో ఇబ్బందితో అలసిపోయాడు. నిద్రలేక కంగారుపడ్డాడు. భరించలేని తలనొప్పి వచ్చి తిన్నదంతా కక్కుకున్నాడు. చివరికి పొద్దుపొడిచేలోగా ఎవరికీ ముఖం చూపించలేక తన గైడు వెంట వెనక్కి పారిపోయాడు. విచిత్రమేమిటంటే డెన్మార్క్‌కు చెందిన అరవై దగ్గర్లో వున్న

దంపతులు నెమ్మదిగా అడుగులు పెడుతూ ఇక్కడి దాకా వచ్చేశారు.

గిల్‌మన్ పాయింట్‌కు వచ్చేంతలో మళ్ళీ రెండుసార్లు మోహనస్వామి అలసిపోయి ఒరిగిపోయాడు. గాలిలోని ఆక్సిజన్ మరింత తగ్గుతోంది. ఆ సమయానికే అనేక పర్వతారోహక నక్షత్రాలు మోహనస్వామిని దాటిపోయాయి. చీకట్లో ఆ నక్షత్రం ఎవరని మోహనస్వామికి తెలియటమూ లేదు. వాళ్ళకై వాళ్ళు మాట్లాడితేనే తెలిసేది. దేహం మరొక అడుగు ముందుకు వేయడానికి మొండికేస్తోంది. మనస్సులో వస్తున్న 'వెనక్కి వెళ్ళిపోదాం' అనే ఆలోచనను బలవంతంగా నెట్టేస్తున్నాడు. "వద్దు, వద్దు, ముందుకు సాగుదాం. ఏ దిక్కుకు చలించినా ఇప్పుడు తేడా లేనేలేదు. బయలుదేరటం జరిగింది. వెనక్కి వెళ్ళినా అక్కడ ఎవరూ నాకోసం ఎదురుచూడటంలేదు. అలాగని ముందు ఎవరైనా దొరకవచ్చునే నిరీక్షణ లేకపోయినా, అడుగు ముందుకు పెడుతున్నాననే భావన నన్ను వెచ్చగా కాపాడుతోంది. ఓడిపోకపోతే రెండు రోజులు సంతోషపడవచ్చు. జీవితపు ఈ జంజాటంలో ఓడిపోయి ఓడిపోయి మెత్తబడ్డాను. మరొక ఓటమి వద్దు.

గిల్‌మ్యాన్ అనే పర్వతారోహకుడు అక్కడివరకు వచ్చి అదే కిలిమంజారో శిఖరమనుకున్నాడట. తానే ఈ పర్వతాన్ని అధిరోహించిన మొదటి పర్వతారోహకుడు అని గర్వపడ్డాడట. మన విజయాలన్నిటినీ చెల్లాచెదురు చేసే విషయాలు జీవితంలో జరుగుతూనే ఉంటాయి. మరొకడు వచ్చి అక్కడ్నుంచి ఉహూర్‌పీక్ అనే స్థలాన్ని కనిపెట్టి, అదే కిలిమంజారో శిఖరం అని నిరూపించాడు. గిల్‌మ్యాన్ మోసపోయిన వ్యక్తిగా చరిత్రలో మిగిలిపోయాడు. ప్రస్తుతం ఉహూరుపీక్ –కిలిమంజారో చిట్టచివరి శిఖరం అని మేమంతా నమ్మాం. ఎవరికి తెలుసు. భవిష్యత్తు తనలో ఇంకా ఏ రహస్యాలను దాచుకున్నదో? అది ఏ మలుపులను తెచ్చిపెట్టి మన అహంకారాన్ని ముక్కలు చేస్తుందో !!

గిల్‌మాన్ పీక్‌లో ఒక పదినిముషాలు నిద్రపోతానని మోహనస్వామి పట్టుబట్టాడు. "వద్దు బాబు. ఇంత ఎత్తులో మనిషి నిద్రపోకూడదు. ఆక్సిజన్ ఎక్కువగా లేకపోవడం వల్ల నిద్రలోనే చనిపోయే ప్రమాదం ఉంటుంది. ఎంత కష్టమైనా మౌనంగా నడుస్తూ రా. ఇక రెండు మూడు గంటల్లో ట్రెక్కింగ్ ముగుస్తుంది. ఉహూర్‌పీక్ వచ్చేస్తుంది. అంతటి కష్టమైన దారి మరొకటి లేదు. అక్కడ చూడు, తూర్పు అప్పుడే ఎర్రబారుతోంది" అని డేవిడ్ తూర్పుదిక్కును

చూపించాడు. "నేను చస్తానని నీకు భయం కదా? నాకు దాని గురించి బాధలేదు. అయితే ప్రస్తుతం నేను పడుకోవాల్సిందే. అది అత్యవసరం" అని అక్కడున్న రాతి మీద అడ్డంగా పడ్డాడు. డేవిడ్ ఏం చేయగలడు? మోహనస్వామి ఇచ్చే రోజు కూలీ ఆశవల్ల వచ్చినవాడు. చెప్పినట్లు వినాలికదా?

అంతగా అలసిపోయినా, బండమీద వొరిగినా నిద్ర దగ్గరకు రాలేదు. మనస్సు జాగృతమైపోయింది. చావు భయం చిన్నగా ఆవరించుకోసాగింది. బొడ్డులో పుట్టి, మొత్తం వెన్నెముక వెంట చావు వణుకు పుట్టుకొచ్చింది. ఇదే నా చివరి నిద్రనా? ఏదో అపరిచిత దేశంలోని, అపరిచితమైన పర్వతం మీద నేను జీవితపు చివరి ఊపిరి పీలుస్తున్నానా? ఈ దేహాన్ని ఇక్కడి నుంచి మోసుకుని కిందికి వెళ్ళడమైతే అసాధ్యం. డేవిడ్ కిలిమంజారో శిఖరం నుంచి తోసేసి వెళ్ళిపోతాడా? భారత్‌కు వార్త చేరితే జనం ఏమనుకుంటారు? 'ఓడిపోయినవాడు' అనే నుదుటి పట్టిని నాకు కడతారా? అపహాస్యం చేస్తారా? నవ్వుతారా? వద్దు... వద్దు... వద్దు...

అయిదు నిముషాలకు లేచిపోయాడు. గుండె దడదడలాడుతోంది. శరీరాన్ని కోసే చలిలో దేహం చిన్నగా చెమర్చుతోంది. చాలా క్రూరమైంది. ఎంత కష్టంలో ఉన్నప్పటికీ దాని జ్ఞాపకం మనల్ని బెదిరిస్తోంది. "డేవిడ్... రా వెళదాం" అని మోహనస్వామి తానే అడుగు ముందుకువేశాడు. డేవిడ్ చిన్నగా నవ్వాడు. కొన్నివేల మందిని కిలిమంజారోను అధిరోహింపచేసిన అనుభవం అతనిది. వేరువేరు రంగులు, వాసనల జీవాలను చూశాడు. కిలిమంజారో దుర్గమమైన దారులలో మనిషి తన ఛద్మవేషాన్ని తొలగించాల్సిందే. అన్ని కృత్రిమాలను తొలగించకపోతే ఈ పర్వతం తన శిఖరాన్ని ముట్టటానికి అవకాశం ఇవ్వదు. తన శిఖరం మీదికి వచ్చినవాడు పవిత్రుడై వుండాలి. మేలిమి బంగారమై ఉండాలి. కలుషిత మనస్సుతో శిఖరం చేరడం అసాధ్యం.

మరికొన్ని పర్వతారోహణ నక్షత్రాలు మోహనస్వామిని దాటిపోసాగాయి.

చిట్టచివరి శిఖరం వచ్చేసింది.

అప్పటికే వెలుతురు అన్నివైపులా పరుచుకుంది. ఇక ఆరోహణ లేదు. ఇక ఆయాసం లేదు. ఇక కష్టంలేదు. ఇక భయం లేదు. చావు ప్రస్తుతం నా నుంచి దూరంగా పోయింది. ఈసారి ఓటమి నుంచి తప్పించుకున్నాను. కఠినమైన దారులన్నీ మాయమై ఓ మైదానం గోచరించింది. డేవిడ్ ఇక

మోహనస్వామికి తన రక్షణ అవసరంలేదని నిర్ణయించి, పెద్దపెద్ద అడుగులు వేసి "మీరిప్పుడు ఆఫ్రికా ఖండంలో అత్యంత ఎత్తయిన స్థలంలో ఉన్నారు" అనే బోర్డు దగ్గర చేరి, "రా... రా" అని మోహనస్వామిని పిలువసాగాడు. మోహనస్వామి ఒక్కొక్క అడుగు వేయసాగాడు. చివరి అడుగులు భారమైనాయి. దేహం శక్తిని పోగొట్టుకున్నా, మనోబలంతో నడిచే నడక అది. వచ్చింది, రానే వచ్చింది... డేవిడ్‌ను కౌగిలించుకుని కూలబడ్డాడు.

దుఃఖం తన్నుకుంటూ వచ్చింది. అతని భుజం మీద తలపెట్టి బోరున ఏడవసాగాడు. అంతటి కన్నీటిధార అతనిలో ఎక్కడ దాగివుందో! ఎవరు ఏమనుకుంటారో అనే సంకోచం లేకుండా ఏడవసాగాడు. డేవిడ్‌కు మోహనస్వామి ఏడ్వడం చూస్తే దుఃఖం కలిగింది. శిఖరం చేరినవాళ్ళు సంభ్రమంతో కేకలు వేసి గంతులు వేసి. ఫొటోలు తీయించుకుని, ఒకరికొకరు కరచాలనం చేస్తూ సంతోషపడుతారు. ఈ దుఃఖం అసహజం. మౌనంగా మోహనస్వామి వీపును నిమురుతూ నుంచున్నాడు. మనిషి స్పర్శ మాయకు ఏడ్పు మరింత ఉధృతమైంది. సుమారు పది నిముషాలు అతను ఏడుస్తూనే వున్నాడు. మనసులోలోపలి బాధనంతా వెూహనస్వామి బయటికి తోడుకుంటున్నాడు.

ఎన్నేళ్ళు ఈ శరీరపు నిప్పును కాపాడుకుంటూ ఉండాలి? ఎన్నో రోజులుగా చల్లటి ఛద్మవేషాన్ని వేసుకుని అందరి ముందు ప్రదర్శించాలి. నేనిక భరించలేను కిలిమంజారో. ఇక ఈ నిప్పును నా గర్భంలో పెట్టుకోలేను. అది నన్ను దహిస్తుంది. అన్నిటిని బహిర్గతం చేస్తాను. నన్ను నేను కాపాడుకోవాలి. నీలా అన్నిటిని గర్భంలోపల దాచుకునే శక్తి నాకు లేదు. నీచమైన మనిషిని నేను. మహాపర్వతానివి నువ్వు. వద్దు... వద్దు... నాకు ఈ సంకటం వద్దు. నాకు ఈ బాధ వద్దు. నాకు ఈ అవమానాలు వద్దు. నాకు ఈ శరీరం లోతుల్లోని నిప్పు వద్దు.

"బాబూ! ఎందుకింత దుఃఖం నీకు? ఈవిధంగా ఏడ్వటం నీ మనస్సుకు మంచిదికాదు."

"భరించలేను డేవిడ్. ఎన్ని కష్టాలు భరించాలి చెప్పు? ఎంత బాధను ఒంటరిగా అనుభవించాలి? రోజూ పోరాడిపోరాడి నేను అలసిపోయాను. దారి ఏదన్నది నాకు తెలియటంలేదు?"

"దేనికీ భయపడకు బాబూ! భయపడినంత కాలం జీవితం మరింత భరింపరానిదిగా అనిపిస్తుంది. కష్టాలు ఎంతైనా పెరగనీ, సుఖం తగ్గుతూ పోయినా– అన్నిటికీ సర్దుకొనిపోయే శక్తి జీవితానికి ఉంటుంది. అంతే ! కొంచెం ఓపిక కావాలి. 'ముందర ఏదో మంచి ఎదురుచూస్తోంది' అని సహనంతో జీవించాలి. కాలచక్రం ఒకింత తిరగటంలో అన్ని సర్దుకుపోతాయి. సుఖదుఃఖాలు కేవలం మన కల్పన మాత్రమే. ఏదీ ఇక్కడ సుఖం కాదు. ఏదీ ఇక్కడ దుఃఖం కాదు."

"పంచుకుంటే సుఖం పెరుగుతుంది. దుఃఖం తగ్గుతుందని అంటారు. అయితే పంచుకోవడానికి నా వాళ్ళనేవాళ్ళు ఎవరూ లేకపోతే ఏంచేయాలి డేవిడ్?"

"ఇలాంటివారే నా వాళ్ళు కావటానికి సాధ్యమనే కఠిన నియమాలను పెట్టుకుంటే మాత్రం నువ్వు ఏకాకివి అవుతావు బాబూ! మన ప్రయాణంలో దొరికినవారినే నా వాళ్ళు అనుకునే స్వభావాన్ని పెంచుకోవాలి. అప్పుడే కొద్ది స్థాయిలో ఏకాకి అనే భావన తగ్గేది. ఇప్పుడు ఏడ్చింది చాలు. నీకొక ప్రత్యేకతను చూపిస్తాను.

కళ్ళు తుడుచుకుని మోహనస్వామి డేవిడ్‌ను అనుసరించాడు. ఒక చిన్న శిఖరం చివరలో డేవిడ్ అతనిని నిలిపాడు. మహాసముద్రం నట్టనడుమ నిలుచున్నట్టు మోహనస్వామి విస్మయం చెందాడు. ఆ మహాదృశ్యం ముందు తానొక అల్పమైన క్షుద్రజీవి అనిపించింది. భగవంతుడి విరాట్రూపాన్ని చూసిన భక్తుడిలా ఆశ్చర్యంలో మూగవోయాడు.

ఎక్కడ చూసినా బయలు. దృష్టి సారించినంత మేర బయలు ప్రదేశమే. నాలుగు దిక్కులా వ్యాపించిన విశాలమైన బయలు. మొదట హిమరాశి యొక్క బయలు. తరువాత ఇసుక బయలు. హే భగవంతుడా! ఇదెలాంటి విస్మయపు దృశ్యం. సాధ్యంకాదు. ఈ చిట్టి హృదయాలయంలో ఈ విశాల బయలును స్వీకరించలేను. నేను చిన్నవాడిని. క్షుద్ర పురుగును. నువ్వు విరాట్ స్వరూపుడివి. నీ ఈ బయలు దర్శనం తరువాత నాలో మరెన్నడూ అహంకారం ప్రవేశించడం సాధ్యంకాదు. నా రక్షణ నీ బాధ్యత. నీ శక్తి గొప్పది. అన్నిటినీ భరించేవాడివి నువ్వు. నీ బ్రహ్మాండంలో నేను అణువును. ఇక ఎన్నడూ నీ అస్తిత్వాన్ని ప్రశ్నించలేను. నీ శక్తి గురించి ఎగతాళి చేయలేను. విజయం పట్ల గర్వించలేను.

నాకు ఇప్పుడు అంతా తెలుస్తోంది. నా కష్టాలేవి గొప్పవి కావు. నా బాధలు ఏవీ గొప్పవి కావు. నా విజయాలు ఏమీ గొప్పవి కావు. నా పోరాటమూ అంటే అంతా నీ లీల. అంతా నీ ఆట. నీ ఊపిరిలోని ఒక అణువును నేను. నీ ఒక్క ఊపిరిలో నాలాంటి లక్షలాది అణువులను వెలుపలికి వెదజల్ల గలిగేవాడివి నువ్వు. ధన్యుడనయ్యాను తండ్రీ! ధన్యుడనయ్యాను.

కిలిమంజారో ముఖద్వారమైన మరంగో గేటు దగ్గర పర్వతారోహకుల సంభ్రమం ఆకాశాన్నంటింది. ఆరురోజుల క్రితం ఎక్కడినుంచి పర్వతారోహణ ఆరంభమైందో అక్కడికి వాళ్ళంతా తిరిగివచ్చారు.

పర్వతం ఎక్కడం కష్టంకాని దిగటంలో కష్టంలేదు. ఎక్కడానికి అయిదురోజులు అవసరమైతే, దిగటానికి రెండురోజులు చాలు. అడుగడుగుకు గాలిలోని ఆక్సిజన్ పెరిగినట్టయి పర్వతారోహకుల ఉత్సాహం రెట్టింపు అవుతుంది. తలనొప్పి, జ్వరం, అలసట అన్నీ తగ్గిపోయి సాధారణ మనుషులైపోయారు. వడ్డించిన భోజనంలోని ఒక్క మెతుకును వదలకుండా కడుపునిండా తినే శక్తిని మళ్ళీ సంపాదించుకున్నారు. కొరికే చలిపోయి ఎండ మేనిని తాకగానే తొడుక్కున్న ఉన్ని దుస్తులను విడిచి దేహాన్ని ప్రదర్శించసాగారు. మరొక పర్వతారోహకుల గుంపు ఎదురైనపుడు వారితో "చాలా సులభం! కేక్ వాక్! హకూన మటాట. కిలిమంజారో ఈజ్ హెవన్" అని ఉత్సాహాన్ని నింపి పంపారు. కొత్త పర్వతారోహకుల గుంపులో ఒక భారతీయుడు మోహనస్వామిని చూసి పులకించాడు. "ఎలా ఉంది? చిట్టచివరి శిఖరాన్ని చేరారా?" అని అడగటంతో మోహనస్వామి గర్వపు నవ్వును వికపింసజేశాడు. "చాలా సులభం. వెళ్ళి రండి" అని చెప్పాడు. ఆశ్చర్యంతో అతను "మరొకసారి వస్తారా?" అని అడిగాడు. "ష్యూర్ ఎందుకు రాకూడదు?" అని మోహనస్వామి కుడిచేతి బొటనవేలిని ఎత్తి చూపించాడు.

ఇటలీ సలింగకాముల జంట కిలిమంజారో పర్వతం ఎక్కిన అభినందన పత్రం చేతికి అందగానే సంతోషంగా ఒకరినొకరు హత్తుకుని ముద్దులు పెట్టుకుని సంబరపడ్డారు. మిగిలినవారూ వారి సంతోషంలో భాగస్తులై 'ఉఘే' అని చప్పట్లు కొట్టారు. అంగడిలో ఒక షాంపైన్ బాటిల్ కొని అందరిముందు దాని మూత తెరచి నురుగును పొంగించారు. డెన్మార్క్ దంపతులకూ అభినందన పత్రాలు లభించాయి. వారికి అది నమ్మలేని విజయం. అరవైఏళ్ళ వయసులో

ఇలాంటి ప్రయత్నం చేయడం సాధ్యమా? అని ఆశ్చర్యంలో కన్నీరు కార్చసాగారు. ఇంగ్లాండ్ కుర్రవాడు తన ఇంటికి ఫోన్‌చేసి తల్లిదండ్రులకు తమ విజయాన్ని తెలియజేస్తున్నాడు. అమెరికాకు చెందిన ఆడ మగల జంట నృత్యం చేస్తోంది. మాస్కో మహిళ అందరికీ ఒక కప్పు ఐస్‌క్రీం ఇప్పించి తన సంతోషాన్ని పంచుకుంది. అలాంటి రుచికరమైన ఐస్‌క్రీం అతను ఎన్నడూ తినలేదు. వాళ్ళందరికీ కిలిమంజారో ఎక్కిన విజయగర్వంలో హృదయం నిండిపోయింది.

డేవిడ్ మోహనస్వామి కూర్చున్న వైపు అతని అభినందన పత్రాన్ని పట్టుకుని వచ్చాడు.

"బాబూ! నువ్వు దేవుణ్ణి నమ్ముతావా?"

మోహనస్వామి ఆలోచనల్లో చిక్కుకున్నాడు. గట్టిగా ఒకసారి ఊపిరి పీల్చుకుని "ఎందుకు డేవిడ్?" అని అడిగాడు.

"ఇది కష్టమైన ట్రెక్కింగ్. సురక్షితంగా నువ్వు అక్కడికి వెళ్ళి వచ్చినట్టు చూసుకున్నాడు కదా? అందువల్ల అతడికి ఒక థాంక్స్ చెప్పి ఈ అభినందన పత్రాన్ని నా నుండి తీసుకో."

ఆక్సిజన్ యథేచ్ఛగా దొరుకుతున్నప్పుడు, మోహనస్వామి విశ్లేషణ తీవ్రమైంది. సులభంగా మోహనస్వామి దేన్నీ నమ్మేవాడుకాదు. అన్నిటినీ అనుమానంతో చూసే స్వభావం అతనిది. శాస్త్రీయం కానిదాన్ని నమ్మకూడదని అతని చదువు నేర్పించింది.

"లేదు డేవిడ్. నాకు దేవుడి పట్ల నమ్మకం లేదు. కొన్ని దుర్బలమైన క్షణాల్లో మాత్రం అలాంటి ఆలోచనలు వస్తాయి."

"పోనీలే బాబూ! మా కిలిమంజారో పర్వతాన్ని నమ్ముతావు కదా?"

"కచ్చితంగా"

"అలాగైతే కిలిమంజారోకు ఒకథాంక్స్ చెప్పి అభినందన పత్రాన్ని తీసుకో"

మోహనస్వామి ప్రశస్తి పత్రాన్ని స్వీకరించి, కళ్ళు మూసుకుని "థాంక్స్ కిలిమంజారో" అన్నాడు.

డేవిడ్ అమాయకంగా నవ్వి అతడి చేయి పట్టుకుని కరచాలనం చేశాడు. దూరంలో తటస్థంగా నుంచున్న కిలిమంజారో పర్వతం తన గర్భంలోని నిప్పును ఒక్కసారి బయటికి ఎగజిమ్మింది.

*****

మోహనస్వామి పాఠకులు

తనలో భయాలను దాచిపెట్టుకున్న ఏ పుస్తకాన్నయినా బాహ్య జగత్తుకు తీసుకుని రావడం కష్టమనే విషయాన్ని గుర్తుకు తెచ్చే సంఘటనలు అప్పుడప్పుడు జరుగుతూనే ఉంటాయి. ఇలా కష్టసాధ్యం అనిపిస్తూనే అతి ముఖ్యమనే నుదుటిపట్టిని మోసుకుని ధైర్యంగా నిలబడగలిగే పేరు 'మోహనస్వామి' కృతికి చెందుతుంది. ఆత్మకథ అనిపించిన ఈ కృతిని కన్నడలో గొప్ప రచయితల్లో ఒకరైన వసుధేంద్రగారు రాశారు. ఈ కృతి పుట్టినప్పటి నుంచి పాఠకులను చేరేవరకూ దీని ప్రయాణం వందలాది ఆటంకాలను దాటుతూ సాగినటువంటిది.

మోహనస్వామి కృతి 2013లో ప్రచురింబడింది. అదే సంవత్సరం మోహనస్వామి కర్త వసుధేంద్రగారు ఆత్మహత్య చేసుకోవాలనే తొందరలో హొసపేట నుంచి తుంగభద్ర డ్యామ్‌కు బస్సులో ప్రయాణం చేస్తున్నారు. ఆయన మనస్సులో ఉన్నదొకే ప్లాను. డ్యామ్ చేరుకోవాలి. అక్కడ నిండుగా ఉన్న తుంగభద్ర నీటిలో దూకి, మునిగి, ఊపిరి పోగొట్టుకోవాలి. ఇవే ఆయన మనస్సును ఆక్రమించుకున్న ఆలోచనలు.

అయితే అక్కడకి వెళ్ళిన తరువాత జరిగిందే వేరు.

అగాధమైన విస్తరణలో పడుకుని ఉన్నట్టున్న తుంగభద్ర జలతల్పాన్ని చూసిన వసుధేంద్రగారికి ప్రాణాలు తీసుకోవాలనే ధైర్యం ఉడిగిపోయింది.

మౌనంగా ప్రాణాలతో సహా ఇంటికి మరలారు. అటు తరువాత మేము బెంగళూరులో మూడు సంవత్సరాల తరువాత 2016లో కలుసుకున్నప్పుడు ఈ సంఘటనను గుర్తు చేసుకుని–“ధైర్యంగా ఉంటే అన్నీ సమయాల్లో మంచే జరుగుతుందనటం అబద్ధమండి” అని నవ్వుతూ చెప్పారు.

ఆ సమయంలో వసుధేంద్రగారిని తీవ్రమైన కుంగుబాటు వేధిస్తుండేది. కొద్ది సంవత్సరాల క్రితం మొదలైన ఈ మానసిక సమస్య ఆయన్ను పీల్చి పిప్పి చేసింది. ఉద్యోగం చేయడానికి సాధ్యం కాక, చివరికి దేనిమీదా ఆసక్తే లేనటువంటి పరిస్థితికి వసుధేంద్ర చేరుకున్నారు. మనస్సుకు తృప్తి కలిగేలా నిద్ర పోవాలనుకున్నా నెలల పొడుగునా ‘నిద్ర’ సమీపంలో కూడా సంచరించేది కాదు. ‘ఏదో సమస్య మొదలైందని నాకు కచ్చితమైంది. అయితే ఇది ఇలాంటి సమస్యే అని కచ్చితంగా చెప్పలేని చీకటి కూపంలో నేనున్నాను’ అని వసుధేంద్ర గుర్తు చేసుకుంటారు.

ఆయన మానసిక వైద్యుల దగ్గరికి వెళ్ళారు. వసుధేంద్రగారిని పరీక్షించిన వైద్యులు ఇది క్లినికల్ డిప్రెషన్ అని చెప్పి ఆ సమస్య పరిష్కారానికి కొన్ని మాత్రలు రాసిచ్చారు. అంతకు మునుపు వసుధేంద్రగారికి డిప్రెషన్ అనుభవం కలిగింది. మధ్యలో ఎప్పుడో దాన్ని అధిగమించడంలో సఫలమూ అయ్యారు. అయితే ఆత్మహత్య చేసుకోవాలనే ఆలోచన, డ్యామ్‌కు వెళ్ళిన సందర్భం మరలా డిప్రెషన్‌కు అవకాశం కలిగించాయి. ఈ సారి తిరిగివచ్చిన డిప్రెషన్ చాలా లోతుగా వేళ్ళూనింది. “నీకు సరియైన సమయానికి భోజనం కావాలి. కంటినిండా నిద్రకావాలి...” అని వైద్యుడు అన్నారు. మళ్ళీ ఆయన మాటలు కొనసాగిస్తూ ... “దాంతోపాటు సూటిగా చెప్పాల్సి వస్తే సెక్స్ కావాలి. ప్రేమతో కూడిన దైహిక ఆయామం దొరకాలి. ఇది చాలా అవసరం...” అని స్పష్టమైన మాటల్లో చెప్పారు.

సుమారు ఇరవై ఏళ్ళకాలం లైంగికత మరియు ప్రణయ సంబంధాల గురించి వసుధేంద్ర ఒక విధమైన నిరాకరణ మరియు అస్పష్టతతో కూడిన ఇబ్బందిలోనే కాలం గడిపారు. కర్ణాటకలోని సండూరు అనే చిన్నపల్లెలో పెరిగిన వసుధేంద్రగారికి తాను పురుషులను చూసి ఆకర్షితుడవుతున్నాడనే ‘విచిత్ర’మైన జ్ఞానపు అవగాహన కలిగినపుడు దాంతోపాటు మనసులో పుట్టింది భయం, అయోమయం. మగవాడికి మగవాడు ఆకర్షితుడవటానికి ‘సర్పదోషం’

ముఖ్య కారణం అని ఏదో మ్యాగజైన్‌లో చదవటం గుర్తుకొచ్చింది. అదొక కొరత అని ఆ కాలమ్ సృష్టికర్తలు రాశారు. శివుడి దేవాలయానికి ప్రతిరోజూ వెళితే ఈ దోషం నివారణ అవుతుందనే పరిష్కారాన్ని సూచించడం వల్ల వసుధేంద్ర రోజూ శివుడి గుడికి వెళ్ళారు. అయితే దాని పరిణామంగా వేలాది పాములు వచ్చి కరిచినట్టు రోజూ కలలు వచ్చేవి.

సుమారు 20-21 ఏళ్ళ వయస్సుండవచ్చు. ఆ సమయంలో వసుధేంద్రగారికి తన స్నేహితుడొకడితో ప్రేమ కలిగి కొద్దికాలం సంతోషాన్ని ఇచ్చింది. కొద్దికాలం తరువాత ఆ స్నేహితుడు ఒక అమ్మాయిని పెళ్ళి చేసుకుని, వీరి ప్రేమ ముగిసిపోయినపుడు కలిగిన షాక్ చాలా తీవ్రమైంది. దానివల్ల గాయపడిన మనస్సు అదుపులోకి రావడానికి చాలా సమయం తీసుకుంది. అటు తరువాత కొందరు స్నేహితులతో ప్రేమ-ప్రణయాన్ని కోరినపుడు వాళ్ళు వసుధేంద్ర నుంచి దూరమయ్యారు. "నేనెక్కడ ఒంటరిగా మిగిలిపోతానో అనే భయం ఆవరించింది..." అని వసుధేంద్ర గుర్తు చేసుకుంటారు.

తరువాతి రోజులలో ఈ ఆవశ్యకతలను అధిగమించాలనే వసుధేంద్ర తనను తాను సంపూర్ణంగా పనుల్లో నిమగ్నం చేసుకున్నారు. 'పెళ్ళి చేసుకో' అనే ఇంటివారి ఒత్తిడిని సమర్థవంతంగా తోసిపుచ్చి ప్రణయ సంబంధాలను మళ్ళీ వెదికే గొడవకు పూనుకోకూడదని నిర్ణయించుకున్నాడు.

పని. పని. పని. ఇదే జీవితానికి మూలమంత్రమైంది!

ఓ సాఫ్ట్‌వేర్ కంపెనీలో పనిచేస్తున్న వసుధేంద్ర ఆ కంపెనీలో చాలా ఉన్నతస్థాయికి ఎదిగారు. సమయాన్ని ధారపోసి సంపూర్ణంగా మనస్సు పెట్టి పని చేసిన పరిణామంగా ప్రమోషన్లు దొరికాయి. యునైటెడ్ కింగ్‌డం అంటే యు.కె.కు వెళ్ళే అనేక అవకాశాలు లభించాయి. రచనకూ చేయివేసి 'సెహబాష్' అని అనిపించుకున్నారు. పాఠకులు వీరిని మనస్ఫూర్తిగా స్వీకరించసాగారు. నాలుగు చిన్న కథల సంపుటాలు, నాలుగు వ్యాసాల సంపుటాలు, ఒక నవల పాఠకులను ఆకర్షించాయి. ఈ కృతుల, చిన్న కథల విస్తరణలో ఎక్కడో స్వలింగ సంపర్కుల పాత్ర ఝలక్ ఉందే తప్ప 2005 వరకు ఆ వ్యక్తిత్వమున్న ఏ క్యారెక్టర్ కూడా వసుధేంద్ర రచనల్లో సృష్టింపబడలేదు.

మొదటిసారి మానసిక కుంగుబాటు ఆవరించి ఇది జీవన్మరణ ప్రశ్న అనిపించినపుడు వసుధేంద్ర తమ లైంగికతను సంపూర్ణంగా అంగీకరించడమే

ఇక తమ ముందున్న మార్గం అని అర్థం చేసుకున్నారు.

'ఈ భిన్నమైన లైంగికతను జగత్తుకు తెలిపే ప్రక్రియ సుమారు 20-21 వయస్సుకు కలగాలి. అలాగే జరుగుతుంది కూడా. అయితే నేను దీన్ని అంతరంగంలో అంగీకరించే సమయానికి నాకు దగ్గరదగ్గరగా నలభై ఏళ్ళు వచ్చాయి' అని అంటారు వసు.

అంతర్జాలంలో తనలాంటి వారు కలుసుకునే తావులున్నాయని వసుధేంద్ర గారికి తెలుసు. బెంగళూరులో ఉన్న అల్పసంఖ్యాకుల మరియు స్వలింగ సంపర్కుల కోసమే కేటాయించిన 'యాస్ గుడ్ యాస్ యూ' అనే గుంపులో చేరారు.. ఆ గుంపు ప్రతీ గురువారం సమావేశమయ్యేది. ఇక్కడి సహవాసం వల్ల వసుధేంద్రగారికి మనస్సులో ఏదో మహత్తరమైనది ఘటించింది. మోహనస్వామి జన్మదాల్చాడు. స్వలింగ సంపర్కం గురించి వసుధేంద్ర స్వేచ్ఛగా రాయటం ప్రారంభించారు. మోహనస్వామి అనే పేరుగల నాయకుడు వసుధేంద్ర సాహిత్య ఆత్మసహచరుడయ్యాడు. అతను బయటికి ఎగచిమ్మే సందర్భంలో లోపల ఎంత దుఃఖం నిండివుండేదంటే ఆనకట్ట ఒకటి బ్రద్ధలై నీళ్ళు భోరుమని కొట్టుకుని వెళ్ళేటంత సహజంగా ప్రకృతిదత్తమన్నట్టు 'టక-టక-టక' ఒకదాని తరువాత ఒకటిగా కథలు రూపు దాల్చాయి.

2009 జూలై నెలలో చట్టప్రకారం స్వలింగ సంపర్కం నేరమని ప్రకటించే ఐపిసి 377లోని కొన్ని భాగాలను ఢిల్లీ హైకోర్టు తోసిపుచ్చింది. అది పండుగ కాలం కాక మరేమిటి? మోహనస్వామి సంకలనంలోని మూడు కథలు ఆగస్ట్‌లో రూపు దిద్దుకున్నాయి.

అయినా వీటిని జనం చదువుతారా అనే అనుమానం ఉండనే ఉంది. అనుమానమో భయమో అన్నది వసుధేంద్రగారికి స్పష్టంగా అర్థంకాని కాలమది. కథలు రాసిన సరిగ్గా మూడేళ్ళ తరువాత ఒకే ఒక కథను వివేక్ శానభాగ్‌గారు సంపాదకత్వం వహిస్తున్న 'దేశకాల' పత్రికలో ప్రచురణకై పంపారు. షన్ముఖ ఎస్ అనే మారుపేరుతో కథ ప్రకటింపబడింది. షన్ముఖ అనే పేరును ఎన్నుకోవాడానికి కూడా కారణాలున్నాయి. విద్యాధిపతి సహోదరుడు, కొన్ని సంప్రదాయాలలో అతడు అవివాహితుడు అనే నమ్ముతారు. వసుధేంద్రగారి మనస్సులో అతడు బ్రహ్మచారి అనే భావన ఉండేది.

కథకు మంచి స్పందన వచ్చింది. తమ్మ సొంత పేరుతో ఈ సంకలనాన్ని

బయటికి ఎందుకు తీసుకుని రాకూడదని వసుధేంద్ర ఆలోచించారు. పబ్లిషర్స్ సమస్య లేనేలేదు. ఎందుకంటే 'ఛంద పుస్తక' అనే సొంత ప్రచురణ సంస్థను 2004లో మొదలుపెట్టి వసుధేంద్ర అప్పటికే మంచి పేరును సంపాదించారు.

ఈ సంకలనంలో సామాన్యంగా కనిపించే 'మోహనస్వామి' అనే నాయకుడి పేరుతోనే సంకలనం ప్రచురించాలని నిర్ణయించుకున్నారు.

తన కథల పుస్తకం ఒకటి బయటికి వస్తుందన్నది ఎంతటి రచయితకైనా ఒక విధమైన సంతోషం–కలవరం. ఇలా కావలసినంత మిశ్రమ భావాలను కలిగించే సమయమే వచ్చింది.

అయితే వసుధేంద్రకు మోహనస్వామి విడుదలకు ముందు కాలం అత్యంత దుర్భరమైన ఘడియలతో కూడుకునివుంది. ఆ పుస్తకంలో ఉన్నటువంటి 'ఆత్మశోధన' అనగలిగే కథలను చదివి వసుధేంద్ర దగ్గరి బంధువులు తమతమ నిర్ణయాలకు రావటానికి ముందే సత్యం ఏమిటో చెప్పాలని మనస్సు తపిస్తుండేది.

"పుస్తకం విడుదల కావడానికి ఒక వారం ముందు నా అక్క దగ్గర నా సత్యాన్ని బయటపెట్టాను" అని వసు విప్పారిన కళ్ళతో గుర్తుచేసుకుంటారు. పుస్తకం విడుదల డిసెంబర్ 11, 2013న జరిగింది. అదే రోజున ముంబయి హైకోర్టు స్వలింగకామం వికృతి కాదని చెప్పిన నిర్ణయాన్ని సుప్రీంకోర్టు కొట్టేసింది. అయితే అప్పటికే స్వలింగ సంపర్కుడైన మోహనస్వామి పుస్తకాల షాపులో దూరేశాడు. రచయిత–ప్రచురణకర్త రెండూ తానే కావటం వల్ల చట్టపరమైన ఇబ్బందులకు లోనైయ్యే పరిస్థితి వస్తే ఏం చేయాలి అని లోలోపల చెమటలు పట్టిన వసుధేంద్ర తమకు పరిచయమున్న ఓ లాయర్ దగ్గరికి హడావుడిగా వెళ్ళి అనుమానం తీర్చమని కూర్చున్నారు. వీరి భయాలను విన్న లాయర్ ఆ పుస్తకం వల్ల వసుధేంద్ర ఇబ్బందులకు గురయ్యే అవకాశాలు చాలాతక్కువ అని సమాధానపరిచి పంపారు.

ఒక దశలో వసుధేంద్రగారి భయం తక్కువైనా, మరొక రీతిలో భయం ఎక్కువైంది. ఇక్కడిదాకా తన పాఠకులు మోహనస్వామిని ఊహించివుండరు. ఈ పుస్తకం చదివేటప్పుడు వారి మనస్సుల్లో తన స్థానం మునుముందు ఏమౌతుందోనని ఆలోచించి వసుధేంద్ర కలవరపడ్డారు. భావుకత, ఉత్కంఠల జ్ఞాపకాల మహా ప్రవాహాన్నే వ్యాసాలు, చిన్నకథల ద్వారా ప్రవహింపజేసిన తన రచనలు ఇప్పటి వరకు చెప్పిన వాటికన్నా అత్యంత తీవ్రంగా భిన్నమైన

స్వలింగ సంపర్కుల ప్రేమను పొరలు పొరలుగా చిత్రించే మోహనస్వామిని జనం ఎలా స్వీకరిస్తారోనని మనస్సులో ఎన్నో అనుమానాలు ఉన్నాయి. సమాజం మోహనస్వామిని ద్వేషించకపోయినా, ఆ సమాజపు పొరల నడుమ మోహనస్వామిలాంటి మనిషికి స్థానం లేదన్నది గ్రహించిన వసుధేంద్రగారికి ఈ పుస్తకం కలిగజేయబోయే అల్లకల్లోలాల గురించి ఒక విధమైన భయంతోకూడిన కుతూహలం ఉండేది.

కన్నడ రచనాలోకంలోనూ ఈ అభిప్రాయం ప్రతిఫలిస్తుండేది. 2016లో రాసిన ఒక వ్యాసంలో కన్నడ సాహిత్య కృతులలో అంటే చిన్నకథలు మరియు నవలలలో మగవాళ్ళ మధ్యని స్వలింగ సంపర్కాన్ని విధిలేనప్పుడు చేసే క్రియలా లేదా ఆడవాళ్ళ కొరత ఉన్నప్పుడు పొందే అనుభవంలా చిత్రించబడింది. ఇంకా ముందుకుపోయి చూస్తే స్వలింగ సంపర్కం జరిగిన తరువాత తప్పనిసరిగా ప్రాయశ్చిత్తం చేసుకోవాల్సిన ప్రక్రియ గురించి, దాంతోపాటు పాత సంబంధాన్ని వదిలేసి స్త్రీని కూడడం తప్పనిసరి అన్నట్టుగా చిత్రించడం జరిగింది.

ఈ మధ్యని సంవత్సరాలలో స్వలింగ సంపర్కం గురించి కొంతవరకు సమతుల్యత రాతలు కనిపించినప్పటికీ సంపూర్ణ అర్థాన్ని, విషయం గురించి ఒక సమదృష్టిని సృష్టించడానికి కన్నడ జగత్తు ఎన్నో మితులను దాటాల్సి ఉంది.

మగ స్వలింగ సంపర్కులను ఇంగ్లీషులో 'గే' అని పిలుస్తుండటం వల్ల, అది సామాన్యంగా వాడుకలో ఉండటం వల్ల, పైగా సులభంగా అర్థమయ్యే పదం కావటం వల్ల వసుధేంద్ర దాన్నే కన్నడలోనూ వాడుతారు. గే అంటే అత్యంత సంతోషోత్సవాలు కలవారని అర్థం! 'కన్నడ సాహిత్యంలో 'గే'యతే' అనే పేరుకల ఈ వ్యాసాన్ని కన్నడలోను వాడబడే 'గేయ' మరియు ఇంగ్లీషు 'గే' అనే పదానికి అర్థం మూలంలోనే రాయబడివుంది. గేయమనే పదకావ్యమొకటి పాటగా పరివర్తన చెందగల శక్తియొక్క సంకేతమూ కావటం వసుధేంద్రగారి ప్రకారం స్వలింగ సంపర్కం గురించి జడమైన కల్పనలను పెట్టుకోవటం వల్ల కన్నడ సాహిత్యానికి పెద్ద నష్టమే జరుగుతోంది.

'మోహనస్వామి' కన్నడ వరకు కొత్త అధ్యాయాన్నే సృష్టించిందని చెప్పవచ్చు. స్వలింగ సంపర్కం గురించి చర్చించే అత్యంత సూక్ష్మమైన, స్పష్టమైన

స్వలింగ సంపర్కుల పాత్రలను కలిగివున్న బహుశా మొదటి సాహిత్య కృతి. పదికథలను కలిగిన ఈ కృతిలో మోహనస్వామి ముఖ్యభూమికలో ఉన్నాడు. ఈ కథలలో మోహనస్వామి ఫ్లయిట్‌లో ప్రయాణిస్తూ ఉండగా తన సహప్రయాణికుడితో తన ప్రియుడి గురించి మాట్లాడుతాడు. అయితే ఈ మాటల పొడుగునా మోహనస్వామి తన ప్రియుడిని ప్రయాణికుడి ముందు 'ప్రియురాలు' అన్నట్టుగా చిత్రించాడు. తన ప్రియుడు ఓ అమ్మాయిని పెళ్ళిచేసుకుని తన గుండె ముక్కలవ్వటం, ఉత్కటమైన వాంఛ కలిగిన ఓ క్షణంలో ఓ మిత్రుడికి దగ్గర కాబోయి అతను ఇతడిని బెదిరించి బ్లాక్‌మెయిల్ చేయసాగడం, ఇల్లు కొనడానికి వెళ్ళినపుడు రియల్ ఎస్టేట్ ఏజెంట్ ఒకడు ఇతడికి పెళ్ళయి భార్య, పిల్లలు ఉన్నారని అనుకున్నానని చెప్పేటప్పుడు ఇతను తన కలల లోకంలో తేలిపోయి తానూ అలా బతకటానికి సాధ్యముందేమో అని అనిపించటం, ఊరికి పోయినప్పుడు హిజ్రాగా పరివర్తన చెందిన ఓ స్నేహితుడు హత్యకావడం గురించి తెలిసి మాటలకు మించిన భయం ఆవరించడం, తాను ఇప్పటి వరకూ ఎక్కిదిగిన మానసిన కొండలను, మూర్తరూపంలో ఎక్కేలా మౌంట్ కిలిమంజారో అధిరోహించడానికి ప్రయాసపడటం, అన్నీ ఒక విధమైన పోరాటాలే. అన్నట్టు పుస్తకం అంకితమివ్వటం– "మోహనస్వామి స్నేహితులకు, మోహనస్వామి పిల్లలకు, మనుమలకు, మునిమనుమలకు, నాన్నలకు, తాతలకు మరియు ముత్తాతలకు'.

*****

వృత్తిరీత్యా వేదజ్యోతిష్కురాలైన బెంగళూరు వాస్తవ్యురాలు టి. మధురాగారు వసుధేంద్రగారి సాహిత్యాన్ని చాలా సంవత్సరాల నుంచి చదివినవారు. వసు ఆమెకు అత్యంత ఇష్టమైన, ఆమె మెచ్చిన రచయిత. సుమారు యాభై ఏళ్ళ వయసుకు దగ్గరగా ఉన్న మధురాగారితో మా సందర్శనలో చాలాసార్లు తాము 'సంప్రదాయమైన' ఇంటివారమనే విషయాన్ని చెప్పారు.

'మోహనస్వామి' పుస్తకం అంగళ్ళను ప్రవేశించిన కొద్దిరోజుల్లోనే మధురాగారు దాన్ని కొని చదవటం ప్రారంభించారు. అయితే చదువుతూ చదువుతూ ఆ పుస్తకం ఒక విధమైన సహించలేని భావాన్ని కలిగించసాగింది. "ఆ పుస్తకాన్ని ఆఖరికి చదివి ముగించడానికి ఒకే కారణమేమిటంటే దాన్ని పూర్తి చేసిన తరువాత వసుధేంద్రగారికి ఫోన్ చేసి బాగా తిట్టాలనుకున్నాను"

అని అంటారు మధురా. చాలామంది కన్నడ రచయితలు తమ పాఠకులకు దగ్గరగా ఉంటారు. ఎంతదగ్గర అంటే ఫోన్ చేసి చర్చించేటంత. కావాలంటే కలుసుకునే అవకాశం కచ్చితంగా ఉంటుంది. అందువల్ల పాఠకుల మెప్పుదల, అపకీర్తి అన్నీ రచయితలు మూఖాముఖి సందర్భనలోనే అనుభవించే అవకాశం ఉంటుంది. ఇలా వసుధేంద్రను కలిసే అవకాశం ఆమెకు తొందరగానే వచ్చింది. వసుధేంద్ర తమ 'ఛంద పుస్తక' స్టాల్ వేసుకుని కూర్చునివున్నారు. అక్కడికి వెళ్ళిన మధురా మోహనస్వామి పుస్తకం తమకు ఒక్కింత కూడా నచ్చలేదని సూటిగా చెప్పేశారు. వసు ఎప్పటిలా నవ్వి 'భవిష్యత్ రోజుల్లో మీకు నచ్చేలా సాహిత్యాన్ని సృష్టించడానికి ప్రయత్నిస్తాను' అని చెప్పారని మధురాగారు గుర్తు చేసుకున్నారు.

ముందొక రోజున 'మోహనస్వామి పాత్ర' తన జీవితంలోని భాగమే అని వసుధేంద్ర ప్రకటించిన పత్రికా సందర్భన మధురాగారి కంటపడింది. వసు 'గే' అయివుండొచ్చని మధురా కలలోనూ ఊహించలేదు. తాను వారి పుస్తకం గురించి ముందూ వెనుకలూ ఆలోచించకుండా ఇలా మొత్తంగా తిరస్కరించడం గుర్తుకు వచ్చి మధురాగారికి బాధ వేసింది. వసుధేంద్రగారికి ఫోన్ చేసి క్షమాపణ కోరి పుస్తకాన్ని 'ఆత్మ యొక్క భాగం' అనే దృష్టితో మరొకసారి చదివి ప్రతిస్పందించటానికి అవకాశం ఇవ్వండని కోరుకున్నారు.

"మేమంతా పాతకాలం వారం. మా కాలపు అనుభవాల ప్రకారమే మేము అందరినీ చూస్తాం..." అనే మధురాగారు 'ఇలాంటి జనం' ఉన్నారని తనకు తెలుసునని అంగీకరించారు. అయితే వాళ్ళెవరినీ ఆమె దగ్గిరి నుంచి చూడలేదు. ఈ స్వలింగ సంపర్కం అన్నది ఏదో ఒక విచిత్ర ప్రయోగమో లేదా ఒక పిచ్చి లైంగిక సాహసమో అనిపించుకోవటానికి మాత్రమే ఉన్న విషయమని మధురాగారికి అనిపించింది. దాని గురించి ఎక్కువగా ఆలోచించటానికీ ఆమెకు సాధ్యపడలేదు. "అయితే వసుసార్ అలా ఊరకే సాహసానికి పూనుకోవాలనే ఈ విషయాలను రాసేవారు కాదు. వారు యోగ్యులు. మంచి పేరు సంపాదించుకున్న రచయితలు. ఆయన చెబుతున్నదాంట్లో ఏదో సత్యం ఉండాల్సిందే. ఈ విషయం అర్థమైతే ఆయనను అంగీకరించటం సులభం..." అని అంటారు మధుర.

ఇరవై దగ్గర దగ్గరలో ఉన్న తమ పిల్లలతో మధురగారు ఈ 'గే'

విషయం గురించి ప్రస్తావించారు. ఇద్దరు పిల్లలకూ ఇది చాలా సహజమైన విషయమన్నట్టు వారి స్నేహితుల గుంపులోనూ 'గే'లు ఉన్నారు. దీని గురించి షాక్ చెందవలసింది ఏమీ లేదని పిల్లలు మధురగారికి అవగాహన కలిగించిన మీదట మధురా మరొకసారి మోహనస్వామిని చదవటం ప్రారంభించారు. ఈ సారి మరింత ముక్త మనస్సుతో. తన ఆప్తులలో ఎవరో ఒకరి అనుభవ కథనం అనేలా మధురా చదివినప్పుడు పాత్రలు వాటి అనుభవాలు మరింత తీవ్రంగా ఆమె మనస్సును తాకాయి. పుస్తకం ముగిసేలోపు మధురాగారు మోహనస్వామి కోసం చాలాసార్లు కన్నీరు కార్చారు.

ఇలా చెబుతూనే తమ పుస్తకాల సంగ్రహంలోంచి మోహనస్వామిని చేతిలోకి తీసుకుని అత్యంత భావుకంగా పుస్తకంలోని ఒక భాగాన్ని చదివారు మధురాగారు. ఆ భాగంలో మోహనస్వామి ప్రియుడు-మిత్రుడు అయిన కార్తి స్వామిని వదలి ఓ అమ్మాయిని పెళ్ళి చేసుకునే సందర్భం వర్ణించబడింది. మోహనకు కార్తిమీద ప్రేమ ఇంకా తగ్గలేదు. అంతరంగంలో బాధ ఉన్నప్పటికీ పైకి స్నేహితుడి వివాహం తనకు సంతోషం తెచ్చిందని చూపించుకోవలసివుంది. 'ఆడదానిగా నాకు అర్థమైంది ఏమిటంటే మోహన తన మిత్రుడిని అత్యంత గాఢంగా ప్రేమించాడు. అది కేవలం శారీరక అవసరానికి మాత్రం కాదు. నిజమైన ప్రేమ అని నాకు మొదటిసారి అర్థమైంది'.

ఈ పుస్తకం చదివే నెపంగా ఒక మహిళగా మధురాగారు మరికొన్ని విషయాల పట్ల పునర్విమర్శకు పూనుకోవటం ఆమెకు గుర్తుంది. భర్తను పోగొట్టుకున్న ఆడవాళ్ళు పడే మానసిక హింస, సమాజం కట్టుబాట్ల క్రౌర్యం, పీక్కుతినే ఒంటరితనం, ఈ అన్నిటినీ తమ తల్లి అనుభవించటం ఆమె కళ్ళకు కట్టినట్టుంది. 'వితంతువు అనే పదాన్నే మనం పెరికిపారేయాలి...' అని అంటూ కన్నీరుమున్నీరయ్యారు. చిన్నపిల్లగా ఉన్నప్పుడు అమ్మమ్మ చెబుతున్న మహాభారత కథవిని ఒకడిని పెళ్ళి చేసుకోవడానికి ఎదురు చుస్తున్న ద్రౌపది ఐదుమంది భర్తలకు భార్య కావలసి వచ్చినపుడు ఆమెకు దుఃఖం కలగలేదా అని అడిగిందట. దానికి అమ్మమ్మ సమాధానం: 'ఉష్‌ష్‌ష్... అలాగంతా ప్రశ్నలు అడగకూడదు'.

టీవీలో వస్తున్న రామాయణానికి సంబంధించిన సీరియల్లో సీత పాత్రను వక్రీకరించారని మధురాకు ఎప్పుడూ అనిపించేది. కారణం: సీరియల్ రాసేవారు, పని చేసేవారు, అందరూ చాలావరకు మగవాళ్ళే ! ఆ కారణంగా

సీత పాత్ర వారి ఆలోచనల ప్రకారం ఏడుపుగొట్టుగా ఏర్పడుతుందే తప్ప ఆడదైనప్పటికి ఆమె గట్టితనం కనిపించడానికి వారు అవకాశమే ఇవ్వరు. 'గట్టి ఆడవాళ్ళంటే మన సమాజానికి పడదు' అని అన్నారు. మధురాకు మోహనస్వామి ద్వారా భావనాత్మకంగా అదే స్థాయిలో ఉన్న ఇతరుల పట్ల కూడా ఆలోచించడానికి అవకాశం దొరికినట్లయింది. 'మోహనస్వామి అనుభవించే కుంగుబాటు ఉందికదా ? దాన్ని చాలామంది ఆడవాళ్ళు కచ్చితంగా అనుభవించివుంటారు....'

'ఈ స్వలింగ సంపర్కం అనే విషయాన్ని అర్థం చేసుకునే దారిలో ఉన్నాను. ఇది నాకు కొత్తది. అన్నీ విషయాలు నాకు అర్థమైపోతాయనే అహంకారం నాకు కచ్చితంగా లేదు. నేను సాంప్రదాయబద్ధమైన మనస్సును నేపథ్యంగా కలిగినదాన్ని. ఇప్పుడిప్పుడు చర్చకు వస్తున్న విషయాలు అర్థమై నా మనస్సు ముందుకు రావడానికి సమయం పడుతుంది. 'గే' లేదా స్వలింగ సంపర్కుడు అనే పదాన్ని ఉచ్చరించడమూ నాకు కష్టమే. నా సహజ మానసిక సంకోచాలూ చాలా ఉండొచ్చు. అలాగని నేను మనస్సును సంకుచితం చేసుకోలేదు. ఇప్పుడు కాకపోయిన మునుముందు కచ్చితంగా దీన్ని సంపూర్ణంగా ప్రకృతిదత్తం అని స్వీకరించగలననే ఆత్మవిశ్వాసం నాకుంది. ... వసు సార్ చాలా కష్టాలు అనుభవించారు. ఇంకెవరికీ ఆ విధమైన కష్టాలు ఎదురుకాకూడదు. సమాజం మారాల్సిందే అనే మనస్సు కలిగినదాన్ని నేను' అనే మధురాగారు రేపటి గురించి నమ్మకంతో మాట్లాడారు.

మోహనస్వామి విడుదలైనప్పుడు వచ్చిన వివిధ రకాల ప్రతిస్పందనలలో మధురాగారిది ఒక విధమైన ప్రతిస్పందన. షణ్ముఖ అనే మారుపేరుతో మోహనస్వామి గురించి ఒక కథ 'దేశకాల' పత్రికలో ప్రకటింపబడినపుడు మెచ్చుకున్న కొందరు దీన్ని వసుధేంద్ర రాశారని తెలిసిన తరువాత మౌనం వహించారు. మరికొందరు వసుకు ఫోన్ చేసో, కలిసో తామూ గే లేదా లెస్బియన్ (స్త్రీ స్వలింగ సంపర్కులు) అనే అత్యంత సున్నితమైన విషయాలను చెప్పుకుని మనస్సు తేలిక పరుచుకున్నారు. 'ముగ్గురు నలుగురు తల్లులు తమ పిల్లల విషయంగా వచ్చి కలుసుకున్నారు. వారికి తమ కొడుకు స్వలింగ సంపర్కుడేమోననే అనుమానం ఉండేది. కొందరికి వారి పిల్లలు ఆ విషయం తెలియపరచటమూ జరిగింది. అయితే ఆ తల్లులు తమ పిల్లలను 'సహజ'

లేదా 'ద్విలింగ సంపర్కులు'గా మార్చడానికి మార్గాలను చెప్పండని అభ్యర్థిస్తూ వచ్చారు' అని వసుధేంద్ర గుర్తుచేసుకుంటారు.

మరొక తల్లి 'తన కొడుకు తన దగ్గర 'గే' అని చెప్పుకున్నాడనీ, అయితే ఆ విషయం ముక్కోపియైన భర్తకు తెలిస్తే ఏం చేస్తారో అనే భయం' అని చెప్పుకోవటమూ వసు మనస్సులో తాజాగా ఉంది.

పుస్తకాన్ని తమ ప్రచురణసంస్థ ద్వారా ప్రకటించడం వల్ల వారి పేరు, ఫోన్‌నెంబరు కాపిరైట్‌తోపాటు ముద్రించబడివుంది. దీనివల్ల కలిగిన పరిణామమేమిటంటే నిరంతరం అపరిచితుల నుంచి ఫోన్‌కాల్స్ రావటం ప్రారంభమయ్యాయి. కొన్ని కాల్స్ సంబంధాన్ని కలుపుకోవడానికి ఆహ్వానమైతే, మరికొన్ని స్వలింగసంపర్కులుగా తమ అస్తిత్వాన్ని చెప్పుకోలేక సమాజానికి అబద్ధాలు చెప్పి బతకవలసిన అనివార్యతను, తమ మనస్సులోపలి దుఃఖాన్ని –కలవరాన్ని, లైంగిక అసంతృప్తులను, వద్దనుకున్న పెళ్ళిలో ఇరుక్కుని రోజూ ఊపిరి కట్టివేస్తున్న సంకటాన్నీ, ఒక చక్కటి సాంగత్యపు కోరికను వెలిబుచ్చడానికి రాష్ట్రం–దేశం నలుమూలల నుంచి వచ్చిన కాల్స్. అందులో కొందరు తమ 'సమస్య'కు ఆత్మహత్యే పరిష్కారం అని నమ్మి అందుకు ప్రయత్నించి, బతికిపోయి చావు కూడా తమ చేతిలో లేదని మళ్ళీ కుంగుబాటుకు లోనైన వ్యక్తులూ ఉన్నారు. ఈ వ్యక్తుల్లో చాలా మందికి జీవితంలో మొట్టమొదటిసారి తమ లైంగికత గురించి ముక్తమనస్సుతో మాట్లాడటానికి సాధ్యమైంది వసుధేంద్రగారితో మాత్రమే !

ఆ దశలో వసుకు బలంగా అనిపించింది, 'నాలా ఉన్న జనానికి కావలసింది తాము ఒంటరి కాదు. దానికి బదులుగా తాము ఒక సముదాయం అనే భావన మానసిక స్థైర్యాన్ని పెంపొందించడానికి అనువైన ఆప్త సమాలోచనస !

ఆప్త సమాలోచన లేదా కౌన్సెలింగ్ లేనే లేదనికాదు. ప్రపంచీకరణ నేపథ్యంలో ఈ సౌలభ్యం కచ్చితంగా ఉంది. అయితే ఇది పెద్ద నగరాలకు, ఇంగ్లీషు భాషకు మాత్రమే పరిమితమైంది. ఈ ఇరుపరిధులను దాటని వారెవరికీ ఈ సౌలభ్యం చేతికి అందేది కాదు. పుస్తకం బయటికి రావటానికి ముందు వసుధేంద్ర లైంగికతకు సంబంధించి ఒక సంవత్సరం పర్సనల్ కౌన్సలింగ్ కోర్స్ ఒకటి చేశారు. ఈ విధమైన ఫోన్‌లు రావడం మొదలైనపుడు వారితో

పరిష్కారాన్ని సూచించే మాటలు సాగించడానికి వసుకు సాధ్యమైంది.

ఈ వ్యక్తుల్లో కొందరితోనైనా నేను మాట్లాడటానికి సాధ్యమా అని నేను వసుధేంద్రను అడిగాను. ఆయన ఆ వ్యక్తుల అనుమతి పొంది నాకు వారి ఫోన్ నెంబర్లు ఇచ్చారు. మాట్లాడటానికి అంగీకరించినవారు తమ ఉనికిని ఎన్నడూ బహిరంగ పరచకూడదని సూచించారు. నేనూ అందుకు అంగీకారం సూచించాను.

*****

2015 సమయంలో వసుధేంద్రగారికి వచ్చిన అత్యంత సంక్లిష్టమైన, ఉత్కంఠమైన ఫోన్‌కాల్‌లో 'నా' అనే వ్యక్తి కాల్ చాలా ముఖ్యమైంది. యాభై ఏళ్ళకు దగ్గరగా ఉన్న 'నా' హుబ్బళ్ళి వాస్తవ్యులు. భార్యాపిల్లలతో నివసిస్తున్నారు. మోహనస్వామి సంకలనంలోని 'ఆడబారద మాతు కాదువాగ' (ఆడకూడని మాటలు వేధించేటప్పుడు) అనే కథను మయూర మ్యాగజైన్‌లో చదివిన వెంటనే ఆ ఆఫీసుకు ఫోన్ చేసి రచయిత నెంబరు సంపాదించి వసుధేంద్రగారికి ఫోన్ చేశారు. 'ఈ కథ మీరు నాకోసమే రాశారని అనిపిస్తోంది. ఇది మీకు కలలో వచ్చిందా?" అని అడిగారు.

నేను ఆయనను వారి ఇంట్లోనే కలవడానికి వెళ్ళినపుడు 'నా' అత్యంత సహృదయతో ఆహ్వానించి తేనీరు ఇచ్చి అతిథిమర్యాదలు చేశారు. తరువాత 'మాట్లాడటానికి వేరే ఎక్కడికైనా వెళదాం' అని సూచించటం వల్ల అక్కడి నుంచి బయలుదేరాం. 'నా' సన్నగా ఉన్న సరళమైన వ్యక్తి. బుష్ షర్టు మరియు శుభ్రమైన ప్యాంటు వేసుకుని నడుస్తుంటే ఆయనలోపలి జ్వాలాముఖి గురుతు కూడా ఎవరికి దొరకదు. దగ్గర్లోనే ఉన్న ఓ గుడికి పిల్చుకునిపోయారు. సాయంత్రం సమయం... సామాన్యంగా ఎక్కువ మంది ఉండరని అతడికి నమ్మకముంది. 'కథ చదివిన తరువాత వసుధేంద్రతో మాట్లాడటానికి నేను ఇక్కడికే వచ్చాను" అని చెప్పారు. ఆ కథలో మోహనస్వామికి ముగ్గులు వేయటం ఇష్టం. గోరింటాకు పెట్టుకోవడం ఇష్టం. అక్క గాజులు వేసుకుని నడవాలన్న తపన, తండ్రికి తన లైంగికత గురించి అనుమానం కలిగివుండవచ్చన్న భయం, వీటన్ని నడుమ తన 'మగతనాన్ని' తాను పడుకుని ఉన్నప్పుడు చూసిన తల్లి 'నా కొడుకు మగవాడు' అని సంతోషపడటం –అన్నీ ఒక విధమైన విషణ్ణతను కలిగించడం గుర్తుంది.

'నేను అందరికన్నా భిన్నమైనవాడినని ఎన్నడో తెలుసు' అంటారు 'నా'. బాల్యంలో ఆడపిల్లలు ఆడే ఆటలే ఈయనకు ఎక్కువగా ఇష్టమయ్యేవి. ముగ్గులు వేయటానికి తపిస్తున్న మనస్సు. వీరి నడిచే భంగిమ, కూర్చునే విధానం, మొదలైనవాటిని ఇతర కుర్రవాళ్ళు అల్లరిపెట్టి పేరుపెట్టి పిలుస్తుంటే 'నా' కు ప్రాణసంకటంగా ఉండేది.

యవ్వనంలో ప్రాప్తమైన ఒకటిరెండు సంబంధాలు మనసును గాయపరిచి ముగిశాయి. ఆర్ఎస్ఎస్ క్యాంప్‌లో ఒక కుర్రవాడితో కుదిరిన సంబంధం ఆ క్యాంపు పూర్తవుతుండగానే అంతమై ఆ కుర్రవాడి నుంచి దూరమైన దుఃఖం అతడిని ఆత్మహత్యకూ ప్రేరేపించింది.

ఒక సహచరుడు దొరకటమే దుర్భరమనిపించే అన్వేషణ ఈయనది. 'అందమైన కుర్రవాడిని చూస్తే అతడి నగ్నత్వాన్ని చూడాలనే కోరిక. అతడిని ముట్టి చూడాలనే ఆశ. నిన్ను చూస్తే నాకు ఆశ కలుగుతుందని చెప్పాలా? అలా నేను చెబితే అతడి ప్రతిస్పందన ఎలావుంటుందోనని తలుచుకుంటే భయమయ్యేది...'

ఎప్పుడో అదృష్టవశాత్తు ఒక సంబంధం ఫలించినా అది చాలా రోజుల వరకు కొనసాగేది కాదు. 'నా' చిన్నవయస్సులోనే మూడుసార్లు ఆత్మహత్య చేసుకోవడానికి ప్రయత్నించి అందులో ఓడిపోయారు.

'పెళ్ళి చేసుకో' అనే ఇంటివారి ఒత్తిడిని వ్యతిరేకించి కొంత కాలం ఆగినా, తరువాత అందరి కోరిక ముందు తలవంచవలసి వచ్చింది. బంధువులు వీరి 'మగతనం' గురించి తేలికగా మాట్లాడుకోవటంతో తల్లి ఒత్తిడి పెరుగుతూపోయింది. ఇంట్లో ఉండటం దుర్భరమైంది.

'మోహనస్వామి కథతో సరిపోలే సన్నివేశం 'నా' జీవితంలోనూ జరిగిపోయింది. అయితే తల్లి 'నా' ను కూర్చోబెట్టుకుని 'పాడు' సినిమా చూస్తే నీకు 'అది' లేచి నిలబడుతుందేమిరా?' అని అడిగేసింది. 'ఓ తల్లి తన కుమారుడిని ఇలా అడగవలసి వచ్చిన అనివార్యం అర్థమౌతుందా? నాకు కళ్ళల్లో నీళ్ళువచ్చాయి" అంటారు. చివరికి తల్లి పట్టుదల నెగ్గింది. తమ జీవితాన్ని, తన ఇష్టాలను త్యాగం చేసి 'నా' పెళ్ళి చేసుకున్నారు.

'అయినా నా భార్యకు అన్యాయం చేస్తున్నానేమో అనే అపరాధ భావన వేధిస్తూనే ఉంది' అని ఆయన బాధపడుతారు. పెళ్ళి అనేది ఒక అనుకూలకరమైన

సర్దుబాటు అయ్యిందన్నది 'నా' కూ తెలుసు. ఇద్దరు పిల్లలున్నారు. మగవాళ్ళ సహవాసానికి తపించడం ఇంకా కొనసాగుతోంది. కొన్నిసార్లు ఈ అవసరం తీరకపోవటం వల్ల 'నా'కు కోపం కూడా వస్తుంది. పళ్ళు బిగపట్టి భరిస్తారు. దాన్ని పూర్తిచేసుకోవాలనే తపనను అణుచుకుని బతుకుతారు. ఎందుకంటే ఈ విషయాలు ఇంటివారికి తెలిస్తే ప్రమాదం. 'నా భార్యకు తెలిసిన రోజునే అది నా జీవితపు ఆఖరి రోజు కావటం కచ్చితం' అని భయంతో అంటారు.

'మగవాళ్ళ సాంగత్యం కోరి తాను ఏమేమి చేశాడో, దానికోసం తన అర్హతకు మించి ఖర్చుకూడా చేశాడు. అయితే దొరికివారిలో ఎవరూ ప్రేమకు పాత్రులు కాలేదు'.

అందరూ ఈయనను హింసించి సొమ్ము లాక్కున్నవారే.

ఈ దౌర్బల్యం గురించి ఒక్కొక్కసారి భరించలేని కోపం కూడా 'నా' గారికి వస్తుంది. ఇంట్లో ఒక్కరే ఉన్నప్పుడు ఇలా తనను సృష్టించిన దేవుడి మీద భరించలేని కోపం వచ్చి దేవుడి పటాలన్నీ నేలకేసి బాది విసిరివేశారు. అటు తరువాత కన్నీరు పెడుతూ ఒక్కొక్కదాన్ని ఎత్తుకుని హృదయానికి హత్తుకుని పశ్చాత్తాపంతో తిరిగి దేవుడి మంటపంలో ప్రతిష్ఠించటమూ జరిగింది.

తాను మరియు తనలాంటి వారందరూ 'శాపగ్రస్త గంధర్వులు' అని 'నా' భావిస్తారు. 'మన సమస్యకు చచ్చేవరకు పరిష్కారం లేదు. చావే అన్నిటికీ ముగింపు" అని నిట్టూర్పు వదులుతారు.

మయూర పత్రికలో కథ చదివి వసుధేంద్రగారితో మాట్లాడిన తరువాత 'మోహనస్వామి' కథను అదే పేరిట 'దేశకాల' పత్రికలోనూ తరువాత 'కగ్గంటు' (చిక్కుముడి) అనే పేరిట మోహనస్వామి సంకలనంలోనూ చదవటం ఇంకా తాజాగా ఉంది. ఆ కథను పదేపదే చదివిన పరిణామంగా కథలోని ప్రతీ వాక్యం మనస్సులో అచ్చొత్తినట్టుంది. అటుతరువాత వసుధేంద్రగారిని కలవటానికి బెంగళూరుకూ వచ్చారు. 'నా' గారిని కలిసిన వసు వారి సమస్యను వినటమే కాకుండా అక్కడి నుంచి బయటలుదేరి వెళ్ళేటప్పుడు భోజనం చేసి సొమ్మని ఒత్తిడి పెట్టారు. కొన్నిసార్లు తమ మనస్సులోని భారాన్ని పోగొట్టుకోవడానికి 'నా' వసుధేంద్రగారికి ఫోన్ చేసి ఇప్పటికీ మాట్లాడుతారు.

"నాకు కొంచెం ముందుగా మోహనస్వామి చదవటానికి దొరికివుంటే పెళ్ళి చేసుకో అనే ఇంటివాళ్ళ ఒత్తిడిని కచ్చితంగా పక్కన పెట్టి నిలబడేవాడిని.

వసుధేంద్రగారిలా నేనూ పెళ్ళి చేసుకోకుండా ఉండిపోయివుంటే గుండెలు చరుచుకుని నేను 'గే'అని ధైర్యంగా చెప్పేవాడిని" అని అంటారు.

*****

బెళగావి జిల్లాలోని ఒక పల్లెలో ఉన్న 27 ఏళ్ళ రైతును 'ప' అనే పేరుతో పిలుద్దాం. ఇతను మోహనస్వామిని మూడుసార్లు చదివాడు. మగవాళ్ళ పట్ల ఆకర్షణ ఎక్కువగా ఉంది. పెళ్ళి, పిల్లలు అన్నీ జరగాలన్న ఆశ కూడా ఉంది. తానూ అందరిలా జీవితం సాగించాలనని అనుకున్నాడు. అయితే అతడున్న పరిస్థితుల్లో ఇదంతా జరగడం కష్టమే కాదు. అసాధ్యం కూడా.

'నా కుటుంబం తేనెతుట్టలా ఉంది' అన్నది తన ఇంటి గురించి 'ప' ఇచ్చే వివరణ. దాన్ని వివరిస్తూ ఇంట్లో తల్లి, తండ్రి, అన్న, వదిన, వారి పిల్లలతో ఉంటున్నాను' అని అన్నాడు. అక్కల పెళ్ళిళ్ళు అయిపోయి వాళ్ళు భర్త ఇంటికి కాపురానికి వెళ్ళారు. తమ భాగం పొలంలో ఈ కుటుంబం అరటి, చెరుకు, కందులు, గింజలను పండిస్తూ జీవితం సాగిస్తున్నది.

ఊరును చీలుస్తున్నది ఒక రోడ్డు. నన్ను బస్టాపులో రిసీవ్ చేసుకోవడానికి వచ్చినపుడు 'ప' ఇచ్చిన సమాచారం ఇది. లింగాయతులు, మరాఠాలు, గౌడలు రోడ్డుకు ఒక వైపు భాగంలో నివాసముంటే మరొక భాగంలో దళితులున్నారు. అయితే ఈ మధ్యన ఊరికివచ్చి కాపురంపెట్టిన జనాలు దీన్ని మరీ కట్టుదిట్టంగా పాటించాలనే నియమాలను విచ్ఛిన్నం చేశారు.

తన తోట నుంచి అప్పుడే తెంచి తెచ్చిన కొబ్బరిబొండాన్ని నాకు ఇస్తూ దాన్ని కొట్టడానికి స్నేహితుడి కత్తి కోసం వెదికాడు. అయితే అతడి ఇల్లు తాళం వేసివుండటం వల్ల మరొక ఇంట్లో దూరి కత్తి తెచ్చి పక్కా వృత్తి పరుడి శైలిలో కత్తితో కొట్టి బొండాంలో చిన్న చిల్లు పెట్టాడు. ఇక్కడ ఊళ్ళో అందరికి ఒకళ్ళతో ఒకరికి పరిచయం ఉంది. 'ప' వెంబడి సాగుతున్న నన్ను చూపించి జనం 'ఎవరు?' అని అడిగితే 'దూరపు బంధువు' అనే జవాబు తయారుగా ఉండేది. ఊరి నుంచి కొద్ది దూరం నడిచిన తరువాత అక్కడే కొంచెం ఎత్తయిన స్థలంలో మాటలకు కూర్చున్నాం. మా మాటలు ఎవరైనా వింటారేమోననే భయం లేకుండా ఇక్కడ ప్రశాంతంగా మాట్లాడవచ్చని అతడి ఆలోచన.

తన లైంగికత గురించి తన ఆలోచనలను 'ప' ఇప్పటి వరకూ ముగ్గురితో మాత్రమే పంచుకున్నాడు. మొదట తన పాతస్నేహితుడి దగ్గర. తరువాత

దూరంలో పేటలో ఉన్న సైక్రియాటిస్ట్ దగ్గర. చివరగా వసుధేంద్రగారితో ఈ విషయాన్ని ఫోన్‌లో మాట్లాడాడు. ఈ విషయం గురించి తనలో ఒక అగ్నిపర్వతాన్ని నింపుకునివున్న 'ప'కు మాట్లాడాలనే కోరిక ఉంది.

'ప'కు పదమూడేళ్ళ వయస్సులో అర–కాషాయధారి ఒకడు నీకు వీర్యం ఉందో లేదో పరీక్షించాలని చెప్పి చిన్న పిల్లవాడిని ఎవరూ లేని స్థలానికి పిల్చుకునిపోయాడు. అక్కడ జరిగిందే వేరు. ఒక విధమైన అపరాధ భావన. మరొక పక్కన తన నియంత్రణను దాటిన శారీర ఆకర్షణ, దైహిక స్పందన అన్నీ కలిసి అప్పుడప్పుడు ఆ సాధువూ ఈ కుర్రవాడిని అనేకసార్లు కూడటం జరిగింది. ఆ సాధువు వల్ల తాను మగవాళ్ళను చూస్తే ఆకర్షితుడయ్యాడన్నది 'ప' నమ్మకం. ఆ సాధువు పట్ల తనకు చాలా ద్వేషం ఉంది' అని అతను చెబుతాడు.

ఇలా తనకు ఉన్న 'మగ ఆకర్షణ' పట్ల ప్రాణస్నేహితుడొకడి దగ్గర 'ప' చెప్పుకున్నప్పుడు అతడు మొదట నమ్మలేదు. తరువాత కుదుటపడి 'ప'కు ఒక సలహా ఇచ్చాడు. 'చూడు, దీన్ని ఎవరూ అంగీకరించరు. ఇంటివాళ్ళు బాధపడతారు. నువ్వు చావటమొకటే మార్గం. నువ్వు చచ్చిపో" అన్నాడు. అయితే కొద్దిరోజుల తరువాత తానే 'ప'ను ఓదార్చి "పోనీలే... నీకూ ఒక స్నేహితుడు దొరకనూ వచ్చు..." అని చెప్పిన వెంటనే "నా నుంచి ఎలాంటి సహాయం అడగకు" అని కూడా స్పష్టంగా చెప్పాడు. అయితే 'ప'కు తన స్నేహితుడి మీద ఆసక్తి పుట్టింది. కాలం గడుస్తుండగా స్నేహితుడిని ఒత్తిడి పెట్టినందుకు ఒక రోజు అతను 'ప' మొబైల్ లాక్కుని తన మొబైల్ నెంబర్ డిలీట్ చేసి 'ఈ రోజు నుంచి నీ దారి నీది, నా దారి నాది' అనేశాడు. ఆ రోజు నుంచి ఇద్దరూ అపరిచితులు. తన 'ఆకర్షణ' గుట్టు స్నేహితుడి దగ్గర సురక్షితంగా ఉంటుందని 'ప'కు నమ్మకం ఉంది. అయితే ఇద్దరి పొలాలూ పక్కపక్కనే ఉండటం వల్ల అతడిని అపరిచితుడిలా చూడవలసిన అనివార్యతకు తనను తాను 'గురిచేసుకున్నాడు కదా' అనే బాధ 'ప'ను నిరంతరం వేధిస్తోంది.

'ప' తల్లితండ్రులకు కొడుకు తొందరగా పెళ్ళి చేసుకోవాలని కోరిక. అందుకోసం ఉత్సాహంతో అమ్మాయిని వెదుకుతున్నారు. ఒక విధంగా చూస్తే 'ప' చక్కటి వరుడు కాగలిగే అర్హతలు ఉన్నవాడే. ఆస్తిపాస్తులు ఉన్నాయి. ఒళ్ళు వంచి పనిచేస్తారు. సిగరెట్, బీడి, సారా, పొగాకులాంటి ఏ చెడ్డ అలవాట్లూ

లేవు. ఊరిజనం 'కొడుకు ఉంటే నీలాగా ఉండాలయ్యా' అని నోరారా పొగడటం విన్నప్పుడంతా 'ప' గొంతు దుఃఖంతో బిగుసుకుపోతుంది. 'నా సమస్య ఎవరితో చెప్పుకోను' అని మనస్సు ఆర్ద్రమౌంది. తల్లితండ్రుల దగ్గర చెప్పుకోవడమన్నది సాధ్యంకాని మాట. "వాళ్ళు చదువుకునివుంటే ఏమైనా చెప్పివుండొచ్చు. అర్థం చేసుకునేవారేమో? ... ఇప్పుడు వాళ్ళున్న పరిస్థితిలో నా సత్యం తెలిస్తే గుండె పగిలి చచ్చిపోతారు" అని అన్నాడు.

ఇన్నేళ్ళు 'ప' వివాహాన్ని వాయిదా వేశాడు. అయితే ఇప్పుడు సమయం దగ్గరకొచ్చింది. ఇక ఎక్కువ రోజులు ఈ నిర్ణయాన్ని వాయిదా వేయడానికి సాధ్యంకాదు. తాను సాధువుతో సంబంధం వల్ల ఇలా అయ్యాడు, ఎలాగైనా ఆ అనుభవాల జ్ఞాపకాలను తుడిచివేయడానికి సాధ్యమైతే తాను మగవాడి ఆకర్షణ నుంచి బయటపడి, తన సమస్యలు తీరిపోయి, తానూ అందరిలా కావడానికి సాధ్యమని 'ప' అనుకుంటున్నాడు. నిద్ర అతడి దగ్గర కూడా సంచరించడం లేదు. రాత్రి సమయంలో నీటి మోటర్‌ను ఆన్ చేయాల్సిన సమయం వస్తే పొలానికి వెళ్ళడానికి మునివేళ్ళ మీద నుంచుంటాడు. ఆ చీకట్లో ఏడ్చి మనస్సు తేలికపరుచుకుంటాడు. తన ఆలోచనలను రాస్తాడు.. అదొక్కటే అతడి మనస్సుకు సంతోషాన్ని ఇచ్చే విషయం. రాసిన ఆ కాగితాలను ఎవరైనా చూసి చదువుతారేమోననే భయంతో రాసి ముగించిన వెంటనే కాల్చివేస్తాడు.

ఊరి గ్రంథాలయాన్ని నిత్యం సందర్శించేవారిలో 'ప' కూడా ఒకడు. పుస్తకాలను చదవటం అంటే అతడికి చాలా ఇష్టమైన విషయం. అనేక విషయాలలో కావలసినంత జ్ఞానం పొందటానికి వారు రోజూ దినపత్రికలు చదివే ఆసక్తి వల్ల సాధ్యమయ్యేది. గ్రంథాలయానికి వచ్చే మూడు పత్రికలనూ వదలకుండా చదువుతాడు. ఒక పత్రికలో హుబ్బళ్ళి లోని మానసిక వైద్యుడి కాలం ఒకటి ప్రకటింపబడేది. 'ప' నివాసం ఉండే పల్లె నుంచి హుబ్బళ్ళికి బస్సులో రెండున్నర గంటల ప్రయాణం. గతసారి పంట అమ్మి వచ్చిన డబ్బునుంచి మూడువేల రూపాయలను తీసుకుని తన 'సమస్య'కు పరిష్కారం ఏదైనా ఉందేమోనని కనుక్కోవటానికి ఆ మానసిక వైద్యుడిని కలవడానికి హుబ్బళ్ళికి వెళ్ళాడు.

ఆ మానసిక వైద్యుడి క్లినిక్‌లో ఓ పర్సనల్ కౌన్సలర్ ఉన్నారు. వైద్యుడిని

కలవడానికి ముందు అతడి దగ్గర సమస్యను చెప్పుకోవాలి. ఆయన ముందు తన సమస్య నిజస్వరూపాన్ని చెప్పుకోవటానికి భయం వేసి ఓ అమ్మాయి ప్రేమలో తనకు మానసికంగా షాక్ అయిందనీ, దాన్ని పరిష్కరించుకోవడానికి ఇక్కడికి వచ్చానని చెప్పాడు.

అయితే మానసిక వైద్యుడి ఆఫీసు లోపలికి వెళ్ళిన వెంటనే పర్సనల్ కౌన్సలర్ దగ్గర భయంతో అబద్ధం చెప్పాననీ, అయితే తన నిజమైన సమస్య వేరని తెలిపి, తన సత్యాన్ని ఆయనముందు బయటపెట్టాడు.

డాక్టర్ దీనికి కచ్చితంగా పరిష్కారం ఉందని చెప్పి ఒక ఇంజెక్షన్ ఇచ్చారు. దాని పరిణామంగా 'ప'కు మబ్బు కమ్మినట్టయ్యింది. నాలుక, తల, అంతా భారంగా మారింది. తరువాత డాక్టర్ ఏవో ప్రశ్నలు అడిగినట్టు జ్ఞాపకం. అయితే తాను ఏమి జవాబులు చెప్పాడో స్పష్టంగా జ్ఞాపకం లేదు.

'ప'కు పూర్తిగా స్పృహ వచ్చిన తరువాత డాక్టర్ 'నీ సమస్యకు కచ్చితంగా పరిష్కారం ఉంది' అని చెప్పారు. అంతే కాదు, 'ఆడదాని గుండెలు చూస్తే నీలో పులకలు కలగాలి. అలా చేస్తాను' అని చెప్పి కుంగుబాటును దూరం చేయడానికి వాడమని రెండు రకాల మాత్రలను కొన్ని రోజులపాటు వేసుకొమ్మని చెప్పారు. ఊరికి మరలిన 'ప' ఆ మాత్రలను తప్పకుండా వాడసాగాడు. మొదటిదశ చికిత్స మాత్రలకోర్స్ ముగియగానే ఆగిపోయింది. అయితే మగవాళ్ళ మీది ఆకర్షణ తగ్గనే లేదు. తన సమస్యకు ఇది పరిష్కారం కాదని గ్రహించిన 'ప' మళ్ళీ డాక్టర్ దగ్గరకు వెళ్ళలేదు. 'పగిలిన మనస్సును, పగిలిన అద్దాన్ని రెంటిని మళ్ళీ అతికించలేం' అని 'ప' నిరాశతో అన్నాడు.

ఆ రెండు మాత్రల్లో ఒకదాన్ని సేవించడాన్ని 'ప' కొనసాగించాడు. నిద్రపోవటానికి ఆ మాత్రను తీసుకోవటమే అతడికి ఉన్న దారి. లేకపోతే నిద్ర అన్నది మరీచికనే.

ఊళ్ళోని గ్రంథాలయానికి వెళుతున్నప్పుడే వసుధేంద్ర గురించి 'ప'కు తెలిసింది. వసుధేంద్ర 'గే' వ్యక్తులకు కలిగే అనుభవాల గురించి ఓ చిన్న వ్యాసాన్ని ప్రజావాణి పత్రిక ఆదివారం అనుబంధంలో రాశారు. అందులో ఓ ఇంటి యజమాని అద్దె ఇల్లు వెదుక్కుంటూ వచ్చిన వసుధేంద్రగారిని అమ్మాయిలు అంటే స్నేహితురాళ్ళు ఇంటికి రాకూడదని ఆర్డర్ చేయడం గుర్తుచేసుకుంటారు. దానికి బదులుగా ఎంతమంది మగవాళ్ళు ఇంటికి వచ్చినా యజమానికి

అభ్యతరం లేదు. ఎందుకంటే 'గే' అనే విషయం ఆయనకు తెలియనే తెలియదు. మానస సరోవరం యాత్రకు వెళ్ళినపుడు సహ ప్రయాణికుడొకడు అలసిన కాళ్ళకు మసాజ్ చేయించుకున్నారు. అయితే ఆ సేవ చేసిన వ్యక్తి ఎందుకో అవసరం కన్నా ఎక్కువ అభిమానాన్ని చూపించి ఈయనకు కలవరం కలిగేలా చేసిన విషయం ఆ యాత్రార్థి వసుధేంద్రగారి దగ్గర చెప్పుకుని అపరిచితుల గురించి ఒక విధమైన భయం పెంచుకున్నారు. అందువల్ల ఆయన ఒక్కరే పడుకోవటానికి, శౌచాలయానికి వెళ్ళడానికి భయపడి సదా వసుధేంద్రగారి కంపెనీ కోరుకున్నారనే విపర్యాస పరిస్థితిని వసు రాశారు. ఈ వ్యాసం చదివేటప్పుడు వసు 'మోహనస్వామి' అనే పుస్తకం రాసివుండం గురించి రచయిత పరిచయ భాగం చదివినపుడు 'ప'కు తెలిసింది.

రాష్ట్ర పోలీస్ శాఖలో ఉద్యోగం కోసం దరఖాస్తు చేసిన 'ప'కు ఇంటర్వ్యూకు పిలుపు వచ్చింది. ఆ సందర్భంలో పరీక్ష కోసం బెంగళూరుకు వచ్చే అవకాశం దొరికింది. బెంగళూరుకు వచ్చిన వెంటనే ఓ పుస్తకాల అంగడిలో వెదికి 'మోహనస్వామి'ని కొనుక్కుని ఓ పార్క్‌లో కూర్చుని ఒక్క అక్షరం వదలకుండా చదివాడు. 'నా బాధే అక్కడ కనిపిస్తుందేమో అన్నంత దగ్గరగా ఉంది ఆ పుస్తకం" అని 'ప' గుర్తు చేసుకుంటాడు. తరువాత వసుధేంద్రగారికి ఫోన్ చేసి కలవాలనే కోరిక వ్యక్తపరిచాడు. అలా కలుసుకున్నప్పుడు తాను పల్లెటూరిలో చిక్కుకునిపోవటం గురించి, ఇంట్లో పెళ్ళిచేసుకోమని ఒత్తిడిపెడుతున్న తీరు, తన జీవితంలోని కష్టాలను అన్నిటినీ విడమరిచి చెప్పుకున్నాడు. దీనికి సమాధానంగా వసుధేంద్ర 'ప' తో 'నీ భిన్నమైన లైంగిక పరిస్థితిని అంగీకరించాలి' అని సలహా ఇచ్చారు. పల్లెలో 'ప'కు సహచరులు దొరికే అవకాశలు తక్కువగా ఉండటం వల్ల అంతర్జాలం ద్వారా మరో ఊరిలో ఉన్న స్వలింగ సంపర్కులతో చాట్ చేయొచ్చని తెలిపారు.

ఇలా చేయడం సులభసాధ్యం. అపేక్షనీయం కూడా. అయితే వేరే ఊరులోని కుర్రవాళ్ళతో మాట్లాడటానికి ఇంగ్లీషు పరిజ్ఞానం కావాలి. పాఠశాలలో నేర్చుకున్న ఇంగీషు అంతంత మాత్రమే. అది ఎన్నడో స్మృతిపటలం నుంచి దూరమైంది. ఇంగ్లీషు కాకుండా అంతర్జాలంలో ఏ సంవాదమూ సాధ్యం కాదు. అక్కడ పోర్న్ సినిమాలను వెదికి చూడటానికి కానీ, సహచరులను వెదకడానికి కానీ ఇంగ్లీషు జ్ఞానం అత్యవసరం.

స్మార్ట్ ఫోన్ లేని కారణంగా ఇంటర్‌నెట్ ఉన్న ప్రాంతానికి వెళ్ళాలంటే కనీసం 15 కిలోమీటర్లు దూరం వెళ్ళాలి. అలా ఒక వేళ అవకాశం దొరికినప్పటికీ కూడా తనకు దాన్నంతా నేర్పించేవారెవరు? కంప్యూటర్ ఉపయోగించడంలో ఎలాంటి తప్పు చేయడానికి లేదు. అలా చేస్తే మనం ఏ వెబ్‌సైట్ చూశామో, ఏమేమి వీక్షించామో అనే సమాచారమంతా కంప్యూటర్‌లో సేకరింపబడుతుందని 'ప'కు తెలుసు. దాన్ని తొలగించటం ఎలాగో తెలియదు. అకస్మాత్తుగా అది అక్కడే ఉండిపోతే, 'వీడు వేరే మగవాళ్ళను వెదుకుతున్నాడు, స్వలింగ సంపర్కం గురించి సమాచారం సేకరిస్తున్నాడు' అని ఇంటివాళ్ళకు తప్పకుండా తెలిసిపోతుంది . తరువాత గతి?

అంతర్జాలం తప్ప లిఖిత కన్నడలో అధిక సమాచారం దొరకడం అసాధ్యం. 'కన్నడ భాషలో స్వలింగ సంపర్కం గురించి ఒక్కటంటే ఒక్క పుస్తకం కూడా లేదు' అని అంటారు వసు. అందువల్ల కన్నడలో 'గే' విషయాలకు సంబంధించిన ఒక చిన్న హ్యాండ్‌బుక్‌ను తక్కువ ధరలో దొరికేలా రాయాలని లేదా అనువాదమైనా చేయాలని వసుధేంద్ర ఆలోచించారు.

అందులో ముఖ్యంగా ఆరోగ్యం గురించి సమాచారం ఇవ్వాలని ఆయన కోరిక. వసు ఇచ్చే కౌన్సిలింగ్ సేవలను వాడుకుంటున్నవారిలో ముగ్గురు హెచ్.ఐ.వి. పాజిటివ్ వాళ్ళు ఉన్నారు. అందులో ఒకడికి సహచరుడి వల్ల ఈ జబ్బు తగిలింది. 'మనం సురక్షిత విధానాలను అనుసరించడం లేదు. నా సహచరుడు దర్జాగా బట్టలు వేసుకున్నాడు. ఇంగ్లీషు కూడా మాట్లాడేవాడు. ఆ కారణంగా నాకు అతడి పట్ల అనుమానమే రాలేదు..." అన్నాడు.

'ప' విషయానికి మరలితే అతడి ముందు రెండు దారులున్నాయి. రెండు కూడా పూర్తిగా ఒకదానికొకటి వ్యతిరేకమైన దిక్కులో సాగుతాయి. ఊర్లో ఒక అమ్మాయికి ఇతడిపై ఆసక్తి ఉంది. ఇతరులతో ఆమె పెళ్ళి నిశ్చయం కావడానికి ముందు తనతో గడపమని ఆమె సూచిస్తోంది. ఇద్దరూ వేరు వేరు కులస్థులు కావటం వల్ల పెళ్ళికి ఇరువైపులా ఒప్పుకునే అవకాశాలు తక్కువ. ఆ కారణంగా కనీసం ప్రేమ సంబంధాన్నయినా పొందాలన్నది ఆమె మనసులోని కోరిక. ఇది 'ప'కూ అంగీకారమన్నట్టు కనిపిస్తోంది. కారణం ఎకాఎకి పెళ్ళి చేసుకోవడానికి బదులుగా ఆడదానితో తన ప్రతిస్పందన ఎలా వుంటుందో అంచనా వేయడానికి ఈ విధమైన సంబంధం ఒక ప్రయోగంగా

ఉంటుందని అతడి ఆలోచన. అదే సమయంలో తన గురించి మరెవరికైనా తెలిసిపోతే అనే భయం కూడా వేధిస్తోంది. తన నుంచి తన కుటుంబం ఆశిస్తున్నట్టు పెళ్ళి, పిల్లలు అన్నిటినీ తీర్చడం 'ప'కు ఇష్టమే. అయితే తన భార్యకు పిల్లలు కాకపోతే, ఆమె తన శారీరక కోరికలు తీర్చుకోవడానికి ఇతర మగవాళ్ళతో పడుకోవడం ప్రారంభిస్తే తన మర్యాద మట్టిపాలవుతుందనే భయం ఉంది. ఇదంతా అనుభవించడానికి బదులుగా ఏదో ఒక ప్రమాదంలో తన ప్రాణంపోతే ఇంటివారికి ఇతర సత్యాల నుంచి కలిగే బాధ తప్పుతుంది కదా అని విషాదంతో చెబుతాడు.

వయస్సుకు వచ్చినప్పటి నుంచి 'ప' ఏ విధమైన ప్రణయ సంబంధానికి లోనైనవాడు కాడు. వసు దగ్గర మాట్లాడిన పరిణామంగా మరొక పరిష్కారాన్ని చూశాడు. ముందరి పంట డబ్బుతో ఒక స్మార్ట్ ఫోన్ కొని 'గ్రైండర్' అనే ఆప్ ద్వారా బెళగావి చుట్టుపక్కల ఉన్న స్వలింగ సంపర్కులతో మాట్లాడవచ్చుననే ఆలోచన ఉంది. లేదా పెద్ద పట్టణానికి వెళ్ళి తన పాత గుర్తులను తుడిచివేసి తనకు నచ్చినట్టు జీవించాలనే ఆశ ఉంది. అయితే అది సఫలం కావటానికి చాలా సమయం, కార్య ప్రణాళిక కావాలి. ప్రస్తుతం అది సాధ్యం కాదన్నది 'ప'కు స్పష్టంగా తెలిసిన విషయం.

*****

'పట్టణంలో బతకడానికి డబ్బులు కావాలి. అయితే పల్లెలో అలాకాదు. బతకడం ఇక్కడ సులభం' అనే జీవిత దర్శనాన్ని చేయించే 'అ' అనే 21 ఏళ్ళ కుర్రవాడికి జీవితం నేర్పిన పాఠం చాలా పెద్దది. ఉత్తర కర్ణాటకలోని ఓ పల్లెలో ఉన్న వయసు కుర్రవాడు పట్టణంలో బతకడానికి ప్రయత్నం కూడా చేశాడు. తన సోదరుడితోపాటు ఓ రూములో ఉండి కాలేజిలో చదువుతుండగా మనసు ముక్కలయ్యేటంత హింసలు అనుభవించాడు. ఇతడి 'ఆడతనపు వేషం', నడక, మాటలు-హావభావాలు, అన్నీ అతడి అన్నకు అసహ్యం-అవమానం అనిపించి 'అ' మీదికొచ్చి హింసించేవాడు. తమ్ముడిని మార్చాలన్నదే అతడి అన్న ఉద్దేశ్యం.

అన్న చేస్తున్నది చాలాదన్నట్టు క్లాస్‌మేట్స్ 'అ' వెంటపడి అల్లరి చేసేవారు. అతడికి అవమానం కలిగేలా పేరు పెట్టి పిలిచేవారు. మరికొందరు అతడిని తమ మోటర్ సైకిల్లో అనుసరిస్తూ 'అ' చేయి పట్టుకుని లాగటం, పురితిప్పటం,

గాయపరచటం మొదలైన అమానవీయ కృత్యాలను చేసేవారు. వీటిని భరించలేక 'అ' అక్కడితో తన చదువు మానేసి, ఊరికి మరలాడు. ఇక్కడ చిన్న పిల్లలకు చిత్రకళ, నాట్యం నేర్పుతున్నాడు. 'పిల్లలతో కలిసి పని చేస్తుంటే మనస్సుకు శాంతి దొరుకుతుంది' అంటాడు.

కాలేజిలో చదివేటప్పుడు వసుధేంద్రగారి ఒక వ్యాసం కన్నడ సిలబస్‌లో చదివి ప్రభావితుడైన ఈ కుర్రవాడికి రచయిత రాసిన 'మోహనస్వామి' గురించి తెలిసిన తరువాత ఇంకా కుతూహలం ఏర్పడింది. వెంటనే ఆ పుస్తకాన్ని కొని తెచ్చాడు. 'తగణి' (నల్లి) అనే ఆ కథ అతడిని చాలా బాధించింది. స్త్రీ ప్రవర్తన కల ఓ మనిషి అస్తిత్వం అతడి కుటుంబాన్ని ఎంత ఆక్రోశానికి గురి చేస్తుందంటే అతడిని చంపి అది 'ఆత్మహత్య' అన్నట్టు నాటకమాడారు అనే వస్తువున్న కథ అది. ఈ కథ చదివినపుడు నాకు చాలా బాధ కలిగింది అంటాడు 'అ'.

పుస్తకంలో ఉన్న వసుధేంద్రగారి ఫోన్ నెంబరుకు ఫోన్ చేసి అప్పుడప్పుడు మనస్సుకు సమాధానం కలిగేలా మాట్లాడాడు. వసుధేంద్ర తన పొరుగు ఊరికి వచ్చినపుడు వెళ్ళి కలిశాడు. తరువాత 2015లో తాను బెంగళూరుకు వచ్చి 'ప్రైడ్ పరేడ్' అనే స్వలింగ సంపర్కుల సభలో పాల్గొన్నాడు. 'నా చిన్న ప్రపంచం నుంచి బయటికి రావడం ఇప్పుడిప్పుడే అలవాటవుతోంది' అని ఈ కుర్రవాడు అంటాడు. ఆ సభలో పాల్గొన్నప్పుడు తనలా వేలాది మంది ఉన్నారని అతడి అనుభవానికి వచ్చింది. 'అందరూ బూడిద కప్పిన నిప్పుల్లా ఉన్నారు. కేవలం గాలివీచి పై పొర ఎగిరిపోవాలి, అంతే..." అంటాడు.

*****

ఒక పుస్తకం ఏమేమి 'కలిగించగలదో' అనే ప్రశ్న వేసుకుంటే, మిగతావారి మాట అటుండని, వసుధేంద్రగారికీ ఈ పుస్తకం నుంచి తగినంత దిశా నిర్దేశనం కలిగింది. 'ఒక రచయితకు ఇంతకన్నా కావల్సింది ఇంకేముంది?" అంటారు.

ఇప్పటికీ వసు ఒక్కొక్కసారి నిస్పృహలోకి జారే రోజులున్నాయి. అయితే అవి మునుపటంత తీవ్రంగా లేవు. ఇప్పుడు అది 'అదుపులో ఉన్న భూతం' అంటారు వసు.

మోహనస్వామి అనే పేరుగల పుస్తకం మరియు వసుధేంద్ర, ఇద్దరూ

కలిసే బహిరంగమయ్యారు. పుస్తకం పాఠకులను చేరిన తరువాతే వసుధేంద్రగారికి కొన్ని సంబంధాలను పొందటానికి సాధ్యమైంది. సరిగ్గా రెండు దశాబ్దాల తరువాత.

ఆ పుస్తకాన్ని చదివిన కొందరి జీవితాలు కూడా మారాయి. తన బాధ ఇందులో ప్రతిఫలించిందేమో అనే 'ప', తన జీవిత కథనే ఇందులో అక్షరబద్ధ మయ్యిందేమో అనుకునే 'నా', ప్రైడ్ పరేడ్‌కు వచ్చి తనలాగే వేలాది మందిని చూసి సంతృప్తి చెందిన 'అ'-ఇలా చాలామంది జనం. వీళ్ళల్లో 'ప' మరియు 'నా' వీళ్ళిద్దరిని కలిసినపుడు ఇద్దరూ అడిగింది ఒకే ప్రశ్న. "ఇక్కడ దగ్గర్లో ఇంకెవరిని కలుస్తున్నారు? ఇక్కడ ఇంకెవరైనా ఉంటే నాకు చెప్పండి. వారిని నేనూ కలుస్తాను' అన్నారు.

'నా' మాటలు ఇంకా కొనసాగిస్తూ, "నాకు దీనివల్ల ఏ కొత్త సంబంధం పుట్టవలసిన అవసరం లేదు. నాలాగే బాధ అనుభవించే జనులతో పంచుకోవటానికి సాధ్యమైతే అంతే చాలు' అని చెప్పారు. వాళ్ళకు నేనెక్కడ అపార్థం చేసుకుంటానో అనే భయం.

వాళ్ళే కోరినట్టు ఇద్దరికీ ఒకరి నెంబరు మరొకరికి చేర్చాను. జరిగిపోయిన పెళ్ళికి పశ్చాత్తాపం పడుతున్న వ్యక్తి ఒకడు, పెళ్ళి కావచ్చునేమో అని ఆలోచిస్తున్న వ్యక్తి మరొకడు. ఇద్దరూ ఫోన్‌లో మాట్లాడి కలుసుకోవడానికి నిర్ణయించుకున్నారు. 'ప' చదవని వసుధేంద్రగారి రచనలను 'నా' తీసుకుని వెళ్ళి తన కొత్త స్నేహితుడికి బహుమతిగా ఇచ్చారు. అప్పుడప్పుడు ఫోన్‌లో మాట్లాడుకుంటారని తెలుసుకున్నాను. 'ప' అప్పుడప్పుడు వసుకు ఫోన్ చేస్తూనే ఉంటాడు. నేను అతడిని కలిసిన తరువాత నాకూ అప్పుడప్పుడు ఫోన్ చేసి మాట్లాడుతాడు. ఊరి జాతర, దేశఆర్థిక పరిస్థితి, డీమానెటైజేషన్ తరువాతి పరిణామాలు, ఈ రచనకు పట్టిన సమయం మొదలైన విషయాల గురించి చర్చిస్తుంటాం. 'ప' ఎదుర్కొంటున్న సమస్యకు పరిష్కారం కనుక్కుంటాడేమో తెలియదు. అయితే మునుపటంత ఒంటరితనంతో అతను బాధపడటం లేదన్నది సంతృప్తిని కలిగించే విషయం.

మోహనస్వామి గురించి తమకు అవగాహన లేకుండానే కృతజ్ఞులైనవారి సంఖ్య తక్కువ లేదు. జ్యోతిష్కురాలు మధురాగారు తమను వెదుక్కుంటూ వచ్చిన ఓ అమ్మాయి తల్లితండ్రుల విషయం పంచుకున్నారు. ఆ తల్లితండ్రులు

మధురాను తమ కూతురి జాతకంతో వచ్చి కలిశారు. ఇది కేవలం ఆరునెలల క్రితం మాత్రమే జరిగిన వివాహం. జాతకంలో పొందికను మధురా చేతనే ఆ అమ్మాయి ఇంటివాళ్ళు చేయించుకున్నారు. అయితే చాలా తక్కువ సమయంలోనే ఆ అమ్మాయి తనకు డైవర్స్ కావాలని పటుబట్టింది. మధరా జ్యోతిష్యంతోపాటు అప్పుడప్పుడు పర్సనల్ కౌన్సిలర్ స్థానాన్ని కూడా తీసుకోవటం వల్ల క్లిష్ట సమస్యలకు శాస్త్రం ప్రకారం కొన్ని పరిష్కారాలు కూడా చెబుతారు. ఇక్కడ కూడా అలా చేయవచ్చని అనుకునేంతలో మనస్సులో ఏదో అడ్డువచ్చి నట్టయ్యింది.

"మీ కూతురుతో నన్ను ఒంటరిగా కలవమని చెప్పండి" అని తల్లితండ్రుల ద్వారా చెప్పి పంపారు.

ఆ అమ్మాయి వచ్చి కలిసినపుడు మధురాగారు "ఏం చెప్పుకోవాలన్నా చెప్పుకోవచ్చమ్మా" అని అన్నారు.

ఆ అమ్మాయి మాట్లాడింది. ఆమె భర్తకు శారీరక సంపర్కంలో ఆసక్తే లేదని తెలిసింది. అతను దానికి పరిష్కారం కనుక్కోవటానికి కూడా సిద్ధంగా లేడు. దీన్ని తన తల్లితండ్రుల ముందు చెప్పటం ఆ అమ్మాయికి సాధ్యం కాలేదు. దీన్ని తానే పరిష్కరిస్తానని చెప్పి మధురాగారు అమ్మాయి తల్లితండ్రులను పిలిపించి విచ్ఛేదనమే తగిన పరిష్కారమని తెలిపారు. మోహనస్వామిని చదవకుండా పోయివుంటే ఇలాంటి ఒక విషయం ఉంటుందన్నది కూడా తెలిసేది కాదని మధురాగారు అంటారు.

ఇప్పుడు ఆమె స్వలింగ సంపర్కులకు జాతకాన్ని పొందిక చేసి ఇచ్చే సాధ్యతలను జ్యోతిష్యంలో కనుక్కోవటానికి ప్రయత్నిస్తున్నారు. అందుకోసం వసుధేంద్రగారిని తమ జాతకం ఇవ్వమని అడిగినప్పటికీ, వసు దగ్గర ఆయన జాతకం లేదన్నది సత్యం !

పుస్తకంలోని సందేశం ఎలా వేరు వేరు స్థాయిల్లో కనిపిస్తుందో చెప్పలేం.

కొన్నిసార్లు పుస్తకాలే మండే కాగడాలు అవుతాయి.

నేను 'ప'ను కలవడానికి అతడి పల్లెకు వెళ్ళాను కదా. అప్పుడు నా వల్ల తనకొక సహాయం కావాలని అతను కోరుకున్నాడు. అదేమిటని అడిగితే తమ బ్యాగు నుంచి 'మోహనస్వామి' పుస్తకాన్ని బయటికి తీసి "దీన్ని ఇంట్లో పెట్టుకోవడానికి కుదరదు. ఎవరికైనా అనుమానం వస్తుంది. నేను చదివిన

తరువాత ఈ పుస్తకాన్ని కాల్చివేద్దామని అనుకున్నాను. అయితే కాల్చడానికి మనసొప్పలేదు. దీన్ని మీరు తీసుకోండి. ఎవరైనా ఆసక్తి ఉన్నవారికి ఇవ్వండి. వాళ్ళయినా చదివి దీని లాభాన్ని పొందనీ..."

మోహనస్వామి నిరంతరం. ఎక్కడ కూడా నిలబడని ఆసామి.

–(ఆంగ్ల మూలం : శ్రీనాథ పేరూర్)